चीन
आणि
भारत

चीन आणि भारत

इतिहास, संस्कृती, सहकार्य आणि चढाओढ

संपादन
पारमिता मुखर्जी
अर्णब के. देब
मिआओ पांग

अनुवादक: देवयानी देशपांडे

SAGE | bhasha

Los Angeles | London | New Delhi
Singapore | Washington DC | Melbourne

Originally Published in 2016 in English by
SAGE Publications India Pvt Ltd as *China and India: History, Culture, Cooperation and Competition*

This edition published in 2019 by

SAGE | bhasha

SAGE Publications India Pvt Ltd
B1/I-1 Mohan Cooperative Industrial Area
Mathura Road, New Delhi 110 044, India
www.sagepub.in

Published by SAGE Publications India Pvt Ltd and Translation Project Coordinated by Sunidhi Publishers, Pune.

ISBN: 978-93-532-8566-1 (PB)

Translator: Devyani Deshpande
SAGE Team: Mahesh Sachane

अनुक्रमणिका

तक्त्यांची सूची vii
आकृत्यांची सूची ix
प्रस्तावना xi
ऋणनिर्देश xiii
विषयप्रवेश xv

विभाग १: इतिहास, संस्कृती आणि आंतरराष्ट्रीय संबंध

१. सिंधू संस्कृती आणि प्राचीन श्यू सभ्यताः तुलनात्मक अध्ययन १
झोऊ यिकिंग

२. चिनी रेशमाचा पश्चिमेकडील प्रवास उलगडताना १६
दुआन यु

३. चीन-भारत सांस्कृतिक भेदांचा पर्यटनावरील प्रभाव २६
क्झिआन्ग बाओयून

४. भारत, चीन आणि पल्याडः सुव्यवस्थापनासाठी संस्कृती, नेतृत्व आणि मानव विकासाबाबत टागोरांचे आत्मभान ३९
संजॉय मुखर्जी

५. चीन आणि भारतः १५व्या शतकातील सांस्कृतिक आणि धार्मिक देवाणघेवाण ६२
हुआन्ग वेईमिन

६. भारताची सांस्कृतिक मृदुसत्ता नीती आणि चीनचे आत्मभान ७६
जिआन ली

७. बीसीआयएम आर्थिक मार्गिकाः उत्प्रेरणा आणि आव्हाने ८७
लि जिंगफेंग

८. अमेरिकेचे 'आशियाई केंद्रक' आणि चीन-पाकिस्तान संबंधः चीन-भारत संबंधांवरील पडसाद ९७
चे जिक्झियांग

९. चीन आणि भारतः अफगाणिस्तानमधील सहकार्य ११४
झी जिंग

विभाग २: अर्थव्यवस्था आणि व्यापार: तौलनिक अभ्यास

१०. जागतिकीकरणाच्या विभिन्न पाऊलवाटा: चीन आणि भारताची कहाणी १२६
श्रीपर्ण बसू

११. जागतिकीकरणोत्तर कालखंडातील प्रादेशिक विषमता:
भारत आणि चीनचा अभ्यास १४०
अरिंदम बानिक आणि अर्णब के. देब

१२. चीन आणि भारतातील उत्पादन धोरणे आणि नीती:
तुलनात्मक विश्लेषण १६३
प्रगीत एरॉन आणि बी.ए. मेत्री

१३. उद्योजकीय सामाजिक दायित्व परंपरा:
भारत आणि आशियाचा तौलनिक अभ्यास १८२
पारमिता मुखर्जी आणि राजश्री चटर्जी

१४. भारत आणि चीनमधील आरोग्यसेवा क्षेत्रे:
कामगिरी आणि आव्हानांचा तुलनात्मक अभ्यास २०४
पारमिता एम. नाग

१५. सामाजिक दायित्व रणनीती:
चीन आणि भारताचा तुलनात्मक धांडोळा २२०
तिर्थंकर नाग, अरिंदम बानिक, मिआओ पांग आणि
चे जिक्झियांग

संपादक आणि योगदानकर्ते यांच्याविषयी २३२

तक्त्यांची सूची

३.१	चीनची जागतिक वारसा स्थळे	३०
३.२	भारतातील जागतिक वारसा स्थळे	३१
३.३	२००६-१२ या दरम्यान चीनमध्ये गेलेले भारतीय पर्यटक (दहा हजारांमध्ये)	३२
३.४	२००६-१२ या दरम्यान चीनमध्ये गेलेले भारतीय पर्यटक (संपूर्ण आकडेवारीमध्ये)	३२
३.५	चिनी आणि भारतीय पर्यटकांची मनपसंत पर्यटन स्थळे अनुक्रमे	३३
३.६	२००६-१२ दरम्यान चीन आणि भारत यांमधील परदेशी पर्यटकांची संख्या (दशलक्ष मध्ये)	३५
५.१	भारतीय राजघराण्यांना चिनी राजदूतांच्या सदिच्छा भेटी	६५
५.२	चीनला भारतीय साम्राज्यांनी दिलेले कर	६६
११.१	दरडोई स्थूल राज्यांतर्गत उत्पन्नातील फरक: भारीत आणि अभारीत निर्देशांक	१४७
११.२	दरडोई राज्यांतर्गत उत्पन्न आणि निवडक राज्यांतील राज्यांतर्गत उत्पन्नातील वाढ	१४९
१२.१	चीनच्या एकूण उत्पादनामध्ये यांगत्से नदीच्या त्रिभुज प्रदेशाचा वाटा (२०००)	१६९
१२.२	उत्पादन वृद्धीचे टप्पे (चीन)	१७२
१३.१	निवडक विकसनशील देशांतील स्थूल राष्ट्रीय उत्पन्न वृद्धी आणि मानव विकास निर्देशांकाचा आलेख	१८५
१३.२	सन २०१२-१३ दरम्यान भारतीय कंपन्यांच्या समाजहितार्थ गुंतवणुकीची संशोधनाधारित संक्षिप्त मांडणी	१९५
१३.३	सन २०१४च्या ए.एस.आर. यादीनुसार देशपरत्वे प्रमुख ३ कंपन्या	१९९

१४.१	ऐतिहासिक जडणघडणीची मांडणी	२०८
१४.२	प्रमुख आरोग्य निर्देशकांचे सादरीकरण	२१०
१४.३	साथीच्या आणि असंक्रमक रोगांमुळे ओढवणारे मृत्यू	२११
१४.४	चिनी आणि भारतीय आरोग्यव्यवस्थेवर परिणाम करणारे धोरण घटक	२१७
१५.१	सामाजिक दायित्वाअंतर्गत गुंतवणूक समजून घेण्यासाठी निवडलेले भारत आणि चीन येथील औद्योगिक उपक्रम	२२८
१५.२	निवडक चिनी आणि भारतीय कंपन्यांचे समाजहितार्थ उपक्रम	२२९
१५.३	शांघाय स्टॉक एक्स्चेंज मध्ये अनुसूचित कंपन्यांच्या सामाजिक दायित्वाची टक्केवारी (क्षेत्रानुसार टक्केवारी)	२३०

आकृत्यांची सूची

११.१ दरडोई उपभोग खर्चाची राज्यांतर्गत विषमता १४८

११.२ दरडोई स्थूल राष्ट्रीय उत्पन्नातील प्रांतांतर्गत विषमता, १९७८-२००६ १५४

११.३ आंतरप्रांतीय विषमतेतील घटकवार मांडणी, १९७८-२००६ १५५

११.४ चीनमधील दरमाणशी स्थूल राष्ट्रीय उत्पन्न आणि तेथील तीन प्रदेश, १९७८-२००६ १५६

११.५ आंतरप्रादेशिक विषमतेची घटकवार मांडणी, १९७८-२००६ १५७

१२.१अ उद्योगक्षेत्र आणि सेवाक्षेत्राचा स्थूल राष्ट्रीय उत्पन्नातील टक्के अनुसार वाटा १६४

१२.१ब जागतिक स्थूल राष्ट्रीय उत्पन्नातील चीनचा वाटा १६४

१२.२ पर्ल नदीच्या त्रिभुज प्रदेशातील वेगवेगळे उद्योगवृंद १७४

१३.१ विविध क्षेत्रांत गुंतवणूक करणाऱ्या कंपन्यांची संख्या १९६

१३.२ प्रमुख १०० कंपन्यांचे वर्गीकरण १९७

१३.३ प्रमुख १०० कंपन्यांचे क्षेत्रीय वर्गीकरण १९८

१५.१ चीनमधील उद्योजकांच्या सामाजिक दायित्वाची नोंदणी २२५

१५.२ चीन आणि भारतामध्ये सामाजिक दायित्वाअंतर्गत गुंतवणूक करणाऱ्या कंपन्यांची टक्केवारी (देशांतील १०० प्रमुख कंपन्या) २२७

१५.३ सामाजिक दायित्वाअंतर्गत गुंतवणुकीची अहवालनोंदणी करणाऱ्या कंपन्यांची टक्केवारी (देशांतील १०० प्रमुख कंपन्या) २२७

प्रस्तावना

चीन आणि भारत यांच्यामध्ये अतिप्राचीन काळापासून सांस्कृतिक आणि आर्थिक देवाणघेवाण सुरू आहे. या देशांची वर्तमान विकासात्मक प्रक्रिया समजून घेताना अशा प्रकारच्या देवाणघेवाणीचा ऐतिहासिक लेखाजोखा आणि सामाजिक दुवे यांचे स्थान महत्त्वपूर्ण आहे. या पार्श्वभूमीवर, अलीकडच्या काळात विकास साधलेल्या दोन अर्थव्यवस्थांवर महत्त्वपूर्ण प्रभाव असलेल्या पैलूंचा अंतर्भाव करणे ही एक वेधक कल्पना असेल, असे आम्हाला वाटले.

दीर्घकाळपर्यंत आपणहून उर्वरित जगापासून अंतर राखून असलेल्या या दोन विकसनशील देशांचा लक्षवेधक उदय हे जागतिकीकरणाच्या आधुनिक युगाचे एक वैशिष्ट्य आहे. जागतिक अर्थशास्त्र हे, ज्यावर आशियाई अर्थशास्त्र, राजकारण आणि संस्कृतीचे लक्षणीय वर्चस्व असेल, अशा 'आशियाई शतका'च्या सीमेवर आहे असा अनेकांचा विश्वास आहे. सन १९८०च्या दशकात या दोन दिग्गज आशियाई देशांनी आर्थिक उदारीकरणाच्या प्रक्रियेस सुरुवात केली आणि परकीय तंत्रज्ञान आणि माहितीच्या हस्तांतरणासाठी अर्थव्यवस्थेची दारे उघडली. तथापि, आर्थिक संकटांपेक्षा आर्थिक समृद्धीच्या दिशेने जाण्याकरिता सरधोपट मार्गाचे अनुसरण करण्याऐवजी या देशांनी इच्छित स्थळी पोहोचण्याकरिता विविध मार्गांची निवड केली. इतर सर्व उदयोन्मुख अर्थव्यवस्थांसाठी हा एक औत्सुक्यपूर्ण धडा असेल. हा फरक, राष्ट्र-विशिष्ट कल्पना, प्रतिमाने आणि संस्थात्मक परंपरा या जागतिकीकरणाच्या प्रक्रियेशी कशा प्रकारे संवाद साधतात, ते प्रतिबिंबित करतो. विविध प्रकारच्या धोरणांवर लक्ष केंद्रित करणे आणि ती अमलात आणणे या बाबी एकमेकांपेक्षा भिन्न असल्या तरी हे दोन्ही देश प्रगतीच्या दिशेने वेगाने वाटचाल करीत आहेत. कुशल आणि अकुशल श्रमशक्तीचा समावेश असलेली वाढती लोकसंख्या, विपुल प्रमाणात उपलब्ध नैसर्गिक संसाधने आणि उर्वरित जगासाठी सर्वांत मोठी बाजारपेठ अशी त्यांची सामाईक वैशिष्ट्ये आहेत.

चीन आणि भारतः इतिहास, संस्कृती, सहकार्य आणि चढाओढ या संपादित पुस्तकामध्ये दोन आशियाई उदयोन्मुख महाशक्ती–चीन आणि भारत या देशांतील पारस्परिक विविध महत्त्वाच्या समस्या आणि त्यांचे परिणाम यांवर एक अद्वितीय परिप्रेक्ष्य मांडला गेला आहे. चीन तसेच भारतीय संशोधक आणि शिक्षणतज्ज्ञांप्रमाणेच या दोन्ही देशांच्या सामाजिक-सांस्कृतिक, राजकीय आणि आर्थिक क्षेत्राशी संबंधित आहेत अशा, या समान दृष्टिकोनांवर आम्ही भर देतो आणि तशी आमची धारणाही आहे. पुस्तकाच्या पहिल्या भागात दोन्ही देशांशी संबंधित आंतरराष्ट्रीय संबंधांबरोबरच

ऐतिहासिक आणि सांस्कृतिक विषयांचे विवेचन केले आहे. या दोन देशांमधील आर्थिक परिवर्तनापासून ते सामाजिक-सांस्कृतिक घटकांच्या योगदानाचा समावेश केला गेला आहे. तसेच, राजकीय आणि राजनयिक संबंधांबाबत दोन्ही देशांमध्ये सुरू असलेल्या सहकार्य आणि चढाओढीचे सर्वसमावेशक चित्र प्रक्षेपित केले आहे. सांस्कृतिक आणि धार्मिक देवाणघेवाणीव्यतिरिक्त अतिप्राचीन काळापासून सुरू असलेली दोन राष्ट्रांमधील आर्थिक देवाणघेवाण सुद्धा त्यांच्या विकासात्मक प्रक्रियेमध्ये महत्त्वपूर्ण भूमिका बजावते. प्रस्तुत पुस्तकाच्या पुढील भागात या दोन्ही राष्ट्रांमधील अर्थव्यवस्था आणि व्यवसायांशी संबंधित मुद्द्यांचा समावेश केला आहे. यामध्ये उत्पादन क्षेत्राचा विकास, उद्योजकांचे सामाजिक योगदानविषयक मानदंड, आरोग्य क्षेत्रांची तुलना इत्यादी विविध विषयांचा समावेश केला आहे.

प्रस्तुत पुस्तकातील प्रकरणे ही समकालीन विषयांशी संबंधित, संशोधनांवर आधारित चर्चांची मालिका प्रस्तुत करतात. आजच्या युगात स्थैर्य आणि समृद्धी या साध्यांच्या दिशेने वाटचाल करण्यासाठी दोन्ही देशांनी विविध क्षेत्रांमध्ये एकमेकांना जास्तीत जास्त सहकार्य करणे आवश्यक आहे, याची दोन्ही देशांमधील धोरणकर्त्यांना जाणीव आहे. प्रस्तुत पुस्तकातील सर्व प्रकरणे ही परस्परांसाठी हितकारक प्रयत्न करण्याकरिता महत्त्वपूर्ण असलेल्या भूत आणि वर्तमानकाळातील आर्थिक आणि सामाजिक वातावरणाचे यथार्थ वर्णन प्रस्तुत करतात. हे पुस्तक वाचकांना भूतकाळ तसेच वर्तमानकाळातील चीन आणि भारत यांमधील देवाणघेवाण आणि सहकार्याच्या ऐतिहासिक, सांस्कृतिक, आर्थिक, सामाजिक आणि राजकीय पैलूंच्या माध्यमातून प्रवास घडविण्यास नक्कीच परिपूर्ण आहे, असा आम्हाला दृढ विश्वास वाटतो.

ऋणनिर्देश

सर्वप्रथम आणि सर्वांत महत्त्वाचे म्हणजे आम्ही प्राध्यापक अरिंदम बानिक, संचालक, आयएमआय, कोलकता यांचे आभार मानतो. सदर पुस्तक प्रकाशित होण्यास त्यांची प्रेरणा कारणीभूत ठरली आहे. त्यांच्या प्रोत्साहन आणि मार्गदर्शनाशिवाय हे पुस्तक प्रकाशित होणे शक्य झाले नसते. प्राध्यापक बकुल एच. ढोलकिया, महानिदेशक, आयएमआय यांनी सातत्याने केलेली मदत आणि मार्गदर्शन यासाठी आम्ही त्यांच्याप्रती मनापासून कृतज्ञता व्यक्त करतो.

चीनमधील सिचुआन अकॅडमी ऑफ सोशल सायन्सेसच्या संशोधकांनी दिलेल्या बौद्धिक योगदानाशिवाय हे पुस्तक प्रकाशनाचा दिवस पाहू शकले नसते. त्यांच्या योगदानामुळे या प्रयत्नाला अतुलनीय महत्त्व प्राप्त झाले आहे. आम्ही प्राध्यापक होउ श्विपिंग, अध्यक्ष, सिचुआन अकॅडमी ऑफ सोशल सायन्सेस, चीन आणि प्राध्यापक ग्वोआ क्झिओमिंग, उपाध्यक्ष, सिचुआन अकॅडमी ऑफ सोशल सायन्सेस यांचे मनापासून आभार मानतो.

आम्हाला हस्तलिखित तयार करण्यासाठी सर्वोत्तम पायाभूत सुविधा आणि वेळोवेळी प्रशासकीय मदत केल्याबद्दल आरपी-संजीव गोयनका समूहाचे देखील आभार मानणे उचित ठरेल. आम्ही श्रीयुत संजीव गोयनका, चेअरमन, आरपी-एसजी समूह यांचे विशेष आभार मानतो. आम्ही श्रीयुत सुभाषिस मित्रा, कार्यकारी संचालक आणि समूह कंपनी सचिव, आरपी-एसजी समूह, श्रीयुत मणी शंकर मुखर्जी, मुख्य समूह सल्लागार (कॉर्पोरेट रिलेशन्स), आरपी-एसजी समूह आणि श्रीयुत सुनील भंडारी, कार्यकारी संचालक (कॉर्पोरेट सर्व्हिसेस), आरपी-एसजी समूह यांचे देखील आभारी आहोत.

सरतेशेवटी, आम्ही राजश्री चटर्जी यांचे असाधारण संपादकीय सहकार्याबद्दल हार्दिक आभार मानतो. पुस्तक निर्मितीच्या प्रत्येक टप्प्यावर त्यांनी हस्तलिखिताचे काळजीपूर्वक वाचन केले, मुद्रितशोधनाच्या चुकांची दुरुस्ती केली. हे काम त्यांनी काकदृष्टीने आणि परिश्रमपूर्वक केले आहे.

विषयप्रवेश

मागील दोन दशकांपासून आशियातील उदयोन्मुख अर्थव्यवस्थांपैकी भारत आणि चीन या दोन अर्थव्यवस्थांनी भरीव आर्थिक वृद्धीची नोंद केली आहे. प्रचंड प्रमाणात आर्थिक-सामाजिक बदल अनुभवले आहेत आणि संभाव्य महाशक्तींच्या रूपात स्वतःला प्रस्थापित केले आहे. या दोन राष्ट्रांतील सांस्कृतिक, शैक्षणिक आणि आर्थिक देवाणघेवाण कित्येक शतकांपूर्वीच सुरू झाली. तद्नंतर, कालौघात दोन्ही राष्ट्रांमध्ये आर्थिक संरचना, धोरण आखणी आणि विकासाच्या संदर्भात उल्लेखनीय परिवर्तन झाले आहे. आजही, दोन्ही राष्ट्रांमध्ये लोकसंख्येचे प्रमाण, विपुल नैसर्गिक संसाधने, प्रचंड रोजगारक्षम कार्यबल आणि जलद गतीने वाढणारी अर्थव्यवस्था या बाबतीत साम्य आहे.

बौद्धधम्माच्या प्रसारापूर्वी इ.स.पूर्व १५००-१०००मध्ये शांग-झोउ संस्कृती आणि प्राचीन वैदिक संस्कृती यांच्यामध्ये काही भाषिक देवाणघेवाणीचे साक्ष देणारे पुरावे उपलब्ध झाले आहेत.[१] हॅन या राजवटीच्या काळात (इ.स.पूर्व २०६-इ.स.२२०) चीन-भारतसंबंधांना पुष्टी देणारे काही साहित्य उपलब्ध आहे. या दोन राष्ट्रांमधील संवाद आणि दळणवळण हे पुढे टँग (६१८-९०७), सोंग (९६०-१२७८) आणि युआन (१२७९-१३६८) या राजघराण्यांच्या काळात आणखीनच विकसित होत गेले. भारताचे महाकाव्य *महाभारत* आणि प्राचीन भारताचे *अर्थशास्त्र* यांमध्ये चीनचा उल्लेख आढळतो. प्राचीन भारत आणि चीनमधील राजे-महाराजे, दूत, मुत्सद्दी, विद्वान, साधू, यात्रेकरू आणि व्यापारी यांचे दोन्ही संस्कृतींना एकत्र आणण्यामध्ये मोलाचे योगदान आहे. प्राचीन इतिहासामध्ये अशी अनेक उल्लेखनीय नावे आहेत. नोबेल पारितोषिक विजेते रवींद्रनाथ टागोर यांनी सन १९२४ आणि सन १९२९ अशी दोन वेळा चीनला भेट दिली. ते भारत-चीन परस्पर समन्वय आणि सहकार्यासाठी सतत प्रयत्नशील होते. त्यांचे हे प्रयत्न पश्चिम बंगालच्या शांतिनिकेतनमधील त्यांच्या विश्वभारती विद्यापीठातील चीन भवनाच्या निर्माणामध्ये दृग्गोचर आहेत. ही निर्मिती दोन्ही राष्ट्रांच्या सांस्कृतिक देवाणघेवाणीच्या इतिहासात उल्लेखनीय आहे.

तथापि, चीन-भारत संबंध हे दोलायमान स्थितीत आहेत; ते मागील पाच दशकांपासून किंवा त्याहीपेक्षा अधिक काळापासून विविध टप्प्यांमधून जात आहेत. सन१९६० आणि १९७०च्या अत्यधिक शत्रुत्वापासून ते १९८० मधील समेटापर्यंत आणि सोवियत संघाच्या पडझडीनंतर समायोजनापर्यंत असे विविध टप्पे यामध्ये दिसून येतात (आरिफ २०१३, बाय झियानजिंग आणि गाओ जिंग २००६). शीतयुद्धानंतरच्या कालखंडात या संबंधांमध्ये बरीच सुधारणा झाली. हळूहळू

दोन्ही राष्ट्रांना राष्ट्रांतर्गत आणि आशियातील शांतता आणि आर्थिक समृद्धीच्या संदर्भात विविध क्षेत्रांतील सहकार्याची निकड जाणवली. सध्याची परिस्थिती लक्षात घेता, दोन्ही राष्ट्रांमधील संबंधांची दिशा आणि गती ही संपूर्ण आशियाई क्षेत्राच्या प्रगतीसाठी अत्यंत महत्त्वाची आहे.

सन २०१३मध्ये भारताचे माजी पंतप्रधान डॉ. मनमोहन सिंह आणि चीनचे पंतप्रधान ली केक्यांग यांनी २०१४ हे वर्ष भारत आणि चीनच्या दरम्यान मैत्रीपूर्ण देवाणघेवाणीचे वर्ष म्हणून घोषित केले आणि म्हणून २०१४ या संपूर्ण वर्षभरात चीनमधील विभिन्न शहरांमध्ये विविध भारतीय महोत्सवांचे आयोजन केले गेले. या महोत्सवांमध्ये भारतीय कलांचे सादरीकरण, आधुनिक भारतीय कलांचे प्रदर्शन आणि दोन्ही राष्ट्रांमधील बौद्धधम्माच्या दुव्यांचे चित्रण प्रदर्शित करण्यात आले. व्यापारवृद्धी, गुंतवणूक, रेंगाळलेला सीमाप्रश्न सोडवणे आणि अन्वयाने उभयपक्षी संबंध दृढ करणे हे चीनचे राष्ट्राध्यक्ष झी जिनपिंग यांच्या भारत दौऱ्याचे आणि भारताचे पंतप्रधान नरेंद्र मोदी यांच्या चीन दौऱ्याचे उद्दिष्ट होते. भारताने नवीन बीजिंग-पुरस्कृत एशियन इन्फ्रास्ट्रक्चर इनव्हेस्टमेन्ट बँके (AIIB)च्या संस्थापक-सदस्य म्हणन सामील होण्याची इच्छादेखील व्यक्त केली आहे.

चीन आणि भारताच्या (चिंडिया) उदयामुळे व्यापारावर मोठा परिणाम होण्याची शक्यता आहे. हे मुख्यत्वेकरून जगातील अन्य देशांसाठी फायदेशीर असेल. उदाहरणार्थ, संघटित किरकोळ विक्री आणि उत्पादन गुंतवणुकीच्या माध्यमातून आधुनिक अर्थव्यवस्थांना येथील व्यापक उपभोक्ता-बाजारपेठांमध्ये प्रवेश करणे शक्य होईल (शेठ २००८). हळूहळू चीन आणि भारत ही राष्ट्रे उर्वरित जगाशी अधिकाधिक प्रमाणात जोडली जात आहेत आणि त्यांचे हे प्रयत्न निष्फळ ठरणार नाहीत.

चीन आणि भारत या जलद गतीने विस्तारणाऱ्या अर्थव्यवस्थांमुळे ही राष्ट्रे जगातील उत्पादन आणि सेवांची केंद्रस्थाने म्हणून आकारास येत आहेत. यासाठी त्यांना मोठ्या प्रमाणात नैसर्गिक संसाधनांची आवश्यकता आहे. सन २००६मध्ये आफ्रिकी राष्ट्रांमधील नेते बीजिंगमध्ये बैठकीसाठी आले होते. चीनला ज्या नैसर्गिक संसाधनांची गरज आहे ती आफ्रिकेमध्ये मोठ्या प्रमाणावर उपलब्ध होती, तर दुसरीकडे चीनच्या तांत्रिक कौशल्यांचा उपयोग करून त्याचा आफ्रिकेला फायदा होणे शक्य होते. हा चर्चाविषय डोळ्यांसमोर ठेवून सन २००६मध्ये आफ्रिकी नेते बैठकीसाठी बीजिंग येथे आले होते. या काळादरम्यान भारतीय आणि आफ्रिकी रहिवाशांनी देखील पारस्परिक लाभांबद्दल चर्चा केली. अशा प्रकारे चिंडियाने त्यांच्या प्रगतीसाठी इतर राष्ट्रांच्या शक्तीचा वापर करण्याचा प्रयत्न केला. तथापि, दोन्ही राष्ट्रांची विकास प्रक्रिया जवळून पाहता, त्यांनी वेगवेगळ्या कार्यप्रणालींचे पालन केले आहे असे

लक्षात येते. दोन विकसनशील राष्ट्रांमधील लक्षवेधी विरोधाभासांमुळे जगभरातील विद्वान आणि अग्रगण्य संशोधन संस्था याकडे गांभीर्याने पाहू लागल्या.

या पार्श्वभूमीवर, दोन्ही राष्ट्रांच्या सामाजिक, सांस्कृतिक, राजनैतिक, आणि आर्थिक संबंधाच्या विभिन्न पैलूंकडे लक्षपूर्वक पाहण्याची गरज आहे. या पुस्तकातील प्रकरणे ही भारतीय आणि चिनी संशोधक आणि शैक्षणिक क्षेत्रातील विद्वानांच्या निवडक संशोधनात्मक लेखांवर आधारित आहेत. देशांतर्गत विविध समस्या आणि त्या समस्यांचे अर्थव्यवस्थांवरील परिणाम यांचा सर्वकष परिप्रेक्ष्य प्रस्तुत करणे हे या पुस्तकाचे उद्दिष्ट आहे. प्रस्तुत पुस्तकामध्ये दोन्ही राष्ट्रांशी संबंधित इतिहास, संस्कृती, राजकीय संबंध, आर्थिक परिप्रेक्ष्य आणि समस्यांचा अंतर्भाव करण्यात आला आहे. दोन्ही राष्ट्रांच्या दृष्टिकोनातील भेद समजून घेता यावेत म्हणून सामाजिक-सांस्कृतिक घटकांचे योगदान तसेच, राजकीय आणि धोरणात्मक संबंधांबद्दलची नेमकी भूमिका समाविष्ट केली आहे. आम्ही लेख निवडताना एका समग्र दृष्टिकोनाचा अवलंब केला आहे. पुस्तकामध्ये समाविष्ट केलेली प्रकरणे ही केवळ संशोधनाच्या विशिष्ट क्षेत्रापुरतीच मर्यादित नाहीत तर ऐतिहासिक आणि सांस्कृतिक घटकांपासून ते आंतरराष्ट्रीय संबंध आणि दोन्ही राष्ट्रांनी स्वीकारलेल्या विद्यमान व्यापारी धोरणांशी देखील संबंधित आहेत. प्रस्तुत पुस्तक विभाग १–इतिहास, संस्कृती आणि आंतरराष्ट्रीय संबंध; आणि विभाग २–अर्थव्यवस्था आणि व्यापारः तौलनिक अभ्यास अशा दोन विभागांमध्ये विभागले आहे.

पुस्तकातील विभाग १मध्ये भारत आणि चीन यांच्या आंतरराष्ट्रीय संबंधांबरोबरच ऐतिहासिक आणि सांस्कृतिक समस्यांवर आधारित प्रकरणे समाविष्ट आहेत. पहिल्या प्रकरणात, या दोन प्राचीन स्वतंत्र संस्कृतींचा शाश्वत युरेशिया संस्कृतीवरील उल्लेखनीय प्रभाव आणि योगदान याबाबत चर्चा केली आहे. या सांस्कृतिक असमानतेमुळे दोन अर्थव्यवस्थांच्या भिन्न कार्यपद्धतीचा शोध घेतला आहे. या प्रयत्नामध्ये, सिंधू संस्कृती आणि श्यू सभ्यतेचा अर्थव्यवस्था आणि संस्कृतीच्या शाश्वत विकासावरील प्रभावाचा तुलनात्मक अभ्यास सखोल प्रस्तुत केला आहे. या प्रकरणात दोन्ही प्राचीन संस्कृतींमध्ये ज्यांचे वर्चस्व होते अशा शहरी नियोजन आणि सामाजिक स्तरीकरणाच्या तुलनात्मक आणि परस्परविरोधी दृष्टिकोनाचा समावेश केला आहे. प्राचीन काळातील सांस्कृतिक देवाणघेवाण कशी परिवर्तित झाली, त्याद्वारे वर्तमानकाळातील संबंधांना कशा प्रकारे आकार मिळाला याचाही या प्रकरणात शोध घेतला गेला आहे. श्यू व्यापारी हे भारतात प्रवेश करणारे पहिले व्यापारी होते. हे व्यापारी चीनमधून व्यावसायिक कार्य करीत होते असा उल्लेख प्रकरण दोनमध्ये करण्यात आला आहे. प्राचीन भारतातील 'सेरेस' आणि 'सिना' या दोन संज्ञांचे

उत्पत्तिस्थान आणि ध्वन्यार्थ यांबाबत गेली अनेक वर्षे मतभिन्नता आणि वादविवाद सुरू आहेत. या संज्ञांचे उत्पत्तिस्थान आणि अर्थ शोधण्याचा प्रयत्न प्रस्तुत प्रकरणात केला आहे. या प्रकरणात चीन आणि भारतीय संस्कृतींमधील देवाणघेवाण आणि परस्परक्रिया स्पष्ट करण्यासाठी 'सेरइंडिया' आणि 'इंडोचायना' या संकल्पनांचा उपयोग केला गेला आहे. तसेच, चीन, भारत आणि अन्य युरेशीय सभ्यतांमधील रेशीम आणि दळणवळणाच्या पाश्चात्त्य संचारातील 'रेशमी मार्गा'च्या महत्त्वाचे वर्णन केले आहे. ही प्रकरणे सिंधू संस्कृती आणि श्यू सभ्यता यांमध्ये मोठ्या प्रमाणावर होणाऱ्या सांस्कृतिक देवाणघेवाणीविषयी त्याचबरोबर, या दोहोंच्या इतर प्राचीन सभ्यतांबरोबर असणाऱ्या परस्परसंबंधांवर प्रकाश टाकतात.

चीन आणि भारत यांमधील सांस्कृतिक भेद हा त्यांच्या नैतिक वर्तन आणि धर्म यांमध्ये प्रतिबिंबित होतो आणि त्याचे परिणाम सांस्कृतिक देवाणघेवाणीच्या पर्यटन क्षेत्रावर होतात. सांस्कृतिक भेदामुळे पर्यटनावर सकारात्मक आणि नकारात्मक अशा दोन्ही स्वरूपाचे परिणाम होतात. दोन्ही राष्ट्रांनी परस्परांची संस्कृती जाणणे, समजून घेणे आणि एकमेकांच्या संस्कृतींचा आदर करणे आवश्यक आहे. तसेच, देशांतर्गत पर्यटन सहकार्य वाढविण्यासाठी सांस्कृतिक देवाणघेवाण करावी असे तिसऱ्या प्रकरणात सूचित केले आहे. सांस्कृतिक दृष्टिकोनाच्या संबंधात, प्रकरण चारमध्ये भारताचे नोबेल पारितोषिक प्राप्त कवी, रवींद्रनाथ टागोर, यांच्या जीवनकार्याचा आढावा घेतला आहे. टागोरांनी भारत-चीनमधील शिक्षण, संस्कृती आणि संस्था बांधणीच्या क्षेत्रातील परस्पर सहानुभूती आणि सहयोगासाठी केलेल्या सातत्यपूर्ण प्रयत्नांकडे विशेष लक्ष वेधले आहे. या पैलूचा विचार केल्याशिवाय हा विभाग सर्वसमावेशक झाला नसता. संकटसमयी अलौकिक नेतृत्व प्रेरणादायी ठरते असे टागोरांनी स्पष्ट केले. प्रस्तुत प्रकरणात यावर देखील प्रकाश टाकला आहे. नेतृत्व, उद्योजकांचे सामाजिक दायित्व आणि मानव विकास यांमध्ये पुढाकार घेत गांभीर्याने काम करणाऱ्या आधुनिक संस्थांसाठी हे प्रकरण व्यावहारिक प्रतलावर नेतृत्व, नवोन्मेष, सामूहिक विकासाची काही पर्यायी प्रारूपे प्रस्तुत करते. हे प्रकरण, चीन आणि भारतीय संस्कृतीचे ऐतिहासिक योगदान अधोरेखित करते. तसेच, दोन आधुनिक राष्ट्रांनी त्या उदात्त हेतूंचे स्मरण करावे, जागतिक नेतृत्वाच्या दिशेने लष्करबांधणी करावी याविषयीच्या टागोरांच्या अद्वितीय भूमिकेचे स्मरण करून देते. टागोर यांनी चीनमधील त्यांच्या व्याख्यानांमध्ये चीनच्या संस्कृतीची प्रशंसा केली आणि पुढील काळात भारत-चीन यांच्यामधील संबंध अधिक दृढ करण्यासाठी आणि पश्चिमी आक्रमक भांडवली शक्तींविरुद्ध आशियाचा आवाज उठविण्यासाठी विश्वभारतीमधील चीन भवनाची निर्मिती केली.

प्रकरण ५ मध्ये, प्रामुख्याने १५व्या शतकातील धार्मिक संस्कृतीच्या विस्ताराचा ऐतिहासिक परिप्रेक्ष्य प्रस्तुत केला आहे. उपनद्यांमार्फत चालणाऱ्या प्रशासकीय देवाणघेवाणीव्यतिरिक्त, चीन आणि भारत यांच्यातील सांस्कृतिक देवाणघेवणीसाठी संदेशवाहकांच्या रूपात काम करणाऱ्या 'पाश्चात्त्य मठवासी' आणि व्यापारी या दोन लोकशक्ती होत्या. पंधराव्या शतकामध्ये चीन आणि भारतातील दळणवळण आणि धार्मिक संस्कृतीच्या विस्तारामुळे महत्त्वपूर्ण सांस्कृतिक बदल घडून आले. हा चीन-भारत संबंधांतील निर्णायक टप्पा म्हणावा लागेल. राष्ट्रीय आणि व्यावहारिक पातळीवर ही देवाणघेवाण तितकीशी यशस्वी ठरली नसली तरी, त्यामुळे या दोनही राष्ट्रांच्या परस्परसंबंधांबाबत आशादायी परिस्थिती निर्माण झाली असे लेखकाने नमूद केले आहे. दोन्ही देशांची संस्कृती वैशिष्ट्यपूर्ण असल्याने त्याचे व्यष्टीकरण आणि आध्यात्मिक गर्भितार्थ देखील भिन्न होते. सर्वांत महत्त्वाचे म्हणजे, भूतकाळातील संपर्कामध्ये वर्तमान भारत-चीन विनिमयाचे धागेदोरे सापडतात.

सध्याच्या काळात भारताद्वारे आपली संस्कृती आणि मूल्यांचा जगामध्ये विस्तार करून, आपला सांस्कृतिक प्रभाव सुधारण्यासाठी केले जाणारे प्रयत्न चीनसाठी नेमके का महत्त्वाचे आहेत, यावर प्रकरण ६मध्ये भाष्य केले आहे. संस्कृती हे संपर्काचे प्रभावी साधन असल्याने, भारत सरकारने संस्कृतीचे प्रदर्शन अधिक उठावदार आणि आकर्षक पद्धतीने करता यावे याकरता संस्कृतीच्या प्रचारास अधिक महत्त्व दिले. तथापि, चीनमधील लोकसंख्या, संसाधने आणि आर्थिक विकासाच्या तुलनेने चिनी संस्कृतीचा मात्र परदेशात तितकासा प्रभाव नाही म्हणून, चीनच्या आकर्षक सांस्कृतिक चित्रणासाठी आणि सांस्कृतिक प्रभाव प्रस्थापित करण्याच्या हेतूने काही नीती आखण्यात आल्या आहेत.

या विभागामध्ये भारत आणि चीनचे आंतरराष्ट्रीय संबंध आणि शेजारील देशांतील राजकीय परिस्थिती यावर भर दिला आहे. देशाचे आंतरराष्ट्रीय संबंध हे अर्थव्यवस्थेच्या विकास प्रक्रियेत अत्यंत महत्त्वाची भूमिका बजावतात. या विभागातील तीन प्रकरणे विशेषतः भारत आणि चीनच्या पाकिस्तान आणि अफगाणिस्तानशी असलेल्या संबंधांवर आणि त्या अनुषंगाने आखलेल्या धोरणांवर प्रकाश टाकतात. यामध्ये बांगला देश, चीन, भारत, म्यानमार-आर्थिक मार्गिका (BCIM-EC) आणि अमेरिकेचे 'आशियाई केंद्रक' नीतीच्या अनुषंगाने चीन-भारत संबंधांतील उद्दिष्टे अधोरेखित केली गेली आहेत.

सर्वप्रथम, चीन, भारत, म्यानमार-आर्थिक मार्गिकेची पार्श्वभूमी आणि अलीकडच्या काळातील त्याच्या संभाव्य परिणामांची चर्चा प्रस्तुत केली आहे. चीन आणि भारतातील व्यापार असंतुलन, व्यापारक्षेत्राची सुरक्षितता असे अनेक महत्त्वपूर्ण प्रश्न सोडवणे हा या मार्गिकेचा उद्देश आहे. चीनने दक्षिण-पूर्व भागातील

राष्ट्रांसाठी तयार केलेले खुले धोरण पुढे नेण्यात याची मदत होईल, तर भारताच्या पूर्वेसंबंधी धोरणासाठी (ईस्ट पॉलिसी) हे फायदेशीर असेल. दुसरे म्हणजे, याद्वारे अमेरिकेच्या 'आशियाई केंद्रक' धोरणाच्या अंबलबजावणीवर लक्ष केंद्रित केले आहे. या धोरणाचा प्रयत्न आशियाई राष्ट्रांमध्ये मतभेद निर्माण करून आणि फूट पाडून आशियाच्या आर्थिक विकासाचा लाभ मिळविणे हा आहे. या धर्तीवर, संपूर्ण आशियाचा विचार करता, चीन राष्ट्रीय नीतीअंतर्गत पाकिस्तानसह असलेले संबंध सुधारण्याचा प्रयत्न करेल असे आठव्या प्रकरणात नमूद केले आहे. चीन-पाकिस्तान परस्परसंबंधांतील ही पुनराभिमुखता प्रादेशिक सुरक्षिततेवर प्रश्नचिन्ह उठवणारी असल्याने भारतासाठी मात्र ही धोक्याची घंटा आहे. तीन, अफगाणिस्तान हा देश भौगोलिकदृष्ट्या मध्य आशिया, पश्चिम आशिया आणि दक्षिण आशियाशी जोडलेला आहे. अफगाणिस्तानच्या अनोख्या भौगोलिक स्थानाच्या अनुषंगाने, चीन-भारत यांच्यातील सहकार्याच्या संधी आणि आव्हानांची चर्चा या प्रकरणात केली आहे.

विवेचनाच्या दुसऱ्या भागामध्ये, या दोन्ही राष्ट्रांमधील आर्थिक आणि व्यापाराशी संबंधित समस्यांची मांडणी केली आहे. मागील विभागात सांगितल्याप्रमाणे, सांस्कृतिक आणि धार्मिक देवाणघेवाणी व्यतिरिक्त अतिप्राचीन काळापासून दोनही राष्ट्रांत सुरू असलेल्या आर्थिक देवाणघेवाणीने त्यांच्या विकासात्मक प्रक्रियेमध्ये महत्त्वाची भूमिका बजावली आहे. या विभागातील प्रकरणांमध्ये खाली दिलेल्या महत्त्वाच्या समस्यांबद्दल चर्चा केली आहे.

सर्वप्रथम, प्रकरण १०मध्ये चीन आणि भारताने जागतिकीकरणाला कशा प्रकारे विविध पद्धतीने प्रतिसाद दिला यावर प्रकाश टाकला आहे. प्रस्तुत प्रकरणातून, चीन आणि भारताच्या प्रतिसादावरून या दोन्ही राष्ट्रांच्या स्व-प्रतिमा चित्रणाच्या राजकारणाभोवतीचे विचारमंथन उलगडते. या दोन्ही राष्ट्रांची मूलभूत प्राधान्ये भिन्न असून त्यातून त्यांच्यातील चढाओढ दृग्गोचर होते. जागतिकीकरणामुळे विनिमयाचे अनेक मार्ग खुले झाले आहेतः पाश्चिमात्य देशांकडून पौर्वात्य देशांकडे, पौर्वात्य देशांकडून पाश्चिमात्य देशांकडे, याशिवाय, पाश्चिमात्य देशांमध्ये देखील देवाणघेवाणीस मार्ग खुला झाला. चीन आणि भारत यांमध्ये सीमाप्रश्न आणि तणावाचे राजकीय परस्परसंबंध असले तरी, गेली काही दशके चीनने स्वबळावर मिळवलेले यश भारतासाठी प्रेरणादायी ठरले आहे. शिवाय, या यशाने भारताच्या राजकीय आणि आर्थिक परिघावर परिणाम झाला आहे. याच भागातील प्रकरण ११मध्ये उदारीकरणोत्तर काळातील या दोन्ही राष्ट्रांतील प्रादेशिक विषमतेचा प्रश्न चर्चेस घेतला आहे. चीनने १९७८ पासून उदारीकरण, प्राधान्यीकरण, बाजारीकरण आणि निगमीकरण या स्वरूपात आर्थिक सुधारणा केली. भारतात १९९१मध्ये

उदारीकरण, खासगीकरण आणि जागतिकीकरणाची सुरुवात झाली. अभ्यासांती, जागतिकीकरणाच्या काळात भारतातील प्रादेशिक असमानतेमध्ये वृद्धी होण्याचे प्रमुख कारण वित्तीय तूट कमी होण्याकडे अधिक लक्ष केंद्रित करणे, वित्तीय क्षेत्राचे आणि व्यापाराचे उदारीकरण हे आहे, असे निदर्शनास आले. दुसरीकडे, चीनमधील प्रादेशिक असमानता ही, राजकोषीय विकेंद्रीकरण, थेट परकीय गुंतवणुकीचा प्रवाह आणि वित्तीय क्षेत्रातील विकास आणि खुले वित्तीय क्षेत्र यामुळे आहे. चीनमध्ये अधिमान्य सरकारी धोरणे आणि उत्पादनातील घटकांच्या वाटपामधील बदल हे सुद्धा प्रादेशिक असमानतेला कारणीभूत ठरले. एखादे राष्ट्र जागतिकीकरणास कसा प्रतिसाद देते हे त्या राष्ट्रांच्या प्रादेशिक वैविध्यावरून ठरते. यावर विवेचन करणे हे प्रस्तुत प्रकरणाचे उद्दिष्ट आहे. भारताच्या तुलनेत चीन जागतिकीकरण आणि उदारीकरणातून अधिक फायदा घेण्यास सक्षम आहे ही बाब अधोरेखित केली आहे. या प्रकरणात, निवडक स्थूल अर्थशास्त्रविषयक चल घटकांवर आधारित चीन आणि भारतामधील प्रादेशिक भिन्नता/एककेंद्राभिमुखतेच्या समस्येचे परीक्षण केले आहे. याशिवाय, पायाभूत सुविधांचा विकास कोणत्या प्रकारची भूमिका बजावतो याचे सुद्धा परीक्षण केले गेले आहे. मुख्यतः, जागतिकीकरणाचा ज्या राज्यांना जास्तीत जास्त फायदा करून घेता आला नाही त्या राज्यांच्या संदर्भात हे परीक्षण केले आहे. विशेषतः या प्रकरणात अनुकूल भौगोलिक स्थान, पायाभूत सोयीसुविधांचा विकास आणि राज्य स्तरावर उचित धोरणांची अंमलबजावणी यांमुळे जागतिकीकरणाच्या काळात चीन आणि भारतामध्ये उत्पन्नाचे प्रमाण वाढले का याबाबत शोध घेतला आहे.

दुसरे म्हणजे, सध्याच्या काळात, उत्पादन क्षेत्र दृढीकरणामुळे चिनी अर्थव्यवस्थेची बेबंद वृद्धी होत असताना उत्पादनक्षेत्राची पुनर्रचना करणे हे भारतीय अर्थव्यवस्थेसमोरील प्रमुख आव्हान आहे. उत्पादनक्षेत्र कोणत्याही राष्ट्राच्या अर्थव्यवस्थेमध्ये महत्त्वाची भूमिका बजावते. यातूनच रोजगारनिर्मिती आणि वस्तूंचे उत्पादनात वाढ होत असल्याने परिणामतः यातूनच समाजाची मूल्यव्यवस्था निर्माण होते. प्रकरण १२मध्ये चीनने स्वीकारलेली उत्पादनक्षेत्रातील उत्पादनसंबंधी धोरणे समजून घेण्याचा प्रयत्न केला आहे, या धोरणांमुळे चीनची जबरदस्त वृद्धी झाली असून त्या तुलनेने भारताची धोरणे अभ्यासली आहेत. भारतातील काही निहित शक्तींमुळे भारतामध्ये सेवाक्षेत्र अधिक विकसित झाले असून चीन हे प्राथम्याने वैश्विक स्तरावरील उत्पादक राष्ट्र म्हणून विकसित झाले आहे, ही बाब या प्रकरणात नमूद केली आहे. प्रामुख्याने यांगत्झे रिव्हर डेल्टा (YRD) क्षेत्रात विकसित झालेल्या संशोधन आणि विकास, आणि बँकिंग केंद्रांवरून असे स्पष्ट दिसते की, चीनने देखील सेवाक्षेत्रात चांगलीच प्रगती केली आहे. तर दुसरीकडे, गेल्या काही

वर्षांमध्ये भारताने प्रयत्न केलेले असूनही उत्पादन क्षेत्रात ठळकपणे नमूद करता येईल अशी फारशी प्रगती केलेली नाही, शिवाय, चीनने विशेष आर्थिक क्षेत्राच्या (SEZs) माध्यमातून व्यवसायपूरक वातावरण निर्माण करण्यास प्रोत्साहन आणि कौशल्य निर्माणाकडे लक्ष दिले असले तरी चीनमध्ये उत्पादित वस्तूंचा दर्जा मात्र तितकासा चांगला नाही. गेल्या काही वर्षांपासून, जगातील इतर अर्थव्यवस्थांप्रमाणेच भारतातील उत्पादनक्षेत्रातील क्षमतांमध्ये चढउतार झाले आहेत. तथापि, अनेक बाबींची काळजीपूर्वक हाताळणी आणि अनेक शक्यतांची पडताळणी करून भारत चीनद्वारा परस्परजीवी परिस्थिती निर्मिती होणे शक्य आहे.

तिसरे, यानंतरचे प्रकरण (प्रकरण १३) चीन आणि इतर उदयोन्मुख आशियाई अर्थव्यवस्थेच्या तुलनेने भारताच्या स्थानाचे वेधक मूल्यमापन करते. हे मूल्यमापन मोठ्या उद्योगांमधील शिष्टाचारांच्या उद्योजकीय सामाजिक दायित्वाच्या संदर्भातील आहे. यामध्ये उद्योजकांच्या सामाजिक दायित्वातील (सीएसआर) घडामोडी, नियम आणि आशियाई उदयोन्मुख राष्ट्रांची कामगिरी या सर्वांची स्थिती जाणून घेण्याचा प्रयत्न केला आहे. नवीन कंपनी अधिनियम, २०१३च्या अंतर्गत, उद्योजकीय सामाजिक सहभागाच्या तरतुदींसाठी नव्याने समाविष्ट केलेल्या तत्त्वांचे संभाव्य परिणाम पाहण्यासाठी तयार केलेल्या एएसआर अहवालाच्या आधारावर आशियाई राष्ट्रांमधल्या उद्योजकीय सामाजिक सहभाग कामगिरीच्या तुलनेबरोबरच २०१२-१३च्या दरम्यान बॉम्बे स्टॉक एक्सचेंजमधील निवडक भारतीय कंपन्यांचे विश्लेषण केले आहे. अभ्यासात असे दिसून आले आहे की, अलीकडच्या काळामध्ये भारताने उद्योजकीय सामाजिक दायित्वामधील योगदान आणि कामगिरीमध्ये चीन आणि इतर विकसनशील अर्थव्यवस्थांपेक्षा चांगले प्रदर्शन केले आहे.

प्रस्तुत पुस्तकाच्या शेवटच्या दोन प्रकरणांमध्ये (प्रकरण १४ आणि १५) भारत आणि चीन यांमधील वेगवेगळ्या महत्त्वाच्या समस्यांची तुलना केली आहे. या भागातील प्रकरणांमध्ये गेल्या काही वर्षांपासून दोन्ही राष्ट्रे आरोग्यक्षेत्रात कशा प्रकारे काम करत आहेत आणि या दोन्ही राष्ट्रांधील सामाजिक जबाबदारीची धोरणे आणि कंपन्यांची कामगिरी यांमधील दुवे कसे भिन्न आहेत, याचे वर्णन केले आहे. या दोन्ही राष्ट्रांच्या आरोग्यप्रणालीचे कार्य समजून घेण्यासाठी, प्रकरण १४मध्ये आरोग्यावर लक्ष केंद्रित करत ऐतिहासिक, सामाजिक आणि राजकीय विकासाचा पूर्ण अभ्यास केला आहे. यामुळेच वर्तमान परिस्थितीला आकार मिळाला आहे. प्रकरण १५मध्ये उद्योजकीय सामाजिक दायित्वाच्या संदर्भात भारत आणि चीनमधील कंपन्याच्या नमुना अभ्यासावर आधारित असलेले अनेक अर्थपूर्ण निष्कर्ष नमूद केले आहेत, उद्योजकीय सामाजिक दायित्व हा सद्यःस्थितीतील ऊहापोहाचा प्रमुख विषय आहे.

चीन आणि भारत दोघांनाही एकसारख्याच आव्हानांना सामोरे जावे लागत आहे, ज्याचा ताण त्यांच्या आरोग्यसेवा प्रणालीवर येत आहे, विशेषतः हा ताण जलद गतीने वाढत्या लोकसंख्येच्या मागण्यांची पूर्तता करण्यासंबंधी आहे. उपभोक्त्यांच्या वाढत्या अपेक्षा आणि उच्च दर्जाच्या आरोग्यसेवेची मागणी यासाठी उत्पन्नाची वाढ देखील कारणीभूत आहे. आजही दोन्ही राष्ट्रांमध्ये गरीब आणि श्रीमंत तसेच शहरी आणि ग्रामीण लोकसंख्येमध्ये मोठी दरी आहे. अंतिम प्रकरणात विकसित अर्थव्यवस्थांमध्ये संस्थांद्वारा स्वीकारण्यात आलेल्या उद्योजक सामाजिक दायित्व धोरणांचे परीक्षण केले आहे. याबाबतचा तपशील वार्षिक अहवालामध्ये जाहीर केला आहे. चीन आणि भारताने स्वीकारलेल्या धोरणांशी त्याची तुलना केली आहे. उद्योजकीय सामाजिक दायित्व धोरणे आणि कंपन्यांची कामगिरी यांमधील संबंधांचा संपूर्ण अभ्यास केला आहे.

अशा प्रकारे, प्रस्तुत पुस्तकामध्ये इतिहासाच्या माध्यमातून चीन-भारत संबंध आणि सांस्कृतिक देवाणघेवाण याबाबतच्या समस्या आणि दृष्टिकोन, तसेच, त्यांची सामाजिक-राजकीय आणि आर्थिक उत्क्रांती आणि विकास यावर प्रकाश टाकला आहे. यामध्ये इतर संस्कृतींवरील त्यांच्या प्रभावाबद्दलही विवेचन केले आहे. आजच्या युगात, शाश्वतता आणि समृद्धी साध्य करण्याच्या हेतूने विविध क्षेत्रांमध्ये एकमेकांना सहकार्य करण्याची गरज असल्याची जाणीव दोन्ही राष्ट्रांना झाली आहे. प्रस्तुत पुस्तक वाचकाला भूतकाळापासून ते वर्तमानकाळापर्यंत चीन आणि भारतामधील देवाणघेवाणीची ऐतिहासिक, सांस्कृतिक, अर्थशास्त्रीय, सामाजिक आणि राजकीय दृष्टिकोनामधून सफर घडवेल. सर्व प्रकरणे संबंधित लेखकांचे दृष्टिकोन आणि मते यांवर आधारित आहेत. या प्रकरणांतून संपादक किंवा लेखक काम करत असलेल्या संस्थांचे कल प्रदर्शित होत नाहीत.

टीप

१. भारतातील चिनी दूतावास http://www.indianembassy.org.cn/DynamicContent.aspx?MenuId=4SubMenuId=0 (दिनांक ११ मे २०१६ रोजीची नोंद) .

संदर्भ

Arif, Sheikh Mohd. 2013. 'A History of Sino-Indian Relations: From Conflict to Cooperation'. *International Journal of Political Science and Development*.

Sheth, Jagdish. 2008. *Chindia Rising: How China and India Will Benefit Your Business*. Tata McGraw-Hill.

विभाग १
इतिहास, संस्कृती आणि आंतरराष्ट्रीय संबंध

१
सिंधू संस्कृती आणि प्राचीन श्यू सभ्यता

तुलनात्मक अध्ययन

झोऊ यिकिंग

विषयप्रवेश

सिंधू संस्कृतीचे मूळ दक्षिण आशियाई उपखंडातील असून ती जगभरातील अनेक बहुचर्चित प्राचीन संस्कृतींपैकी एक आहे. उपखंडाच्या वायव्य दिशेला असलेल्या सिंधू संस्कृतीमध्ये जवळपास ७,००,००० वर्षांपूर्वी मानवी वसाहत स्थापन झाली. इ.स.पूर्व ७०००च्या आसपास सिंधू नदीतील खोऱ्याने नवाश्म युगात प्रवेश केला. सिंधूचे खोरे अनेक लहान लहान नगरांनी संपन्न होते. नगरांमधील बराचसा भाग हा भरीव अशा मातीच्या विटांनी तयार केला गेला होता. लोकांनी पशुपालन आणि पिकांची लागवड करण्यास सुरुवात केली होती. इ.स.पूर्व २६००च्या आसपास सिंधू संस्कृतीने समृद्धीचे सर्वोच्च शिखर गाठले. सिंधू नदीच्या खोऱ्यातील १३,००,००० चौरस किलोमीटरचे क्षेत्र हे हजारो लहान आणि मोठ्या शहरांनी आणि गावांनी बहरले होते. हडप्पा हे या संस्कृतीचे प्रमुख आकर्षण होते. यामुळेच, अभ्यासजगतामध्ये सिंधू संस्कृतीला हडप्पा संस्कृती असे संबोधले गेले.

शहरी संस्कृतीचा विकास हे सिंधू संस्कृतीचे उल्लेखनीय वैशिष्ट्य आहे. मोहेंजोदडो आणि हडप्पा या शहरांची निर्मिती या प्रदेशातील नगर संस्कृतीची

लक्षणीय साक्ष देते. सुबक आणि मजबूत विटांची घरे, पाणीपुरवठा, सांडपाण्याची व्यवस्था, समृद्ध वाणिज्यिक व्यापार आणि उत्कृष्ट हस्तकला उत्पादनांचे उद्योग ही या शहरांची वैशिष्ट्ये होती. इ.स.पूर्व १९००च्या आसपास सिंधू संस्कृतीचा ऱ्हास होण्यास सुरुवात झाली आणि इ.स.पूर्व १७५०च्या जवळपास ती नामशेष झाली.

चिनी संस्कृतीच्या इतिहासात विकासाचे वैविध्यपूर्ण टप्पे पाहायला मिळतात. प्राचीन श्यू सभ्यता हा यांतील सर्वाधिक उल्लेखनीय टप्पा होय. श्यू सभ्यता ही प्रामुख्याने नैर्ऋत्य चीनमधील चेंग्दु या सपाट भूप्रदेशावर सिचुआन खोऱ्यात विकसित झाली. पुरातत्त्व माहितीनुसार, प्लाइस्टोसिनच्या आधीच्या काळात, सिचुआनच्या खोऱ्यात मानवी क्रियाकलाप होत होते. इ.स.पूर्व ६०००च्या आसपास चेंग्दु या सपाट भूप्रदेशातील प्राचीन श्यू या केंद्राने नवाश्मयुगात प्रवेश केला आणि कृषी समुदायांची निर्मिती झाली. इ.स.पूर्व २०००च्या जवळपास प्राचीन श्यू क्षेत्र हे सभ्यतेच्या जन्माचे आणि सॅनसिंगदुई सभ्यतेच्या आरंभाचे साक्षीदार ठरले. कांस्याच्या अत्यंत शिताफीने केलेल्या वापरामुळे प्राचीन श्यू सभ्यतेला उल्लेखनीय स्थान प्राप्त झाले. नगर संस्कृतीने लक्षणीय उंची गाठली आणि शहरांची श्रेणीय व्यवस्था उदयाला आली. सॅनसिंगदुईची प्राचीन श्यू राजधानी आणि चेंग्दुंची औद्योगिक आणि वाणिज्यिक केंद्रे अत्यंत विकसित अशा प्राचीन श्यू सभ्यतेचे प्रतिनिधित्व करतात. इ.स.पूर्व ३१६ मध्ये किनने श्यूला पराभूत करून विजय नोंदवला. त्यानंतर हॅन संस्कृतीमुळे प्राचीन श्यू सभ्यतेमध्ये हळूहळू बदल झाले. त्याचा सर्वांत शेवटचा प्रगत टप्पा म्हणजे आज आपण पाहत असलेली चिनी संस्कृती होय.

सिंधू संस्कृती आणि प्राचीन श्यू सभ्यता या प्राचीन संस्कृती स्वतंत्रपणे विकसित झाल्या. त्यांनी प्राचीन युरेशियन संस्कृतीमध्ये महत्त्वाची भूमिका बजावली आहे. परंतु, या दोन्ही संस्कृती एकमेकांपेक्षा खूपच भिन्न होत्या. दोन्ही संस्कृतींचा पिंड आणि कालखंड, तसेच, त्यांची वैशिष्ट्ये देखील भिन्न होती. परंतु, त्यांची काही वैशिष्ट्ये ही सारखीच आहेत. उदाहरणार्थ, प्राचीन काळात विकसित झालेली कृषि-आधारित अर्थव्यवस्था तसेच, जगातील सर्वांत प्राचीन अशी कृत्रिम सिंचनप्रणाली ही ती समान वैशिष्ट्ये होत. बहुसंख्य आणि वैभवसंपन्न नगरे हेदेखील या संस्कृतींचे समान वैशिष्ट्य होते. दोन्हीमध्ये सांस्कृतिक देवाणघेवाण केली जात होती. इतर संस्कृतीवरील प्रभावाबरोबरच त्यांच्यातील पारस्परिक प्रभावदेखील सादृश्य होता. प्राचीन संस्कृतीचा गर्भितार्थ अधिक सूक्ष्मतेने समजून घेण्यासाठी तसेच अर्थव्यवस्था आणि संस्कृती यांच्या शाश्वत विकासावरील प्राचीन संस्कृतीचा गहन प्रभाव जाणण्यासाठी सिंधू संस्कृती आणि प्राचीन श्यू सभ्यतेच्या तुलनात्मक अध्ययनाचे साहाय्य आपल्याला निश्चितच होईल.

येथे या दोन संस्कृतींची त्या काळातील जलसंधारण योजना, नगर निर्माण कार्य आणि आंतरराष्ट्रीय सांस्कृतिक देवाणघेवाण या तीन दृष्टिकोनातून तुलना केली आहे. पुढील विभागात या तीन मुद्द्यांवर सविस्तर चर्चा केली आहे.

जलसंधारण योजनांची तुलना

सिंधू संस्कृती आणि प्राचीन श्यू सभ्यतेने निर्माण केलेले जलसंधारण प्रकल्प सुसंस्कृत समाजातील पायाभूत सुविधांशी साधर्म्य बाळगणारे होते. याद्वारे कृषिअर्थव्यवस्था आणि शहरी आर्थिक समृद्धीस पुष्टी देण्यात आली.

सिंधू नदीच्या खोऱ्यातील भूप्रदेश वायव्य दिशेला उंच आणि आग्नेय दिशेला सखल असल्याने या नदीचा प्रवाह उत्तरेकडून दक्षिणेकडे असा आहे. सिंधू नदीच्या खोऱ्यात दक्षिणेकडे त्याच्या उष्णकटिबंधीय स्थानामुळे सपाट भूप्रदेशात तापमान जास्त आहे तर हिमालय पर्वतरांगामुळे उत्तरेकडे थंड वारे वाहतात. हिंदी महासागरावरून येणाऱ्या नैर्ऋत्य मोसमी वाऱ्यांमुळे वर्षभरात जवळपास ६ ते १० महिने विपुल प्रमाणात पर्जन्यवृष्टी होते. वर्षभरातील इतर काळात सिंधू नदीच्या खोऱ्यातील वातावरण हे कोरडे असते. तिथे अल्प पर्जन्यवृष्टीची नोंद होते. अधिक तापमानामुळे आणि संहत पर्जन्यवृष्टीमुळे पिकांना कोरड्या हंगामात पुरेसे पाणी मिळत नाही. पावसाळी हंगामात बहुतेक वेळा पूरपरिस्थिती असल्याने शेतजमिनी नापीक होतात. याशिवाय, मोसमी पावसाचे आगमन आणि त्याचा जोर यामुळे सिंधू नदी लगतच्या सपाट भूप्रदेशातील शेतीवर परिणाम होतो. यामुळे जलसंधारण प्रकल्पांची उभारणी, कृत्रिम सिंचनपद्धती आणि जलनिःसारण प्रणाली या सर्व बाबी कृषी उत्पादनांसाठी अत्यंत महत्त्वाच्या आहेत.

इ.स.पूर्व ४०००च्या आसपास सिंधू नदीच्या सपाट भूप्रदेशात सिंचन कालवे अस्तित्वात आले. इ.स.पूर्व २६००च्या जवळपास, सिंधू संस्कृती ही समृद्धीच्या सर्वोच्च शिखरावर पोहोचली होती. जलसंधारण प्रकल्पनिर्मितीने उच्च पातळी गाठली होती. प्रामुख्याने कृषिसिंचन आणि शहरांतील पाणीपुरवठा यासाठी जलसंधारण प्रकल्पांची निर्मिती झाली. विशेषतः शहरातील जलनिःसारणाची व्यवस्था उत्कृष्ट होती.

पुरातत्त्व माहितीवरून, कृषी सिंचनासाठी निर्माण केलेल्या जलसंधारण प्रकल्पांबाबत आवश्यक लेखी पुरावे उपलब्ध नाहीत, असे लक्षात आले आहे. अभियांत्रिकी कार्याच्या अनुषंगाने, सिंचन कालवे, उंच धरणे, जल साठवण आणि पूर नियंत्रणासाठी जलाशये यांच्या निर्मितीवर भर दिला होता. सिंचनव्यवस्था आणि जलसंधारण प्रकल्पांच्या निर्मितीमुळे सिंधू संस्कृतीचा कणा असलेले

कृषिक्षेत्र विकसित झाले. जलसंधारण प्रकल्पांची निर्मिती, शहरी पाणीपुरवठा आणि जलनि:सारणाची व्यवस्था हे सिंधू संस्कृतीचे उल्लेखनीय यश मानावे लागेल.

सिंधू संस्कृतीची दोन सर्वांत मोठी शहरे मोहेंजदडो आणि हडप्पा ही होती. जगातील सर्वांत अद्ययावत पाणीपुरवठा आणि सांडपाण्याची व्यवस्था येथे विकसित झाली होती. शहरातील पाणीपुरवठा दोन स्रोतांमधून केला जात असे–(अ) नदीपासून सांडपाण्याचे नाले बांधून, जे शहरापासून दूर नसत आणि (आ) शहरामध्ये विहिरी खोदून. मोहेंजदडोमध्ये रस्त्यांवर आणि घरांमध्ये अनेक विहिरी होत्या. जवळपास ६००पेक्षा जास्त कूपनलिका बसविलेल्या आढळून आल्या. या विहिरी नावीन्यपूर्ण, विटांपासून तयार केलेल्या आणि पाणीपुरवठ्यासाठी बांधण्यात आल्या होत्या. या विहिरींचे आकार हे सोईचे होते कारण ते सखोल भूमिगत दाबाला प्रतिबंध करत होते (ब्राउन २००२, ४०-४४). शहरातील प्रत्येक रस्त्यावर पिण्याचे पाणी उपलब्ध होण्यासाठी विहिरींचे जाळे होते. शहरामध्ये प्रत्येक कुटुंबाला सुविधा देण्यासाठी सांडपाणी वाहून नेणाऱ्या गटारांचे विस्तृत जाळेसुद्धा तयार केले गेले होते. अनेक कुटुंबांनी स्नानगृहे आणि शौचालये बांधली होती; त्यांच्या सांडपाण्याचा निकास करण्याकरिता टाकलेले नळ हे बाहेरील भिंतीवर अवलंबून व आधारित असत. तिथे कचरा आणि पाणी हे सांडपाणी वाहून नेण्यासाठी टाकण्यात आलेल्या गटारांमध्ये जलद पाण्याच्या झोतांमार्फत जात असे. प्रत्येक रस्त्यावरील सांडपाणी वाहून नेण्याची व्यवस्था परस्परांशी जोडलेली होती आणि या व्यवस्थेचे विस्तृत आणि अरुंद शाखांमध्ये विभाजन केले गेले होते. कचऱ्याच्या प्रवाहास अटकाव म्हणून सांडपाणी गाळणाऱ्या अनेक सुविधांसह विटांनी बांधलेले, सांडपाणी वाहून नेणारे खंदक पसरले होते. कोंडी होण्याला प्रतिबंध करण्यासाठी सांडपाणी वाहून नेणारे खंदक हे घराच्या कोपऱ्यात कंसाकार रूपात उत्तम पद्धतीने बांधले गेले होते. सांडपाणी वाहून नेणारी काही गटारे ही रस्त्यापासून दूर खुल्या हवेत सोडलेली होती. परंतु, सांडपाणी वाहून नेणारी जास्तीत जास्त गटारे ही रस्त्याच्या दोन्ही बाजूला भूमिगत पद्धतीने बांधलेली होती. सांडपाणी वाहून नेणारी इतर गटारे केवळ भूमिगतच बांधलेली नव्हती, तर ती इतकी मोठी बांधलेली होती की त्यांची देखभाल करण्यासाठी लोकांना सहजतेने आत जाता येईल. ही गटारे ही उंचीपासून उताराकडे जाणारी होती. त्यामधून पाणी वाहत जाऊन नदीच्या खालच्या प्रवाहातील भागामध्ये थेट मिसळले जात होते. या शहराच्या सांडपाणी वाहून नेणाऱ्या व्यवस्थेची इतकी तपशीलवार, परिपूर्ण आणि अद्ययावत आखणी ही जगातील सुरुवातीच्या संस्कृतींमध्ये दुर्मीळ बाब होती.

मोहेंजदडो येथे 'मोठे स्नानकुंड' नावाची एक रचना पुरातत्त्व शास्त्रज्ञांच्या दृष्टीस पडली. ही रचना म्हणजे आंघोळीसाठी वापरण्यात येणारे एक लहान तळे होते. हे

प्राचीन भारतीय इमारतींचे एक उल्लेखनीय वैशिष्ट्य होते. या प्रंचड मोठ्या तलावाची लांबी १२ मीटर, रुंदी ७ मीटर आणि खोली २.५ मीटर होती. तलावाच्या दोन्ही बाजूंना मोठमोठे जोडमार्ग आणि खोल्या होत्या (बाय झिनजांग आणि गाओ जिंग २००६, १६-१७). हा तलाव विटांनी बांधला होता, तलावाला डांबराचा जाड थर देण्यात आला होता (नक्षीदार विटा). तलावाच्या विटा घट्ट बसविण्यात आल्या होत्या; पाणी गळतीस प्रतिबंध म्हणून विटांना जोडण्यासाठी तयार केलेले सांधे केवळ काही मिलीमीटर जाड होते. मोठे स्नानकुंड हे शहरातील पाणीपुरवठा आणि सांडपाणी वाहून नेणाऱ्या व्यवस्थेचे घटक असणाऱ्या विहिरी आणि सगळीकडचे सांडपाणी वाहून नेणारे खंदक यांनी तयार केले गेले होते. अभ्यासकांच्या मते, शहरातील रहिवाशी मोठ्या स्नानगृहाचा वापर सार्वजनिक स्नानगृह म्हणून करत असत. या योजनेतून, हडप्पा रहिवाशांची जलसंधारण योजना बांधणीतील अप्रतिम कलाकुसर, त्यांची सुखसोयींनी युक्त अशी जीवनशैली आणि त्यांच्या दृष्टीने पाण्याला असलेले मूल्य या सर्वच बाबी निदर्शनास येतात. इतर काही अभ्यासकांच्या मते, मोठ्या स्नानगृहाचा उपयोग हा केवळ रोजच्या स्नानासाठीच केला जात नसून त्याला धार्मिक छटा असणे देखील शक्य आहे आणि म्हणून या स्नानगृहाचा वापर हा पाण्यातील पवित्र उपासनेसाठी केला गेला असे त्यांचे आकलन आहे. भारतातील पवित्र स्नानाद्वारे उपासना करण्याच्या संस्कृतीचा पायंडा कदाचित तेव्हापासूनच पडला असावा.

चेंग्दुच्या सपाट भूप्रदेशावरील विस्तृत जलसंधारण प्रकल्प हे प्राचीन श्यू सभ्यतेच्या जलसंधारणाचे प्रतिनिधित्व करतात. पूरनियंत्रणाच्या संदर्भात, ही अभिशासनाची सर्वोत्कृष्ट कामगिरी होती.

चेंग्दुच्या सपाट भूप्रदेशावरील नदीप्रवाहाचा भाग सातत्याने पूरग्रस्त असे. त्या काळी, मिनशॅन पर्वतावरील बर्फ ग्रीष्म आणि शरद ऋतूमध्ये वितळत असल्याने मिनजिअँग नदीतील पाण्याच्या पातळीत वाढ होत असे, परिणामी, पूरपरिस्थिती उद्‌भवत असे. यामुळे चेंग्दुच्या सपाट भूप्रदेशातील गावे आणि शेतजमिनींमध्ये मोठ्या प्रमाणात पाणी शिरत असे. चेंग्दु या सपाट भूप्रदेशाच्या पुरातत्त्वीय स्थळांवरील अवशेष पुरामुळे नुकसान झालेल्या किंवा नष्ट झालेल्या गावांची आणि नगरांची, तसेच, वारंवार केल्या जाणाऱ्या स्वच्छतेची तत्कालीन स्थिती दर्शवतात (ब्राउन २००२, तुआन यू २००१ब, ३०). चेंग्दुच्या सपाट भूप्रदेशातील जलसंधारण प्रकल्पांची निर्मिती मुख्यत्वे पूरनियंत्रण आणि सिंचनासाठी करण्यात आली होती.

यू राजाने प्राचीन श्यू मध्ये सर्वप्रथम मोठ्या प्रमाणातील जलसंधारण प्रकल्पाची निर्मिती करून पूरपरिस्थिती हाताळली होती. या प्रकल्पांमध्ये मिनजिअँग नदीपासून पूर्वेकडे वाहणाऱ्या झुनिअन नदी, पाय नदी, जिनतँगगोर्ज आणि मग दक्षिणेकडील

तुओजियांग नदीमधील आणि लेझाउ नगरातील यांगत्झे नदीमधील कृत्रिम कालवे आणि जलाशय यांचा समावेश होता (दुआन यु २००११ब, ४५-४७). या कालव्यांमार्फत होणाऱ्या पाणीपुरवठ्यामुळे शेतीतील सिंचनाची सोय झाली.

झिया आणि शांग राजवटीच्या काळात, चेंग्दूवरील सपाट भूप्रदेशाने कृषीविषयक विकासावर आधारित सुसंस्कृत युगात प्रवेश केला. कांस्य धातूच्या वस्तू वापराबरोबरच नगरांमध्ये हस्तकला उद्योगांचा उदय झाला. यामुळे कृषिउत्पादन आणि सिंचनव्यवस्था विकासाला अधिकच प्रोत्साहन मिळाले. प्राचीन श्यू सभ्यतेमध्ये वसंत ऋतू, शरद ऋतू आणि राज्यांतील युद्ध अवकाश काळात मोठ्या प्रमाणावर जलसंधारणाची कार्ये करण्यात येत असत. युली पर्वताने नैसर्गिकरीत्या नदीस अटकाव केला असल्याने नदीचा पूर्वेकडील प्रवाह खुंटला होता. म्हणूनच, या सपाट भूक्षेत्रात नदीवरील सिंचनाचा वापर करणे शक्य नव्हते. परिणामी, या क्षेत्रातील कृषिविकास गंभीररित्या प्रभावित झाला होता. किमिंग राजाने युली पर्वत फोडला आणि नदी खोदून कृत्रिम प्रवाहाची निर्मिती केली. यामुळे कृत्रिम नदी निर्माण झाली. मिनजिअँग नदीचा मूळ प्रवाह या कृत्रिम नदीत मिसळल्याने सांडपाणी व्यवस्था आणि सिंचनाची सोय झाली. प्राचीन श्यू लोकांनी पूरपरिस्थिती कशी हाताळली, पुराच्या पाण्याचा कसा वापर केला आणि शांततापूर्ण जीवन व्यतीत करण्यासाठी सिंचनसुविधा कशा विकसित केल्या या सर्वांचा हा ऐतिहासिक आढावा होता.

प्राचीन श्यू राज्याच्या किमिंग राजाने चेंग्दु येथे आपली राजधानी हलविली होती. पूरनियंत्रक उपाययोजनांसाठी हा या राजाचा नावलौकिक होता. त्याने नदी आणि तलावांचा वापर करून चेंग्दुमध्ये जलसंधारण प्रकल्पांची मालिकाच निर्माण केली. पुरातत्त्व शास्त्रज्ञांना फॅग्न्ची रस्त्यावर पूर्वेकडील झोउ कालखंडातील अनेक कृत्रिम गोटे सापडले. हा रस्ता म्हणजे चेंग्दुमधील जलसंधारण प्रकल्पांचे एक पुरातत्त्व स्थळ होते (दुआन यु २००१अ).

शांग आणि झोउ या राजवटीच्या काळात चेंग्दुच्या सपाट भूप्रदेशातील ही सिंचन व्यवस्था अधिकाधिक अद्ययावत होत गेली. किमिंग राजवटीच्या काळात सिंचन व्यवस्था ही मुख्यत्वे कृत्रिम नद्या (जिअँग), तलाव, धरणे, कालवे यांपासून निर्मित होती. स्थापत्यशास्त्र तंत्रज्ञानाचा वापर करून लाकडाची तिवई धरणे, बांबूची बिनबुडाची टोपली, जाळे, बांबूची क्षारांची रोवळी, स्थापत्यशास्त्रातील टोकदार लोखंडी खांब आणि दगडी बांधकाम या साधनांचा वापर केला गेला. सांडपाणी वाहून नेणे आणि सिंचन हे दोन्ही हेतू सिंचन व्यवस्थेमुळे साध्य झाले.

पुरापासून असणारा धोका सौम्य करणे आणि पुराच्या पाण्याचे व्यवस्थापन हे प्राचीन श्यू राज्यातील सिंचन व्यवस्थेचे मुख्य उद्देश होते. किमिंग राजाचा युली पर्वत तोडण्याचा निर्णय हा श्यू शासक लि बिंग्ज यांच्या कल्पनेसारखा होता. किन (Qin)

राजवटीच्या काळात ड्युजांगियन सिंचन प्रकल्पनिर्मिती करण्याची त्यांची कल्पना होती. हा प्रकल्प म्हणजे त्यांचा समृद्ध अनुभव आणि प्रकल्पनिर्मितीसाठी वापरण्यात आलेल्या आधुनिक तंत्रज्ञानाचे द्योतक आहे. हजारो वर्षांपासून कोणत्याही प्राचीन श्यू व्यक्तीला अशा प्रकारचे ज्ञान प्राप्त नव्हते.

जलसंधारण प्रकल्पांच्या अनुषंगाने, सिंधू संस्कृती आणि प्राचीन श्यू सभ्यता यांच्या तुलनात्मक अध्ययनावरून असे आढळून येते की, सिंधू संस्कृतीतील नगरातील पाणीपुरवठा आणि सांडपाणी वाहून नेणाऱ्या व्यवस्थेची निर्मिती अधिक प्रगत होती. जलसंधारण प्रकल्पांच्या निर्मितीचे केंद्रस्थान असलेल्या प्राचीन श्यू सभ्यतेने नदीच्या अतिरिक्त जलप्रवाहावर नियंत्रण ठेवले. शिवाय, जलसंधारणामध्ये उल्लेखनीय कामगिरी केली. सिंधू संस्कृतीमध्ये जगातील सर्वांत परिपूर्ण अशी नागरी पाणीपुरवठा आणि सांडपाणी वाहून नेणारी व्यवस्था होती. अशा प्रकारे, नगरनिर्मितीची ही पद्धत नागरी सभ्यतेचे सर्वांत महत्त्वाचे वैशिष्ट्य ठरली. प्राचीन श्यू सभ्यतेने नद्यांचा उपयोग जलसंरक्षण प्रकल्पांसाठी केला. ज्यायोगे चेंग्दुच्या सपाट भूप्रदेशातील पूरनियंत्रण आणि कृषिसिंचन या दोन्ही क्षेत्रास साहाय्य झाले. तेव्हापासून चेंग्दुच्या सपाट भूप्रदेशात पूर आणि दुष्काळ परिस्थितीवर नियंत्रण प्रस्थापित करणे शक्य झाले. यामुळे 'सुजलाम सुफलाम'ची बीजं रोवली गेली.

सिंधू संस्कृतीत नगरांमधील सांडपाणी वाहून नेणाऱ्या व्यवस्थेची निर्मिती ही भट्टीमध्ये भाजलेल्या साध्या किंवा नक्षीदार विटा आणि डांबरासारख्या जलरोधक सामग्रीचा उपयोग करून केली जात असे. विटांची निर्मिती ही अत्याधुनिक पद्धतीने केली जात असे. अनेक ठिकाणी उत्कृष्ट विटांचे अवशेष आढळले आहेत. विहिरींना गोलाकार देण्यासाठी त्यांच्या कुंपणभिंती या विशिष्ट आकाराच्या भाजलेल्या विटांनी तयार केलेल्या असत. ही तंत्रे बांधकाम निर्मात्यांच्या उत्कृष्ट कौशल्यांची साक्ष देत होती. प्राचीन श्यू सभ्यतेची जलसंधारण प्रकल्पांची निर्मितीसुद्धा असामान्य अशीच आहे. या प्रकल्पांची तीन कार्ये होतीः पुराच्या पाण्याचे व्यवस्थापन, पाण्याचे प्रवाह स्वच्छ ठेवणे आणि सिंचनव्यवस्था. हा प्रकल्प निर्माणकर्त्यांच्या संकल्पना, अचूक नेमकेपणा, आखणी आणि निर्मितिक्षमता यांचे प्रदर्शन करतो.

नगर निर्माणाची तुलना

नागरी सभ्यता हे सिंधू संस्कृतीचे ठळक प्रतीक आहे. मोहेंजदडो आणि हडप्पा ही दोन नगरे सिंधू संस्कृतीचे विशेष प्रतिनिधित्व करतात.

मोहेंजदडो हे सिंधू नदीच्या उजव्या काठावर वसलेले होते. या नगरांची निर्मिती ही इ.स.पूर्व २६००च्या जवळपास करण्यात आली होती. ही नगरे दक्षिणेकडे

पसरलेल्या अरबी समुद्रापासून ३२० कि.मी. लांब होती. मोहेंजदडोचे एकूण क्षेत्रफळ ७.६८ चौ.कि.मी. होते. येथील अंदाजित एकूण लोकसंख्या ३५,००० इतकी होती. हे नगर दोन भागांत विभागले गेले होते–उच्च नगर (हे किल्लेवजा वाडा म्हणूनही ओळखले जाई) आणि निम्न नगर. निम्न भाग हा नगराचा मुख्य भाग होता. येथे व्यावसायिक आणि निवासी क्षेत्रांचा समावेश होता. तेथे व्यापारी, कारागीर आणि रहिवाशांचे वास्तव्य होते. उच्च नगर हा किल्लेवजा वाडा होता. हा किल्लेवजा वाडा ९.५ मीटर उंच अशा नैसर्गिक उंचवट्याच्या भागावर मातीने बांधलेला होता. यामध्ये बुरुज, राजवाड्यातील जोडमार्ग, अनेक स्तंभ असलेला दिवाणखाना आणि आधी उल्लेख केल्याप्रमाणे मोठे स्नानकुंड यांचा समावेश होता. या किल्ल्यात धार्मिक आणि निधर्मी शासक राहत असत (बाय झिनजांग आणि गाओ जिंग २००६, २२–२३).

मोहेंजदडो हे नगर सुनियोजित आणि सुसंकल्पित होते. नगरातील रस्ते आणि इमारतींची सुयोग्य आखणी केली होती. नगराच्या चारही बाजूंना भिंती होत्या. नगर आयाताकृती जाळीप्रमाणे दिसत असे आणि नगरातील विस्तीर्ण रस्ते दक्षिणोत्तर पसरलेले होते. येथे पूर्वेपासून ते पश्चिमेपर्यंत प्रत्येक अंदाजे १८० मीटरवर परस्परांना काटकोनाकृती छेदणारे रस्ते होते. ही रचना बुद्धिबळाच्या पटाप्रमाणे दिसत असे. नगरामध्ये अनेक गल्ल्या होत्या. इमारती आणि बंगल्यांची अंगणे आणि रस्ते एकमेकांना समांतर होते (ब्राउन २००२, ५). नगरामध्ये पाणीपुरवठा करणाऱ्या विहिरी आणि बंद गटारांची व्यवस्था होती. धान्याचा साठा करण्यासाठी मोठे कोठार होते; त्यामध्ये हवा खेळती राहण्यासाठी वर आणि खाली नळ्या होत्या. सिंधू संस्कृतीमध्ये नगराची तटबंदी आणि इमारती बहुतांशी विटांनी बांधल्या होत्या (चिखलाची वीट आणि भाजलेली वीट).

मोहेंज़दडो आणि हडप्पा या दोन्हीं नगरांच्या रचनेमध्ये बरेच साम्य आढळून येते. केवळ एवढेच नव्हे तर सिंधू संस्कृतीच्या इतर नगरांच्या रचनेमध्येही अद्‌भूत साम्य आढळते. यावरून ही सर्व नगरे एकाच संस्कृतीचे प्रतिनिधित्व करतात हे लक्षात येते. सिंधू संस्कृतीच्या पुरातत्त्वशास्त्रीय माहितीमधून असे निदर्शनास येते की, या नगरांमध्ये दोन मजली सुरेख इमारती होत्या. त्यांच्यावरच्या मजल्यावर स्नानगृहे होती आणि खोलीमधून बाहेर पडणारी झाकलेली गटारे होती. या उलट लहानलहान घरांमध्ये कोणत्याही प्रकारची स्नानगृह आणि सांडपाणी वाहून नेणारी व्यवस्था किंवा साधने असे काहीही नव्हते. यावरून सिंधू संस्कृतीमधील श्रीमंत आणि गरीब यांच्यातील अंतर स्पष्ट दिसून येते. यावरून असे स्पष्ट होते की, या संस्कृतीने सामाजिक स्तरीकरणाच्या विकसित अवस्थेमध्ये प्रवेश केला होता.

सिंधू संस्कृतीच्या विस्तीर्ण प्रदेशात, अंतराच्या परोक्ष प्रत्येक नगरामध्ये आर्थिक आणि संस्कृतिकदृष्ट्या बरेच साम्य आढळते. मोहेंजदडो आणि हडप्पा ही शहरे एकमेकांपासून ४०० किमी. लांब असूनही त्यांच्यात साम्य होते. तेथील सामाजिक स्तरीकरण, स्वेच्छेनुसार कार्य करण्याचे स्वातंत्र्य आणि व्यक्तिस्वातंत्र्य यांमध्ये सुद्धा अंतर नव्हते. या नगरांमध्ये सरदारी समाजाची काही वैशिष्ट्येही पाहावयास मिळाली (लिन चेंग्जी २००४, १६).

प्राचीन श्यू क्षेत्रातील सर्वांत जुने शहर हे चेंग्दुच्या सपाट भूप्रदेशावर अस्तित्वात आले. नवाश्मयुगात चेंग्दुच्या सपाट भूप्रदेशावर अनेक गावे वसली होती. कांस्ययुगात प्राचीन श्यू सभ्यतेचा उदय झाला. तत्कालीन नगर व्यवस्थेमध्ये सॅनसिंगदुई हे केंद्र आणि चेंग्दु हे उपकेंद्र होते.

सॅनसिंगदुई हे ग्वॅनघन, सिचुआन मधील याझही नदीच्या काठावर चेंग्दु या सपाट भूप्रदेशात वसले होते. या नगराची निर्मिती ही इ.स.पूर्व २०००मध्ये झाली आणि हे नगर म्हणजे युफु राजवटीतील प्राचीन श्यू राज्याची राजधानी होती. सॅनसिंगदुईची निर्मिती ही कच्च्या विटांच्या उंच आणि जाड अशा भिंतींपासून केली गेली होती. हे नगर विस्तीर्ण आणि दाट लोकवस्ती असलेले होते. याचे एकूण क्षेत्रफळ ३.६ चौ.किमी. असून तेथे २२,००० कुटुंबे स्थित होती आणि तेथील लोकसंख्या जवळपास ११०,००० इतकी होती (दुआन यु २००९). हे भाग व्यावहारिकदृष्ट्या महत्त्वाचे होते असे पुरातत्त्व माहितीवरून लक्षात येते. नगराच्या केंद्रस्थानी श्यू राजघराण्याचा महाल आणि उत्पादन कारखाने होते आणि दोन्ही बाजूंना निवासी क्षेत्र होते.

सॅनसिंगदुईच्या प्राचीन शहरातील भिंती या उंच आणि भरीव होत्या. यावरून इमारतीच्या निर्मितीसाठी लागणारी सामग्री आणि तिचा विनियोग करण्यासाठी श्रमिकांची पुरेशी उपलब्धता होती असे लक्षात येते. नगरामधील राजघराणे अधिकाधिक लोकसंख्येचे हितचिंतक होते. हे नगर नैसर्गिक साधनसंपत्ती, उत्पादन संसाधने आणि सामुदायिक संपत्तीच्या अनुषंगाने समृद्ध होते. याचाच अर्थ असा होतो की, त्या विस्तीर्ण अशा गोलाकार नगरामध्ये मिश्र समाजाची निर्मिती झाली होती. यावरून असेही दिसून आले की, इतिहासकालपूर्व सरदारी व्यवस्थेपेक्षा यांची जीवन जगण्याची पद्धतही वेगळी होती. सरदारी व्यवस्थेमध्ये सामाजिक संघटन, अधिकारांचे केंद्रीकरण किंवा सामाजिक नियंत्रण व्यवस्था अस्तित्वात होती. एक केंद्रीभूत शासनव्यवस्था निर्माण केली गेली होती. याद्वारे उत्पादनसंबंधी कामगार आणि उत्पादनेतर विशेषज्ञांचे (कारागीर, शिल्पकार, वास्तुविद्याविशारद, व्यवसायिक आणि इतर) व्यवस्थापन केले जाई.

सॅनसिंगदुई येथील स्थळांचे उत्खनन केले गेले तेव्हा मोठ्या प्रमाणावर मातीची भांडी, मद्याचे चषक आणि खाद्यपदार्थ वापरात असलेले एक रहिवासी क्षेत्र आढळले. घरांच्या अवशेषांवरून असे निदर्शनास येते की, नगरातील रहिवासी हे लाकडी किंवा मातीच्या लहान लहान घरांमध्ये राहत होते; तर प्रतिष्ठित व्यक्ती मोठ्या प्रमाणात संरचित केलेल्या दिवाणखाना आणि वर उचललेल्या तुळयांच्या घरांमध्ये राहत असत. यामुळे या समाजातील वर्गभेदाचा गंभीर मुद्दा निदर्शनास आला. रहिवासी क्षेत्रात सांडपाणी वाहून नेणारे उभे-आडवे कालवे होते. उत्खननात हस्तनिर्मित मातीच्या वस्तू मोठ्या प्रमाणात सापडल्या. एक दगडी गुलामाची मूर्ती सापडली, त्याचे हात मागे बांधलेले होते. परंतु, कृषिउत्पादन संबंधी कोणतेही उपकरण सापडले नाही. याउलट, अधिक प्रमाणात उत्पादनास आवश्यक उपकरणे आणि कारखान्याच्या क्षेत्रावरून येथील बांधकाम करणारे श्रीमंत-गरीब असा भेद करत होते हे लक्षात येते. यावरून व्यावहारिकता अधोरेखित होते. साध्या थडग्याऐवजी जेथे दफन अगर दहनविषयक वस्तू आढळल्या होत्या, तेथेच बरेच सोने, तांबे आणि मूल्यवान खडे देखील पुरले गेले होते. उंच भिंती आणि खोल खंदक समाजातील वर्गसंघर्षांचे प्रतीक होते. प्रारंभिक लेखनामध्येही श्रमिक समूहांच्या शारीरिक आणि मानसिक गुणविशेषांच्या आधारे भेद दर्शविला आहे. येथेच नागरी-ग्रामीण भेदाचा पुरावा देखील आढळला. विभिन्न उत्पादन संसाधनांचे आणि सामाजिक समृद्धीच्या एककेंद्राभिमुखतेचे प्रमाण हे दर्शविते की, नगराची सामाजिक नियंत्रण व्यवस्था ही सर्वसाधारण समाजापेक्षा प्रगत होती. हे ठिकाण ईश्वरशासित राजसत्ताक पद्धती दर्शविते.

मोठ्या प्रमाणावर लोकसंख्या, उत्पादकांची अधिक संख्या, अतिरिक्त संपत्तीचे केंद्रीकरण, व्यापार संबंधांची स्थापना, लांबच्या अंतरावरील व्यापाराचा विकास, समाजामध्ये जटिल अशा सामाजिक स्तरीकरणाची आणि वर्गांची निर्मिती आणि ईश्वरशासित राज्याचे सामर्थ्य वाढविणे ही सर्व प्रारंभिक काळातील नगराची गुणवैशिष्ट्ये होती. आर्थिक प्रगतीच्या अनुषंगाने, सॅनसिंगदुई या प्राचीन नगराने विविध उद्योग आणि व्यापारकेंद्राचा विस्तार यांसारखी काही महत्त्वाची वैशिष्ट्ये दर्शविली आहेत. या नगराने प्राचीन काळातील एका विशिष्ट नागरी केंद्राची विशेष लक्षणे प्रदर्शित केली (दुआन यु २००१अ).

सॅनसिंगदुई नगरानंतर विकसित झालेले प्रारंभिक काळातील चेंग्दु हे नगर शांघ राजवटीच्या काळातील लक्षणीय आकारमानाचे आणि प्राचीन श्यू सभ्यतेचे महत्त्वाचे केंद्र होते. सुरुवातीला चेंग्दु हे नगर पिजिअँग नदी किनाऱ्यावर पसरलेले होते. उत्तरेकडील कंसाकार क्षेत्रापासून ते दक्षिणेपर्यंत या नगराचा विस्तार होता. त्याचे क्षेत्र हे विस्तीर्ण, अखंड आणि १० कि.मी. पेक्षाही जास्त क्षेत्रफळात पसरलेले

होते (ल्युओ कैयू १९८९, वँग यी १९८८). पूर्वेकडील झोउ कालखंडात चेंगदुमध्ये ५५,००० कुटुंबे होती आणि एकूण लोकसंख्या २,८०,००० इतकी होती. एकूण १५,००० चौ.किमी. इतके क्षेत्रफळ असलेली एक मोठी लाकडी इमारत सापडली; या इमारतीला ओसरी होती. शँग राजवटीच्या काळातील कांस्याच्या वस्तू आणि हिरवा मौल्यवान खडा (जेड) तसेच वसंत आणि शरद ऋतूच्या खाणाखुणा सुद्धा सापडल्या. शांग राजवटीच्या काळात मातीच्या चाकावर कोरलेले प्राचीन श्यू शब्द सुद्धा उत्खननात सापडले.

चेंगदुच्या सपाट भूप्रदेशातील प्राचीन श्यू सभ्यतेमधील सॅनसिंगदुई आणि चेंगदु ही नगरे आद्य नागरी व्यवस्थेचे प्रतिनिधित्व करतात. ही रचना अगोदरच्या काळात पसरलेल्या क्षेत्रापासून नंतर उत्तरेपर्यंत पसरलेली होती. प्राचीन सॅनसिंगदुई नगराने ईश्वरसत्ताक राज्यपद्धतीवर आधारित एका सामर्थ्यवान केंद्राची वैशिष्ट्ये प्रदर्शित केली आहेत. राजकीय संस्था आणि सामाजिक संघटना समाविष्ट असलेल्या नगराच्या निर्मिती प्रक्रियेमध्ये ईश्वरसत्ताक राज्यपद्धतीने महत्त्वाची भूमिका बजावली. चेंगदुचा प्रारंभिक विकास हा सॅनसिंगदुईपेक्षा वेगळा होता. राजाची अधिकारिता हा नगरनिर्मिती प्रक्रियेमध्ये अतिशय महत्त्वाचा घटक होता. त्यानंतर, शांग राजवटीच्या काळात चेंगदु विकसित झाले आणि त्याचबरोबर ते खुले औद्योगिक आणि वाणिज्यिक नगर म्हणून उदयास आले. म्हणजेच, त्या प्राचीन नगरात व्यापाराचे स्वातंत्र्य होते (दुआन यु २०१२)

नगरनिर्मितीच्या दृष्टिकोनातून सिंधू संस्कृती आणि प्राचीन श्यू सभ्यतेची तुलना केली असता, या दोहोंची तार्किक मांडणी, सुनियोजन आणि योग्य आराखडा; त्याचबरोबर आधिक लोकसंख्येला आश्रय देण्यासाठी ही नगरे सक्षम होती असे लक्षात येते. सिंधू संस्कृतीमध्ये सरदारी समाजाची आणि मुख्यत्वे नागरी समाजाची वैशिष्ट्ये होती. परंतु, प्राचीन श्यू सभ्यतेचे स्वरूपही राष्ट्रसमान होते. सरदारी व्यवस्थेअंतर्गत सर्वच नगरांमध्ये समान नगर नियोजन आणि समान संस्कृती होती. सर्व नगरांतील व्यवधाने समान होती. नगरांची स्पर्धा अधिकाधिक तीव्र होत गेली. परिणामी, सशस्त्र संघर्षाच्या उद्रेकाची सहाजिक शक्यता निर्माण झाली होती. परंतु, श्यू सभ्यतेमध्ये, नगरांची भूमिका आणि दर्जा यांमध्ये भेद होते आणि त्यामुळे नगरे एकमेकांना पूरक होती. म्हणूनच, त्यांच्यामध्ये तीव्र संघर्ष निर्माण होणे अशक्य होते. सॅनसिंगदुई ही प्राचीन श्यू सभ्यतेची राजधानी होती आणि हे नगर प्राचीन श्यू राज्याचे राजकीय केंद्र होते. या नगराची तटबंदी भक्कम होती आणि नगरनियोजन आणि बांधकाम सुव्यवस्थित होते. मात्र, सॅनसिंगदुई पेक्षा कमी दर्जाच्या चेंगदु नगराला तटबंदी नव्हती आणि त्याच्या सीमाही स्पष्ट नव्हत्या. या नगरामध्ये प्रामुख्याने औद्योगिक आणि वाणिज्यिक व्यापारांवर भर होता.

आंतरसंस्कृती विनिमयाची तुलना

सिंधू संस्कृती आणि प्राचीन श्यू सभ्यतेमध्ये खुली संस्कृती दिसून येते. त्याचप्रमाणे, व्यामिश्र संस्कृतीची वैशिष्ट्येही प्रदर्शित होतात. सिंधू संस्कृतीच्या अनेक पुरातत्त्व स्थळांवर मेसोपोटेमियाच्या अनेक मोहरा सापडल्या. तसेच, मेसोपोटेमियामध्ये सिंधू संस्कृतीच्या अनेक मोहरा सापडल्या. दोन्ही प्रदेशांमध्ये व्यापारविषयक देवाणघेवाण सातत्याने होत होती, हे यावरून स्पष्ट होते. इ.स.पूर्व २३५०च्या आसपास मेसोपोटेमियामध्ये, मेसोपोटेमिया आणि प्राचीन भारत यांच्यातील व्यापारी मालाच्या नोंदी असलेली पाचरीच्या आकारातील चिकणमातीची फळी सापडली. प्राचीन भारतीय विक्री करत असलेल्या वस्तूंमध्ये दुर्मीळ लाकूड, लाकडी आच्छादन असलेले टेबल, हस्तिदंती कंगवा, नीलमणी, मोती, लाल रंगाचा खडा या सर्वांचा समावेश होता (ब्राउन २००२, २३). सिंधू संस्कृतीच्या पुरातत्त्व स्थळांवर उच्च दर्जाचे सोने, चांदी आणि कांस्यनिर्मित वस्तू सापडल्या. कापूस हा मूळचा सिंधू संस्कृतीमधील घटक होता. तसेच, पुरातत्त्वशास्त्रज्ञांना सिंधू संस्कृतीमध्ये कापडाच्या गिरण्या, मुद्रण आणि कापड रंगविण्याची उत्पादनस्थळे आढळली. तत्कालीन वस्तूंच्या व्यापारामधील हा एक प्रमुख व्यापार असावा. मेसोपोटेमियाकडून सिंधू संस्कृतीला लोकर, कापड, कपडे, चामड्याची उत्पादने, तेल आणि सुरूचे झाड यांची निर्यात होत असे (ब्राउन २००२, २४).

मेसोपोटेमिया व्यतिरिक्त, सिंधू संस्कृतीमधील नगरे ही इराण, मध्य आशिया, अफगाणिस्तान आणि चीन यांच्यासह विदेशी व्यापारालाही प्रोत्साहन देत होती. पुरातत्त्वशास्त्रीय संशोधनात नैर्ऋत्य चीनमध्ये हस्तिदंत, शंख-शिंपले, कांस्याच्या तलवारी आणि इतर गोष्टी आढळून आल्या. या वस्तू सिंधू संस्कृतीच्या त्यांच्याशी असलेल्या पारस्परिक व्यवहाराचे आरेखन करतात (दुआन यु २०१४).

इतर अनेक प्रदेशांबरोबर सिंधू संस्कृतीची आर्थिक आणि व्यापारिक देवाणघेवाण होत असली तरी; सिंधू संस्कृतीचे मेसोपोटेमियाशी अधिक 'जवळचे' संबंध असल्याचे लक्षात येते. सिंधू संस्कृती आणि मेसोपोटेमियाच्या काही वैशिष्ट्यांमध्ये साधर्म्य असल्याचे दिसून येते. धार्मिक संस्कृतीच्या संदर्भात, हडप्पामधील लोक प्रजननक्षम स्त्री, गर्भिणी आणि कुमारिका या स्त्रीरूपी देवतांची उपासना करत असत. तसेच तेथे मेसोपोटेमिया संस्कृती सारख्याच मुद्राही सापडल्या होत्या (ब्राउन २००२, २७). या संस्कृतीमधील लोक त्यांचा वंश सूर्य, चंद्र आणि तारे यांच्याशी जोडत असत. सिंधू संस्कृती आणि मेसोपोटेमिया संस्कृती या दोहोंमध्ये दीर्घकाळापर्यंत स्नेहपूर्ण सांस्कृतिक देवाणघेवाण आणि आंतरक्रिया घडत होत्या असे यावरून निदर्शनास येते.

प्राचीन श्यू सभ्यतेचा उदय आणि विकास चीनच्या नैर्ऋत्य दिशेला झाला. या सभ्यतेने मध्यवर्ती सपाट भूप्रदेशातील संस्कृतीशी जवळचे संबंध जपण्याबरोबरच दक्षिण आशिया, आग्नेय आशिया आणि पश्चिम आशिया यांच्याबरोबर देखील दक्षिणी रेशीम मार्गाच्या माध्यमातून व्यापक स्तरावर आर्थिक आणि सांस्कृतिक देवाणघेवाण केली होती.

मध्यवर्ती सपाट भूप्रदेशातील संस्कृती आणि श्यू सभ्यतेच्या पारस्परिक प्रभावाविषयीच्या नोंदी ओरॅकल बोनवर (कासवाच्या कठीण पाठीवर) कोरलेल्या आढळतात. कांस्य संस्कृतीमधूनही या दोन संस्कृतींची पारस्परिक क्रिया प्रतिबिंबित होते. सॅनसिंगदुईमध्ये, कांस्य पुतळे, शरीरामधील एखादी पोकळ नळी आणि मध्यवर्ती सपाट भूप्रदेशातील ड्रॅगनच्या आकृतीसारखेच अनेक कांस्य ड्रॅगन सापडले. सिचुआनमध्ये अस्तित्वात आलेली मध्यवर्ती सपाट भूप्रदेशातील त्रिकोणी, कांस्याची कट्यार-कुऱ्हाड नंतर यिन राजवटीच्या भग्नावशेषांमध्ये सापडली. कांस्यनिर्मित, विलो पानाच्या आकाराची तलवार सिचुआन पासून ते दक्षिणेकडील शांक्सी प्रांत आणि गॅन्सू प्रांतापर्यंत सर्वत्र उपलब्ध होती. श्यू सभ्यतेतील किटली आणि झेंग सर्वांत आधी किनच्या उत्तरेकडे सापडली होती आणि नंतर इतर भागांत पसरली होती.

चीन आणि आग्नेय आशियामध्ये प्राचीन काळापासून सातत्याने सांस्कृतिक देवाणघेवाण होत होती. आग्नेय आशियाबरोबरील देवाणघेवाणीमध्ये चीनची प्रमुख भूमिका होती. प्राचीन आग्नेय आशियातील मक्याची लागवड, अंतिम संस्कारापैकी शवपेटी पुरणे, दगडी शवपेटी पुरणे असे अनेक सांस्कृतिक घटक व त्यांच्या चालिरिती; तसेच दगडी सांस्कृतिक अवशेष आणि कांस्य वस्तू यांतून प्राचीन श्यू सभ्यतेशी असलेले साधर्म्य लक्षात येते. दुओंग वुओंगने दक्षिणेकडे केलेले स्थलांतर आणि उत्तरेकडील व्हिएतनाममध्ये राजघराण्याची स्थापना ही ठळक ऐतिहासिक घटना होती. या घटनेमुळे आग्नेय आशियामध्ये श्यू सभ्यतेचा प्रसार झाला. इ.स.पूर्व चौथ्या शतकादरम्यान कीन याने प्राचीन श्यू राज्याचा पराभव केला. दुओंग वुओंग (Du'o'ng Vu'o'ng) ने ६०,००० लोकांच्या समूहाचे नेतृत्व करत दक्षिणी रेशीम मार्गावरून तांबडी नदी (Red River) (व्हिएतनाम) क्षेत्रात स्थलांतर केले. दुओंग वुओंगने जियॉझीमध्ये स्थापन केलेले राजघराणे पुढे १३० वर्षे अस्तित्वात होते.

प्राचीन श्यू सभ्यता आणि दक्षिण आशियाई उपखंडामध्ये पहिल्यापासूनच रस्ता होता. हा मार्ग सर्व आर्थिक आणि सांस्कृतिक देवाणघेवाण किंवा संप्रेषणाचा मुख्य मार्ग होता. हा मार्ग ब्रह्मदेश ते भारत किंवा पाकिस्तानमार्गे सिचुआनपासून युन्नान प्रांतापर्यंत होता आणि त्याला 'श्यू-हिंदू रोड' असे म्हटले जात असे. हा मार्ग

प्रामुख्याने शांघ राजवटीच्या काळात तयार केला गेला आणि विरोधी परिस्थितीच्या काळात या मार्गाची भूमिका अत्यंत महत्त्वाची होती.

अंतःक्षेत्री खोऱ्यात असलेल्या सॅनसिंगदुईमध्ये मोठ्या संख्येने दातेरी शिंपले सापडले होते. ते हिंदी महासागराच्या उत्तर भागातून आयात केले असावेत. सॅनसिंगदुईच्या आणि चेंग्दु जिनश येथील पुरातत्त्व स्थळी भारतातून आणलेले हस्तिदंत मोठ्या प्रमाणात सापडले. हत्ती प्रमुख्याने भारतातच आढळतात. मोहेंजदडो येथील अवशेषांवरून असे लक्षात येते की, एकेकाळी हस्तिदंत उत्पादनाने उच्चांक गाठला होता. यावरून सॅनसिंगदुईचा भारताशी असलेला संबंध स्पष्ट होतो. सॅनसिंगदुईमध्ये विपुल प्रमाणात हत्ती आढळत. सॅनसिंगदुईमध्ये यज्ञासाठी केलेल्या खड्ड्यात हजारो शंख-शिंपले सापडले. यावरून हिंदी महासागराच्या उत्तरेकडील भागांतून होणारी निर्यात लक्षात येते.

प्राचीन श्यू सभ्यतेतील निर्यात केल्या जाणाऱ्या व्यापारी मालामध्ये श्यू येथील कापड आणि क्यूऑन्ग बांबूच्या काठ्या सर्वाधिक प्रसिद्ध होत्या. हा माल दक्षिण आशियामध्ये पाठविला जात असे. इ.स.पूर्व चौथ्या शतकात लिहिल्या गेलेल्या *अर्थशास्त्र* या प्राचीन भारतीय पुस्तकात असा उल्लेख केला गेला आहे की, प्राचीन श्यू सभ्यतेतील विणलेले रेशमी कापड हे भारतामध्ये खूप लोकप्रिय होते. यावरून असे निदर्शनास येते की, राज्यांच्या युद्धखोरीच्या काळादरम्यान श्यू लोकांची भारताबरोबर सातत्याने आर्थिक आणि व्यापारी देवाणघेवाण होत असे. प्राचीन काळी चीन ला 'सीना' असे म्हटले जाई, प्राचीन भारतात 'चेंग्दु'साठी देखील हेच संबोधन वापरले जाई. हे खरे मानण्यासाठी पुरेशी तर्कसंगत माहिती उपलब्ध आहे.

प्राचीन श्यू सभ्यता आणि पश्चिम आशिया आणि पूर्वेकडील प्रारंभिक संस्कृतींदरम्यान सांस्कृतिक देवाणघेवाण होत होती असे पुरातत्त्व माहितीवरून ध्यान्यात येते. मेसोपोटेमियामध्ये इ.स.पूर्व ३०००च्या सुरुवातीला सांस्कृतिक परंपरेचे चित्रण करणारी कांस्याची मूर्ती तयार केली गेली होती, असे पुरातत्त्व माहितीवरून दिसून येते. इ.स.पूर्व २९००मधील उत्खननात इजिप्तमध्ये कथिलापासून घडवलेली अखंड मूर्ती सापडली. सिंधू संस्कृतीमध्ये इ.स.पूर्व २०००मध्ये पुरुषाची कांस्याची मूर्ती सापडली होती. सॅनसिंगदुईमध्ये सापडलेले सोन्याचे राजदंड, सोन्याचे मुखवटे, कांस्य मूर्ती, राजाचा छाप असलेली कांस्याची नाणी, कांस्याचे मुखवटे आणि कांस्याचे प्राण्यांचे मुखवटे यांमध्ये आणि पश्चिम आशिया आणि पूर्वेकडील सापडलेल्या प्रारंभिक संस्कृतीच्या वैशिष्ट्यांमध्ये साम्य आढळले.

प्राचीन श्यू सभ्यता आणि सिंधू संस्कृती यांमधील सांस्कृतिक देवाणघेवाणीच्या व्यापक अध्ययनावरून सिंधू संस्कृती आणि प्राचीन श्यू सभ्यता या दोन्ही सभ्यतांनी

इतर सभ्यतांबरोबर व्यापक रूपात सांस्कृतिक देवाणघेवाण केली होती हे अनुमान काढणे शक्य आहे. त्यांनी इतर प्रदेशांतील संस्कृती आत्मसात केली आणि इतर क्षेत्रांमध्ये त्यांच्या स्वतःच्या संस्कृतीचा देखील प्रसार केला. तथापि, भौगोलिक स्थान, संचार मार्ग, आर्थिक आणि व्यापारी क्रियाकलाप यांसारख्या विविध कारणांमुळे सिंधू संस्कृती आणि पाश्चात्त्य संस्कृती यांच्यामधील पारस्परिक क्रिया अधिक प्रमाणात होत होत्या. प्राचीन श्यू सभ्यता आणि भोवतालच्या प्रदेशांतील सांस्कृतिक देवाणघेवाण दीर्घकाळ चालली. आणि विशेषतः मध्यवर्ती सपाट भूप्रदेशातील संस्कृतीने श्यू सभ्यतेवर आपला प्रभाव निर्माण केला. पारस्परिक प्रभावाची ही कार्यप्रणाली नवाश्मयुगापासून अस्तित्वात होती. प्राचीन श्यू सभ्यता हळूहळू किन, हॅन सभ्यतेमध्ये रूपांतरित झाली. तद्नंतर त्याचे रूपांतर आधुनिक चीन-सभ्येतेत झाले. प्राचीन श्यू सभ्यतेने दक्षिण रेशमी मार्गावरून आग्नेय आशिया, दक्षिण आशिया, मध्य आशिया, पश्चिम आशिया आणि भूमध्य प्रदेशात चीन-सभ्यतेचा प्रसार केला. या मार्गामुळे चीन-संस्कृतीच्या प्रसारामध्ये सर्वोत्कृष्ट योगदान दिले. याखेरीज, युरेशियन सभ्यतेमधील प्राचीन श्यू सभ्यतेचे महत्त्वाचे स्थानही अधोरेखित केले.

विशिष्ट संस्कृती म्हणून, प्राचीन सिंधू संस्कृती आणि श्यू सभ्यता इतिहासाच्या प्रवाहात अदृश्य झाल्या असल्या तरी त्यांची विशिष्ट ओळख मात्र पुसली गेली नाही. सिंधू संस्कृतीची वैशिष्ट्ये ही नंतरच्या काळात भारतीय संस्कृतीला आनुवंशिकतेने मिळाली तर चीन-संस्कृतीला त्याचा सांस्कृतिक गाभा हा प्राचीन श्यू सभ्यतेपासून आनुवंशिकतेने मिळाला.

संदर्भ

Brown, Dale. 2002. *Ancient India: Land of Mystery.* Trans. Li Xu. Beijing: Huaxia Publishing House.

Bai Xianjing and Gao Jing. 2006. *The Mystery of the Subcontinent in the South Asian*. Beijing: Haichao Publishing House.

Duan Yu. 2001a. *The History of Ba-Shu Culture*. Chengdu: Sichuan People's Publishing House.

———. 2001b. *The Kingdom of Ancient Shu.* Chengdu: Sichuan People's Publishing House.

———. 2014. 'The Southern Silk Road and Traffic of the Ancient China and the Western'. Academic report presented at the Taihu Forum Conference, Paris.

Lin Chengjie. 2004. *The History of India.* Beijing: The People's Publishing House.

Wang Yi. 1988. 'The Discovery and Significance of Shu Culture Ruins in Chengdu'. *Chengdu Cultural Relics* 1.

२

चिनी रेशमाचा पश्चिमेकडील प्रवास उलगडताना*

दुआन यु

'सिना' चा सुचितार्थ

प्राचीन भारतामध्ये चीनला 'सिना' असे संबोधले जात असे. इ.स.पूर्व चौथ्या शतकात किंवा तत्पूर्वी लिहिलेल्या संस्कृत लेखांमध्ये हा संदर्भ सर्वप्रथम आढळून येतो. सिना हा शब्द किन किंवा च्यु यांचा संदर्भ घेतो असा काहींचा समज होता तर, काही लोक याचा संबंध चेंग्दुशी जोडत असत.

सिनाला किन किंवा च्यु मानणे याबाबत कोणताही सबळ लिखित पुरावा नाही. किन शिन व्हॅन्गने किन राजघराण्याची स्थापना केली ज्याला भारतामध्ये सिना म्हटले गेले असे चीनविद्येचे फ्रेंच अभ्यासक पाउल पेलिऑट (१९६२) यांना आद्यतः वाटले. इ.स.पूर्व २२१ मध्ये किन राजघराण्याची स्थापना झाली होती. परंतु, सिना हे नाव भारतामध्ये चौथ्या शतकाच्या प्रारंभी प्रचलित झाले. म्हणून पेलिऑट यांनी केलेल्या वक्तव्यास मान्यता मिळाली नाही. काही अभ्यासकांच्या मते, सिना या संबोधनाचा वापर भारतामध्ये किन राजवटीच्या काळातील वसंत आणि शरद ऋतू सूचित करण्यासाठी केला जात असे. तथापि, वसंत आणि शरद ऋतूमध्ये, किनचे लॉक्झीवर आणि बिदीमधील वांशिक अल्पसंख्याकांवर नियंत्रण नव्हते. किन मुगाँग याने १२ राज्ये हस्तगत केली होती, परंतु हस्तगत केलेले हे क्षेत्र केवळ ४८२ किमी. इतकेच होते. याशिवाय, अनेक वांशिक अल्पसंख्याकांचे किनच्या पश्चिम, उत्तर आणि पूर्व अशा तीनही बाजूंना अस्तित्व होते, त्यांनी किनला उत्तरेकडे किंवा पश्चिमेकडे जाण्यापासून रोखले होते. किन पश्चिमेकडील वांशिक अल्पसंख्याकांच्या क्षेत्रात गेला नाही मग त्याचा नावलौकिक पाश्चिमात्य जगापर्यंत सर्वदूर पसरण्याचे काय कारण असावे? किनने इ.स.पूर्व तिसऱ्या शतकाच्या सुरुवातीला वायव्य चीन ताब्यात घेतले होते. तरीसुद्धा, सिना हे संबोधन भारतामध्ये तत्पूर्वीच रुळले होते. साहजिकच, सिना या संबोधनाच्या उत्पत्तिस्थानाचा किनशी काहीही संबंध नाही. सिना म्हणजेच जिंग ही बाब प्रस्थापित होण्यास पुरेसा विश्वसनीय आधार नाही.

---

* प्रस्तुत प्रकरण 'दक्षिणी रेशीम मार्ग आणि युरेशियन सभ्यता' या शोधनिबंधावर आधारित आहे. उल्लेखित शोधनिबंध हा चायनीज नॅशनल सोशल सायन्स फंड प्रोजेक्ट अंतर्गत महत्त्वपूर्ण मानण्यात आला (१०आणिZD०८७)

शांग राजवटीच्या काळात प्राचीन श्यू सभ्यतेचा नानझॉन्ग प्रदेशांवर दीर्घकाळ आणि सखोल प्रभाव होता. भारताने सॅनसिंगदुई संस्कृतीच्या काळात शंखशिंपल्यांचा विनिमय माध्यम म्हणून वापर केला. त्यायोगे वस्तू व्यापार आणि इतर सांस्कृतिक विनिमय केला जाई. यामुळे उद्‌भवलेली परिस्थिती संपूर्ण भारतात प्राचीन श्यू सभ्यतेचा प्रसार होण्यास पोषक ठरली. *हिस्टॉरिकल रेकॉर्ड्स* आणि *हॅन श्यू* नोंदींनुसार, श्यू व्यापारी हे युन्नानमध्ये अगदी सुरुवातीच्या काळात आले होते आणि नंतर दियॅन्युमध्ये व्यापार करण्यात गुंतले. मग त्यांनी श्यूचे रेशीम आणि किऑन्ग बांबूच्या काठ्या यांसारख्या श्यू सभ्यतेच्या वस्तू हिंदूंना विकल्या. दियॅन्यु म्हणजे सध्याचा पूर्व भारतातील आसाम हा प्रदेश होय (वेन जिआन्ग १९८०). हिंदू म्हणजे भारत. इ.स.पूर्व चौथ्या शतकात लिहिलेल्या *अर्थशास्त्र* या प्राचीन भारतीय ग्रंथात हे भारतात सर्वाधिक विकल्या जाणाऱ्या वस्तूंपैकी प्राचीन श्यू सभ्यतेचे रेशमी कापड एक होते असा उल्लेख आढळून येतो. रेशीम आणि विणलेले चामडी पट्टे ही श्यूंची वैशिष्ट्ये होती असाही उल्लेख आढळतो. झँग किआनने अफगाणिस्तानमध्ये श्यू रेशीम आणि किऑन्ग बांबूच्या काठ्या पाहिल्या. त्याने त्या वुडी काळात स्थानिक व्यापाऱ्यांच्या मदतीने भारताबरोबरच्या व्यापारातून मिळविल्या असे *हिस्टॉरिकल रेकॉर्ड्स*मध्ये पुढे सांगितले गेले आहे. *हिस्टॉरिकल रेकॉर्ड्स्* हे *अर्थशास्त्रा*शी सुसंगत आहे. झँग किआनने मध्य आशियामध्ये श्यू रेशीम आणि किऑन्ग बांबूच्या काठ्या यांसारखा श्यू माल चिनी माल म्हणून पाहिला. राज्यांच्या युद्धखोरीच्या काळात श्यू व्यापारी सातत्याने भारताबरोबर व्यापार करत होते हे यावरून लक्षात येते. शांग राजवटीच्या काळात सॅनसिंगदुई आणि भारतामध्ये सांस्कृतिक विनिमय अखंडितपणे सुरू असल्याचेही यावरून लक्षात येते. भारताला चीनच्या इतर प्रदेशांपेक्षाही प्राचीन श्यूची अधिक चांगल्या प्रकारे माहिती आहे, कारण त्यांच्यामध्ये दीर्घकाळपर्यंत विनिमय होत होता.

*शानहायजिंग*मधील नोंदीनुसार, चेंग्दु या संबोधनाची उत्पत्ती बरीच पूर्वीची आहे. वसंत आणि शरद ऋतूमध्ये झेंग जिया गोउ, यिनजिंग, सिचुआनमध्ये 'मेड इन चेंग' (चेंग्दुमध्ये उत्पादित केलेल्या) असे कोरलेला लाखेचा ठसा सापडला. 'चेंग' या संज्ञेचा प्राचीन काळातील भावार्थ कायम ठेवण्यासाठी अभ्यासकांनी देखील तेच संबोधन वापरले. शेवटी गेंग आणि सुरुवातीला चान असा त्याचा अर्थ आहे. तरीही दक्षिणी बोलीभाषेतील उच्चारणानुसार, त्याच्या अंतिम स्थानी झेन आणि सुरुवातीला चान असेल. याचे उच्चारण केवळ 'झी' असे आहे. पाश्चात्त्य भाषेनुसार दुहेरी शब्दाच्या अनुषंगाने या शब्दाचे उच्चारण सिना असे होते. सिना हे मूलतः चेंग्दु असल्याचे दिसून येते.

प्राचीन इराण, पर्शिया, सोगडिया (प्राचीन इराणमधील संस्कृती) आणि ग्रीसमध्ये संस्कृतमधील सिना या शब्दाशी साधर्म्य बाळगणारे शब्द गवसले असते (लॉफेर १९६४). चेंग्दुचे प्रतिलेखन किंवा पुनर्जन्म म्हणून सिना या शब्दाला मान्यता दिली आहे. अन्यत्रही चेंग्दुशी साधर्म्य असणारे शब्द सापडले आणि तेही शब्द संस्कृत सिना या शब्दाचे अवतारच ठरले. या घटनेमुळे पश्चिम भारतापासून मध्यवर्ती आशिया, पश्चिम आशिया, आणि युरोपच्या भूमध्य क्षेत्रापर्यंत चेंग्दु रेशमाचा प्रसार निर्देशित होतो (दुआन यु १९९४).

'सेरेस'चा सुचितार्थ

प्राचीन ग्रीक आणि रोमन साहित्यानुसार, अतिपूर्वेकडे 'सेरेस' (सेरिका) नावाचे ठिकाण होते. बहुतांश पाश्चात्त्य साहित्यामध्ये सेरेससाठी सिना या शब्दाचा वापर सांकेतिक नावाच्या रूपात केला आहे. या शब्दाचे उच्चारण आणि थेट चिनी भाषेत केलेले अनुवादाचे काम यांवरून साधारपणे या शब्दाचा चिनी भाषेत सेरेस असा अनुवाद केला होता असे लक्षात येते.

तथापि, सेरेस या संज्ञेचा अर्थ काय आहे? हा देशांतर्गत आणि बाह्य अभ्यासजगतातील कायमस्वरूपी वादग्रस्त प्रश्न होय. यांवर विविध अभ्यासकांची मतेसुद्धा भिन्न आहेत. चीनविद्येचे फ्रेंच अभ्यासक हेन्री युली यांच्या मते, सेरेस आणि सेरिका हे दोन शब्द ग्रीस आणि रोममधून आले आहेत, यांची उत्पत्ती ही सीरिकम किंवा सीरिकॉन अर्थात रेशीम या चिनी शब्दापासून झाली आहे. अलताय गावामुळे या शब्दाचा अपप्रचार झाला. प्रारंभिक काळात पाश्चिमात्य युरोपीय समाजाला चिनी रेशमाने भुरळ घातली होती. सोगोडायना आणि पार्थिया व्यापारी पश्चिमेकडे रेशीम निर्यात करत असत. सेरेस या उत्पत्तिस्थानानुसार ओळखल्या जाणाऱ्या रेशमाने ग्रीक आणि रोमन स्त्रियांची मने मोहून टाकली होती. किन शि हॉन्ग या सम्राटाने चीनला राजकीयदृष्ट्या एकसंध केले तेव्हा, सिन आणि सिनाय हे शब्द किन साम्राज्यापासून प्राप्त झाले. जरी रेशीम व्यापार हा इ.स.पूर्व २२१च्या पूर्वीपासून अस्तित्वात असला तरीसुद्धा सेरेस या शब्दाच्या उत्पत्तीचा शोध हा पुनश्च मागे जाऊन घेणे शक्य आहे, असे मत किन शि हॉन्ग यांनी मांडले (युलि १९१५). तरीही, सिन या शब्दाचा स्रोत हा किन शि हॉन्ग यांच्या अलताय गावातील भाषणात आढळतो. हॅन राजघराण्याचे सम्राट वुडी यांनी या शब्दाचा प्रसार मध्य आशियामध्ये केल्याचे आढळते. तथापि, 'सिन' शब्दप्रणालीपासून सेरेस या शब्दाची उत्पत्ती होते ही माहिती पाश्चिमात्य लोकांना इ.स.पूर्व चौथ्या शतकातच होती. सहाजिकच, सिन आणि सेरेस या दोन्ही शब्दांचे उत्पत्तिस्थान हे संभवतः अल्ताय होते आणि हे शब्द संस्कृत सिनापासून

तयार झाले असावेत. सिचुआनपासून भारत आणि पश्चिमेपर्यंत होत असलेल्या चिनी रेशमी प्रवासासाठी वापरण्यात येणाऱ्या मार्गाशी देखील सिना ही संज्ञा सुसंगत होती. हेन्री युली यांच्या मते, सेरेस हा शब्द पश्चिमेकडे जाणाऱ्या मार्गावरून आलेला असावा तर सिना हा शब्द पश्चिम समुद्रावरून रूढ झाला असावा. मात्र, याबाबत कोणताही विश्वासार्ह पुरावा उपलब्ध नाही. पेलिऑट यांनी सेरेस आणि सिन हे शब्द चीनमधलेच असण्यावर जोर दिला. अमेरिकी पौर्वात्य अभ्यासक बी. लॉफेर (१९६४) यांनी देखील या दृष्टिकोनाशी सहमती दर्शविली. पेलिऑट आणि लॉफेर यांच्या भूमिका योग्य आहेत असे आता म्हटले जाऊ शकते.

ख्रिस्ती काळात, पश्चिमेकडे चीनला सेरेस आणि थिनाई म्हटले जात असे. सेरेस सर्वप्रथम इ.स.पूर्व चौथ्या शतकात युरोपमध्ये दाखल झाले. थिनाई हा शब्द सर्वांत आधी *इरित्रेया वोयाज* नामक पुस्तकात आढळला. हे पुस्तक एका व्यापाऱ्याने इ.स पहिल्या शतकाच्या अखेरीस अलेक्झांडर शहरामध्ये लिहिले होते. सेरेसला झिनित्झा म्हटले गेले होते आणि झिनित्झा हा शब्द ग्रीक पाद्री, कोस मास यांनी लिहिलेल्या *द सिनेरी ऑफ द ख्रिस्तियन वर्ल्ड*मध्ये आढळला होता. या शब्दाचा स्रोत लॅटिन भाषेत आढळतो (फॅन्ग हॅओ १९८७). चीनविद्येचे फ्रेंच अभ्यासक कोएडेस (१९८७), यांनी सांगितल्याप्रमाणे, झिनित्झा किंवा झिनित्सा हे शब्द संस्कृतमधील सिनथना या शब्दाचा ग्रीक अनुवाद आहेत. सेरेस किंवा थिनाई आणि झिनित्झा किंवा झिनित्सा यांची व्युत्पत्ती निश्चितपणे सिना शब्दाच्या स्रोताच्या खुणा प्रदर्शित करते. सिना हा शब्द चेंग्दु शब्दाचा संस्कृत अनुवाद आहे.

प्राचीन ग्रीसमधील पूर्वेकडील भौगोलिक परिस्थितीचे विश्लेषण समाविष्ट असलेली *इरित्रेया वोयाज* ही महत्त्वाची साहित्यनोंद आहे (कोएडेस १९८७). *इरित्रेया वोयाज*मध्ये देशातील थिनाई य मध्यवर्ती नगराची नोंद आहे. हे नगर भारताला दोन वेगवेगळ्या मार्गांनी कच्चे रेशीम, रेशमी धागे आणि रेशीम यांची निर्यात करीत असे. हा मार्ग भारताच्या पूर्वेकडील किनाऱ्यावरून पुढे पूर्वेकडील जिनझोऊकडे, नंतर गंगा नदीच्या पूर्वेला आणि शेवटी अन्य क्षेत्रातून पुढे सेरेस पर्यंत जात असे. बॅक्ट्रियामधून जाणारा एक मार्ग बार्ग्याझा (आताचे रोच) मधील एका मोठ्या वाणिज्यिक केंद्राकडे जाई तर, गंगेला समांतर अन्य मार्ग हे दक्षिण भारतात जात असत. तिथे बेसाताय लोक राहत होते. हे लोक दरवर्षी सेरेसच्या राजधानीपासून भारताकडे स्थलांतरित होत असत. त्यांनी मोठ्या प्रमाणात वेळू आणले आणि त्याचा वापर दालचिनी तयार करण्यासाठी केला गेला. याचीसुद्धा भारतामध्ये निर्यात केली जात असे. जर्मन विद्वान एफ. वॉन रिचथोफेन यांच्या मते, बेसाताय आसाम आणि सिचुआन यामध्ये पसरलेल्या प्रदेशात राहणे पसंत करत. प्राचीन साहित्याचे अतिपूर्वेकडील

ग्रीक आणि लॅटिन लेखक, तसेच, संपादक गेडाइसी हे रिचथोफेन यांच्याशी पूर्णतः सहमत आहेत. या अध्ययनाद्वारे सिचुआन ते युन्नानमधून जाणाऱ्या चीन आणि भारत तसेच म्यानमार ते भारत आणि मध्य आशिया यांच्यामध्ये असलेल्या रहदारीच्या मार्गाचे समर्थन होते.

हेन्री युलि यांनी लिहिलेल्या *द एन्शंट चायनीज नोट* आणि अरब मैहार हॅले यांनी लिहिलेल्या *द ट्रॅव्हेलोगस*मध्ये चीनमधील सिन्दाबिल नावाच्या प्रसिद्ध नगराचा उल्लेख केला गेला आहे. एक चिनी शहर म्हणून सिन्दाबिलबाबत अरबांचा गैरसमज झाल्याची नोंद युलि यांनी केली आहे. हे कदाचित कन्दाबिल किंवा सन्दाबुर नावाचे भारतीय शहर असावे. या नगराचे नाव चीनमध्ये सापडले नव्हते आणि याचे उच्चारण हे चेंग्दु या शब्दाच्या जवळ जाणारे आहे. *द ट्रॅव्हल्स ऑफ मार्को पोलो*मध्ये सिचुआनची राजधानी म्हणून *सिन्दुफी*ची नोंद केली गेली आहे. हे नगर पाच राजघराण्यांच्या (झँग झिंगलिआन्ग २००३) काळात श्यूच्या राजधानीचे नगर होते.

पूर्वी अस्तित्वात असलेल्या टॅन्ग राजवटीच्या काळात किंवा पाच राजघराण्यांशी संबंधित मोठ्या काळात किंवा साँग राजवटीच्या काळात कोणत्याही राजवटींच्या राजधानीची नावे सिन्दाबिल आणि सिंदीफु यांच्याशी मिळतीजुळती नव्हती. तथापि, चीनच्या राजधानीचा उल्लेख करताना अरबांनी सिन्दाबिल नावाचा वापर केला असे लक्षात येते.

सिन्दाबिल आणि सिन्दिफु या दोन्ही शब्दांतील मूळ धातू हे एकसारखेच असल्याचे भाषिक विश्लेषणातून आढळून आले आहे. प्राचीन ग्रीक सिना आणि सेरेस यांचे मूळ सिनच्या मूळ रूपात आहेत. प्राचीन भारतीय संस्कृत शब्द सिनापासून सिन या शब्दाची उत्पत्ती झाली आहे आणि बाकी अक्षरे म्हणजे प्रत्यय आहेत. म्हणून, सिन्दाबिल आणि सिन्दिफु यांची व्युत्पत्ति सिना (Sina) आणि सेरेस यांमध्ये सापडते तर सिना आणि सेरेस हे सिना (Cina) पासून विकसित झाले. या व्युत्पत्तीचे कारण चेंग्दुचे रेशीम उत्पादन आणि भारताद्वारे अरबांपर्यंत रेशमाचा प्रसार हे होय. चेंग्दु ही श्यूची राजधानी होती. चेंग्दु रेशमाच्या संकल्पनेने अरबांना प्रभावित केले. त्यांनी चेंग्दु (सिन्दाबिल) हे संबोधन कायम ठेवले आणि दहाव्या शतकापर्यंत चिनी लोकांचा उल्लेख करण्यासाठी याच नावाचा वापर केला. युलि यांच्या मते, 'अरब मैहार हॅलेच्या *ट्रॅव्हेलोगस*मध्ये अरबांचा *सिन्दाबिल* या नगराबाबत गैरसमज झाला होता. हे नगर भारतातील आहे असे त्यांना वाटले होते' असा उल्लेख आहे. लेखननोंदींमधून रेशीम मार्गाच्या इतिहासातील तीन स्थानांदरम्यानचे संबंध स्पष्ट झालेः चेंग्दु (सिन्दाबिल) हे रेशीम उत्पादनाचे स्थळ, रेशमाच्या दळणवळणामध्ये

महत्त्वपूर्ण ठिकाण म्हणून भारत आणि रेशीम व्यापाराचे गंतव्य म्हणून भारत आणि अरेबिया. नैर्ऋत्य चीनमधील प्राचीन श्यू ची राजधानी असलेल्या चेंग्दु प्रदेशाचा संदर्भ घेणारे सेरेस, सिना किंवा सिन्दाबिल हे शब्द कसे प्रचलित झाले हे अद्याप ज्ञात नाही.

टॅन झॉन्ग (२००६) या अभ्यासकाने नमूद केल्यानुसार, युरोपीय लोक मध्य आशियाला सेरइंडिया म्हणत असत आणि 'सेर' हे सेरेस किंवा सेरिका या शब्दांचे संक्षिप्त रूप होते. या शब्दाचा अर्थ 'रेशीम' असा होता आणि 'सेरइंडियाचा' अर्थ 'चीन आणि भारत' असा होता. हे इंडोचायना नावाने ओळखल्या जाणाऱ्या आग्नेय आशियाई द्वीपकल्पापासून वेगळे नव्हते. सेरइंडिया आणि इंडोचायना या दोन्ही संकल्पना चिनी आणि भारतीय संस्कृतींदरम्यान होणारी देवाणघेवाण आणि पारस्परिक व्यवहार सूचित करतात. युरोपीय लोकांना सेरइंडिया आणि इंडोचायनामध्ये आल्यानंतर, मध्य आशियातील या दोन्ही देशांचा एकमेकांवर प्रचंड प्रभाव असल्याचे जाणवले आणि म्हणूनच त्यांनी या दोन नावांचा वापर केला. 'भारत' हे संबोधन सिंधू या शब्दातून आले. 'सिंद' हे प्राचीन भारतीय सिंधू नदीचे आणखी एक नाव आहे. ही नदी सध्या पाकिस्तानात असून तेच सिंधू संस्कृतीचे जन्मस्थान आहे (टॅन झॉन्ग आणि गॅन्ग यिनझेंग २००६). सेरेसचा संबंध साहजिकच सिंधुशी आहे (सिंधू हा शब्द हिंदूचे पर्शियन भिन्न रूप आहे. या शब्दाने ग्रीसमध्ये प्रवेश केला होता, जेथे उच्चारणातील दोषामुळे शब्दात बदल होऊन ते इंडस झाले त्यातूनच पुढे इंडिया या शब्दाचा जन्म झाला). या शब्दाने भारतातून मध्य आशियामध्ये प्रवेश केला होता. युरोपीय लोकांना इ.स.पूर्व चौथ्या शतकाच्या सुरुवातीलाच सिना (Cina) या शब्दाची माहिती होती आणि युरोपीय भाषेमध्ये या शब्दाचा वापर केल्यानंतर सिना (Cina) या संस्कृत शब्दाचे रूपांतर पाश्चात्त्य शब्द सेरेसमध्ये झाले होते. अशा प्रकारे, सेरेस आणि सिंधू या नावांनी संभवतः भारत आणि पाकिस्तानातून आणि नंतर पश्चिमेकडून मध्य आशियामध्ये प्रवेश केला होता. झॅन्ग किआन यांनी केलेल्या उल्लेखानुसार, श्यू व्यापाऱ्यांची हिंदूमधील व्यापारिक कार्ये ही खरे तर लिप्यंतरणाच्या अनुषंगाने सिंधूची होती. येथे वायव्य भारतातील सिंधू नदीच्या प्रदेशाचा उल्लेख आहे. हा मार्ग आंतरराष्ट्रीय वाहतुकीसाठी आणि दक्षिणी रेशीम मार्गाचा विशिष्ट पाश्चात्त्य मार्ग होता हे आपल्या लक्षात येते. हा मार्ग वायव्य चीनपासून भारतापर्यंत आहे. पाकिस्तान आणि अफगाणिस्तमार्गे हा मार्ग मध्य आशिया आणि शेवटी पश्चिम आशियामधील इराण आणि भूमध्य प्रदेशात जातो. प्राचीन चिनी साहित्यामध्ये अशीच माहिती आढळते. विलुईज यांच्या झिरॉन्गझुआन मधील एका प्रकरणामध्ये दिआन यूमधील (पूर्व भारतामधील आसाम) श्यू व्यापाऱ्यांनी केलेल्या व्यापारिक कार्यांविषयी नोंदी

आहेत. *हिस्टॉरिकल रेकॉर्ड्स*च्या दयुआतलिझेयुआन मध्ये श्यू व्यापाऱ्यांच्या हिंदू (वायव्य भारत) मध्ये केलेल्या व्यापारिक कार्यांविषयी नोंदी आढळतात.

इ.स.पूर्व चौथे शतक, केतई हास यांच्या काळात सिना या नावाचा भारतामध्ये बराच प्रसार झाला होता. प्राचीन श्यू व्यापारी युन्नान आणि म्यानमारमधून भारतामध्ये आले होते. पूर्व भारतातील आसामपासून ते वायव्य भारतापर्यंतचा (हिंदू) मार्ग हा प्रमुख मार्ग होता. हा मार्ग केतई हास यांच्या नोंदींमध्ये नमूद आहे. या नोंदींनुसार, हा मार्ग सेरेस आणि उत्तर भारत यांच्याशी संबंधित तर आहेच पण त्याचबरोबर प्राचीन श्यूतील रेशमाच्या दळणवळणाचा कालावधी, प्रदेश आणि पश्चिमेकडील मार्गाशी सुसंगत आहे (दुआन यु २००९). हा केवळ योगायोग मानता येत नाही.

चिनी रेशमाचा पश्चिमेकडील प्रवास

चेंग्दु रेशीम या जरतारी वस्त्रप्रकाराने प्राचीन काळापासून सर्वांना भुरळ घातली आहे. *शुद्यु फु*मधील पाश्चात्त्य हॅन राजघराण्यातील यांग झिऑन्ग याने या जरीच्या चकचकीत आणि आकर्षक प्रकाराची, त्याच्या वेगळेपणाची स्तुती केली आणि त्यावर एक स्तुतिपर लेख लिहिला होता. पूर्वी उत्पादित श्यू जर शांग आणि झोऊ राजवटीच्या काळात अधिक सफाईदार झाली.

शांग आणि झोउ राजवटीच्या सुरुवातीच्या काळात प्राचीन श्यू प्रदेशाने भारत आणि आग्नेय आशियाबरोबर खुष्कीच्या मार्गाने दळणवळण विकसित केले. पाश्चात्त्य पुरातत्त्वशास्त्रीय माहितीनुसार, चिनी रेशीम इ.स.पूर्व ६००च्या आसपास युरोपमध्ये दाखल झाले. इ.स.पूर्व ५०० मध्ये, केरामिकीओस (ग्रीकमध्ये) नावाच्या दफनभूमीमध्ये साधे विणलेले, पाच वेगवेगळ्या प्रकारचे चिनी रेशमी वस्त्र सापडले होते. इ.स.पूर्व अकराव्या शतकाच्या कालखंडात चिनी रेशीम इजिप्तपर्यंत पोहोचले होते (स्कॉट १९९३). इ.स.पूर्व चौथ्या किंवा पाचव्या शतकात युरोपमध्ये चिनी रेशीम लोकप्रिय झाले होते. या माहितीवरून प्रारंभिक काळातील चीन आणि पाश्चात्त्य राष्ट्रांमधील खुल्या संप्रेषणाचा औपचारिक आरंभ सूचित होतो. प्राचीन चिनी साहित्यानुसार, हॅन राजवटीने इ.स.पूर्व दुसऱ्या शतकाच्या अखेरीस पश्चिमेकडील प्रदेशांमध्ये रेशमी मार्ग खुला केला. पुरातत्त्वशास्त्रीय नोंदींमध्ये मात्र यापूर्वीच चिनी रेशीम पाश्चिमात्य प्रदेशात पोहोचले असा उल्लेख आढळतो.

चीन हे रेशमाचे जन्मस्थान आहे. शांग आणि झोउ राजघराण्यांच्या कालखंडात रेशीम विणण्याच्या प्रक्रियेने लक्षणीय उंची गाठली होती (झिया नाय १९७२). प्रामुख्याने सिचुआन या प्रदेशामध्ये चिनी रेशमाचा जन्म झाला. सिचुआनमध्ये शांग आणि झोउ राजवटीच्या काळात रेशीम विणण्याच्या प्रक्रियेमध्ये महत्त्वपूर्ण विकास

झाला (दुआन यु १९९६). सॅनसिंगदुई येथे यज्ञासाठी तयार केलेल्या दुसऱ्या कुंडात प्राण्याचे शिर आणि लांब कपडे घातलेली, विविध प्रकारांनी सुशोभित केलेली कांस्य मूर्ती आढळली. यामध्ये सिचुआन येथील जर आणि भरतकामाची वैशिष्ट्ये प्रदर्शित होत होती. चेंग्दुचा रेशीम उद्योग हा वसंत ऋतू आणि शरद ऋतूमध्ये तसेच राज्यांच्या युद्धखोरीच्या काळात सर्वोच्च पातळीवर पोहोचला होता. प्राचीन श्यू मधील जरी आणि भरतकाम ही चेंग्दुची उत्पादने, राज्यांच्या युद्धखोरीच्या काळात ह्युआन प्रांताच्या चॅन्गशा आणि ह्युबेई प्रांताच्या जिआंगलिंगमध्ये सापडली होती. हॅन राजवटीत वुडी या सम्राटाच्या कारकिर्दीत झॅन्ग किआन यांनी सूक्ष्म जंतूंमध्ये 'शुबु' पाहिले होते, याचे उत्पादन प्राचीन श्यू मधील रेशमापासून झाले होते. भारतीय अभ्यासक आणि प्राध्यापक हरिप्रसाद रॉय यांनी नमूद केल्याप्रमाणे, भारतीय आसामी लोकांमध्ये रेशमाचा उल्लेख करण्यासाठी 'पट्टा (कापड)' या शब्दाचा वापर केला जात असावा. तत्कालीन भारतामध्ये रेशीम उपलब्ध नसल्याने रेशमासाठी कोणताही शब्द प्रचलित नव्हता. हॅन राजघराण्याच्या यांग झिऑन्गनी लिहिलेल्या शुद्यू फ्यू मध्ये श्यू मधील 'ह्युआनग्रुक्झिबु, यितोन्गासुजिनच्या' अशा नोंदी केल्या आहेत, याचा अर्थ श्यू चे पिवळे रेशीम सर्वोत्तम गुणवत्तेचे आहे असा होतो. भारताचे पुरातत्त्वशास्त्रज्ञ एम.सी. जोशी यांनी, हिंदू देवतांना चिनी रेशीम परिधान करायला आवडते, विशेषकरून भगवान शंकराला पिवळे रेशीम आवडते असे नमूद करणाऱ्या प्राचीन संस्कृत साहित्याच्या नोंदींकडे सर्वांचे लक्ष वेधले. यांग झिऑन्ग यांनी पिवळ्या रेशमाला 'ह्युआनग्रुक्झिबु' असे म्हटले असावे. प्राचीन भारतीय साहित्याच्या विश्लेषणातून, इ.स.पूर्व ५०० च्या आसपास भगवान शंकराने अवतार घेतला. हा काळ झोऊ राजवटीच्या काळास समांतर होता. तोपर्यंत मध्यवर्ती सपाट प्रदेशांना भारताच्या अस्तित्वाबद्दल काहीच कल्पना नव्हती, परंतु प्राचीन श्यूनी युन्नान मार्गे भारताबरोबर रेशमाचा व्यापार सुरू केला होता. इ.स.पूर्व चौथ्या शतकात लिहिलेल्या प्राचीन भारतीय ग्रंथांमध्ये 'सिनाने रेशीम आणि करारनाम्याचे उत्पादन केले' आणि 'सिनाने रेशमाच्या गाठीचे उत्पादन केले' असा उल्लेख आढळतो. वस्तुतः हा उल्लेख चेंग्दुच्या रेशीम आणि रेशमी कपड्याचे उत्पादन संदर्भित करतो. रेशीम उद्योग हा नैर्ऋत्य चीनमध्ये विशेषतः चेंग्दुमध्ये विकसित झाल्याचे जी क्झिआनलिन (१९८२,७६) यांनी निर्दशनास आणून दिले. चेंग्दुचा प्रदेश म्यानमारच्या सीमेलगत होता. येथे वाहतुकीचे मार्ग होते. रेशीम म्यानमारमार्गे भारताला पाठवले जात असे. केवळ हेच क्षेत्र रेशमाचे उत्पत्तिस्थान होते. चिनी रेशीम हे मुख्यत्वेकरून किन-पूर्व काळातील श्यू-हिंदू मार्गाने पश्चिमेकडे पाठवले जात असावे अथवा पाठवले जात होते हे सहजच लक्षात येते. काबुल, अफगाणिस्तानातील किल्ल्यांमध्ये चिनी रेशीम

हे मोठ्या प्रमाणावर सापडले होते. एका संशोधनानुसार, एवढ्या मोठ्या प्रमाणात रेशीम हे दक्षिण रेशीम मार्गाच्या माध्यमातून मध्य आशियाकडे पाठविण्यात आले होते. काबुल हे दक्षिण रेशीम मार्गावरील महत्त्वाचे ठिकाण होते, त्यामुळे एवढ्या मोठ्या प्रमाणात रेशीम येथे अपघाताने सापडले असे म्हणता येणार नाही.

अशा प्रकारे, दक्षिण रेशीम मार्गे चिनी रेशमाच्या पश्चिमेकडील वाहतुकीमध्ये हा मार्ग अत्यंत महत्त्वाचा होता हे स्पष्ट होते. हा मार्ग नैर्ऋत्य चीनपासून भारतापर्यंत, मध्य आशियातील पाकिस्तानमार्गे भारतापासून अफगाणिस्तानपर्यंत होता. यानंतर हा मार्ग पश्चिमेकडून इराण, पश्चिम आशिया, युरोपचे भूमध्य क्षेत्र आणि उत्तर आफ्रिकेतील इजिप्त येथे जात होता.

चीनमधील श्यू व्यापारी हे भारताशी व्यापार करणारे सर्वप्रथम व्यापारी होते असे ऐतिहासिक घटनाक्रमावरून लक्षात येते. श्यू व्यापाऱ्यांनी भारतापर्यंत रेशीम आणल्याने रेशमाचा प्रसार झाला आणि त्यानंतर रेशीम मार्ग सुरू झाल्याने पश्चिमेकडे हे रेशीम लोकप्रिय बनले. चिनी रेशमाची निर्यात दक्षिण आशिया, मध्य आशिया, पश्चिम आशिया आणि युरोपचे भूमध्यप्रदेशीय क्षेत्र, त्याचबरोबर उत्तर आणि दक्षिण चीनमधील समुद्र आणि गवताळ प्रदेशामध्ये केली जात होती. या निर्यातीने दक्षिणी रेशीम मार्ग, उत्तर रेशीम मार्ग, समुद्रानजीकचा रेशीम मार्ग आणि गवताळ प्रदेशावरील रेशीम मार्ग या मार्गांच्या निर्माणाला प्रोत्साहन मिळाले. या मार्गांमुळे प्राचीन चीन आणि युरेशियातील संस्कृतींदरम्यान दळणवळण आणि पारस्परिक व्यवहारांना उत्तेजन मिळाले.

संदर्भ

Coedes, George. 1987. *Textes d'auteurs Grecs et Latins, Relatives à l'Extrême-Orient.* Trans. Geng Sheng. Beijing: Zhonghua Book Company.

Duan Yu. 1994. *Re-Study on the Origin of the Name 'Cina': The Name of Cina Originates in Chengdu, the Ancient Traffic and Culture in Southwest China.* Chengdu: Sichuan University Press.

———. 1996. 'Huang Di and Lei Zu and the Origin Time of Chinese Silk.' *Forum on Chinese Culture* (4)

———. 2009. 'The Early External Traffic in Southwest China: The Southern Silk Road in the Pre-Qin to Han Dynasty.' *Historical Research* (1).

Fang Hao. 1987. *The History of Communication between China and the West, Volume 1*. Changsha: Yuelu Publishing House.

Ji Xianlin. 1982. *A Preliminary Study on the Problem of Chinese Silk Input India, the Collections of China and India Cultural Relations*. Beijing: Sanlian Bookstore.

Laufer, B. 1964. *Chinese Iran Coding.* Trans. Lin Yunyin. Beijing: The Commercial Press.

Paul Pelliot. 1962. *The Origin of the Name 'Cina': The History of Research on the South China Sea and the Western Regions*. Trans. Feng Chengjun. Beijing: The Commercial Press.

Philippa Scott. 1993. *The Book of Silk*. London: Thames & Hudson.

Tan Zhong and Geng Yinzeng. 2006. *India and China: Exchanges and Agitates between the Two Civilizations*. Beijing: The Commercial Press.

Wen Jiang. 1980. *The Research of Dian and Yue, Chinese Literature and History, the 2nd series.*

Xia Nai. 1972. 'The History of Silkworm, Mulberry and Silk in Ancient China.' Archaeology (2).

Yule, Henry. 1915. *Cathay and the Way Thither*. New Edition by H.Cordier. *Preliminary Essay on the Intercourse Between China and the Western Nations previous to the Discovery of the Cape Route, Volume 1*, London.

Zhang Xingliang. 2003. *The Compilation of Communication between China and the West, Volume 2*. Beijing: Zhonghua Book Company.

३

चीन-भारत सांस्कृतिक भेदांचा पर्यटनावरील प्रभाव

क्झिआन्ग बाओयून

विषयप्रवेश

चीन आणि भारत ही प्राचीन पौर्वात्य संस्कृतींची प्रमुख उगमस्थाने होत. दोन्ही राष्ट्रांतील रहिवाशांनी प्राचीन काळापासून सांस्कृतिकदृष्ट्या भव्य यश संपादन केले आहे. यामुळे मानवी सभ्यता विकासाच्या इतिहासातील वैभवशाली पान लिहिले गेले. तथापि, दोन्ही राष्ट्रांच्या संस्कृती या सांस्कृतिक प्रकार आणि सांस्कृतिक वैशिष्ट्यांच्या संदर्भात परस्परांपासून सार्थपणे भिन्न आहेत. या पराकोटीच्या भिन्नतेचा पर्यटनावर मोठा प्रभाव दिसून येतो. चिनी आणि भारतीय संस्कृतीतील भिन्नता दोन्ही राष्ट्रांतील पर्यटनाला कशी प्रभावित करते याबाबतचे विश्लेषण प्रस्तुत लेखात केले आहे. चीन-भारत पर्यटन विकासाला चालना देण्यासाठी सांस्कृतिक भिन्नता सुयोग्य पद्धतीने हाताळणे गरजेचे आहे अशी उपलब्ध माहितीवर आधारित शिफारस प्रस्तुत लेखात केली आहे.

चीन-भारत यांमधील प्रमुख सांस्कृतिक भेद

चिनी आणि भारतीय या दोन्ही संस्कृती पौर्वात्य संस्कृतीचा भाग आहेत, हा चिनी व भारतीय संस्कृतीमधील मुख्य भेद आहे. प्रदीर्घ ऐतिहासिक वाटचालीत दोन्ही संस्कृतींचा परस्परांवर प्रभाव असलेला दिसून येतो. या दोन्ही संस्कृतींमध्ये आदानप्रदान झाले आहे (ग्युओ हॉन्गजी २०११). तरीही, सांस्कृतिक प्रकार आणि सांस्कृतिक अंतर या संदर्भात या संस्कृतींमध्ये बरीच तफावत आहे. तीन वेगवेगळ्या दृष्टिकोनातून त्यांच्यातील फरकांची मीमांसा करणे शक्य आहेः (अ) नैतिक संस्कृती विरुद्ध धार्मिक संस्कृती (आ) समान संस्कृती विरुद्ध बहुसांस्कृतिकता (इ) आशावादी संस्कृती विरुद्ध अध्यात्म आणि मृत्यूपश्चात मिथकांनी प्रभावित संस्कृती.

नैतिक संस्कृती विरुद्ध धार्मिक संस्कृती

कन्फ्यूशसवाद आणि मेन्शियस हे केंद्रबिंदू असलेली चिनी संस्कृती नैतिक आहे, तर, हिंदुवादावर आधारित भारतीय संस्कृतीला धार्मिक छटा आहे असा युक्तिवाद अनेकदा केला जातो. परोपकार, सदाचरण, संवेदना, ज्ञानसंपन्नता, सश्रद्ध भाव, माध्य

सिद्धान्त, मानवाभिमुखता आणि नास्तिकता हे घटक चिनी संस्कृतीत प्रामुख्याने अंतर्भूत आहेत. 'बृहत् एकीकरण' ही सखोल विचारसरणीदेखील यामध्ये अंतर्भूत आहे. याचे मुख्य वैशिष्ट्य कन्फ्यूशियस नैतिकता आणि कन्फ्यूशियन संस्कृती हा चिनी संस्कृतीचा गाभा असून त्यावर धार्मिक प्रभाव नाही (यू यिफेन्ग २०००). तर दुसरीकडे, सहिष्णुता, तपश्चर्या, आत्मशक्तीची उपासना, ईश्वरी दंड आणि संसार, वर्णव्यवस्था आणि बोधिधर्म हे भारतीय संस्कृतीचे प्रमुख पैलू होत. सर्व धार्मिक तत्त्वप्रणाली आणि संकल्पना मानवी मनोधारणा आणि वर्तनात प्रतिबिंबित होतात हे या संस्कृतीचे सर्वाधिक उल्लेखनीय वैशिष्ट्य होय. या धर्माचे अनुयायी आत्मोन्नती, वंशसातत्य, अहिंसा पालन आणि कर्मविपाक आणि पुनर्जन्मावर विश्वास ठेवणे या बाबींवर लक्ष केंद्रित करतात. म्हणजेच, धार्मिक घटकांचा प्रभाव दिसून येतो.

समान संस्कृती विरुद्ध सांस्कृतिक बहुविधता

संयुक्त चिनी-राष्ट्रांची संयुक्त संस्कृती म्हणजे चिनी संस्कृती होय. ही संस्कृती म्हणजे व्हाँग नदीचे खोरे आणि यांगत्झे नदीचे खोरे येथील वांशिक समुदायांचा मिलाफ होय. यामध्ये चीनच्या दूरवर्ती भागातून किनाऱ्याच्या मागील बाजूच्या प्रदेशात स्थलांतर केलेल्या वांशिक समुदायांचा देखील समावेश आहे. इतिहासातील पाश्चात्त्य संस्कृतींचा चिनी संस्कृतीवर फारसा प्रभाव नाही. ही संस्कृती एका पिढीपासून ते दुसऱ्या पिढीपर्यंत अव्याहत झिरपली आहे. चिनी संस्कृतीतील एकवाक्यता (चिनी राष्ट्रांची संयुक्तनिर्मिती), वारसा (संस्कृती हस्तांतरणाची परंपरा) आणि त्यातील सातत्य यामुळे ही संस्कृती आधी स्पष्टपणे समजून घेणे शक्य होते. हे एकसमान संस्कृतीचे एक वैशिष्ट्यपूर्ण उदाहरण आहे. याउलट, ऐतिहासिकदृष्ट्या, भारताचा संबंध विविध राष्ट्र, देश आणि धर्मांशी आला. परिणामी, भारताची संस्कृती ही एखाद्या चित्रकाराच्या रंगफळीसारखी वैविध्यपूर्ण दिसते. इ.स.पूर्व पंधराव्या शतकापासून ऑस्ट्रेलिया येथील आद्य रहिवासी, भूमध्य प्रदेशातील वांशिक समुदाय, अमेरिकी लोक, द्रविड, आर्य आणि मंगोलिया येथील रहिवासी हे भारतामध्ये वास्तव्यास आले होते. ते भारतीय मूळ रहिवाशांसह (नेगली लोक) राहिले आणि पर्यायाने भारतीय संस्कृती निर्माणामध्ये भागीदार ठरले. आर्य संस्कृती, इस्लाम आणि ब्रिटिश सभ्यता यांसारख्या पाश्चात्त्य संस्कृतींनी सातत्याने भारतीय संस्कृतीवर आपला प्रभाव टाकला. त्यामुळे साहजिकच, या सांस्कृतिक घटकांनी प्रभावित भारतीय संस्कृती अधिक समृद्ध झाली. अशा प्रकारे, भारतीय संस्कृती ही केवळ स्थानिक रहिवाशी आणि परदेशी वंशाच्या लोकांच्या संपर्कातून निर्माण झालेली संस्कृती नसून या संस्कृतीवर पाश्चात्त्य संस्कृतीचे ठसे देखील दिसून येतात. हे सांस्कृतिक बहुविधतेचे वैशिष्ट्यपूर्ण उदाहरण आहे.

विजिगीषू संस्कृती विरुद्ध अध्यात्म आणि मृत्यूपश्चात मिथकांचा प्रभाव असलेली संस्कृती

चिनी संस्कृतीने ऐहिक सुखावर सर्वाधिक लक्ष केंद्रित केले. प्राचीन काळापासून त्यांनी आहे त्या परिस्थितीत समाधान मानले. स्त्रीपुरुष संबंध, आरोग्य, आयुर्मान आणि मनोरंजन या सर्वच बाबतीत त्यांचे वर्तन श्रेयसपेक्षा अधिक प्रेयस वृत्तीचे होते (चेन युयी २००३). ते 'सुखदुःखांची मालिका' आणि 'एक धागा सुखाचा' या तत्त्वज्ञानावर विश्वास ठेवतात. मृत्यूपश्चात केवळ आत्म्याचे अस्तित्व उरते, आयुष्य थोडे आणि अनिश्चित आहे हे ठाऊक असूनदेखील ते भविष्याबाबत आशा बाळगून असतात. एक ना एक दिवस नशीब पालटेल या आशेने ते वाटचाल करत राहतात. म्हणूनच हे लोक जन्म, जगणं आणि व्यवधानं यातच सुख मानतात. थोडक्यात, चिनी संस्कृती ही वैशिष्ट्यपूर्ण व विजिगीषू संस्कृती आहे. तीव्र दुःख सोसून आत्मा तावूनसुलाखून निघतो असे हिंदुवाद मानतो. अशीच व्यक्ती परमेश्वराशी एकरूप होईल आणि त्याच आत्म्याचा मृत्यूपश्चात प्रवास सुखकर होईल. म्हणून, बुद्धावस्था प्राप्त करण्यापूर्वी साक्यमुनींनी राज्यपदाचा त्याग करून याचक म्हणून अनेक वर्षे काढली; जैनधर्माचे संस्थापक महावीर यांनी साधू होण्यासाठी युवराज पदाचा त्याग केला होता; आणि भारताचे राष्ट्रपिता महात्मा गांधींनी शाकाहार, खादी यांना पसंती देऊन इतर कोणतेही अधिकारपद नाकारले. आजही अनेक लोक शाकाहार पत्करून साधूपदाला जाणे पसंत करतात. म्हणून, भारतीय संस्कृती आध्यात्मिकता आणि मृत्यूपश्चात प्रवासाशी संबंधित मिथकांनी प्रभावित संस्कृती आहे असे विधान करणे वावगे ठरणार नाही.

चीन-भारत सांस्कृतिक भेदांचा पर्यटनावरील प्रभाव

सकारात्मक प्रभाव

पर्यटन स्रोताचे आधार

प्रत्येक राष्ट्राची आणि देशाची स्वतःची ऐतिहासिक घडण असते. या घडणीदरम्यान त्या राष्ट्रांची वैशिष्ट्यपूर्ण सांस्कृतिक ओळख निर्माण होते. या नेमक्या भेदांमुळेच एखाद्या राष्ट्रातील पर्यटनसंबंधी साधनसंपत्ती विकसित होते. चीन आणि भारत दोन्ही सभ्यातांचा वारसा असलेली जगातील सुप्रसिद्ध राष्ट्रे आहेत. सांस्कृतिक घडणीच्या दीर्घ कालावधी दरम्यान, दोन्ही राष्ट्रांत निर्माण झालेली पर्यटनसंबंधी साधनसंपत्ती वैशिष्ट्यपूर्ण आहे. जागतिक वारसास्थळ म्हणजे काय हे येथे नमूद करणे उपयुक्त ठरेल. युनेस्कोने सूचिबद्ध केलेल्या इमारती, शहरे, संकुल, वाळवंटी प्रदेश, जंगल,

बेट, तलाव, स्मारक किंवा डोंगर यांसारख्या सांस्कृतिक अथवा भौगोलिक वैशिष्ट्ये असलेल्या जागतिक वारसा स्थळांचा उल्लेख करणे अत्यंत उपयोगी आहे.[१] युनेस्कोच्या[२] नोंदींनुसार, १,०३१ स्थळे सूचिबद्ध केली गेली आहेत. पैकी, १६३ राज्यांच्या भागांतील ८०२ सांस्कृतिक, १९७ नैसर्गिक आणि ३२ मिश्र अशी ती स्थळे होत. संबंधित देशांतील प्राधान्यक्रमवारीतील स्थळांमध्ये सर्वाधिक, म्हणजेच, ५१ वारसास्थळे इटली यथे आहेत. त्यापाठोपाठ चीन (४७), स्पेन (४४), फ्रान्स (४१), जर्मनी (४०), मेक्सिको (३३) आणि भारत (३२) असा क्रम आहे. युनेस्कोने प्रत्येक जागतिक वारसा स्थळाला एक ओळख क्रमांक दिला आहे; तथापि, नवी सूची अद्ययावत नाही असे लक्षात येते. परिणामी, सूचीमध्ये उल्लेख नसला तरी, प्रत्यक्षात ओळख क्रमांक १,२०० पेक्षा जास्त आहेत. याबाबत तक्ता ३.१-३.२ मध्ये वेधक चित्रण केले आहे.

देशांतर्गत आकर्षणे

सांस्कृतिक दृष्टिकोनातून, पर्यटन एक प्रकारे राष्ट्राच्या अथवा प्रदेशाच्या संस्कृतीशी संबंधित असते. इतिहास, कला, स्थापत्यशास्त्र, धर्म आणि तत्सम घटकांमुळे विवक्षित भौगोलिक प्रदेशांतील लोकांची जीवनपद्धती आकारास येते. यावर पर्यटन आधारित असते (हॅन्स कुंग २००६, २४८). या सांस्कृतिक भेदांमुळे पर्यटनाला चालना मिळते असा दावा करणे चुकीचे ठरणार नाही. या नेमक्या सांस्कृतिक भेदांमुळे आणि परकीय संस्कृती समजून घेण्याच्या कुतूहलापोटी हजारो चिनी पर्यटनस्थळ म्हणून भारताची निवड करतात. येथील गंगा नदी, आश्चर्यभाव निर्माण करणारा ताजमहाल, लेणी आणि मंदिरे, मृदूभावी योगशास्त्र आणि करमणूक करणारे बॉलीवूड चित्रपट आणि संगीत या सर्व बाबींचे त्यांना आकर्षण आहे. त्याचप्रमाणे, हजारो भारतीय देखील पर्यटनासाठी चीनमध्ये जातात. ग्रेट वॉल, फॉरबिडन सिटी, सम्राट किन याचे टेराकोटा निर्मित सैन्य, तिबेटी अस्वल आणि ५००० वर्षे जुनी संस्कृती अनुभवण्यासाठी ते उत्सुक असतात (तक्ता ३.३ आणि ३.४).

नकारात्मक प्रभाव

पर्यटनस्थळाची निवड

परकीय संस्कृतींचे अपुरे आकलन किंवा काही संस्कृतींप्रती झुकल्यामुळे पर्यटकाचे पर्यटनस्थळाबाबतचे आकर्षण कमी होऊ शकते किंवा पर्यटनस्थळी जाताना ते नाउमेद होऊ शकतात. यामुळे पर्यटनस्थळांची निवड महत्त्वाची ठरते. चिनी पर्यटकांच्या मते, भारतामध्ये सतत धार्मिक संघर्ष होतो, येथील पायाभूत सुविधा

क्रमांक	*वारसा स्थळे*	*अनु क्र.*	*वारसा स्थळे*	*अनु क्र.*	*वारसा स्थळे*	*अनु क्र.*	*वारसा स्थळे*
१	ताय पर्वत, शांन्दॉन्ग	१३	लेशान पर्वत, इमे माउंटन्स, सिचुआन वरील जायंट स्टोन बुद्ध	२५	किंगचेन पर्वत आणि दुजांगियन	३७	डेंगफेंग वारसा स्थळ
२	ग्रेट वॉल	१४	लुशॅन माउन्टन जिआग्क्झी	२६	युगांग ग्रोट्टोज	३८	डॅनक्झिया चीन
३	किन शि हॉन्ग टूम	१५	श्यूझोउ बाग	२७	तीन समांतर नद्या युन्नान	३९	पश्चिम तलाव हॅन्झोउ
४	मिंग आणि किंग राजघराण्याचा इम्पेरियल पॅलेस	१६	पिंग्याओ एनिशंट टाउन शॅक्झी	२८	गोगुरियो इम्पेरियल पॅलेसेस, टूम्स आणि नोबल्स टूम्स	४०	युआन डायनेस्टी अप्पर कॅपिटलचे वारसा स्थळ
५	हॉन्ग माउंटन अंग्व्हे	१७	लिजियॉन्ग एनिशंट टाउन युन्नान	२९	ऐतिहसिक नगर क्षेत्र मकाउ	४१	चेन्जियांग लागरस्टॅट
६	हुॲन्गलॉन्ग वॅली सिचुआन	१८	टेम्पल ऑफ हेवन, बीजिंग	३०	जायंट पान्डाज हॅबटाट सिचुआन	४२	टियांनशन क्झिजिआन्ग
७	वुलिंग्युआन सिनेक स्पॉट हुआन	१९	समर पॅलेस बीजिंग	३१	ॲन्यांग मधील शांग राजघरण्याचे भग्न अवशेष	४३	हानि टेरेस
८	जिझेग्अु वॅली सिचुआन	२०	यूवी माउन्टन फुजिआन	३२	दक्षिण चीन कार्स्ट प्रदेश	४४	पिकिंग मॅन साइट
९	वुडंग माउंटन हुबेई	२१	दाझु रॉक कार्विंग्ज चाँगकिंग	३३	कायपिंग वॉचटॉवर्स आणि ऐतिहासिक गावे	४५	डुनहॅन्ग गांन्सू मधील मोगाओ ग्रोट्टोज
१०	कन्फ्युशियस मंदिर आणि कन्फ्युशिअसबाग	२२	एनिशंट व्हिलेज साउथर्न ॲन्हुई	३४	फुजिआन अर्थ बिल्डिंग	४६	द ग्रॅन्ड कॅनल
११	चेंगे समर रिसॉर्ट हेबेई	२३	मिंग आणि किंग राजघराण्याचे इम्पेरियल टॉम्ब्ज	३५	सॅनकिंग पर्वत जिआंग्क्झी	४७	रेशीम मार्ग
१२	पोटाला पॅलेस तिबेट	२४	लॉगमेन ग्रोट्टोज	३६	वूटाय पर्वत शान्क्झी		

तक्ता ३.१: *चीनची जागतिक वारसा स्थळे*

स्रोत: युनेस्को जागतिक वारसा केंद्र, जुलै २०१४

क्रमांक	वारसा स्थळे	अनु क्र.	वारसा स्थळे	अनु क्र.	वारसा स्थळे	अनु क्र.	वारसा स्थळे
१	आग्र्याचा किल्ला	९	मानस वन्यजीव अभयारण्य	१७	सुंदरबन राष्ट्रीय उद्यान	२५	चंपानेर–पावागढ पुरातत्त्व उद्यान
२	अजिंठा गुहा	१०	गोव्यातील चर्च आणि आश्रमस्थान	१८	नंद देवी आणि व्हॅली ऑफ फ्लॉवर्स नॅशनल पार्क्स	२६	छत्रपति शिवाजी टर्मिनस, (पूर्वीचे व्हिक्टोरिया टर्मिनस)
३	एलोरा लेणी	११	फतेहपूर सिक्री	१९	सांची येथील बुद्ध स्मारक	२७	लाल किल्ल्याचा परिसर
४	ताज महाल	१२	हम्पीमधील पर्वतांचा समूह	२०	हूमायूनचा मकबरा, दिल्ली	२८	जंतर–मंतर जयपूर
५	महाबलीपुरम मधील पर्वतरांगा	१३	खजूराहो स्मारक समूह	२१	कुतुबमिनार आणि त्याचे स्मारक, दिल्ली	२९	पश्चिम घाट
६	सूर्य मंदिर कोणार्क	१४	घारापुरची लेणी	२२	भारतातील पर्वतीय रेल्वे	३०	राजस्थानातील डोंगरी किल्ले
७	काझिरंगा राष्ट्रीय उद्यान	१५	महान जीवित चोल मंदिरे	२३	बोधगया येथील महाबोधी मंदिर परिसर	३१	ग्रेट हिमालयन राष्ट्रीय उद्यान
८	केवलादेव राष्ट्रीय उद्यान	१६	पट्टदकल स्मारक समूह	२४	भीमबेटकाची दगडी आश्रयस्थाने	३२	गुजरातच्या पाटन येथील राणीची–वाव (द क्वीन्स स्टेपवेल)

तक्ता ३.२: *भारतातील जागतिक वारसा स्थळे*

स्रोत: युनेस्को जागतिक वारसा केंद्र, जुलै २०१४

अविकसित आहेत आणि सेवेचा दर्जा निकृष्ट आहे. याउलट, भारतीयांच्या मते, चीनमध्ये धर्माधारित ऐक्य नाही, तेथील धर्मनिरपेक्ष राष्ट्र काटेकोर स्वरूपाचे असून तेथे कडक राष्ट्रीय निर्बंध असतात. अशा प्रकारे, पर्यटनस्थळांची निवड करताना पर्यटक चोखंदळ असतात. तक्ता ३.५ मध्ये हे स्पष्ट होते. बहुतांश चिनी पर्यटक

वर्ष	*एकूण*	*व्यवसाय*	*पर्यटन*	*मित्र आणि नातेवाईक यांच्या भेटीसाठी गेलेले*	*इतर*
२०१२	६१.०२	२१.०९	१८.८	०.०९	२१.०४
२०११	६०.६५	२३.१५	१७.७५	०.०९	१९.६६
२०१०	५४.९३	१९.१६	१८.३७	०.०६	१७.३३
२००९	४४.८९	१२.९४	१६.६२	०.०५	१५.२९
२००८	४३.६६	१२.८४	१५.५२	०.००४५	१५.२६
२००७	४६.२४	१७.६४	१४.८१	०.००६५	१३.७२
२००६	४०.५१	१३.८६	१३.६५	०.०१५	१२.८४

तक्ता ३.३: *२००६–१२ या दरम्यान चीनमध्ये गेलेले भारतीय पर्यटक (दहा हजारांमध्ये)*

स्रोत: चिनी पर्यटन सांख्यिकी शब्दकोष

वर्ष	*एकूण*	*व्यवसाय*	*पर्यटन*	*मित्र आणि नातेवाईक यांच्या भेटीसाठी गेलेले*	*इतर*
२०१२	१६९,०००	१०८,८००	२५,४००	८६००	२६,२००
२०११	१४२,२००	९४,६००	१८,३००	८५००	२०,५००
२०१०	११९,५००	७१,७००	१२,७००	१३,३००	२१,९००
२००९	१००,२००	५०,५००	४१,६००	४१००	४००
२००८	९८,७००	१६,०००	८२,७००	०.००	०.००
२००७	८८,१००	२००	८७,९००	०.००	०.००
२००६	६२,३००	१००	६२,०००	०.००	२००

तक्ता ३.४: *२००६–१२ या दरम्यान चीनमध्ये गेलेले भारतीय पर्यटक (संपूर्ण आकडेवारीमध्ये)*

स्रोत: भारतीय पर्यटन सांख्यिकी (२००७, २००८, २००९, २०१०, २०११, २०१२)

	१	२	३	४	५	६	७	८	९	१०
चीन	हाँगकाँग	मकाऊ	कोरिया	तैवान	मलेशिया	जपान	थायलंड	अमेरिका	कंबोडिया	व्हिएतनाम
भारत	सौदी अरेबिया	थायलंड	सिंगापोर	कुवेत	मलेशिया	अमेरिका	चीन	चीन हाँगकाँग	यु.के.	नायजेरिया

तक्ता ३.५: *चिनी आणि भारतीय पर्यटकांची मनपसंत पर्यटन स्थळे अनुक्रमे*

स्रोत: सन २०११ मधील चिनी पर्यटन आणि भारतीय पर्यटन आकडेवारीवरील सरकारी परिपत्रक (२०१२).

पर्यटनासाठी हाँगकाँग, मकाऊ, जपान, दक्षिण कोरिया, आग्नेय आशियाई राष्ट्रे आणि युरोप तसेच अमेरिकेतील राष्ट्रांची निवड करतात; तर, भारतीय पर्यटक सौदी अरेबिया, कुवैत, थायलंड, सिंगापोर, मलेशिया, अमेरिका, चीन, हाँगकाँग आणि यूके या स्थळांना प्राधान्य देतात.

आदानप्रदान आणि संस्कृतीसंबंधी अडथळे

सांस्कृतिक भेदांमुळे भिन्न सांस्कृतिक पार्श्वभूमी, भाषिक वैविध्य, मूल्ये आणि सौंदर्यदृष्टीच्या प्रमाणातील फरक निर्माण होतो. यामुळे आदानप्रदान आणि अनुभूतीमध्ये अडथळा निर्माण होतो. यामुळे पर्यायाने पर्यटक आणि पर्यटनस्थळी वास्तव्य असणारे स्थानिक यांच्यात संपर्क होण्यात अडथळे निर्माण होतात. यामुळे प्रवासादरम्यान स्थानिक सौंदर्यस्थळांचा अनुभव पर्यटकांना प्राप्त होत नाही. भाषिक भिन्नता आणि सांस्कृतिक पार्श्वभूमीतील भेदांमुळे चीन-भारत आदानप्रदानामध्ये अडथळा निर्माण होतो.

सांस्कृतिक भेदांमुळे धार्मिक धारणा, रीतीरिवाज, पाककृती पद्धती, दैनंदिन आयुष्यातील निषिद्ध बाबी यांमध्येही फरक दिसून येतो. म्हणून, निवास, अन्न आणि सेवा यासंबंधीच्या गरजादेखील भिन्न असतात. उदाहरणार्थ, भात आणि नूडल्स हे चिनी पर्यटकांचे प्रमुख खाद्य आहे, उकळलेले गरम पाणी पिण्याची त्यांना सवय आहे; तर भारतीयांना चमचमीत शाकाहारी अन्न आणि थंड पेये आवडतात. तथापि, वस्तुतः, चिनी पर्यटन शहरांमध्ये काही भारतीय उपाहारगृहे आहेत. मात्र, एक शहरी भाग वगळता भारतीय उपाहारगृहे आढळत नाहीत (प्रशान्तम, २०१५). सांस्कृतिक भेदांमुळे येणाऱ्या विशिष्ट मागण्या पुरवताना, सेवा पुरवताना नाकी नऊ येतात. त्यामुळे पर्यटकांना सेवा देण्यात मोठ्या प्रमाणात अडथळे निर्माण होतात.

सांस्कृतिक भेदांची मोट कशी बांधावी?

चीन आणि भारत ही जगातील दाट लोकसंख्या असलेली आणि जेथील पर्यटन व्यवसायाची भरभराट होत आहे अशी दोन उदयोन्मुख राष्ट्रे आहेत. पर्यटनक्षेत्राची वाढती क्षमता लक्षात घेता, या क्षेत्रातील सहकार्यासाठी सांस्कृतिक भेद कसे हाताळावे, पारस्परिक कुतूहलाच्या स्थळांचा प्रसार कसा करावा, पर्यटनस्थळे व्यावसायिकदृष्ट्या कशी विकसित करावी, सेवा अधिक व्यापक करणे आणि पर्यटन व्यवसायाचा नेमका अंदाज घेणे, त्याबाबत काळजीपूर्वक अभ्यास करणे यासंबंधी प्रश्न निर्माण होतात. असे केल्याने, स्नेहपूर्ण संबंधांसाठी आणि राजकीय, आर्थिक, सांस्कृतिक सहकार्यासाठी दोन राष्ट्रांतील रहिवाशांची पर्यटनाच्या माध्यमातून मोट बांधता येईल. उपरोक्त सहकार्याबाबत अधिकाधिक सखोल विचार होणे आवश्यक आहे.

जागतिक सुखसोयी आणि पर्यटन विकासाच्या सामान्य नियमानुसार, राष्ट्राचे सरासरी स्थूल राष्ट्रीय उत्पन्न १,००० डॉलर्स ते ३,००० डॉलर्स या दरम्यान असते तेव्हा संपूर्ण राष्ट्रातील पर्यटनक्षेत्राचा झपाट्याने विकास होतो. हा अनुभव अमेरिकेमध्ये सन १९६०च्या दशकात, युरोपमध्ये सन १९७०च्या दशकात आणि जपानमध्ये सन १९८०च्या दशकात आला. गेल्या दहा वर्षांत चीन आणि भारत या दोन्ही राष्ट्रांत वेगाने आर्थिक विकास झाला आहे. वाढत्या राष्ट्रीय उत्पन्नामुळे दोन्ही राष्ट्रांनी जलद पर्यटन उपभोग टप्प्यात प्रवेश केला आहे. या पर्यटन बाजारपेठा क्रमशः १.३ अब्ज आणि १.२ अब्ज इतक्या लोकसंख्येच्या आहेत. उदाहरणार्थ, चीन आणि भारतातील परदेशी जाणाऱ्या पर्यटकांची संख्या २००६ साली क्रमशः ३४.५२३६ दशलक्ष आणि ८.३३९६ दशलक्ष एवढी होती २०१२ सालापर्यंत हा आकडा क्रमशः २० टक्के आणि १३ टक्के वार्षिक वाढीसह ८३.१८२७ दशलक्षआणि १४.९२४८ दशलक्षापर्यंत पोहोचला (तक्ता ३.६). अशा विशाल परदेशी पर्यटन बाजारपेठेमुळे पर्यटन क्षेत्रातील द्विपक्षीय सहकार्याच्या उज्ज्वल भविष्यास पोषक परिस्थिती निर्माण होते.

वर उल्लेख केल्याप्रमाणे, चीन-भारत पर्यटन सहकार्यात यश आले आहे. तथापि, दोन्ही राष्ट्रांमध्ये पर्यटनाची मागणी वाढत आहे हा सामान्य कल लक्षात घेतला तरी, सांस्कृतिक भेदांमुळे निर्माण झालेला नकारात्मक प्रभाव संबंधित राष्ट्रांच्या पर्यटकांच्या संख्येमध्ये विषमता दिसून येते. उदाहरणार्थ, चीनमधून भारतामध्ये येणाऱ्या पर्यटकांची संख्या आणि भारतामधून चीनमध्ये जाणाऱ्या पर्यटकांच्या संख्येचे प्रमाण हे त्यांच्या परदेशी जाणाऱ्या पर्यटकांच्या क्रमशः केवळ

वर्ष	*चीन*	*भारत*
२०१२	८३.१८२७	१४.९२४८
२०११	७०.२५	१३.९९४०
२०१०	५७.३८६५	१२.९८८०
२००९	४७.६५६३	११.०६६०
२००८	४५.८४४४	१०.८६७८
२००७	४०.९५४	९.७८३२
२००६	३४.५२३६	८.३३९६

तक्ता ३.६: *२००६-१२ दरम्यान चीन आणि भारत यांमधील परदेशी पर्यटकांची संख्या (दशलक्ष मध्ये)*

स्रोत: सन २०११ मधील चिनी पर्यटन आणि भारतीय पर्यटन आकडेवारीवरील सरकारी परिपत्रक (२०१२).

०.२ टक्के आणि ४ टक्के इतके आहे. म्हणजेच, परदेशी जाणाऱ्या ५०० चिनी पर्यटकांमध्ये केवळ १ पर्यटक पर्यटनस्थळ म्हणून भारताची निवड करतो; आणि परदेशी जाणाऱ्या २५ भारतीय पर्यटकांमध्ये केवळ एकजण चीनची निवड करतो. म्हणूनच, परदेशी पर्यटनाची व्यापक बाजारापेठ लक्षात घेता, चीन आणि भारतातील पर्यटन सहकार्यात वाढ होण्यासाठी सांस्कृतिक भेदांची जाणीवपूर्वक मोट बांधणे आवश्यक आहे.

सहकार्याची क्षेत्रे

पर्यटन विपणन

चीन किंवा भारताचे परस्परांबाबतचे आकलन योग्य नसेल, तर याचा परिणाम खचितच पर्यटन सहकार्यावर होईल (वॅन्ग झिऑइंग आणि नि झिॲकिन २००५). तथापि, दोन्ही राष्ट्रांचे परस्परांचे आकलन पुरेसे असेल, ते एकमेकांच्या संस्कृतीप्रती आदरभाव बाळगून असतील तर नेमके हेच भेद व्यापक अर्थाने त्यांच्या सहकार्यास उपयुक्त ठरतील. म्हणून, द्विपक्षीय पर्यटनाला चालना, विक्रीला चालना, आणि विनिमय या मार्गांनी दोन्ही राष्ट्रांचे परस्परांबाबतचे योग्य आकलन होण्यास मदत होईल. यासाठी विविध प्रकल्प हाती घेता येतील, पर्यटनसंबंधी प्रदर्शने, पर्यटनासंबंधी माहिती पुरवणाऱ्या बैठका, परस्पर परिचय बैठका, पर्यटन स्थळे, देशातील चालीरिती, धार्मिक धारणा यांसंबंधी जाहिरात करण्यासाठी तद्संबंधी वेबसाईट्सची निर्मिती हे काही प्रकल्प येथे नमूद करता येतील (कियू यॉघुई २००६). अशा पद्धतीने अडथळ्यांवर मात करून या राष्ट्रांतील पर्यटनाची लोकप्रियता वाढविणे शक्य आहे.

बाजाराभिमुखता

सांस्कृतिक भेदांमुळे परदेशी पर्यटकांना आकर्षित करणे शक्य आहे. या भेदांमुळेच पर्यटकांचे वर्तन आकारास येते. म्हणून, दोनही राष्ट्रांतील पर्यटन व्यवसायांतर्गत प्रथम हे सांस्कृतिक भेद समजून घेणे गरजेचे आहे. तद्नंतर, त्यांचे पर्यटन बाजाराभिमुख होण्यासाठी विकास योजना आखणे आवश्यक ठरेल. उदाहरणार्थ, बौद्धधम्म आणि योगशास्त्राची भूमी असलेला भारत चिनी पर्यटकांना आकर्षित करण्यासाठी 'बुद्ध टुरिझम पॅकेज' आणि 'योगा एक्सपिरियन्स पॅकेज' अशी जाहिरात करणे शक्य आहे; आणि रेशीम मार्गाचे उगमस्थान आणि आरामदायी पर्यटनास योग्य स्थळ म्हणून भारतीय पर्यटकांसाठी 'सिल्क रोड टुरिझम पॅकेज' आणि 'व्हेकेशन पॅकेज' अशी चीनने जाहिरात करणे शक्य आहे.

सेवेचा दर्जा उंचावणे

सांस्कृतिक भेदांमुळे धर्मश्रद्धा, पारंपरिक रीती, पाककृती पद्धती आणि दैनंदिन जीवनातील निषिद्ध बाबी; आणि त्याचप्रमाणे राहण्याची सोय, खाण्यापिण्याच्या आणि सेवेच्या विशिष्ट मागण्या याबाबतीत फरक जाणवतो. चीन आणि भारतातील पर्यटन उद्योगांनी परस्परांच्या सांस्कृतिक भेदांच्या आकलनाव्यतिरिक्त उपरोक्त संदर्भाने परस्परांच्या भेदांचा आदरही करणे आवश्यक ठरते. पर्यटकांचे स्वागत आदरातिथ्याने व्हायला हवे. उदाहरणार्थ, चिनी उपाहारगृहांमध्ये भारतीय पद्धतीचे आणि शाकाहारी जेवण पुरवले जावे; तसेच, चिनी जेवण, उकळलेले गरम पाणी, चिनी भाषेतून पर्यटक मार्गदर्शन आणि सेवा भारतीय उपाहारगृहांमध्ये उपलब्ध असावी.

आंतर-सांस्कृतिक आकलन आणि व्यावसायिक संधींचा शोध

सांस्कृतिक भेदांमुळे निर्माण होणारे अडथळे दूर करण्यासाठी सुसंवाद हा उत्तम मार्ग आहे. म्हणून, सांस्कृतिक विनिमय सुरळीत होण्याच्या दृष्टीने दोन्ही राष्ट्रांची संपर्क यंत्रणा तत्पर असणे आवश्यक आहे. चीन-भारतीय 'राष्ट्रीय वर्ष' किंवा 'पर्यटन वर्ष' यांसारखे प्रकल्प राबवून आंतर-सांस्कृतिक आकलनाला चालना देणे शक्य आहे. यायोगे विवक्षित राष्ट्रांतील संस्कृतींशी संबंधित कार्यक्रम राबवल्याने भारतीय आणि चिनी पर्यटकांना आकर्षित करणे शक्य होईल. अशा आंतर-सांस्कृतिक पर्यटन विनिमयामुळे दोन्ही राष्ट्रांना नव्या व्यावसायिक संधी खुल्या होतील, पर्यटनाच्या माध्यमातून भारत-चीन दरम्यान राजकीय, आर्थिक, सांस्कृतिक सहकार्याचे दृढीकरण होईल.

टिपा

१. आंतरराष्ट्रीय वर्ल्ड हेरिटेज प्रोग्राम अंतर्गत ही सूची केली आहे. वर्ल्ड हेरीटेज प्रोग्राम युनेस्को वर्ल्ड हेरिटेज कमिटी अंतर्गत सक्रिय असून यामध्ये २१ युनेस्को सदस्यराष्ट्रे समाविष्ट आहेत. ही राष्ट्रे सर्वसाधारण सभेने निवडली आहेत. अधिक तपशिलासाठी पहाः 'The World Heritage Committee', http://whc.unesco.org/en/committee/ (१९ जानेवारी २०१६ रोजीच्या माहितीनुसार).

२. जुलै २०१५ पर्यंत अद्ययावत.

संदर्भ

Chen Youyi. 2003. 'Influences of Ethnic Cultural Differences on Modern Sino-India Historical Endings.' *Guangxi Social Sciences.*36 Xiang Baoyun

Guo Hongji. 2011. 'Potential Influences of Cultural Elements on the Rising of Sino-India Economies.' *Gansu Theory Research.*

Hans Kung. 2006. *Tracing the Way: Spiritual Dimensions of the World Religions.* Continuum International Publishing Group.

Prashantham, S. 2015. 'China and India: Rivals and Friends?' *The Hindu.* http://www.thehindu.com/opinion/op-ed/prime-minister-narendra-modis-china-visit/article7231248.ece (accessed on 15 April 2015).

Qiu Yonghui. 2006. 'Sino-Indian Cultural Exchange against the Backdrop of Globalisation.' *Journal of Sichuan University (Social Science Edition).*

Wang Xiaoying and Ni Xiangqin. 2005. 'An Analysis of the Cooperation & Development between Sino-Indian Tourism Industry.' *South Asian Studies Quarterly.*

Yu Yifeng. 2000. 'An Initial Research of the Antinomy Paradox in Cultural Differences on Tourism.' *Hubei Journal of Adult Education College.*

४

भारत, चीन आणि पल्याड

सुव्यवस्थापनासाठी संस्कृती, नेतृत्व आणि मानव विकासाबाबत टागोरांचे आत्मभान

संजॉय मुखर्जी

उपोद्घात

तो काळच दुर्दैवी होता. सर्वनाशाच्या भयाण छायेने संपूर्ण जग काबीज केले होते. धुराचे लोण, क्षेपणास्त्रांची प्रखरता, बॉम्बचा कर्णकर्कश ध्वनी आणि झळ सोसणाऱ्या पीडितांच्या आक्रोशांनी धरती आणि आकाश व्यापले होते. दुसऱ्या महायुद्धाची धग युरोपसह इतरत्र पोहोचली होती.

शांतिनिकेतनमध्ये निवास असलेल्या टागोरांचा तो ८०वा आणि अखेरचा जन्मदिवस होता. त्यांच्या दृष्टीने मानवतेचा आत्मा हरवला होता. पाश्चिमात्य संस्कृती आणि सभ्यतेची शान मातीमोल झाली होती. कवी टागोर हताश झाले होते. भ्रमनिरास आणि दुःखाच्या प्रगाढ छायेत आशेचा अखेरचा किरण शोधताना टागोरांनी जणू मानवतेला उद्देशूनच मृत्यूपत्र लिहिले. 'सभ्यतांचा अरिष्टकाळ' असे त्याचे शीर्षक होते. त्यांच्या या सर्वश्रेष्ठ कलाकृतीचा शेवट त्यांनी पुढीलप्रमाणे केलाः

> युरोपाच्या हृदयातून सभ्यतेच्या वसंताला बहार येईल अशी एके काळी माझी धारणा होती. परंतु आज या जगाचा निरोप घेताना त्या धारणेचा मी त्याग केला आहे. मी भोवताली मानी सभ्यतांची पडझड पाहतो आहे. या सभ्यता म्हणजे जणू निरर्थकतेचे मातीमोल ढिगारे भासतात. तरीही मी माणसावरील विश्वास घालवून बसण्याचे गंभीर पापकृत्य करणार नाही. मी पुनश्च तांबडं फुटण्याची वाट पाहीन. मानवेतिहासाच्या एका पानावर विध्वंस विराम घेईल आणि सेवाभाव आणि त्यागभावनेच्या हेतूने सर्वत्र सुकाळाची नांदी होईल अशा घडीची मी वाट पाहीन. कदाचित आशेचा तो किरण या क्षितिजाकडून येईल, प्राचीवर अरुणोदय होईल (टागोर १९९६, ७२६).

विषयप्रवेश

सन २००८च्या आर्थिक मंदीमुळे पाश्चिमात्य जगतामध्ये, विशेषतः अमेरिका आणि युरोपमध्ये देखील उलथापालथ झाली. त्याचे पडसाद अजूनही सदृश आहेत. याचे

हादरे आणि धग भारत आणि चीनपर्यंत देखील पोहोचली. परंतु, या आशियाई अर्थव्यवस्थांना त्यातून सावरण्यासाठी लागणारा कालावधी तुलनेने बराच कमी होता. या दोन्ही प्राचीन संस्कृती आणि सभ्यतांची प्रबलता आणि काटकपणा ही याची मुख्य कारणे होती. भारत आणि चीनच्या परस्पराधारित उन्नतीसाठी भविष्यातील आंतरसांस्कृतिक दृष्टिकोनाचे महत्त्व प्रस्तुत प्रकरणात अधोरेखित केले आहे. यामुळे दोन राष्ट्रांतील संबंध दृढ होतील. शिवाय, जागतिक प्रतलावर आर्थिक नेतृत्वासाठी आवश्यक एका समृद्ध सांस्कृतिक प्रदेशाची निर्मिती होईल. या संदर्भात, प्रस्तुत प्रकरणात सर्वप्रथम नोबेल विजेते भारतीय कवी रवींद्रनाथ टागोर यांच्या जीवन आणि लेखननोंदींतील आत्मभानाचा शोध आणि बोध सादर केला आहे. विशेषकरून, भारत-चीन यांच्यामध्ये परस्पर आकलन आणि शिक्षण, संस्कृती या क्षेत्रांत सहयोग असावा याबाबत टागोर आग्रही होते ही बाब अधोरेखित केली आहे. पश्चिम बंगाल येथील शांतिनिकेतनमधील विश्वभारती विद्यापीठात चीन भवनाच्या निर्माणाबाबत देखील टागोर सातत्याने प्रयत्नशील होते. हे प्रकरण म्हणजे टागोरांचे जीवन आणि त्यांचा जागतिक संपर्क आणि जगभरातील पत्रव्यवहार यावर आधारित गुणात्मक आढावा आहे. भारत-चीन संबंधांना चालना देण्याच्या दिशेने टागोरांच्या योगदानावर आधारित आशियातील मानवतावाद अधोरेखित करणे हा प्रस्तुत लेखाचा प्रमुख हेतू आहे. टागोरांच्या मते, भारत-चीन सहकार्यामुळे पाश्चिमात्य भांडवलवादाचे आक्रमण आणि तदोत्पन्न व्यवस्थापन अभ्यासाचे प्रभावी प्रारूप या बाबींचा सामना करणे शक्य होईल. तदनंतर टागोरांच्या आत्मभानातून धडे घेऊन आणि शिक्षणाच्या अनुभवावरून आधुनिक व्यवस्थापन प्रारूपाचा पर्यायी रूपबंध उत्क्रांत होईल. त्यातून या व्यवस्थापनाचे घटक आणि अध्यापनशास्त्र परिवर्तीत होऊन मानव, संस्था आणि व्यापक अर्थाने जीवसृष्टीच्या शाश्वततेची हमी मिळेल.

जगभरातील अनेक सभ्यतांमध्ये सांस्कृतिक मिलाफ पाहायला मिळतो. मात्र, चीन-भारत समन्वयाचे एक विवक्षित लक्षण आहे. भारत-चीन सांस्कृतिक संबंधांना जवळजवळ २००० वर्षांची पार्श्वभूमी आहे. परस्परसंबंधांच्या या कालावधीमध्ये दोनही सभ्यतांनी परस्परांप्रती सद्भावना आणि भिन्न क्षेत्रांतील आकलनात भर घातली आहे. या दोन महान राष्ट्रांमधील सांस्कृतिक आदानप्रदान हा एक वेधक अभ्यासविषय आहे. भारत आणि चीन या दोन श्रेष्ठ सभ्यता असून त्यांना प्रदीर्घ इतिहास आहे. धर्मराक्षस, कश्यप, मातंग आणि इतरही अनेक भारतीय ऋषिमुनींनी अनेकदा चीनला भेट दिली. त्याचप्रमाणे, झुआन झांग, फा झियान, यी जिंग आणि इतर चिनी साधू बुद्ध लेखननोंदींच्या शोधात भारतात आले.

प्रस्तुत प्रकरणात सामाजिक बांधीलकीप्रती टागोरांचे महत्त्वपूर्ण योगदान मार्मिक पद्धतीने समजून घेण्याचा प्रयत्न केला आहे. या माहिती समुच्चयामुळे भविष्यवेधी

कल्पनांचे एक चित्रबंध साकारते. तसेच, भारत आणि चिनी सभ्यतांची मूळची परिपक्वता आणि बौद्धिक संवेदनशीलता पाश्चिमात्य भांडवलवाद आणि तदोत्पन्न शिक्षण व्यवस्थेला आव्हान देणारी आहे याबाबतचा परिप्रेक्ष्यदेखील प्रस्तुत प्रकरणात मांडला आहे. संपर्क आणि मानव-पर्यावरण सुसंवादावर आधारित पर्यायी शिक्षण प्रारूपाची टागोरांची आदर्श कल्पना आशियासाठी नक्कीच स्फूर्तिस्थान ठरेल. टागोरांच्या पर्यायी शिक्षण रूपबंधाच्या निमित्ताने व्यवस्थापन शिक्षणाला मानवी स्पर्श होईल ही शक्यता नाकारता येत नाही. या रूपबंधाची काही उल्लेखनीय वैशिष्ट्ये आहेतः आदर्श प्रतिमा म्हणून निसर्ग आणि गुरूशी जिव्हाळ्याची बांधीलकी; वर्तनापेक्षा चारित्र्यावर अधिक भर; सामाईक जीवनपद्धतीला चालना; विवेकाच्या पल्याड जाऊन अभिरुची विकसित करणे; कामाची संकल्पना एकसुरीपणाकडून अत्यानंद आणि स्वातंत्र्यानुभूतीकडे नेणे; भिन्न पातळ्यांवर मानवी क्षमतांचे वर्धन आणि तृणमूल पातळीवरील आणि जागतिक स्तरावरील संवेदनशीलता जागृत करणे. चिनी-भारतीय संस्कृतींचा समन्वयदेखील येथे अधोरेखित केला आहे. असे करताना, भारतीय आणि चिनी सभ्यतांचा आणि सर्वसामान्य शिक्षित लोकांचा सखोल अभ्यास करण्यासाठी टागोरांच्या धर्मनिरपेक्ष कल्पनांवर भर दिला आहे.

तद्नंतर, प्रस्तुत प्रकरण टागोरांनी नमूद केलेल्या अलौकिक नेतृत्वाच्या अनिवार्यतेवर प्रकाश टाकते. संकटसमयी असे आध्यात्मिकदृष्ट्या प्रगल्भ नेतृत्व टागोरांना निर्णायक वाटत असे. प्रस्तुत प्रकरण नेतृत्व, उद्योजकांचा सामाजिक सहभाग आणि मानवी विकास यांमध्ये पुढाकार घेत गांभीर्याने काम करणाऱ्या आधुनिक संस्थांसाठी नेतृत्व, नवोन्मेष, सामूहिक विकासाची व्यावहारिक प्रतलावर काही पर्यायी प्रारूपे प्रस्तुत करते. यासाठी टागोरांचे तत्त्वज्ञान आणि विवेकदृष्टीचा आधार घेतला आहे.

जगभर प्रवास करून वैश्विक मानवतेचा संदेश देणाऱ्या रवींद्रनाथ टागोर यांना श्रद्धांजलीपर हे प्रकरण आहे. चीन आणि भारत या श्रेष्ठ राष्ट्रांच्या परस्परसंबंधांचा गाभा म्हणून प्रेम आणि वैश्विक बंधुभावाचे सत्व जागृत करणे हा त्यांच्या चीन भेटीचा प्रमुख हेतू होता. टागोरांच्या पहिल्या आणि अविस्मरणीय शांघाय भेटीचे हे ९० वे स्मृतिवर्ष आहे.

उद्दिष्टे

उपरोक्त नोंदींवर आधारित प्रस्तुत प्रकरणाच्या उद्दिष्टांची त्रिसूत्री पुढीलप्रमाणे आहेः

- भारत-चीन आंतरसांस्कृतिक आकलन आणि या राष्ट्रांनी प्रभावी आणि पर्यायी आर्थिक नेतृत्व म्हणून उदयाला येण्यासाठी आवश्यक समन्वय

या बाबींचे महत्त्व अधोरेखित केले आहे. असे प्रभावी आणि जगावेगळे आशियाई आविष्करण पाश्चिमात्य भांडवलवादाला आव्हानात्मक प्रतिसाद असेल.

- संस्कृती आणि सभ्यतेवर आधारित भारत-चीन संबंधांना चालना देण्याच्या दिशेने नोबेल विजेते कवी रवींद्रनाथ टागोर यांचे अमूल्य योगदान प्रस्तुत करणे आणि त्याची मीमांसा करणे.
- भविष्यात कार्यपद्धती ही मानवस्वभावावर आणि समावेशक तत्त्वांवर आधारित असावी याबाबत टागोरांचे आत्मभान आणि प्रयोगांच्या अनुषंगाने आधुनिक व्यवस्थापन आणि नेतृत्वासाठी आवश्यक धडे आदान म्हणून घेणे.

टागोरांची समकालीन समयोचितता

भारत-चीन परस्परसंबंध आणि आकलनाचे दृढीकरण, आधुनिक शिक्षण, विशेषतः व्यवस्थापन शिक्षणामध्ये पर्यायी रूपबंध निर्माण करणे या अनुषंगाने एक प्रश्न उपस्थित होतो. जागतिकीकरण आणि तंत्रज्ञान समृद्धीच्या कालखंडात रवींद्रनाथ टागोर यांच्यासारख्या कवी आणि तत्त्वज्ञाची समयोचितता काय? उपरोक्त प्रश्नाचा धांडोळा घेताना पुढील काही मुद्दे अधोरेखित केले आहेत.

- टागोर प्राथम्याने कवी असले तरी, प्राचीन भारतीय साहित्य म्हणता येईल अशा उपनिषदांमुळे बाल्यावस्थेपासून त्यांचे आत्मभान अधिकाधिक तीक्ष्ण होत होते. उपनिषदांमध्ये नमूद संदेश म्हणजे केवळ बौद्धिक विचारमंथन किंवा युक्तिवादाचे फलित नव्हते, तर भारतीय ऋषिमुनींची स्व-जाणीव आणि सत्याचे भान त्यात प्रतिबिंबित होते. हे एक प्रकारे भारतीय लोकबंध आणि संस्कृतीचे सार आहे. या आत्मभानाचा प्रसार जगभर झाला होता. त्याचा प्रभाव आणि समयोचितता सर्वत्र समान होती. श्वेतश्वतर उपनिषदातील सर्ग २, ऋचा ५ ची सुरुवातच *श्रुण्वन्तू विश्वे अमृतस्य पुतः* अशी आहे. म्हणजेच, हे साधूमुनी केवळ भारतीयांना नव्हे तर, जागतिक व्यक्तिसमुदायाला संबोधित करत होते. टागोरांच्या शिक्षण आणि मानव विकासावरील विचारांचा धागा उपनिषदांमध्ये सापडतो. या विचारांची वैश्विक साद विश्वभारती या नामकरणात दृग्गोचर आहे. यामधील 'विश्व' जागतिक साद आणि 'भारती' भारतीय मूलसूत्र अधोरेखित करते. 'एकोप्याने राहणे ही माणसाची मनीषा आणि क्षमतादेखील असते यातूनच मानवतावाद जन्माला येतो. यावर आधारित विश्वभारती हा जागतिक समाजाचा जगावेगळा आविष्कार आहे' (दास गुप्ता २०११, ७१).

विशेषतः भारत-चीन संबंधांच्या संदर्भात, टागोरांनी चिनी संस्कृतीचे सहानुभूतीपूर्वक गोडवे गायले. त्यांच्या घडणीच्या कालखंडात चीनला भेट दिलेल्या पूर्वजांचा वारसा त्यांना लाभला होता. तथापि, नोबेल विजेते अर्थतज्ज्ञ आणि तत्त्वज्ञ अमर्त्य सेन यांनी नमूद केल्याप्रमाणे, 'पाश्चिमात्य जगताच्या प्राधान्यांमध्ये काहीतरी गूढ अपूर्णत्व आहे याबाबत कवींची खात्री होती. ही नेमकी उणीव भरून काढण्यासाठी भारत आणि चीन येथील पौर्वात्य विचार विधायक योगदान देण्यास पात्र होता' (सेन २०११, ४). आशियाचा दबदबा प्रस्थापित होण्यासाठी टागोर प्रयत्नशील होते. पाश्चिमात्य भौतिकतावाद आणि प्रखरतेचा सामना करण्यासाठी मानवतावादाचे तत्त्वज्ञान आधारभूत ठरणार होते. या अनुषंगाने, सन १९१६ मधील टोकियो इम्पेरियल युनिव्हर्सिटी येथील व्याख्यानात त्यांनी प्रखर वक्तव्य केले. त्यायोगे पाश्चिमात्य संस्कृती आणि सभ्यतेची मूलभूतता यांना आव्हान देण्यात आले.

> प्राचीन ग्रीसचा दिवा आता मालवला आहे. रोमचा प्रभाव विस्तीर्ण साम्राज्याच्या अवशेषांखाली पुरला गेला आहे. परंतु, समाज आणि आध्यात्मिक मानवी आदर्शांवर आधारित भारत आणि चीन येथील संस्कृती अजूनही जीवित आहेत (दास गुप्ता २००९, २४६).

त्यांच्या चीनमधील व्याख्यानांच्या दरम्यान या टीकेने अधिकच तीव्र रूप धारण केले. ही टीका टोकदार झाली. 'या जगातील एखादे राष्ट्र एकाच वेळी भौतिकतावादी आणि श्रेष्ठ असू शकते यावर मी विश्वास ठेऊ शकत नाही... भौतिकवाद सीमित स्वरूपाचा असून तो मानणारे लोक सुखोपभोगाचा आणि संपत्ती जतन हक्काचा दावा करतात' (टागोर २००९, ७७). या टीकेनंतर त्यांनी आशियाचा दबदबा प्रस्थापित व्हावा असा पर्याय सुचवला: 'पूर्णत्वाकडे वाटचाल करण्यात खरा आनंद आहे. हे पूर्णत्व लौकिकतेच्या वृद्धीने नव्हे तर त्याच्या त्यागाने साध्य होणार आहे' (तत्रैव, १५१). चीन येथील त्यांच्या सर्व व्याख्यानांद्वारे आशियामध्ये बळ एकवटण्यासाठी वैचारिक आणि काल्पनिक पातळीवर ते एक प्रकारे युद्धच छेडत होते.

> आशियाचे बळ ऐक्य, सचोटीवरील अढळ श्रद्धा यामध्ये आहे हे आपण जाणले पाहिजे. विलगतेच्या किंवा स्वार्थाच्या भावनेने हे बळ साध्य होणार नाही... आशियामध्ये आपण सर्वांनी तांत्रिकदृष्ट्या केवळ औपचारिकता म्हणून संघटित होऊ नये तर, सहानुभूतीच्या आधारे एकत्र यावे. यंत्रांची संघटित ताकद आपल्यावर वार करून आपला नाश करण्यास सज्ज आहे,

> यातून बाहेर पडण्यासाठी आत्मबळ आवश्यक आहे. यासाठी संख्यात्मक नव्हे, तर गुणात्मक एकीकरण आवश्यक आहे (तत्रैव, ५१).

पौर्वात्य राष्ट्रांचा वट प्रस्थापित झाल्यास सर्वत्र प्रभावी सुसंस्कृतता नांदेल यावर त्यांची अढळ श्रद्धा होती.

> पौर्वात्य जग जागृत झाल्याने आपण आपल्या संस्कृतीचे महत्त्व आणि वैश्विक ठसा नव्याने जाणून घेण्यास प्रवृत्त होऊ. त्या संस्कृतीच्या वाटचालीत आलेले अडथळे नाहीसे करणे, तीमध्ये कुंठितावस्थेमुळे आलेले दोष काढून टाकणे आणि सर्व मानव वंशांतील संपर्काचा हा मार्ग खुला करणे हे आपण जाणीवपूर्वक केले पाहिजे. (दास १९९९, ९९)

अशा प्रकारे, भारत-चीन स्नेहसंबंधांबाबत टागोरांना कायमच तळमळ होती. चीन भवनाच्या निर्माणात ती दृग्गोचर होते. त्यांच्या विद्यापीठातील चीन भवन म्हणजे या स्नेहसंबंधांचे दृढीकरण आणि जोपासनेचे प्रतीक आहे. याबाबतचा तपशील प्रस्तुत प्रकरणात पुढे आला आहे.

- विसाव्या शतकामध्ये, टागोर सर्वकष मानव विकासासाठी सर्वांगीण शिक्षणाचे समर्थक होते. त्यांची ही दूरदृष्टी सत्यात उतरवण्यासाठी त्यांनी कंटाळवाण्या कलकत्ता शहरापासून दूरवर निसर्गाच्या सान्निध्यात विद्यापीठाची स्थापना केली. कलकत्त्यातील शालेय जीवनाचा टागोरांचा स्वानुभव फारसा बरा नव्हता. घोकंपट्टीची कंटाळवाणी पद्धत त्यांना भावली नाही. त्यांच्या मते, अशी पद्धत अर्थहीन आणि अचेतन होती. औपचारिक शिक्षणाशी संबंधित त्यांच्या काही निराशाजनक स्मृती येथे नोंदवल्या आहेत. त्यांच्या मते, औपचारिक शिक्षणामुळे केवळ माहितीचा साठा होतो आणि ही माहिती केवळ ऐहिक उपभोगासाठी वापरावी असे अभिप्रेत असते.

> एखाद्या बालकाचे आयुष्य शिक्षणनामक कारखान्यात आणले जाते. येथील वातावरण अचेतन, रंगहीन असते. चार भिंतींतील हे जग सून्न असून वैश्विकतेपासून विलग आहे. जगामध्ये आनंदाने विहार करण्याच्या परमेश्वरदत्त देणगीसह आपण जन्माला आलो. मात्र, शिस्तरूपी दडपणाने हा आनंद जेरबंद केला. जणू तो आनंद डांबूनच ठेवला आहे. यामुळे बालमनाची सर्जनशीलता खुंटली. खरेतर बालमन सतत चंचल आणि सजग असते, निसर्गाकडून प्रत्यक्ष भरभरून ज्ञान घेण्यास आतुर असते. मात्र, आपण एखाद्या संग्रहालयातील नमुन्यांप्रमाणे शिथिल बसून राहतो आणि त्या अवस्थेत शिक्षणाच्या धड्यांचा आपल्यावर मारा केला

जातो... आणि निसर्गह्रदयातून वाहणारा कल्पनांचा चिरंतन झरा मात्र आपल्या मनाला गवसत नाही (टागोर, २००९, ८७-८८).

व्यवस्थापन शिक्षणातील अगदी अलीकडच्या काही घडामोडींचा आढावा घेतला असता, त्यामध्ये टागोरप्रणीत विचारांतील समान सूत्र आढळते. रूढार्थाने प्रचलित शिक्षण पद्धतीकडून सचेतन शिक्षणपद्धतीकडील वाटचाल हे ते समान सूत्र होय. अशा अध्ययन पद्धतीमध्ये शिक्षकांना देखील विद्यार्थ्यांसह संवाद साधताना विद्यार्थीच होणे भाग पडते. व्यवस्थापन शिक्षणाची उपरोक्त पद्धत निर्माण होण्यास स्नेहीजनभाव असलेला आणि सरधोपट पद्धतीचा भांडवलवाद जबाबदार आहे. यंत्रातून एखादे उत्पादन बाहेर पडावे तसे यातून विद्यार्थी बाहेर पडतात. असे विद्यार्थी केवळ कारकीर्द घडवणे, भौतिकवाद आणि उपभोक्तावाद यांबाबत आग्रही असतात. यामुळेच जगभरातील विवेकी अभ्यासक, उद्योजक आणि सल्लागारांना व्यवस्थापनाचा पर्यायी रूपबंध शोधण्याची गरज भासली. व्यवस्थापन शिक्षण आणि कृतीमध्ये कामाचा अर्थ, जगण्याचे उद्दिष्ट, प्रेरणादायी नेतृत्व, उद्योजकांचे सामाजिक दायित्व, निसर्ग आणि पर्यावरणाबाबतची जाणीव, नीतिमूल्यांप्रती बांधीलकी यांबाबत शोध घेण्याची गरज भासली. जगभरातील प्रेरणादायी नेते इतिहास, साहित्य, चरित्र, पौर्वात्य ज्ञानातून शिक्षणाचे पर्यायी स्रोत आणि पद्धती शोधण्याचा प्रयत्न करत आहेत. हे रचनाबद्ध व्यवस्थापन साहित्य आणि अभ्यासक्रमाच्या परिघापलीकडले आहे. टागोरांचे जीवन, आत्मभान, व्यासंग आणि शिक्षणसंबंधी प्रयोग समकालीन व्यवस्थापन शिक्षणाच्या अनुषंगाने अधिकाधिक प्रसंगोचित ठरतो. यामुळे भांडवलवादाचा प्रभाव नाहीसा होऊन व्यवस्थापन शिक्षणपद्धती सजीव आणि अधिक आनंददायी होईल, त्याला मानवतेची छटा असेल.

भारत आणि चीन दरम्यान स्नेहभाव प्रस्थापित करणे आणि त्याची जपणूक करणे या संदर्भातील टागोरांचे योगदान प्रस्तुत प्रकरणात इथून पुढे नमूद केले आहे. त्यांच्या या प्रयत्नांमुळे पाश्चिमात्य भांडवलवाद आणि आक्रमक भौतिकवादाच्या प्रतिकारार्थ आशियाचा वट प्रस्थापित करणे शक्य होईल यावरही प्रकाश टाकला आहे.

टागोर आणि भारत-चीन मैत्रभाव

चीन भेटीदरम्यान टागोरांची व्याख्याने आणि विश्वभारती या शैक्षणिक प्रयोगामध्ये त्यांनी केलेला चिनी संस्कृती आणि ज्ञानाचा वापर यावरून रवींद्रनाथ टागोरांच्या मनात चीनविषयी आपुलकी होती हे लक्षात येते. पश्चिम बंगालमधील बीरभूम

जिल्ह्यात त्यांनी निर्माण केलेले उच्च शिक्षणाचे केंद्र आणि जगावेगळे विद्यापीठ विश्वभारती म्हणून ओळखले जाते. टागोर द्रष्टे आणि भविष्यलक्षी होते. सांस्कृतिक नेतृत्व आणि बंधुत्वाच्या भावनेद्वारे चीन आणि भारताची उन्नती होईल या दूरदृष्टीच्या आधारे त्यांनी भारत-चीन मैत्रीसाठी प्रयत्न केले.

चिनी आणि भारतीय संस्कृतीचे ऐतिहासिक योगदान अधोरेखित करण्यात टागोरांची प्रमुख भूमिका होती. तसेच, भारत आणि चीन या दोन्ही राष्ट्रांचे उदात्त ध्येयाप्रती पुनरुत्थान व्हावे याबाबत ते आग्रही होते. लोकप्रिय चिनी चित्रकार जू बिहोंग यांचे शांतिनिकेतनमध्ये स्वागत करताना, टागोरांनी पुनश्च नमूद केले की, 'एखाद्या संस्कृतीचे पुनरुत्थान सत्तेचा विनाकारण पाठलाग केल्याने होत नाही' तर 'गाभामूत संस्कृतीच्या केंद्रस्थानी असलेल्या संस्कृतीच्या पुनरुज्जीवनामुळे होते'. भारत आणि चीनने पूर्वी असे केले आहे असे त्यांना वाटत होते. त्यांच्या मते 'त्यांनी प्रबोधनाची पहाट एकत्रच अनुभवली आहे' (टॅन चुआंग २०११, xxiii). या दोन्ही राष्ट्रांमध्ये सगोत्र संबंध निर्माण होतील अशा टप्प्याची टागोर वाट पाहत होते. भारत आणि चीन ही ऐतिहासिक पौर्वात्य बलस्थाने असून ती अंधकारमय युगात प्रवेश करण्यापासून आपला बचाव करण्यात महत्त्वपूर्ण भूमिका बजावतील असा पुनरुच्चार त्यांनी केला (टागोर १९९६, ८५०). टागोरांच्या मनात चुकचुकलेली पाल अपशकुन म्हणून आज दृश्य आहे. पाश्चिमात्य जगताने मानवी सभ्यतेच्या नावाखाली वैश्विक पातळीवर केलेले सांस्कृतिक एकजिनसीकरण आणि आर्थिक वसाहतीकरण भयावह आहे.

आधुनिक कालखंडात भारत-चीन बंधुत्व ही टागोरांची दूरदृष्टी होती. ते भारतीय होते. त्यांच्या विचारांची मूस मात्र आंतरराष्ट्रीय होती. टागोरांची नीती भविष्याभिमुख होती. व्यक्ती म्हणजे विभिन्न सभ्यतांचे प्रतीकात्मक रूप आहे असे ते मानत असत. भारत-चीन या प्राचीन सभ्यता आणि संस्कृतींतील परस्परपोषक संबंधांवर भर देणाऱ्या ज्ञानी भारतीय विचारकांमधील ते पहिले विचारक होते. दोनही राष्ट्रे आणि तेथील स्थानिकांमध्ये सद्भावी आणि आंतरसांस्कृतिक संबंधांना चालना देण्यास ते आग्रही होते. त्यांनी चीन-भारत सांस्कृतिक समाज आणि त्यानंतर शांतिनिकेतन विद्यापीठामध्ये चीन भवननामक चिनी विभाग स्थापन केला. यामधून त्यांचा उपरोक्त पवित्रा स्पष्ट होतो.

चीन येथील भारत तज्ज्ञ जी जियानलीन यांना भारत सरकारने पद्मभूषण देऊन सन्मानित केले होते. भारत-चीन मैत्रीचे द्योतक म्हणून त्यांनी टागोरांची प्रशंसा केली होती. टागोर आणि त्यांच्या चीन भेटीबाबत त्यांनी पुढील उद्गार काढलेः सन १९२४ मध्ये श्रेष्ठ देशभक्त, आधुनिक भारतीय कवी टागोर यांनी चीनला भेट दिली. त्या काळी ही घटना उल्लेखनीय मानली गेली (वांग शुयिंग २००६, २८९). ते पुढे

म्हणतातः 'टागोरांनी चीनला भेट दिली. अभ्यासक आणि कलाकारांना भारतातही निमंत्रणे दिली. भारत आणि चीन दरम्यान आदानप्रदान दृढ व्हावे हा त्यामागील हेतू होता. अशा भेटींमुळे दोन राष्ट्रांदरम्यान मैत्रीची बीजे रोवली गेली. त्या बीजरूपी मैत्रीला आलेला बहर आजही दृश्य आहे' (जी जियानलीन १९६६, १८१).

चीन भेटीच्या निमंत्रणाला टागोरदेखील आत्मीयतेने प्रतिसाद देत असत. चीनला जाण्यापूर्वी त्यांनी प्रसारमाध्यमांना सांगितलेः 'मला चीनचे निमंत्रण मिळाले तेव्हा ते जणू भारताचेच निमंत्रण आहे असे मला वाटले. भारतभूचा विनयशील पुत्र म्हणून मी हे निमंत्रण स्वीकारायलाच हवे.' ते पुढे म्हणालेः 'या भेटीमुळे भारत-चीन दरम्यानचे सांस्कृतिक आणि आध्यात्मिक संबंध पुनश्च प्रस्थापित होतील अशी मला आशा आहे' (हे १९७०, १४५).

भारत आणि चीनचा हजारो वर्षे जुना आध्यात्मिक आणि सांस्कृतिक वारसा बीजिंग नॉर्मल युनिव्हर्सिटीतील पेकिंग येथील युनिव्हर्सिटीस असोसिएशनचे अध्यक्ष लियांग ची चाओ यांनीही त्यांच्या व्याख्यानात अधोरेखित केला. तद्नंतर हे व्याख्यान *रवींद्रनाथ टागोरः टॉक्स इन चायना* या पुस्तकाची प्रस्तावना (अनुवादकः टॅन चुंग) म्हणून घेण्यात आले. हे पुस्तक भारतामध्ये सन १९२४, सन १९२५ आणि नंतर सन १९९९ मध्ये प्रकाशित करण्यात आले. यातील उल्लेख खचितच विस्मयकारक होतेः

> भौगोलिक आणि स्वाभाविकदृष्ट्या भारत आणि चीन म्हणजे जुळी भावंडं आहेत. सर्वाधिक सुसंस्कृत वंश सक्रिय होण्यापूर्वीच आम्ही भावंडांनी संपूर्ण मानवजातीला सतावणाऱ्या गंभीर समस्यांचा परामर्श घेतला होता. मानवतेच्या हितार्थ आम्ही बरेच काही साध्य केले होते. भारत आमच्यापेक्षा बराच पुढे होता आणि आम्ही त्याचेच अनुसरण केले (दास १९९९, xi).

टागोरांनी देखील त्यांच्या व्याख्यानामध्ये चिनी संस्कृतीचे गोडवे गायलेः 'आत्मिक विश्वासावर आधारित सामाजिक जीवनाने तुमच्या संस्कृतीचे संगोपन केले आहे. तुमचा वंश दीर्घकाळ अस्तित्वात आहे. केवळ बळावर नव्हे तर चांगुलपणावर असलेल्या विश्वासामुळे तुमचे ज्ञान जतन झाले आहे. यामुळेच तुमचा इतिहास वैभवशाली आहे' (राव २०११, xi).

सन १९५६च्या शांतिनिकेतन भेटीदरम्यान, चिनी गणतंत्राचे प्रमुख, झोऊ एनलाई यांनीही टागोरांची थोरवी गायली. ते देसीकोत्तम पुरस्काराचे औचित्य होते. राष्ट्रीय अथवा वैश्विक लौकिकाच्या व्यक्तीचा विश्वभारतीतर्फे करण्यात येणारा हा सर्वांत श्रेष्ठ सन्मान होता. 'चिनी लोकांनी टागोरांना अत्यंत मृदूभावनेने आपल्या हृदयात जतन केले आहे. त्यांच्याप्रती टागोरांच्या मनातील प्रेमळभाव ते कधीही विसरू शकणार नाहीत' (राव २०११, xii).

भारत-चीन परस्परसंबंध आणि सभ्यतांच्या दृष्टीने या राष्ट्रांमध्ये तात्त्विक आणि आध्यात्मिक संवाद घडवून आणण्यासाठी स्वतंत्र भारताचे पहिले पंतप्रधान जवाहरलाल नेहरू यांच्यावर टागोरांचा मोठ्या प्रमाणात आध्यात्मिक प्रभाव होता. हेच पंचशील (शांततापूर्ण सहनिवासासाठी पाच तत्त्वे) साठी प्रेरणास्थान होते. टागोरांच्या चीन भेटीमुळे चिनी अभ्यासवर्गाची भारताकडे पाहण्याची दृष्टी निर्दोष झाली. आशियाला, म्हणजेच, पौर्वात्य संस्कृती आणि सभ्याता चित्रित करण्याच्या त्यांच्या तळमळीची अनेकांनी प्रशंसा केली. हिंसा आणि युद्धाच्या कालखंडात टागोरांनी जगाला परस्पर कल्याण आणि परस्परपूरक हितसंबंध आणि क्षमतांची जाणीव करून दिली. त्यांच्या मते, हजारो वर्षांपासून भारत आणि चीन दरम्यान अशी परस्परपूरकता अस्तित्वात होती. उदाहरणार्थ, आठव्या शतकातील भारतीय खगोलशास्त्रज्ञ गौतम सिद्धार्थ यांना चीन येथील खगोलशास्त्र मंडळाचे अध्यक्षपद बहाल करण्यात आले. दुर्मीळ द्रष्टे नेते आणि सदैव भविष्यलक्षी विचार करणारे टागोर भारत-चीन द्विपक्षीय संबंध राजकीय आणि आर्थिक परिघापलीकडे जावेत या दृष्टीने काही बाबींचे समर्थन करत होते. सभ्यतांच्या ज्ञानाला वाचा फोडणे, सामाईक सांस्कृतिक वारसा आणि भारत-चीन दृढ मैत्री या त्या बाबी होत. *वसुधैव कुटुंबकम्* ही भारतीय संकल्पना आणि *शिजेडॅटोंग* (उच्च सुसंवादी जग) ही चिनी कल्पना या दोहोंच्या मिलाफाने ही मैत्री संस्कारित होईल.

सन १९२४ मधील टागोरांच्या चीन भेटीबाबत, विशेषतः, क्रांतिकारी आणि संतप्त चिनी युवावर्गामध्ये, मिश्र प्रतिक्रिया येणे शक्य होते. मात्र, व्यापकार्थाने या भेटीचे अतीव महत्त्व आणि त्याबाबतचा सकारात्मक अभिप्राय दुर्लक्षित करून चालणार नाही. सॉंग राजवटीनंतरच्या कालखंडात म्लान होत जाणारे भारत-चीन मैत्र या भेटीमुळे पुनरुज्जीवित झाले. टागोर हे चीन येथील अभिजन अभ्यासवर्गाकडून निमंत्रित केले गेलेले पहिले ख्यातनाम भारतीय होते. त्यांच्या बरोबरीने जॉन देवे आणि बर्ट्रांड रसेल यांसारख्या निष्ठावंत अभ्यासकांना देखील निमंत्रित केले गेले. या टप्प्यावर चिनी लोक पाश्चिमात्यांचे प्रभुत्व आहे अशा जगामध्ये स्वतःचे स्थान, व्यासपीठ आणि अभिव्यक्ती अवकाश निर्माण करू पाहत होते. टागोर म्हणजे अंधकारमय वाटेवरील जणू आशेचा किरण होते. पूर्वी भारत-चीन दरम्यान अस्तित्वात असलेली प्राचीन मैत्री त्यांनी पुनरुज्जीवित केली. तसेच, वैश्विक राजकीय आणि सांस्कृतिक पटलावर त्यांनी आशियाची वैशिष्ट्यपूर्ण प्रभावी प्रतिमा साकारली. चीन-भारत मैत्रीतील भू-सांस्कृतिक पैलूवर टागोरांची गाढ श्रद्धा होती; हा पैलू लक्षात घेणे अनेकार्थांनी उपयुक्त आहे. यामुळे केवळ भारत-चीन नव्हे, तर इतरही आशिया-प्रशांत प्रदेशातील राष्ट्रांमध्ये पारदर्शक, संतुलित आणि न्यायपूर्ण संवादाची

वाट खुली होईल. टागोरांच्या राष्ट्रवादाची मुळं आंतरराष्ट्रीयवादामध्ये सापडतात. यातून चीन आणि भारतातील युवकांना एक प्रभावी संदेश प्राप्त होईल.

सद्यःस्थितीत भारत-चीन दरम्यान केवळ द्विपक्षी व्यापारी संबंध नसून जागतिक आर्थिक पटलावर देखील ही दोनही राष्ट्रे परस्परांच्या संपर्कात येतात. हे परस्परसंबंध गुंतागुंतीचे असले आणि या दोनही राष्ट्रांमध्ये अनेक भेद असले तरी परस्परांतील साम्यस्थळे शोधून मैत्री अधिक दृढ करणे क्रमप्राप्त आहे. या दोनही राष्ट्रांचे भविष्य झोंग-यीन दा तोंग, म्हणजेच, 'भारत-चीन यांच्यातील दृढ सुसूत्रता' या कल्पनेवर आधारित आहे. याला 'यत्र विश्वं भवति एकमिदं' ही टागोरांच्या विद्यापीठाची वैश्विक दृष्टी आणि विश्वभारतीचे बोधवाक्य या दोहोंची पार्श्वभूमी असेल. यातून भारत-चीन समीकरणाचा एक नवा पैलू दृग्गोचर होईल. परिणामी, सामाईक सांस्कृतिक आणि सभ्यतांतील मूल्यांचे जतन होईल आणि सह-प्रगतीसाठी सर्जनशीलता आणि निर्मितीक्षमतेची नवी दालने खुली होतील. तसेच, विश्वाच्या भविष्याचे विधिलिखितही लिहिले जाईल.

पाश्चिमात्य भांडवलवादाच्या साचेबंद प्रभावामुळे जगभरातील अनेक प्रदेशांतील सांस्कृतिक वैविध्याला धोका निर्माण झाला आहे. मात्र, यामुळे शिक्षण तत्त्वज्ञान आणि पद्धती, विशेषतः, प्रचलित व्यवस्थापन शिक्षणपद्धती आकारास आली. वैश्विक औद्योगिक एकलसंस्कृतीच्या मागण्या पूर्ण करण्यासाठी व्यक्तीच्या समीक्षात्मक आणि सर्जनशील क्षमतेची व्यापकता मर्यादित झाल्याने शिक्षणाच्या या साच्यातून जणू 'उत्पादने'च बाहेर पडतात–दुहेरी तर्क आणि एकरेषीय विचार ही या उत्पादनांची वैशिष्ट्ये म्हणता येतील. एकीकडे, टागोरांनी मानवतावादाला घातलेली साद म्हणजे फोफावणारा निगम भांडवलवाद, भौतिक लालसा आणि बेलगाम उपभोक्तावादाला भले मोठे आव्हान होते. तर टागोरप्रणीत नवी शिक्षण व्यवस्था सर्वकष मानव विकास आणि सर्जनशील क्षमतेची नैसर्गिक अभिव्यक्ती ही उद्दिष्टे बाळगणारी होती. त्यांनी कृत्रिम शिक्षण व्यवस्थेच्या मूलाधाराबाबतच प्रश्नचिन्ह उपस्थित केले. त्यांच्या मते, अशा व्यवस्थेतून बाहेर पडणारे विद्यार्थी हे केवळ पैसा कमावणारे यंत्र असतात.

आता प्रस्तुत प्रकरणामध्ये आधुनिक व्यवस्थापन शिक्षणव्यवस्थेबाबत निर्माण झालेली अस्वस्थता शब्दबद्ध केली आहे. शिवाय, व्यवस्थापनाच्या पर्यायी प्रारूपाच्या शोधार्थ राबवलेले उपक्रम देखील अधोरेखित केले आहेत. हे उपक्रम अध्यात्म आधारित, मानवतावादी आणि प्रबोधनात्मक असतील.

व्यवस्थापन विचार आणि शिक्षणाचा बदलता रूपबंध

प्रचलित व्यवस्थापन शिक्षणपद्धतीवर अधिकाधिक टीका होत आहे हे प्रस्तुत प्रकरणात यापूर्वी नमूद केले आहे. शिक्षणाचा हा रूपबंध भांडवलवाद आणि औद्योगिक

एकल-संस्कृतीवर आधारित आहे हे टीकेचे प्रमुख कारण होय. या संदर्भात, येथे काही पर्यायी उपक्रम नमूद करणे सयुक्तिक ठरेल. सन २००४मध्ये, अमेरिकेतील यूएससी मार्शल स्कूल येथील प्रोफेसर एमिरीटस आयन मिटरॉफ यांनी प्रचलित व्यवस्थापन शिक्षण पद्धतीवर कडाडून टीका केली. या व्यवस्थेच्या अपयशासाठी कारणीभूत पाच बाबी त्यांनी नमूद केल्या. यामुळे विद्यार्थी आणि शिक्षकांमध्ये पुढील काही स्वाभाविक प्रतिक्रिया उमटल्याः

१. मानवी स्वभावाप्रतीचा स्वार्थी आणि विकृत दृष्टिकोन;
२. नीतिमूल्यांचे संकुचित, कालबाह्य अस्वीकाराई आकलन;
३. मानवी व्यवहारांमध्ये व्यवस्थापनाची संकुचित आणि अत्यंत मर्यादित संकल्पना आणि भूमिका;
४. व्यवस्थापन क्षेत्राच्या 'उप-शाखां'ची अतिशयोक्त व्यवहार्य संकल्पना;
५. व्यावसायिक कारकीर्द आणि जीवनाबाबत शिक्षक, विद्यार्थी आणि कामगारांमध्ये सुजाण असहायता आणि नैराश्य.

उपरोक्त मुद्द्यांवरून प्रचलित व्यवस्थापन शिक्षणव्यवस्थेची प्रक्रिया आणि निष्पन्न या दोहोंतील ठळक दोष लक्षात येतात. मानवी स्वभावाच्या खोल आणि उदात्त पैलूंवर तांत्रिक-आर्थिक बाबींचा प्रभाव; नीतिमूल्यांचे जिवंत, रसोत्पन्न करणारे, आणि विद्यार्थी उपयोगी पद्धतीने शिक्षण देण्यात अपयश; महत्त्वपूर्ण उपजत विवेकाची किंमत मोजून कृत्रिम विवेक विकसित करणे; व्यक्तिगत आणि संस्थात्मक परिवर्तनासाठी भावनांची प्रभावी ताकद कमी लेखणे; व्यवस्थापनाची समावेशक संकल्पना विभिन्न शाखा उपशाखांमध्ये विभागणे; कार्य आणि जीवनाच्या हेतूंमध्ये निरर्थकता येणे हे ते दोष होय.

अलीकडच्या कालखंडात, व्यापार आणि व्यवस्थापन अभ्यासजगतामध्ये अध्ययनाच्या प्रचलित पद्धतीवर टीका होत आहे. या अभ्यासक्षेत्रातील मान्यताप्राप्त अभ्यासक अशी टीका करत आहेत (बेनीस आणि ओ'टूल २००५; घोषाल २००५). जैविक एकरूपतेचा पर्यायी सर्वसमावेशक रूपबंध शोधण्याचा प्रयत्न देखील दृग्गोचर आहे. या अन्वये, 'मन आणि बुद्धिद्वारा, विचार आणि वर्तन, मन आणि शरीर, भावना आणि बुद्धी या अंगाने ज्ञान यामध्ये द्वैत न राहता एकरूपता निर्माण होईल. एखादी व्यक्ती यामध्ये सर्वार्थाने सामावलेली असेल' (किंड आणि इतर, २००५). रचनाबद्ध, गंज चढलेल्या आणि काटेकोर अशा व्यवस्थापन शिक्षणामध्ये नवोन्मेषी बदल करणे आवश्यक आहे. असे करण्यासाठी मानवाभ्यास शाखा (साहित्य, कला, चित्रपट, संगीत, नाटक इत्यादी), क्रीडाज्ञान, आध्यात्मिकता या बाबी

उपयुक्त ठरतात. याद्वारे जीवन आणि अध्ययनातील हरवलेले सूत्र गवसते. अन्यथा आपण 'सदोष समस्या सोडवण्यासाठी सुयोग्य पद्धतींचा' शोध घेत राहतो. यासाठी प्राथम्याने तांत्रिक-आर्थिक स्वरूपाच्या पद्धतींचा वापर केला जातो आणि शास्त्रीय आणि आध्यात्मिक दृष्टिकोनांची कोणतीही दखल घेतली जात नाही. समाज आणि अर्थव्यवस्थेतील समस्या सोडवण्यासाठी वापरण्यात येणाऱ्या आभासी पद्धतींच्या गंभीर परिणामांवर इम्स आणि झोलनई (२००६) यांनी *बिझनेस विदिन लिमिट* या त्यांच्या संपादित पुस्तकातील 'शालो सक्सेस अ‍ॅण्ड डीप फेल्युअर' या पहिल्याच प्रकरणात भाष्य केले आहे. त्यांच्या या पुस्तकामध्ये त्यांनी पर्यावरणशास्त्र आणि बुद्धधम्मातील अर्थशास्त्रावर आधारित सर्वकष आणि मानवतावादी पर्यायी प्रारूप प्रस्तुत केले आहे. मिशेल रे (१९९२) यांनीही समधर्मी प्रारूप प्रस्तुत केले. त्यांच्या मते, व्यापाराचे मध्यकेंद्री उद्दिष्ट म्हणून नफ्याच्या ऐवजी दूरदृष्टीच्या अंगाने विचार व्हायला हवा. चक्रवर्ती (१९९५) यांनी 'बिजनेस आश्रम' या त्यांच्या संकल्पनेत व्यापार परिवर्तनासाठी आवश्यक प्रमुख आधारस्तंभांची मांडणी केली. भारतीय तत्त्वज्ञान, संस्कृती आणि लोकबंध हे ते आधारस्तंभ होत. यामुळे स्टीफन कॉवे (१९९२) यांच्या मतालाही दुजोरा मिळतो. त्यांच्या मते, व्यावसायिक कार्यक्षमतेपेक्षा चारित्र्याला अधिक महत्त्व आहे. व्यवस्थापन शाखेने नफ्यावर नव्हे तर सद्‌हेतूंवर भर द्यावा असे त्यांनी सुचवले.

अध्ययनाचे काही अप्रचलित स्रोत आणि पद्धतींचा शोध घेणे आवश्यक आहे, असे मत मुखर्जी (२००७) यांनीही मांडले. त्यांच्या मते, असे केल्याने, संस्थेतील व्यक्तीचा सर्वांगीण विकास होईल. 'तल्लख मन' (चक्रवर्ती १९९५) आणि 'तीक्ष्ण जाणीव' (चटर्जी १९९८) विकसित करणे हा अंतर्निहित हेतू होय. व्यवस्थापन अध्ययनाचे पर्यायी स्रोत शोधताना मिशेल गेल्ब (१९९८) यांनी, इटली येथील प्रबोधन प्रक्रियेतील उल्लेखनीय व्यक्तिमत्त्व, लिओनार्दो दा विन्ची यांनी देऊ केलेल्या अध्ययन आणि निर्मितीक्षमतेच्या तत्त्वांकडे आपले लक्ष वेधले. वीक (२००६) यांनी 'सजगतेचे' कौशल्य आत्मसात करून 'काळजीपूर्वक तुलनेच्या' माध्यमातून अध्ययन करावे असा नवा दृष्टिकोन देऊ केला. कामातील आध्यात्मिकतेबाबतचे कुतूहल दिवसेंदिवस वाढत आहे. आध्यात्मिकता आणि सर्वकष व्यवस्थापनावरील अधिकाधिक लेखन पाहता हे सिद्ध होते (बेल आणि टेलर २००४; बायबरमन, व्हीटी आणि रॉबिन १९९९; कॅश आणि ग्रे २०००; फिशर १९९९; मिटरॉफ आणि डेंटन १९९९; पृझन आणि इतर २००७). कालनिरपेक्षता (जावोस्कीं १९९८) आणि आध्यात्मिक गुणांक (झोहर आणि मार्शल, २०००) या संकल्पना या अनुषंगाने महत्त्वपूर्ण ठरतात.

आता टागोर आणि पर्यायी शिक्षणाबाबतचे त्यांचे प्रयोग नमूद करणे क्रमप्राप्त आहे. यातून व्यक्ती आणि संस्थांच्या परिवर्तनाचे सुयोग्य धडे घेता येतील. व्यक्ती, समाज आणि जीवसृष्टीच्या बेहत्तर भविष्याची हमी यातूनच मिळेल.

आधुनिक व्यवस्थापनासाठी टागोरांकडून घ्यावयाचे पाठ

वैश्विक समर्पकता हे श्रेष्ठत्वाचे आगळेवेगळे वैशिष्ट्य आहे. यामुळेच टागोर, त्यांचे कार्य आणि संदेश कालातीत आहे. कविता आणि तात्त्विक मांडणीच्या पलीकडे जाणारा टागोरप्रणीत संदेश ज्ञान आणि उपयोजनाच्या हरएक शाखेसाठी समर्पक आहे. व्यवस्थापन अभ्यासशाखादेखील याला अपवाद नाही. याशिवाय, टागोरांचे सक्रिय आणि यशस्वी नेतृत्व वैश्विक प्रसंगोचितता, सर्वांगीण शिक्षणातील उत्तमता आणि शाश्वतता; यावर आधारित होते. टागोरांनी स्थापन केलेले विद्यापीठ आजही अबाधित असून जगभरातील अभ्यासकांसाठी आकर्षण आहे. पूर्वी नमूद केलेली व्यवस्थापन प्रक्रिया आणि शिक्षणव्यवस्थेच्या परिवर्तनार्थ टागोरांकडून कोणते पाठ घेता येतील?

- *एतद्देशीय प्रेरणा आणि वैश्विक आवाहन*ः चीनच्या बरोबरीने आशियातील इतर अनेक भागांत आणि पाश्चिमात्य देशांमध्ये देखील टागोरांना व्याख्यानांसाठी निमंत्रित केले जाई. याला दोन बाबी कारणीभूत होत्या. एक, भारतीय संस्कृती आणि लोकबधात मुरलेला टागोरांचा आवाज आशियाचा सच्चा आणि बुलंद आवाज होता. दोन, ते यजमान देशाची संस्कृती जाणून घेत आणि त्याप्रती आदर बाळगत. चीनमध्ये, त्यांच्या चर्चेत लाओ-त्झे यांचा विवेक सजीव होऊन प्रतीत होत असे. मात्र, विशेषतः, आशिया आणि भारत जगाप्रती महत्त्वपूर्ण योगदान देऊ शकतात हे त्यांनी ठामपणे नमूद केले. या अनुषंगाने त्यांनी चिनी लोकांनाही जागृत केलेः 'जगातील संस्कृतीच्या दीपोत्सवामध्ये तुमचेही तेज मिसळून जाऊ द्या' (टागोर २००९, ७६). वर्तमान कालखंडात व्यवस्थापन शिक्षण आणि प्रक्रियेमध्ये वैश्विक विचारधाटणी असलेल्या नेतृत्वाची गरज अधोरेखित होत आहे. टागोरांच्या संदेशानुसार, वैश्विक विचारधाटणी विकसित करण्याचे तीन टप्पे आहेतः (अ) प्रत्येकाने आपापल्या संस्कृतीची मूलतत्त्वे एकत्रितपणे लक्षात घेणे (आ) इतर सभ्यातांची पाळेमुळे जाणून घेणे आणि (इ) सामाईक भविष्यलक्षी कृतीसाठी सभ्यतांतील साम्यस्थळे आणि भेदांचा नेमका वेध घेणे. अशा प्रकारे, काही अस्वस्थ करणाऱ्या प्रश्नांचा वेध घेण्यास टागोर आपल्याला भाग पाडतात. एतद्देशीय प्रेरणेविना वैश्विक दृष्टिकोन असणे

शक्य आहे का? वर्तमान कालखंडात आधुनिक व्यवस्थापनाप्रती भारतीय संस्कृती आणि ज्ञानाच्या योगदानाची आपल्याला जाणीव आहे का?

- *समग्र व्यवस्थापन तत्त्वज्ञान आणि शिक्षण*: अलीकडे व्यवस्थापनामध्ये समग्र तत्त्वज्ञानाधारित शिक्षणपद्धती विकसित करण्यावर भर दिला जात आहे. मात्र, यासाठी अभ्यासविषय, अध्ययनपद्धती, व्यवस्थापन शिक्षण शैली आणि निगम प्रशिक्षण यांसारख्या मूलगामी बदलांची गरज आहे. अन्यथा, आर्थिक विवेकाने प्रेरित कृत्रिम बुद्धी समग्र दृष्टिकोन रुजवणे शक्य नाही. संख्यात्मकतेवर टागोरांनी धारदार टीका केली. 'संख्यांमुळे प्रमाण वाढत असले तरी त्यामुळे गुंफण होणे शक्य नसते' (तत्रैव, १४७). प्रगतीच्या तांत्रिक-आर्थिक पद्धतीमुळे औद्योगिकीकरणाच्या आणि एकल संस्कृतीला चालना मिळाली. व्यवस्थापन शिक्षण या संस्कृतीला पोषक आहे. 'उत्कर्ष नेमका कशासाठी आणि कोणासाठी?' असा महत्त्वपूर्ण प्रश्न त्यांनी सुमारे एक शतकापूर्वी उपस्थित केला (टागोर १९३७, ५). निसर्गाशी एकवाक्यता बाळगणाऱ्या शिक्षणपद्धतीबाबतचे टागोरांचे आत्मभान समग्र अध्ययनाचा अभ्यासक्रम विकसित करताना अत्यंत उपयुक्त ठरते. यामुळे निसर्गाचे संकेत टिपून तद्नंतर ज्ञाननिर्मितीमध्ये सक्रिय असणाऱ्या आपल्या बोधात्मक क्षमता अधिकाधिक धारदार होतील. चीन येथील त्यांच्या वक्तव्यात त्यांनी पुढील विधान केले होते, 'निसर्गाची उपजत अशी काही खास शिक्षण मूल्ये असल्याने मुलांनी निसर्गाच्या सान्निध्यात राहावे अशी माझी धारणा आहे' (टागोर २००९, ८९). विद्यापीठाची स्थापना केल्यानंतर त्यांनी त्यांच्या विद्यार्थ्यांना तुम्हाला दोन प्रकारचे शिक्षक असणार आहेत असे सांगितले -काही मानवरूपी शिक्षक आणि एक निसर्गरूपी शिक्षक. आज निगम क्षेत्रातील कार्यकारी अथवा व्यावसायिक विद्यापीठांतील विद्यार्थ्यांना पर्वतारोहणासारखे साहसी उपक्रम दिले जातात. अथवा नव्याने ताजेतवाने होण्यास, जगण्याशी असलेली जैविक बांधीलकी जपण्यास निसर्गाच्या सान्निध्यात पाठवले जाते. अशा वेळी टागोरांच्या संदेशाची समर्पकता नव्याने जाणवते.

- *भावभावना आणि सौंदर्याभिरुची जोपासना*: तर्काधारित विचार आणि उपकरणात्मक विवेकाचा प्रभाव या समकालीन व्यवस्थापन विचाराला भेडसावणाऱ्या प्रमुख समस्या होत. तर, कामाची ठिकाणे आणि शिक्षण संस्थांतील अनेक समस्या व्यक्तीच्या भावभावनांशी संबंधित आहेत. आजच्या कालखंडात भावनिक गुणांकाचे महत्त्व स्वीकृत केले असले तरी, अध्ययनाच्या पद्धती स्वीकृत करताना या गुणांकाचा तितकासा वापर केलेला

दिसत नाही. आधुनिक शिक्षणपद्धतीमध्ये व्यक्तीच्या विचारक्षमतेला पैलू पाडले जात असले तरी, यासाठी 'भाव' क्षमतेची किंमत मोजली जाते. या अनुषंगाने, शैक्षणिक अभ्यासक्रम पुनरुज्जीवित करून त्यामध्ये बदल करण्यासाठी टागोरांचे प्रयोग आणि आत्मभान उत्तम मार्गदर्शक ठरतील. व्यवस्थापन अभ्यासशाखेतील प्रचलित विषयांपेक्षा आता साहित्य, सामूहिक विकास कार्यक्रमांची अंमलबजावणी, निसर्गाचे निरीक्षण आणि शोध, मौन धारण करून भावनिक बुद्धिमत्ता, दर्जेदार सौंदर्याभिरुची आणि भावभावनाधारित विचार या माध्यमातून ज्ञानेंद्रियांच्या क्षमता अधिकाधिक विकसित करणे यावर आधारित अभ्यासक्रम रचना निर्माण करणेबाबत विचार होणे आवश्यक आहे. यामुळे सर्वांगीण मानव विकास साध्य करणे शक्य होईल.

- *मानवाचे उदात्त प्रतिमान*: शिक्षणाबाबत टागोरांचे ज्ञानामृत ध्यानात ठेवणे सार्थ ठरेलः 'संपूर्ण जीवनाच्या शिक्षणामध्ये इतिहास, भौतिक शास्त्रे, कलाविषयांचे सम्यक वाचन समाविष्ट असते. यासाठी मानवातील आध्यात्मिक अंश लक्षात ठेवावा लागतो' (दास गुप्ता २०११, ७१). टागोरांचे आदर्श शिक्षण मानवातील आध्यात्मिक अंशावरच आधारित आहे. यामध्ये मानवाचे उदात्त प्रतिमान ध्यानात घेतले आहे. मानवाच्या 'अमृतस्य पुत्रः' या वर्णनावरून त्याच्यातील आध्यात्मिक अंश प्रतीत होतो. व्यवस्थापन शिक्षण आणि संस्थात्मक अध्ययनासाठी यातील ध्वन्यार्थ अत्यंत महत्त्वाचा ठरतो. मानवाचे उदात्त प्रतिमान स्वीकृत केल्याखेरीज अध्ययन प्रक्रियेचे अधिकाधिक आदान हे मॅस्लोच्या गरजांच्या श्रेणीय मांडणीतील पहिल्याच पातळीपर्यंत मर्यादित राहतील. शिवाय, कामगारांच्या प्रेरणेची संस्थात्मक नीती देखील या आधाराने आखली जाईल. खरा कर्मयोग आणि जीवनाचे उद्दिष्ट या महत्त्वपूर्ण बाबी मात्र या मर्यादा ओलांडणाऱ्या आहेत.
- *व्यवस्थापन आणि मानव्यशास्त्रे*: आधुनिक व्यवस्थापन शिक्षणपद्धतीची आणखी एक समस्या आहे. याचा परिणाम म्हणून विद्यार्थी आणि कार्यकारी दोहोंमधील आत्मविश्वास अहंकाराशी साधर्म्य बाळगणारा आहे. त्यांच्याकडे कोणत्याही समस्येचे एकच तांत्रिक आणि व्यावहारिक उत्तर आहे. इतर 'खाचाखोचा' ते शोधात नाहीत आणि त्या त्यांना मान्य देखील नाहीत. अशा एकरेषीय आणि दुहेरी विचारांचा परिणाम म्हणून 'निरस' दृष्टिकोन जन्माला येतो. एखाद्या प्रश्नाची पर्यायी आणि अप्रचलित उत्तरे शोधण्याचा विचारही मर्त्य असतो आणि म्हणून समस्या-उपाय यांमध्ये गंभीर असंतुलन निर्माण होते. संख्यात्मक प्रारूपाच्या या काटेकोर कोष आणि कवचाचे

भंजन करण्यासाठी मानव्यशास्त्रांतील (कला, साहित्य, संगीत, नृत्य, नाटक आणि चित्रपट) आदाने साहाय्यक ठरतील. या अन्वये जगातील अनेक पर्यायांचा वेध घेण्यासाठी मनाची अनेक कवाडे खुली होतील. या जगामध्ये वास्तव निराकार असून त्याला आशा-निराशेची छटा आहे. टागोरांचे अध्ययन तत्त्वज्ञान आणि पद्धतिशास्त्र आपली 'पठडीबाहेरील' विचार करण्याची क्षमता वर्धित करेल. परिणामी, एखाद्या समस्येसाठी बहुविध पर्याय आणि उपायांची जाणीव होईल. कारण असे करताना, आपल्याला जे दिसते तेच आपण वास्तव मानतो आणि ओघानेच अनिश्चितता आणि बदल ही वास्तवाचाच एक भाग आहे असे मानतो.

- *मौन आणि मनोलय*: व्यावसायिक विद्यापीठे आणि निगम कार्यालयांमध्ये स्वानुभूती आणि उपासना, स्व-जाणिवेचे उपक्रम यांसारख्या संस्थात्मक परिवर्तनाच्या पद्धतींवर भर दिला जात आहे. अशा स्व-संवर्धनामुळे मानव आत्मकेंद्री होऊन त्याला 'स्व'ची जाणीव होते. यातून उत्पन्न झालेली अगणित ऊर्जा नेतृत्व, संघभावना, निर्णय प्रक्रिया, समस्या निराकरण आणि संघर्ष व्यवस्थापन या सर्वांमध्ये वापरणे शक्य होते. मात्र, असे उपक्रम धार्मिक पद्धतीचे आहेत असा समज असल्याने प्रस्थापित अभ्यासकांनी मात्र अजूनही उपरोक्त विचाराला दुजोरा दिलेला नाही. साधारण शतकापूर्वी टागोरांनी विद्यापीठातील विद्यार्थ्यांसाठी काही प्रार्थना रचल्या होत्या आणि उपासनेची सवयदेखील घालून दिली होती ही बाब येथे नमूद करता येईल. हजारो वर्षांपूर्वी भारतातील ऋषिमुनींनी पाडलेला हा पायंडा अशा स्व-विकसन प्रक्रियांबाबतच्या आपल्या धारणा अधिकाधिक दृढ करणाऱ्या आहेत. टागोरांनी त्यांच्या या परंपरेत सातत्य ठेवले. त्यांच्या या प्रयत्नांमुळे शिक्षणाच्या कोणत्याही शाखेने स्वीकारावा, आचरणात आणावा आणि त्याचा उपभोग घ्यावा असा एक ठेवा देऊ करण्यात आला.
- *उद्योजकांचे सामाजिक दायित्व आणि समावेशी भूमिका*: गेल्या दोन दशकांपासून उद्योजकांच्या समाजिक देण्याशी संबंधित अभ्यासकार्यक्रमांवर भर देण्यात येत आहे. उद्योजकांची 'समावेशी विचारा'ची क्षमता विकसित होणे हा उद्योजकांच्या सामाजिक जबाबदारीचा गाभा आहे. यामुळे संस्थेचा आणि त्यातील सर्व भागीदारांचा सर्वांगीण विकास होईल. उद्योजकांचे सामाजिक भान ही संकल्पना अधिक अर्थपूर्ण करण्यासाठी टागोरांकडून दोन महत्त्वपूर्ण पाठ घेता येतील. एक, नेतृत्वाने सर्वसमावेशी विचार केल्याखेरीज समावेशी विचार करणे शक्य होत नाही. विवक्षित संस्थेचे विचार व्यापक असल्यासच नेतृत्व त्या धाटणीचा विचार करेल. त्या संस्थेची समाजाशी

आणि सर्व भागीदारांशी जोडलेली नाळ यादृष्टीने महत्त्वपूर्ण ठरते. उदयोन्मुख विद्यापीठाची आणि आजूबाजूच्या प्रदेशांतील लोककल्याण आणि विकास याबाबत सर्वकष कल्पना करणाऱ्या टागोरांकडून घेण्यासारखा हा पहिला पाठ आहे. शांतिनिकेतन पासून काही अंतरावर असलेल्या सुरूल येथील श्रीनिकेतन येथील त्यांचा प्रयोग याचीच साक्ष देतो. दोन, खेड्यातील वंचितांच्या जीवनातील वास्तवाचे प्रखर दर्शन झाल्याने यामुळे विद्यार्थ्यांमध्ये आपोआपच नम्रता रुजवली जाईल. स्थानिकांना आर्थिक स्वावलंबनाचे धडे देऊन त्यायोगे, सामाजिक सक्षमीकरण आणि अभिशासन आणि निर्णय प्रक्रियेतील त्यांच्या सहभागाची हमी देता येईल. या संदर्भात एमबीए.चे विद्यार्थी आणि कार्यकारींना महत्त्वपूर्ण पाठ मिळतील. अध्ययन प्रक्रियेमध्ये समाजाभिमुखता असणे ही उद्योजकांचे सामाजिक भान या संकल्पनेची पहिली पायरी होय. यायोगे समुदायाच्या 'नेमक्या गरजा' लक्षत येतील आणि त्यावर आधारित पुरवठा यंत्रणा आणि समाजाभिमुखतेची नीती आखता येईल. अन्यथा, एतद्देशीय परिस्थितीमध्ये 'व्यक्तिगत आणि वैश्विक पातळीवर व्यवहार्य' (!) असे विकासाचे प्रारूप लादले जाईल. आणि यातूनच, विशेषतः विकसनशील जगतामध्ये, एक भला मोठा गोंधळ निर्माण होतो. म्हणजे, उद्योजकांनी 'ओळखलेल्या समुदायाच्या गरजा' आणि समुदायाच्या 'प्रत्यक्ष गरजा' यांमध्ये तफावत असते. टागोरांनी आखलेला समुदाय विकासाचा उपक्रम अध्यापक, विद्यार्थी आणि उद्योजकांमध्ये नम्रभाव उत्पन्न करील. यातून उद्योजकांच्या सामाजिक जबाबदारीसंबंधी अधिकाधिक परिणामकारक आणि आशादायी उपक्रम राबवता येतील.

- *नीतितत्त्वे आणि मूल्यांप्रती निष्ठाः* सन १९३७मध्ये चीन भवनाच्या लोकार्पणाच्या वेळी त्यांनी ही बाब अधोरेखित केली. 'सदाचरणी नसलेल्या व्यक्तीची भरभराट होईल, ती व्यक्ती ऐच्छिक साध्यापर्यंत पोहोचेल, शत्रूगणावर मात करेल, मात्र, त्याचा पाया विशविशित होईल' (टागोर १९३७, ५). चीनमधील वक्तव्यात ते पुढे म्हणतातः 'आपणा सर्वांना बांधून ठेवणारे, सर्वोत्तम कल्याणाप्रत मार्गदर्शन करेल असे तत्त्व म्हणजे खऱ्या अर्थाने धर्म होय' (टागोर २००९, ११९). यामुळे आजच्या काळातील उद्योग प्रशिक्षण आणि उपयोजन क्षेत्रामध्ये नीतितत्त्वे आणि मूल्यांप्रती निष्ठा बाळगण्याचे बळ एकवटेल. शैक्षणिक अभ्यासक्रम आणि निगम आचारसंहितेमध्ये औद्योगिक नीतितत्त्वांना नव्याने महत्त्व प्राप्त झाले आहे. महात्मा गांधींच्या मते 'अनैतिक व्यापार' सात गंभीर पापकृत्यांपैकी एक होय. घोटाळे आणि लोकप्रवादांचे वाढते प्रमाण लक्षात घेता, व्यापारजगतामध्ये ही अनैतिकता

अधिकाधिक फोफावत आहे असे लक्षात येते. आश्चर्याची बाब म्हणजे, अशा गुन्ह्यांची आखणी करणारे आणि त्यामध्ये सहभागी असणारे अधिकांश वेळा बुद्धिवान आणि शिक्षित असतात. अनेकदा त्यांना व्यावसायिक शिक्षणाचीही पार्श्वभूमी असते. ऐतिहासिकदृष्ट्या अभ्यासक्रमामध्ये वर्तन आणि व्यक्तिमत्त्व विकसनावर भर देण्यात आला, चारित्र्याचा मात्र कोणताही उल्लेख केला गेला नाही ही जगभरातील व्यवस्थापन शिक्षणपद्धतीतील एक उल्लेखनीय उणीव आहे. काही विचारक आणि अभ्यासकांनी अगदी अलीकडच्या कालखंडात चारित्र्य घडणीसारखा महत्त्वपूर्ण प्रश्न विचारार्थ घेतला (चक्रवर्ती १९९५; कोवे १९९२). चीन येथील वक्तव्यात पाश्चिमात्य प्रारूपावर घणाघाती टीका करताना टागोरांनी या स्थितीची कल्पना दिली होती. त्यांच्या मते, 'पाश्चिमात्य राष्ट्रांमध्ये प्रगतीचे मापन करण्यासाठी भौतिक विकासाचा वेग लक्षात घेतला जातो. त्यांनी एककानुसारी केलेल्या या मापनासमोर आत्मिक बळ अधिक विनयशील भासते. एकाकानुसार केलेल्या मोजमापाने वेग ध्यानात येत असला तरी आत्मिक बळ खऱ्या अर्थाने एकजूट घडवून आणते' (टागोर २००९, १३१). झू झीमो (२००५, ४२) यांच्या मते, 'आपल्याला अतिसामान्यपणा आणि नफेखोरीचा संसर्ग होईल याचे टागोरांना दडपण होते.' सरतेशेवटी, जगभरातील व्यावसायिक जगतामध्ये विशिष्ट लोकसमुच्चय निर्णय घेणारा आणि खऱ्या अर्थाने व्यावहारिक बाजू हाताळणारा असतो. त्यांना यशस्वी अतिसुमार जन असेही म्हणता येईल! अशा प्रकारे, जगभरातील अभ्यासक आणि उद्योजकांनी टागोरांचा इशारा ध्यानात घेणे आवश्यक ठरते. त्या निमित्ताने, शाश्वत भविष्यासाठी व्यक्तिगत आणि संस्थात्मक पातळीवर नीतितत्त्वे आणि मूल्यांची जोपासना आणि प्रसार करणे प्राप्त आहे.

निष्कर्षात्मक निरीक्षणे: टागोरांचे नेतृत्व

आधुनिक काळाच्या संदर्भात, उत्कृष्ट नमुना म्हणून टागोरांचे नेतृत्व डोळ्यांसमोर ठेवल्यास त्यातून प्रत्येक विद्याशाखेला सुयोग्य धडे घेता येतील. त्यांचे विद्यापीठ आणि शिक्षणाचा नवा रूपबंध जगभरातील विभिन्न विद्याशाखांतील शिक्षकांना आकर्षित करणारा होता. पैकी काही शिक्षक शांतिनिकेतनमध्ये आले आणि पुढील संपूर्ण आयुष्य त्यांनी तिथेच व्यतीत केले. याखेरीज, टागोरांच्या मृत्यूपश्चात ७५ वर्षे काळाच्या कसोटीवर खरे उतरलेले शांतिनिकेतन शाश्वत आणि अबाधित आहे. टागोरांच्या नेतृत्वाचे दोन पैलू एकाच वेळी बहरत असल्याने हे शक्य झाले:

- *प्रेरणादायी नेतृत्व*: विशेषतः उपनिषदांतील प्राचीन भारतीय आत्मज्ञान आणि निसर्गाच्या सान्निध्यात तपोवनाधारित भारतीय शिक्षण पद्धतीवर आधारित दोन उद्दिष्टे त्यांच्या मनात होती: (अ) व्यक्तीतील उपजत अमर्याद निर्मितिक्षमता जागृत करणे आणि (आ) यांत्रिक, कृत्रिम आणि रटाळ आधुनिक शिक्षणपद्धतीला पर्याय म्हणून स्वानंद आणि स्वातंत्र्याचा अनुभव देणारी शिक्षणव्यवस्था निर्माण करणे. थोडक्यात, ते खचितच आदर्शवत अलौकिक नेतृत्व होते. मानवाच्या आध्यात्मिकतेवर आणि विश्वाच्या आध्यात्मिक ऐक्यावर त्यांची अतूट श्रद्धा होती. मॅस्लो यांनी मानवी गरजांच्या पिरॅमिडमधील स्व-जाणिवेची गरज सर्वोच्च आहे असे विधान केले होते. मात्र, त्याच्या कित्येक पूर्वी टागोरांनी त्यांच्या विद्यार्थ्यांना आणि शांतिनिकेतनमधील शिक्षकांना सर्वोच्च आत्मिक सत्याप्रत पोहोचण्याचा मार्ग दाखवला होता. या प्रवासातून अनेकांना प्रेरणा मिळेल असाही त्यांचा विश्वास होता.
- *कार्यात्मक नेतृत्व*: त्यांच्या नेतृत्वाचा कार्यात्मक पैलू त्यांच्या शैक्षणिक प्रयोगांच्या पल्याड जाणारा होता. यामध्ये विश्वभारतीच्या भोवतालच्या समुदायांचे कल्याण ध्यानात घेतले होते. त्यांच्या व्यापक कल्पनेतील सर्वसमावेशक विचारपद्धतीमुळे हे शक्य होते. ते शिक्षक आणि विद्यार्थ्यांना त्यांच्यातील ऊर्जारूपी चेतनेने प्रेरित करत असत. यामुळे शिक्षक अथवा विद्यार्थ्यांद्वारा सहभागात्मक विकासाच्या माध्यमातून वंचित स्थानिकांमध्ये आर्थिक स्वबळ आणि सामाजिक सशक्तीकरण रुजवणे शक्य होते. असे केल्याने, स्थानिक समुदाय एतद्देशीय कौशल्य विकासाबाबत जागरूक झाला. तसेच, हा समुदाय निर्णयप्रक्रिया आणि स्थानिक अभिशासनात देखील सक्रिय झाला.

टागोरांची असामान्य प्रतिभा येणाऱ्या अनेक पिढ्यांसाठी एक कोडेच असणार आहे. भारतीय मूल्ये आणि वैश्विक विचारांच्या टागोरांचा जगभरातील विचारवंत, अभ्यासक आणि नेत्यांवर प्रभाव होता. त्यांनी चीनमध्ये दिलेली व्याख्याने आणि विश्वभारती येथे केलेली चीन भवनाची निर्मिती या माध्यमातून त्यांनी भारत-चीन संबंधांचे दृढीकरण केले आणि भविष्यवेधी दृष्टीने या मैत्रीच्या संगोपनार्थ प्रयत्न केला. याद्वारे, पाश्चिमात्य प्रखर भांडवलवादी प्रभावाविरोधी आशियाची सबळ भूमिका साकारली. नव्या आणि पर्यायी शिक्षण रूपबंधाचे प्रणेते म्हणून व्यवस्थापन, समुदाय विकास उपक्रम या सर्व शाखांमध्ये त्यांची दखल घेतली गेली. एक कालातीत अलौकिक नेतृत्व म्हणून ते सदैव पूज्य असतील.

उपसंहार

चीन येथील पवित्र तैशान पर्वतरांगांमध्ये रात्र सरली होती, तांबडं फुटलं होतं. लोकप्रिय चिनी कवी आणि टागोरांचे लाडके 'सुसिमा' (टागोरांनी त्यांचे हे भारतीय नामकरण केले होते) झु झिमो यांना सूर्योदय पाहताना भास झाला. त्यांनी निबंधाच्या शेवटी लिहिले (२००५, ३१२-१३): 'तैशान पर्वतरांगांतील सूर्योदय पाहताना मला झालेला भास आणि टागोरांच्या चीन भेटीच्या वेळी मी केलेले प्रशंसापर भाषण मला आता आठवते आहे'.

त्याची संक्षिप्त मांडणी पुढीलप्रमाणे:

> या महाकाय राष्ट्राच्या जटा एखाद्या काळ्या ध्वजाप्रमाणे भासतात. हा ध्वज वाऱ्याच्या दिशेने फडकतो. हे महाकाय राष्ट्र पृथ्वीच्या परिसीमेवर वसलेले आहे, ते पूर्वाभिमुख आहे. त्याचे विस्तीर्ण बाहू लेकरांचे पालनपोषण, संगोपन करण्यास आसुसले आहेत, ते शांततापूर्ण पद्धतीने आवाहन आणि विनवणी करत आहेत. अशा वेळी त्याच्या मनी वसलेल्या लक्षवेधी व्यक्तीला भेटण्यापूर्वी तो तल्लीन होऊन सुख-दुःखमिश्रित अश्रू ढाळत आहे...
> हे अश्रू व्यर्थ ठरणार नाहीत. ही निःशब्द आर्जवं अनुत्तरित राहणार नाहीत.
> या महाकाय उपखंडाचा अंगुलीनिर्देश पूर्वेकडे आहे.
> पूर्वेकडे नेमके काय आहे, यातून कसले प्रकटीकरण होते?
> पूर्वेकडे प्रतिभा आणि वैभवाच्या अनेक रंगछटा आहेत. एक वैश्विक भव्य प्रभा येथे दृग्गोचर आहे...

उपरोक्त संदर्भाच्या अनुषंगाने टागोरांचे गीत आपल्या मनात रेंगाळते. 'सभ्यतांचा अरिष्ट काळ' मधील अखेरच्या निबंधात हे गीत उद्धृत केले आहे. या गीतातून जगासाठी आशेचा नवा किरण शोधण्याची त्यांची दूरदृष्टी प्रतीत होते (टागोर १९९०, ७३८).

> तो आपला तारणहार येथून प्रवेश करतो,
> त्याच्या येण्याने पृथ्वीवरील जीवसृष्टी कंप पावते आणि सर्वत्र धुरळा उडतो
> स्वर्गामध्ये शंखालाप होतो आणि पृथ्वीवर विजयाचे पडघम वाजू लागतात-
> एका महान अवताराची घटिका समीप आली आहे.
> रात्र गाजवणारी साम्राज्ये कोसळली आहेत.
> ही भयाण आणि सुन्न करणारी भीती आणि पूर्वेकडे आशेचा नवा किरण दृग्गोचर आहे.
> 'मानवी प्रबोधनाचा नारा' सर्वत्र दुमदुमतो आहे.

संदर्भ

Bell, E. and Taylor, S. 2004. 'From Outward Bound to Inward Bound: The Prophetic Voices and Discourse Practices of Spiritual Management Development'. *Human Relations* 57(4): 439–466.

Bennis, W.G. and O'Toole, J. 2005. 'How Business Schools Lost Their Way'. *Harvard Business Review* 83(5): 96–104.

Biberman, J., Whitty, M. and Robbins, I. 1999. 'Lessons from Oz: Balance and Wholeness in Organizations'. *Journal of Organizational Change Management* 12(3): 243–253.

Cash, K.C. and Grey, George R. 2000. 'A Framework for Accommodating Religion and Spirituality in the Workplace'. *Academy of Management Executive* 14(3): 124–134.

Chakraborty, S.K. 1995. *Ethics in Management: Vedantic Perspectives*. New Delhi: Oxford University Press.

Chatterjee. D. 1998. *Leading Consciously: A Pilgrimage to Self-mastery*. New Delhi: Viva Books.

Covey, S.R. 1992. *Principle-centred Leadership*. London: Simon and Schuster.

Das, S.K. 1999. *Rabindranath Tagore: Talks in China*. New Delhi: Rupa & Co.

Das Gupta. 2011. 'Sino-Indian Studies at Visva-Bharati University: Story of Cheena-Bhavana, 1921–1937'. In *Tagore and China*, eds Tan Chaung, Amiya Dev, Wang Bangwei and Wei Liming. New Delhi: SAGE Publications, and Beijing: Central Compilation and Translation Press.

Gelb, M.J. 1998. *How to Think like Leonardo da Vinci*. New York: Delacorte Press.

Ghoshal, S. 2005. 'Bad Management Theories are Destroying Good Management Practices'. *Academy of Management Learning and Education* 4(1).

Hay, S. 1970. *Asian Ideas of the East and West: Tagore and his Critics in Japan, China and India*. Cambridge, Massachusetts: Harvard University Press.

Ims, J.K. and Zsolnai, L. 2006. *Business within Limits: Deep Ecology and Buddhist Economics*. Bern: Peter Lang.

Jaworski, J. 1998. *Synchronicity: The Inner Path of Leadership*. San Francisco: Berrett-Koehler Publishers.

Ji Xianlin Wenji. 1966. *Selected Works of Ji Xianlin, Volume 5*. Nanchuang: Jiangxi Education Press.

Kind, S., Irwin, R., Graucer, K., and De Cosson, A. 2005. 'Medicine Wheel Imag(in)ings: Exploring Holistic Curriculum Perspectives'. *Art Education* 58(5): 33–38.

Mitroff, I. 2004. 'An Open Letter to the Deans and Faculties of American Business Schools'. *Journal of Business Ethics* 54(2): 184–189.

Mitroff, I. and Denton, E. 1999. *A Spiritual Audit of Corporate America: A Hard Look at Spirituality, Religion, and Values in the Workplace*. San Francisco: Jossey-Bass Publishers.

Mukherjee, S. 2007. 'Non-Conventional Entrepreneurial Learning: Spiritual Insights from India'. *Journal of Human Values* 13(1): 23–34.

Pruzan, P., Pruzan Mikkelsen, K., Miller, W. and Miller, D. 2007. *Leading with Wisdom: Spiritual-based Leadership*. New Delhi: Response Books.

Rao, N. 2011. 'Foreword to the Chinese Edition'. In *Tagore and China*, eds Tan Chaung, Amiya Dev, Wang Bangwei and Wei Liming. New Delhi: SAGE Publications, and Beijing: Central Compilation and Translation Press.

Sen, A. 2011. 'Tagore and China'. In *Tagore and China*, eds Tan Chaung, Amiya Dev, Wang Bangwei and Wei Liming. New Delhi: SAGE Publications, and Beijing: Central Compilation and Translation Press.

Ray, M.I. 1992. 'The Emerging New Paradigm in Business'. In *New Traditions in Business: Spirit and Leadership in the 21st Century*, eds Renesch, J. San Francisco: Berrett Koehler Publishers.

Tagore, R. 1937. 'China and India'. (inaugural speech of the Cheena Bhavana). In *The English Writings of Rabindranath Tagore Volume 3*, eds S.K. Das. New Delhi: Sahitya Akademi.

———. 1990. 'Sabhyatar Sankat'. (Crisis in Civilisation). In *Rabindra Rachanabali* (Collected Works of Rabindranath Tagore, Volume 13) Kolkata: West Bengal Government.

———. 1996. 'Crisis of Civilization'. In *The English Writings of Rabindranath Tagore*, Volume 3, ed. S.K. Das. New Delhi: Sahitya Akademi.

———. 2009. *Talks in China*. New Delhi: Rupa & Co.

Tan Chuang 2011. 'Introduction I'. In *Tagore and China* eds Tan Chaung, Amiya Dev, Wang Bangwei and Wei Liming. New Delhi: SAGE Publications, and Beijing: Central Compilation and Translation Press.

Wang Shuying. 2006. *Ji Xianlin lun Zhung-Yin wenhua jiaoliu* (Ji Xianlin on Sino-Indian Cultural Intercourse). Beijing: Beijing New Century Publisher.

Weick, K. 2006. 'Faith, Evidence and Action: Better Guesses in an Unknowable World'. *Organization Studies* 27(11): 1723–1736.

Xu Zhimo. 2005. *Xu Zhimo quanji* (Collected Works of Xu Zhimo). Tianjin: Tianjin People's Press.

Zohar, D. and Marshall, I. 2000. *SQ: Spiritual Intelligence, the Ultimate Intelligence*. New York: Bloomsbury Publishing.

५

चीन आणि भारत

१५व्या शतकातील सांस्कृतिक आणि धार्मिक देवाणघेवाण

हुआन्ग वेईमिन

विषयप्रवेश

चीन आणि भारत यांमधील विनिमय मूलतः भूमार्गाने होत असे. किन-पूर्व काळामध्ये, सुमारे ३,००० वर्षांपूर्वी, मध्य भारतातील भिख्खू किंवा व्यापाऱ्यांनी बौद्ध संस्कृतीचा प्रसार केला किंवा ते रेशीम व्यापारामध्ये सक्रिय होते असेही म्हणता येईल. हे भिख्खू किंवा व्यापारी घनदाट जंगले, नद्यांची खोरी, मध्य आशियातील वाळवंट आणि हिमाच्छादित पर्वत ओलांडून रेशीम मार्गाने दक्षिण किंवा उत्तरेकडे येत असत. यामुळे दोन्ही सभ्यतांतील विनिमय आणि संपर्कास चालना मिळाली. तदनंतर, बाराव्या शतकामध्ये, आधुनिक नौकाचलन तंत्रज्ञानामुळे चीन-भारत दरम्यान सागरी संपर्क प्रस्थापित झाला.

इ.स १४०५मध्ये, यॉन्गलच्या झु दि नामक सुसज्ज सम्राटाने पहिल्यांदा यूनक झॅन्ग आणि त्याचे आरमारी दल पश्चिमेकडे रवाना केले. ही देवाणघेवाण दोन तुल्यबळ देशांमधील नसली तरी, यामुळे चीन-भारत सागरी विनिमयाला औपचारिक स्वरूप प्राप्त झाले. 'परिघातील छोटेखानी देशांनी प्रभाव असलेले' शक्तिशाली राष्ट्र म्हणून चीनने दक्षिण आशियाई उपखंडातील विविध लहान देश प्रतीकात्मक दृष्टीने राष्ट्रीय सीमांतर्गत सामावून घेतले. या देशांवर सम्राटाच्या न्यायाचा आदर करणे अपरिहार्य होते. चीनच्या चष्म्यातून भारत मात्र अजूनही विखुरलेला प्रदेश होता. ते भारताला 'पंचकडी' अथवा 'पाच तेन्जीदू' असे संबोधत असत. भारत-चीन दरम्यान पंधराव्या शतकात प्रस्थापित विनिमयाची नोंद झेंग यांच्या पश्चिम दिशेकडील प्रवासादरम्यानच्या पाच पुस्तकांत घेण्यात आली होती. ही पुस्तके क्रमशः मा ह्युआन लिखित *यिंग-या-शेंग-लॅन* (सागरी किनारपट्ट्यांचे सर्वेक्षण), फेई झिन लिखित *झिंग-च शेंग-लॅन* (स्टाररी राफ्टचे वर्णन) आणि गॉन्ग झेन यांच्या *रेकॉर्ड्स ऑफ वेस्टर्न कंट्रीज* (पश्चिमी राष्ट्रांच्या नोंदी) अशी आहेत. झेंग हे यांच्या मागोमाग मा ह्युआन, फी झिन, गॉन्ग झेन हेदेखील पश्चिमेकडे गेले आणि आपल्या वास्तविक अनुभवांच्या आधारे त्यांनी देशातील स्थानिक चालीरिती शब्दबद्ध केल्या. याखेरीज,

इतर नोंदी *ट्रू रेकॉर्ड ऑफ मिंग डायनेस्टी* आणि *हिस्ट्री ऑफ मिंग डायनेस्टी* आणि काही स्थानिक इतिवृत्तामध्ये सापडतात. चीन आणि भारतातील औपचारिक विनिमय प्रामुख्याने कालिकत, कोचीन आणि बांग्ला या प्रदेशांदरम्यान होता अशी सर्वसाधारण कल्पना या नोंदींवरून येते.

कालिकत, कोचीन, बांग्ला, गम्बारी आणि क्विलॉन यांनी स्वीकारलेले मांडलिकत्व

कालिकत म्हणजे भारतीय महाद्वीपाच्या नैर्ऋत्य किनाऱ्यावरील आताचे कोझीकोड होय. सुयोग्य भौगोलिक परिस्थितीमुळे, 'पाश्चिमात्य राष्ट्रांना मालाची चढउतार' करण्यास अनुकूल होते. इ.स.१४०३ मध्ये झ्यु दी ने यिन किंगनामक अधिकाऱ्याला कालिकतमध्ये शांतता प्रस्थापित करण्याचे आदेश दिले. प्रमुख अधिकारी शामी दिक्झीने यिंन किंग पाठोपाठ सम्राटाकडे प्रतिनिधी मंडळ पाठवले. जेथे यॉग्लेच्या सम्राटाने एक शाही फतवा काढला. शामी दिक्झीला अधिकारिता देण्यात यावी असे यामध्ये म्हटले होते. यानुसार शामी दिक्झीला राजा करण्यात आले आणि मांडलिकत्वाला औपचारिक छटा देण्यात आली. सन १४०५मध्ये झेंग ही याने पश्चिमी महासागरातून पहिला जलप्रवास केला, तेव्हा कालिकत हे त्याचे गंतव्य स्थान होते. त्या स्मृतिप्रीत्यर्थ तेथे एक स्मारक उभारले गेले (या स्मारकाची आजतागायत उत्तम जपणूक केली आहे). *यिंग-या-शेंग-लॅन*मध्ये, मा ह्युआन याने शहराच्या आश्चर्यकारक व्यापाराची प्रशंसा केली. व्यापारासाठी जगभरातील व्यापाऱ्यांनी या शहरांना वारंवार भेटी दिल्या होत्या.

भारतातील केरळ राज्यातील कोचीन हे सर्वांत मोठे शहर आणि प्रमुख बंदर आहे. सॉन्ग राजवटीच्या काळात कोचीन आणि कालिकत यांना एकत्रितपणे नंबुरी (ब्राह्मणाच्या आडनावापासून) असे संबोधले जात. परंतु चीन-कोचीन संपर्क आणि विनिमयाचा मोठा इतिहास आहे. *हिस्ट्री ऑफ मिंग डायनस्टी* नुसार, कोचीन, म्हणजेच, प्राचीन पॅन. पॅन राजघराण्याने सॉन्ग, लिआन्ग, सुई आणि टॅन्ग राजवटीचे मांडलिकत्व पत्करले होते (किंग झॅन्ग टियु १९७४, ८४४०). सन १४०७मध्ये, मिंग राजघराण्याच्या अधिकृत न्यायालयाने कोचीन केईलीच्या प्रमुख पुढाऱ्याला राजा म्हणून घोषित केले. त्याला राजाची मोहोर दिली, तसेच, 'साम्राज्याचा पर्वत' असलेल्या पर्वताप्रती पूज्यभाव बाळगण्याचे अधिकार देण्यात आले आणि त्यासाठी प्रदीर्घ स्तंभ शिलालेख देखील लिहिला. सन १४०९मध्ये, केईलीने पहिल्यांदा झेंग ही याच्या आरमारी तांड्याबरोबर खंडणी देण्यासाठी प्रतिनिधी मंडळ पाठवले.

बांग्ला म्हणजे बांगला देश आणि बिहार, त्रिपुरा आणि ओडिसा ही भारतीय राज्ये अभिप्रेत आहेत. चीनच्या दृष्टीने एकीकडे कालिकत आणि कोचीनला व्यापारी बंदरे

म्हणून महत्त्वाचे होते तर दुसरीकडे, बांग्ला-चीन सहकार्य प्रामुख्याने गुंतागुंतीच्या राजकीय घटकांशी संबंधित होते. शासकीय व्यवहारांमध्ये मध्यस्थी करून मिंग राजघराण्याने बांग्ला आणि शेजारील जौनपूर साम्राज्य यांतील तिढा सोडवण्यास साहाय्य केले. सर्वप्रथम, बांग्ला आईयासिदिंगच्या राजाच्या निधनानंतर मिंग राजघराण्याच्या न्यायपीठाने साईवुदिंगला त्यांचा उत्तराधिकारी म्हणून नेमले. सन १४२०मध्ये जौनपूरने बांग्लावर स्वारी करताच साईवुदिंगने बचावासाठी मिंगकडे धाव घेतली. सप्टेंबर, १४२१मध्ये, राजघराण्याच्या न्यायपीठाच्या वतीने राजनीतिज्ञ होऊ झिआन बांग्ला येथे गेले. त्यांना समेट घडवून आणण्यात यश आले. कदाचित राजकीय संबंधांमुळे चीनने नेहमीच बांग्लाला विशेष वागणूक दिली आणि सुरळीत संबंध देखील प्रस्थापित केले; बांग्लाने देखील मिंग राजघराण्याच्या न्यायपीठामध्ये राजनयिक अधिकाऱ्यांचे गट रवाना केले. चीन-बांग्ला दरम्यान दीर्घकाळ राजनयिक संबंध होते.

उपरोक्त तीन राजघराण्यांखेरीज जौनपूर, सोली, गंबारी आणि क्विलोन या राजघराण्यांचा देखील मिंग राजवटीशी काही प्रमाणात संपर्क होता. जौनपूर हे 'पंचकडी'च्या मध्यभागी होते. जौनूपर आणि बांग्ला यांच्यातील वाद मिटवताना, मिंग राजघराण्याच्या न्यायपीठाने त्या प्रदेशांना मांडलिकत्व देण्याचा प्रयत्न केला. परंतु, जौनपूरला ते मान्य नव्हते आणि म्हणून त्यांनी चीनमध्ये राजदूत पाठवले नाही. सोली हे आज कोरिये नदीच्या उगम प्रदेशानजीक वसले आहे. या प्रदेशाने सन १४०३मध्ये मिंगचे मांडलिकत्व पत्करले. तसेच, मिंगच्या न्यायपीठात शिष्टाचार म्हणून दोन वेळा दूत पाठविले. नंतर न्यायालयाने या लांबलचक प्रवासाची दखल घेऊन खंडणीची रक्कम दुय्यम मानली. आनंदाचे निश्चित स्थान ज्ञात नव्हते. *हिस्ट्री ऑफ मिंग डायनस्टी*मध्ये देखील याचा ओझरता उल्लेख आढळतो. गम्बारीला केप कोमोरिन असेही संबोधले जाते. हे भारतीय द्वीपकल्पाच्या अतिदक्षिण भागात स्थित आहे. या प्रदेशाने सन १४०९मध्ये मिंगचे मांडलिकत्व पत्करले. कोचीनच्या सीमावर्ती भागात स्थित क्विलॉनने सन १४०८मध्ये मिंग राजवटीचे मांडलिकत्व पत्करले. याशिवाय, मलबार, केल, अहमदाबाद, जरफाट्टान आणि दिल्ली या राजघराण्यांनीदेखील चीनसह देवाणघेवाण केली. ऐतिहासिक नोंदींमध्ये याचा धूसर उल्लेख आढळतो.

भारतीय राजघराण्यांना चिनी राजदूतांच्या सदिच्छा भेटी

झेंग हे यांच्या पश्चिमी महासागरातील सात जलप्रवासांदरम्यान चीन आणि भारतीय राजघराण्यांमध्ये सर्वाधिक स्नेहपूर्ण विनिमय झाला. भारताच्या पूर्व आणि पश्चिम किनाऱ्यावरील जवळपास सर्व राजघराण्यांमध्ये झेंग हे यांचे आरमार दल दाखल झाले होते. याशिवाय मिंग राजवटीने अनेक भारतीय राजघराण्यांमध्ये राजदूत पाठवले होते. तक्ता ५.१ मध्ये याबाबतचा तपशील दिला आहे.

时间 *(समय)*	国家 *(साम्राज्य)*	使者 *(दूत)*
洪武2年 (1369)	西洋琐里 (Soli)	刘叔勉 (Shumian Liu)
永乐2年 (1403)	古里（Calicut)、柯枝（Cochin）	尹庆 (QingYing)
永乐2年 (1404)	西洋琐里（Soli）	闻良辅 (Liangfu Wen)
永乐2年 (1404)	西洋琐里（Soli）	马彬 (Bing Ma)
永乐3年 (1405)	古里（Calicut）	郑和 (He Zheng)、王景弘 (Jinhong Wang)等
永乐6年 (1408)	古里（Calicut)、柯枝（Cochin)、加异勒（Cail)、阿拨把丹（Ahmedabad)、小葛兰（Quilon)、南巫里（Malabar)、甘巴里（Cape Comorin）	郑和 (He Zheng)、王景弘 (Jinhong Wang)、费信 (Xing Fei)等
永乐7年 (1409)	古里（Calicut)、甘巴里（Cape Comorin)、小葛兰（Quilon)、柯枝（Cochin)、榜葛刺（Bengala）	郑和 (He Zheng)、王景弘 (Jinhong Wang)、候显(Xian Hou)、费信 (Xing Fei)、马欢 (Huan Ma)等
永乐10年 (1412)	底里（Delhi）	无名使者 (no name)
永乐13年 (1415)	古里（Calicut)、柯枝（Cochin)、加异勒（Cail）	郑和 (He Zheng)、王景弘 (Jinhong Wang)、马欢 (Huan Ma)、哈同 (Tong Ha)等
永乐15年 (1417)	古里（Calicut)、柯枝（Cochin）、南巫里（Malabar)、沙里湾泥（Jurfattan）	郑和 (He Zheng)、王景弘 (Jinhong Wang)、费信 (Xing Fei) 等
永乐19年 (1421)	古里（Calicut)、柯枝（Cochin)、榜葛刺（Bengala）	郑和 (He Zheng)、王景弘 (Jinhong Wang)等
永乐20年 (1422)	沼纳朴儿（Jaunpur）和底里（Delhi）	甘泉 (Quan Gan)
宣德5年 (1430)	加异勒（Cail)、古里（Calicut）	郑和 (He Zheng)、王景弘 (Jinhong Wang)、洪保 (Bao Hong) 等

तक्ता ५.१: *भारतीय राजघराण्यांना चिनी राजदूतांच्या सदिच्छा भेटी*

स्रोत: मिंग राजघराण्याच्या नोंदी.

चिनी राजघराण्याला खंडणी देणारी भारतीय राजघराणी

टु रेकॉर्ड ऑफ मिंग डायनेस्टी नुसार, चिनी राजघराण्याला खंडणी देण्यासाठी कालिकतने आठपेक्षा अधिक वेळा, कोचीनने सहा वेळा आणि बांग्लाने जवळजवळ १० वेळा राजदूत पाठवले होते (तक्ता ५.२). सामान्यतः झेंग हे यांच्या आरमार दलासह भारतीय राजदूत चीनमध्ये प्रवेश करत असत. मांडलिकत्व पत्करलेली इतकी राजघराणी होती की, संपूर्ण न्यायालयामध्ये खंडणी देणाऱ्या राजदूतांची गर्दी होत असे, असे म्हटले जाते. पैकी, 'कालिकत हे सर्व राजघराण्यांच्या अग्रस्थानी होते' असा उल्लेख आहे (तायबेई १९६२, ३१२०). मिंग राजघराण्याबरोबर हिंदी महासागरातील राजघराण्यांच्या राजनयिक संबंधांमध्ये कालिकतची महत्त्वपूर्ण भूमिका होती हे यावरून लक्षात येते. सन १४३३मध्ये शेवटच्या खंडणी भरणारा

时间 *(समय)*	国家 *(साम्राज्य)*
永乐元年（1402）	西洋琐里 (Soli)
永乐2年（1404）	古里（Calicut）
永乐3年（1405）	古里（Calicut）
永乐5年（1407）	小葛兰（Quilon）
永乐6年（1408）	榜葛剌（Bengala）
永乐7年（1409）	古里（Calicut）榜葛剌（Bengala）
永乐8年（1410）	榜葛剌（Bengala）
永乐9年（1411）	古里（Calicut）柯枝（Cochin）榜葛剌（Bengala）加异勒（Cail）
永乐10年（1412）	榜葛剌（Bengala）
永乐12年（1414）	榜葛剌（Bengala）
永乐13年（1415）	古里（Calicut）柯枝（Cochin）甘巴里（Cape Comorin）
永乐14年（1416）	古里（Calicut）柯枝（Cochin）沙里湾泥（Jurfattan）
永乐19年（1421）	古里（Calicut）柯枝（Cochin）甘巴里（Cape Comorin）榜葛剌（Bengala）
永乐21年（1423）	古里（Calicut）柯枝（Cochin）榜葛剌（Bengala）西洋琐里(Soli)
宣德4年（1429）	榜葛剌（Bengala）
宣德8年（1433）	古里（Calicut）柯枝（Cochin）甘巴里（Cape Comorin）加异勒（Cail）
正统3年（1438）	榜葛剌（Bengala）

तक्ता ५.२: *चीनला भारतीय साम्राज्यांनी दिलेले कर*

स्रोत: मिंग राजघराण्याच्या सत्यापित नोंदी

राजनयिक गट चीनमध्ये येण्याची शेवटची वेळ होती आणि तद्नंतर झेंग हे यांचा मृत्यू झाला; परिणामी, राजघराण्याच्या न्यायपीठाच्या जलप्रवासाच्या इतर योजना ठप्प झाल्या. सन १४३६मध्ये कालिकत आणि कोचीनच्या लष्करी तुकड्या तीन वर्षे अडवून धरण्यात आल्या. तद्नंतर या तुकड्या जावाच्या कर जहाजांबरोबर त्यांच्या मातृभूमीमध्ये परतल्या. त्यानंतर ते कधीही चीनमध्ये गेले नाहीत. सन१४३६ मध्ये बांग्ला-चीन मैत्रीसंबंधांना देखील तडा गेला.

कालिकत आणि कोचीनमधील हिंदूंच्या धारणा

बांग्लामध्ये हुईनामक एकमेव धार्मिक श्रद्धेचे पालन केले जाई असे मा ह्युआन यांनी *यिंग्या शेनग्लान*मध्ये नमूद केले आहे. कालिकत आणि कोचीन राजवटींमध्ये मात्र बहुविध धार्मिक श्रद्धा रूढ होत्या. येथे पाच प्रकारच्या श्रेणी अस्तित्वात होत्या, यामध्ये, नान्पी, हुई-हुई, झेदी, गेलिंग आणि पापाव समुदाय समाविष्ट होते. येथील राजे मात्र बुद्धधम्माचे अनुयायी होते (वास्तविक हिंदुवादाचे), ते हत्ती आणि गुराढोरांना पूज्य मानत असत. याशिवाय क्विलॉन आणि आनंदा या प्रांतांवर देखील 'बौद्धधम्मा'चा प्रभाव होता. *हिस्ट्री ऑफ मिंग डायनस्टी*मधील *नोंदी*नुसार, सन १३७४मध्ये आनंदाचे सम्राट कहालू यांनी मिंगच्या न्यायपीठासमोर पेश करण्यासाठी बिनिक्झीनामक दूतासह खंडणीस्वरूपात काही वैशिष्ट्यपूर्ण स्थानिक वस्तू, शरीरशुद्धी करणारी द्रव्ये आणि नाडीचिकित्सेसाठी वापरण्यात येणाऱ्या काही सुया यांसारख्या काही चीजवस्तू पाठवल्या. त्याचा परतावा म्हणून मिंगच्या तैझुने त्यांच्यासाठी बौद्ध कपडे, वस्त्र आणि रेशीम देऊ केले. कालिकत आणि कोचीनमधील हिंदुवाद आणि इस्लामच्या अनुयायांची संख्या समसमान होती. हिंदुवादाचे पालन करणाऱ्या सम्राटाने इस्लामी अनुयायांसह एक करार केला होताः राजा आणि रयत गोमांस भक्षण करत नसत आणि हुई हुई समुदायातील सरदार डुकराचे मांस सेवन करत नसत. राजा आणि हुई हुई लोकांनी ''तुम्ही गोमांस भक्षण करू नका आणि मी डुकराचे मांस सेवन करणार नाही'' अशी प्रतिज्ञा केली होती. त्यांनी निषिद्ध मानलेल्या या बाबी आजतागायत कायम आहेत (मा ह्युआन १९५५, ४३).

मा ह्युआन याने *यिंग-या शेंग-लॅन*मध्ये कालिकत आणि कोचीन येथील 'बौद्धधम्मा'तील सणसमारंभांचे तपशीलवार वर्णन केले होते. कालिकत आणि कोचीनच्या सम्राटांनी 'बुद्धाच्या पितळी मूर्ती तयार केल्या' असे तो लिहितो. या मूर्तींना ते 'नैनायेर' असे संबोधत असत. त्यांनी पितळी बुद्धविहार, कौले आणि चौथरे बांधले. तसेच, या एकूण रचनेच्या शेजारी एक विहीर खणली. दररोज सकाळी उपासनेपूर्वी विहिरीतील पाण्याने मूर्तींचे मार्जन केले जाई. दोन्ही साम्राज्यांतील लोक हत्ती आणि गुराढोरांना पूज्य मानत असत, गुरांचे शेण जाळून

पांढरे भस्म तयार करून ते मस्तकावर किंवा संपूर्ण शरीरावर लावत असत. मा ह्युआन यांनी गुराढोरांप्रती श्रद्धा बाळगणाऱ्या कालिकतमधील स्थानिकांचा अप्रत्यक्ष उल्लेख केला आहे. हा उल्लेख येथे नमूद करता येईलः मुसानामक साधूला स्थानिक लोकांनी 'खरा पूजनीय देव' मानले. हा साधू नंतर अन्यत्र निघून गेला आणि त्याच्या अल्-सामेरिलानामक कनिष्ठ बंधूला उर्वरित कार्य करण्याचा आदेश दिला. त्यांचा भाऊ विपरीत वृत्तीचा होता. त्याने एक सुवर्ण गाय निर्माण करून ती देव आहे असे जाहीर केले. सुवर्ण गायीच्या आदेशांचे पालन करणे सर्वांसाठी अनिवार्य होते. जे लोक सोन्याच्या गायीचे शेण नियमित लावतील त्यांना सोन्याचे हृदय मिळेल असे त्यांनी सांगितले. यामुळे प्रत्येकच व्यक्ती सोन्याच्या गायीला खरा देव मानत असे. मुसा परत आल्यानंतर आपल्याच भावाने पवित्र कायदा देशोधडीस नेला हे त्यांच्या ध्यानात आले. त्यांनी त्वरित सोन्याच्या गायीचे देवक नष्ट केले आणि आपल्या भावाला शिक्षा देण्याचीही तयारी दाखवली. तथापि, त्यांच्या भावाने हत्तीवरून पलायन केले. इतर लोक तो परत येण्याची वाट पाहत होते. पण सारेच व्यर्थ. गायीचे शेण पाहिले की लोकांना त्याची आठवण होत असे.

असे असले तरी, मा ह्युआन या कालिकत आणि कोचीनमधील रयतेला हत्ती आणि गुराढोरांची पूजा करताना, विहिरीतील पाण्याने बुद्धाची मूर्तीचे मार्जन करताना आणि शरीरावर गायीचे शेण लावताना पाहिले तेव्हा या चालीरीती म्हणजे 'बौद्धधम्मातील धारणा' आहेत असा त्याचा गैरसमज झाला. वास्तविक, या धारणा हिंदुवादातील श्रद्धा आणि चालीरीतींवर आधारित होत्या. कालिकत आणि कोचीनच्या सम्राटांच्या हिंदुवादातील श्रद्धांवरून त्यांनी चीनमध्ये पाठवलेले बहुतांश राजदूत देखील हिंदुधर्माचे पालन करणारे असावे तर काही जण हुई हुई असावे असा अंदाज बांधणे शक्य आहे.

चीन आणि कालिकत व कोचीनदरम्यान सातत्याने सागरी मार्गाने विनिमय होत असला तरी, त्याबाबतच्या नोंदी मात्र संक्षिप्त स्वरूपाच्या होत्या. स्थानिकांचे रितीरिवाज, त्यांची परिस्थिती, खंडणी देण्याच्या तारखा आणि खंडणीचे वर्गीकरण वगळता, कोणतीही इतर माहिती उपलब्ध नव्हती. अशा विस्कळीत ऐतिहासिक माहितीच्या आधारे, १५व्या शतकातील भारत-चीन दरम्यानच्या औपचारिक विनिमयाचे एकसंध आकलन प्रस्तुत करणे अवघड आहे. वारंवार चीनला भेटी देणाऱ्या कालिकत आणि कोचीनच्या राजनयिक लष्करी तुकड्यांचा धार्मिक अथवा सांस्कृतिक विनिमायावर प्रभाव होता का हे नेमके सांगता येणार नाही. तसेच खंडणी स्वरूपात त्यांनी सादर केलेली स्थानिक आकर्षणे आणि परतावा म्हणून त्यांना मिळालेले रेशीम आणि चिनी कपडे यांवरील त्यांच्या प्रभावाबाबत देखील अंदाज बांधता येत नाही. सन १४३३ ते १४३६ दरम्यान चीनमध्ये गेलेल्या राजनयिक

तुकड्यांनी तेथे हिंदुवादाचा, हिंदू धर्मोपदेश केला का याबाबत देखील नेमका अंदाज नाही. १५व्या शतकातील चीन-भारत विनिमयाचा संक्षिप्त इतिहास ही एका महत्त्वपूर्ण कालावधीची नांदी ठरली इतकेच आपल्याला निश्चित ठाऊक आहे. झेन्ग हे नामक खलाशाने भारताकडे जाण्याचा समुद्री मार्ग शोधून काढल्यानंतर भारत-चीन दरम्यानच्या विनिमयाला औपचारिक स्वरूप आले. इथूनच भविष्यातील दीर्घकालीन धार्मिक आणि सांस्कृतिक देवाणघेवाणीचे नवे पर्व सुरू झाले.

चीन-भारत दरम्यानचा १५व्या शतकातील अनौपचारिक विनिमय आणि धर्म-संस्कृतीचा प्रसार

व्यापारी खंडणीवर चालणाऱ्या औपचारिक विनिमयाखेरीज १५व्या शतकामध्ये चीन आणि भारतामध्ये दोन लोकसमूह सांस्कृतिक देवाणघेवाणीचे दूत ठरले होते. 'पाश्चिमात्य मठवासी' आणि व्यापारीगण हे ते लोकसमूह होत. बुद्धधम्माऐवजी हिंदू तांत्रिक आणि हिंदू शाक्तपंथियांची भारत-चीन दरम्यान धार्मिक-सांस्कृतिक देवाणघेवाणीतील भूमिका महत्त्वाची ठरली.

'पाश्चात्त्य संन्यासींद्वारे' हिंदू तांत्रिकाचा प्रसार

मिंग राजवटीच्या आरंभीच्या काळात 'पाश्चात्त्य मठवासी' म्हणजे तंत्रविद्या वापरणारा समुदाय होता. दक्षिण आशियातील नेपाळ आणि भारतातील काश्मीरमधील लोक यामध्ये समाविष्ट होते. भारतीय बौद्धधम्म म्हणजे प्रामुख्याने तंत्रविद्या आहे हे आपण सारेच जाणतो. अरब आणि इस्लामी आक्रमणामुळे आणि त्यांनी केलेल्या धार्मिक छळामुळे अकराव्या शतकापर्यंत भारतातील तंत्रविद्या हळूहळू ओसरली. बाराव्या शतकाच्या शेवटी आणि तेराव्या शतकाच्या सुरुवातीला, इस्लामी लष्कराने पूर्वेकडे कूच केले. भारतातील नालंदा मठ आणि संग्रगयास-येशीस-शाब्सचा विध्वंस केला. परिणामी, तंत्रविद्येमध्ये पारंगत लोक विखुरले गेले. त्यांच्यातील अनेकांनी काश्मीर आणि अन्य मार्गे तिबेटला पलायन केले आणि उर्वरित लोक नेपाळला पळून गेले. युआन राजवटीच्या अखेरीस आणि मिंग राजवटीच्या आरंभी तंत्रविद्येत पारंगत अनेक संन्यासींनी धर्मप्रसार आणि चीनमध्ये तंत्रविद्या कायम टिकवून ठेवण्यासाठी भारत सोडून तिबेट आणि नेपाळमार्गे चीनला जाणे पसंत केले. पश्चिमी मठवासींचे प्रमुख भारतीय तंत्रविद्येत पारंगत होते. झानशिली असे त्यांचे नाव होय. ते मध्य भारताच्या जिवेईल्युओवी (दक्षिण नेपाळमधील तिलौरकोट) येथील होते. त्यांचा जन्म क्षत्रिय वर्णात झाला होता आणि काश्मीर राजवटीतील (सध्याचे काश्मीर) सुल्युओसा मंदिरामध्ये भिक्षूक होते. शाह झानशिली 'भारतातील पाच ज्ञानशाखा आणि हुकूमांच्या अभ्यासामध्ये निपुण होते'. सन १३६४मध्ये ते चीनमध्ये आले

आणि मिंगचे झु युआनझॅन्ग, तैझु यांनी त्यांची आदरतिथ्याने दखल घेतली. त्यांनी झॉन्गशॅन पर्वतामध्ये एक मंदिर बांधले आणि तिथे शाह ज्ञानशिली यांच्या निवासाची सोय केली. ते झॉन्गशॅन पर्वतावर गेले की राजा प्रमुखाला पाचारण करून शाह ज्ञानशिलीसह धार्मिक तत्त्वप्रणालीबाबत चर्चा करत असे. शाह ज्ञानशिली यांनी अनेक अनुयायांबरोबर चीनमध्ये १८ वर्षे धर्मप्रचाराचे काम केले. पैकी, शान्डॉग प्रांतातील झिग्युआन्ग (जेन दोशिमी असे त्यांचे बौद्ध नाव होते) हे प्रसिद्ध अनुयायी होते. झिग्युआन्ग यांची तंत्रविद्येवर हुकुमत होती. 'ते बौद्ध संहितांचे जाणकार होते तसेच, त्यांच्या उत्कृष्ट वादविवाद क्षमतेविषयी त्यांना अभिमान होता'. मिंगचे तैझु, सम्राट रेन झॉन्ग, झुआन झॉन्ग आणि यिंग झॉन्ग यांनी त्यांना सन्मानित केले होते. शाह ज्ञानशिली आणि त्यांचे अनुयायी झिग्युआन्ग यांच्या नेतृत्वाखालील पश्चिमी मठवासी समुदायाने दोन्ही सम्राट, सम्राज्ञी तसेच सामान्य जनतेला धार्मिक उपदेश केला आणि त्यांच्यासाठी धार्मिक विधींचे आयोजन केले. त्यांनी विविध स्थळांवर श्रद्धास्थळे आणि मूर्तिस्थापना केली. मंडले निर्माण केली, धर्मसंहितांचा अनुवाद केला आणि हिंदू तंत्रविद्येच्या प्रसारार्थ प्रभावी ग्रंथलेखन केले.

योन्गल (१४१३) राजवटीच्या अकराव्या वर्षात शाह ज्ञानशिली आणि झिग्युआन्ग यांच्या मतप्रणाली व्यतिरिक्त शिलिशालिबुदेयुऊ धर्मोपदेशाच्या हेतूने पूर्व भारतातून चीनमध्ये आले होते. ते पूर्व भारतातील झान्गोमा राजवटीचे राजपुत्र होते. त्यांना 'वॅन्ग मिंग बॅन दी दा' अर्थात, खंडणीच्या रूपात 'सर्व बौद्धांचे सोन्याचे पुतळे आणि सिंहासन' देणारे असे संबोधले जात असे. म्हणूनच, मिंग सम्राटांपैकी एक, झुदी यांनी विशेषकरून श्रद्धास्थान म्हणून झेन्जुई मंदिर बांधले. क्झुआन झॉन्गने नामक आणखी एका मिंग सम्राटाने राजवटीच्या नवव्या वर्षपूर्तीपर्यंत भारतीय शैलीचे मंदिर बांधण्याचे आदेश दिले. पाश्चात्त्य मठवासींच्या धर्मप्रसाराला समर्थन देण्यासाठी मिंगच्या राजगादीने विदेशी तत्त्वपीठे प्रस्थापित केली. 'झिफॅन यंत्र' आणि 'झिशन यंत्र' त्यात समाविष्ट होती. या यंत्रांचा वापर करून भारतीय आणि पाश्चिमात्य धर्मसंहितांचे मुद्रण करण्यात येणार होते.

'पाश्चात्त्य मठवासी' समुदायातील सर्वच सदस्य भारतीय नव्हते. त्यामध्ये अनेक चिनी आणि अन्नान भिक्षूंचाही समावेश होता. ते चिनी बौद्धधम्माचे अनुयायी नव्हते. ते भारतीय तंत्रविद्येचे अनुयायी होते. हिंदूंच्या शाक्तपंथियांचा त्यावर प्रभाव होता. धर्मप्रसार करणे, तंत्रविद्या आणि विधिविधानांचे भाषांतर करणे आणि त्यावर भाष्य करणे हे पश्चिमी मठवासींचे प्रमुख कर्तव्य आणि उद्दिष्ट होते. तथापि, मिंग येथील शासकांनी त्यांच्याकडे सांस्कृतिक संदेशवाहक म्हणून पाहिले. मिंग राजवटीच्या सुरुवातीच्या काळात पाश्चात्त्य मठवासींचा प्रभाव वाढला होता. यावेळी तैझु झु युऑनझॅन्गने 'स्थानिक रितीरिवाजविरोधी धर्म भ्रष्ट करणाऱ्या विदेशी धर्मांना सक्त

मनाई केली'. तद्नंतर, सदाचारी आणि धोरणी नेते आणि पाश्चिमात्य मठवासींचे अनुयायी–शाहा झानशिली आणि गुमालशिलीनी–यांनी सम्राटाचा पूर्वग्रह दूर केला. पाश्चात्त्य मठवासींनी चिनी भिख्खूवर केवळ सकारात्मक छाप पाडली नाही तर चीनच्या राष्ट्रीय प्रतिमेचा प्रसार करण्यासाठी खांद्याला खांदा लावून कामही करू शकतात असे सम्राटाच्या ध्यानात आणून दिले.

वास्तविक, शाह झानशिली आणि झिगुआन्ग यांच्या नेतृत्वाखालील भारतीय तंत्रविद्येच्या गटाने सांस्कृतिक विनिमयाच्या वाहकाच्या स्वरूपात कार्य केले. उदाहरणार्थ, झिगुआन्ग यांना १३८४, १३८८ आणि १४०३ असे तीन वेळा बुद्ध तत्त्वप्रणालीच्या प्रचारार्थ नेपाळ आणि इतर प्रदेशांमध्ये पाचारण केले गेले. दोन्ही देशांतील स्थानिक परिस्थिती, रितीरिवाज आणि धार्मिक पावित्र्याचा आढावा घेणे आणि तद्संबंधी माहितीची देवाणघेवाण करणे हा यामागील हेतू होता. शिवाय, झिगुआन्ग यांचे पहिले अनुयायी, मध्य भारतातील सांगकेबाला हे राजघराण्याच्या न्यायपीठामध्ये परदेशी तत्त्वप्रणालीचे अध्यापक होते. 'त्यांनी एक हजारांपेक्षा जास्त अधिकाऱ्यांना शिकविले, त्यांनी तत्त्वप्रणालीचे संस्कृतमध्ये अध्यापन केले आणि संस्कृतचा आदर बाळगून ती तत्त्वे अंतर्बाह्य स्वीकृत केली'. सांगकेबालाचे अनुयायी सन्यांदशिली यांनी राजघराण्याच्या शिक्षण संस्थेतील अधिकारी आणि अभ्यासकांसाठी या तत्त्वांचे आकलनाधारित भाषांतर केले. ती तत्त्वे समजावून सांगताना बुद्धधम्मातील शब्द वापरले. सन्यांदशिली यांचे पहिले अनुयायी यालांग्गेयुएशिलिकिन यांनीसुद्धा सेंग्लुसिमध्ये (राजघराण्याच्या न्यायपीठाची मध्यवर्ती संस्था) धर्मोपदेश केला. यामुळे चीनमध्ये हिंदू धर्मसंस्कृतीचा प्रसार होण्याच्या दिशेने भरीव मदत झाली.

'व्यापाऱ्यां'चे हिंदुवाद प्रसारातील योगदानः क्वानझोऊ आणि इतर प्रदेशांचा आढावा

पाश्चात्त्य मठवासींसह भारतीय व्यापाऱ्यांचे देखील हिंदुवाद प्रसारामध्ये प्रत्यक्ष किंवा अप्रत्यक्ष योगदान होते. चीन येथील मिंग राजघराणे आणि मांडलिकत्व पत्करलेली पाश्चात्त्य राजघराणी यांमधील व्यापार 'खंडणी आधारित व्यापार' आणि 'व्यावसायिक व्यापार' असा विभागला होता. पैकी, पहिला प्रकार शासनप्रभावी व्यापारी विनिमय होय. म्हणजेच, राजघराण्यांना खंडणी देऊन काही वस्तू आणण्यास आणि चिन्यांशी विशिष्ट प्रकारचा संपर्क ठेवण्यास शासनाची परवानगी असे. भारतीय किनारपट्टीवरील साम्राज्यांसह खंडणी आधारित व्यापार सुरू ठेवण्यासाठी मिंग राजघराण्याने गुआंगझोऊ आणि क्युआनझोऊमध्ये परदेशी व्यापारासाठी दोन शासकीय कचेऱ्या स्थापना केल्या. त्या वेळी, चीन येथे जाणाऱ्या भारतीय दूतांसह काही व्यापारीही असत. ते चिनी

लोकांसह व्यापारासाठी मसाले, काळी मिरी आणि रत्ने आणत असत. व्यावसायिक व्यापार म्हणजे व्यक्ती-व्यक्तींमध्ये होणारा व्यापार होय. मिंग राजवटीच्या प्रारंभिक आणि मध्यवर्ती कालखंडात, समुद्री व्यापारावर कठोर निर्बंध लादण्यात आले. तसेच, व्यक्तिगत व्यापारावर आदेशान्वये बंदी घालण्यात आली. तथापि, अशा आदेशाची कधीही काटेकोर अंमलबजावणी झाली नाही आणि चीन आणि भारतीय राजघराण्यातील नागरी व्यापार किंग राजवटीपर्यंत अव्याहत चालू राहिला. प्रामुख्याने, कालिकत आणि मिंग राजघराण्यामध्ये नियमित व्यावसायिक व्यापार होत असे. मिंग राजघराण्याच्या वॅन्ग झिफुने कालिकतहून चीनसह व्यापारासाठी येणाऱ्या पोर्तुगीज व्यापारी जहाजांबाबत लिखित नोंद केली आहे. कालिकत पश्चिमेकडील इतर राष्ट्रांशी प्रामाणिक होते. ते मार्च-एप्रिल दरम्यान विविध वस्तू विकण्यासाठी चीनमध्ये येत असत आणि नंतर जपान आणि इतर देशांमध्ये जात असत. मी स्वतः तीन लाख सोने चांदीच्या मोहोरा असलेली तीन जहाजे पहिली. त्यांनी कर भरल्यानंतर कर कचेरीने त्यांना नगरामध्ये व्यापारासाठी जाण्याची परवानगी दिली (क्वान हॅनशेन्ग १९७२, ४४४) अशी लेखननोंद आढळली आहे.

सन २०११मध्ये, बीजिंग येथील चायना तिबेटोलॉजी रिसर्च सेंटर मधील वैद्यकीय अभ्यासक लिअु यिनघुआ यांनी उपरोक्त नोंद कालिकत मॅन्यूस्क्रीप्ट लायब्ररीमध्ये बॉयर[१] वर लिहिली. त्या वेळी त्यांना NO 2579 अशी नोंद असलेल्या चिनी प्राचीन नाण्याचा अचानक शोध लागला. त्यावर 'दाओ गुआन्ग टॉन्ग बाओ' ही चार अक्षरे कोरलेली होती. यावरून असे ध्यानात येते की, चीन आणि भारतामधील व्यापार-विनिमय किंग राजवटीच्या शेवटापर्यंत सुरू होता.

पाश्चात्त्य मठवासी आणि व्यापाऱ्यांच्या माध्यमातून आलेल्या विभिन्न भारतीय धर्मसंस्कृती

पाश्चात्त्य मठवासी आणि व्यापाऱ्यांच्या १५व्या शतकातील चीनमधील उपक्रमांमुळे तेथे विभिन्न भारतीय संस्कृतीचा प्रसार झाला. मात्र या दोहोंच्या कामामध्ये बराच फरक होता. पाश्चात्त्य मठवासींद्वारे प्रसारित करण्यात आलेली भारतीय तंत्रविद्या हिंदुवादातील शाक्तपंथाशी साधर्म्य बाळगणारी होती. तर, कालिकत आणि कोचीन येथील भारतीय व्यापारी हे भारतातील हिंदुवाद अथवा इस्लामप्रती प्रामाणिक श्रद्धा बाळगणारे होते. पश्चिमी मठवासी समुदायाला मिंग राजवटीच्या न्यायपीठाचा १०० वर्षांहून अधिक कालावधीसाठी (१४०३-१५२१) भक्कम पाठिंबा होता. धर्मसंहिता आणि धर्मतत्त्वांचा प्रसार करणे हे त्यांचे प्रमुख उद्दिष्ट होते. चीन येथील धर्मसंस्कृतीमध्ये पाश्चात्त्य मठवासींचा प्रभाव आणि व्यापाऱ्यांचा प्रभाव यांमध्ये फरक होता.

पाश्चात्त्य मठवासी आणि व्यापाऱ्यांनी चीनमध्ये जाण्यास निवडलेले मार्गः

पाश्चात्त्य मठवासी	चीनच्या तिबेटमधील प्राचीन मार्गे हिमालय ओलांडून, भारतापासून आरंभ करून नेपाळकडे जात. चीनमध्ये तंत्रविद्येचा परिचय करून दिला आणि याविरुद्ध भारतात लामावाद सुरू झाला.
व्यापारी	भारतातील बंदरांपासून ते मलाय बेटे ते क्वानझोऊ किंवा गुआन्गझन्गझोऊ आणि हिंदी महासागर मार्गे अन्य बेटांवर. याला 'समुद्री रेशीम मार्ग' असे संबोधले गेले.

भारतीय धर्मसंस्कृतीचा चीनमधील १५व्या शतकातील प्रसार

चीन-भारत संबंधांच्या प्रदीर्घ इतिहासामध्ये १५वे शतक हे एक वळणबिंदू मानले जाते. या काळात भारत आणि चीन दरम्यानचा संवाद औपचारिक आणि नागरी अशा दोन्ही पातळ्यांवर विकसित झाला. इथवर भारत-चीन संबंधांमध्ये बौद्धधम्माची महत्त्वपूर्ण भूमिका होती. त्याऐवजी आता तंत्रविद्या आणि हिंदुवादाचे महत्त्व अधोरेखित झाले. १५व्या शतकातील चीन-भारत दरम्यानच्या धार्मिक आणि सांस्कृतिक विनिमयाची पुढील तीन गुणवैशिष्ट्ये होतः

राजघराण्याच्या न्यायपीठावर विसंबून असलेल्या पाश्चात्त्य मठवासींनी सामान्य जनतेचे समर्थन गमावले

पाश्चात्त्य मठवासी राजघराण्याच्या मर्जीतले होते. त्यांनी राजघराण्याच्या गरजा ध्यानात घेऊन तंत्रविद्येचा आणि तत्त्वांचा प्रसार केला. तसेच, राजघराण्याच्या गरजा पूर्ण करण्यासाठी धार्मिक विधींचे आयोजन केले. राजघराण्याचे भाग्य मात्र राजघराण्याच्या न्यायपीठाच्या हाती होते. भारतीय तंत्रविद्येवर विश्वास ठेवणाऱ्या सम्राटाच्या काळात पश्चिमी मठवासींवर विश्वास ठेवला जात असे. या काळात तंत्रविद्या अधिकाधिक समृद्ध झाली. तथापि, जेव्हा सम्राटाचा बौद्धधम्मावर विश्वास नव्हता, उदाहरणार्थ, मिंग राजवटीतील शी झॉन्ग ने बौद्धधम्मावर प्रतिबंध घातले होते. त्या वेळी तंत्राविद्येच्या संन्यासींना परत त्यांच्या मातृभूमीकडे पाठविण्यात आले आणि परिणामी, तंत्रविद्येचा प्रभाव ओसरला. राजघराण्याची मर्जी राखणे हे त्यांचे उद्दिष्ट असल्याने त्यांनी सामान्य जनतेशी कोणताही संपर्क ठेवला नाही आणि त्यामुळे जनमानसांत त्यांचा थोडका प्रसार झाला. यामुळे ते सामान्य लोकांचा विश्वास कमाविण्यात मोठ्या प्रमाणात अयशस्वी झाले. पाश्चात्त्य मठवासींचे तंत्रविद्या प्रसाराचे उपक्रम केवळ नानजिंग आणि बीजिंगपुरतेच मर्यादित राहिले.

तंत्रविद्या आणि हिंदुवादाची स्थानिक संवाद प्रस्थापित करण्याची नीती अयशस्वी ठरली

सांस्कृतिक देवाणघेवाण आणि संप्रेषण ही द्विमार्गी निवड प्रक्रिया होती असे टॅन्ग येईजिई या चिनी अभ्यासकाने नमूद केले. यानुसार, एतद्देशीय संस्कृतीच परकीय संस्कृतीचा विशिष्ट भाग स्वीकृत करेल. यासाठी तद्देशीय संस्कृतीच्या गरजा आणि विकासाला चालना देणारे घटक ध्यानात घेतले जातील. काही पारंपरिक संस्कृतींमध्ये परकीय संस्कृतीचा शिरकाव झाला असता, ती संस्कृती तद्देशीय संस्कृतीशी हर प्रकारे जुळवून घेण्याचा प्रयत्न करील. त्या संस्कृतींमध्ये वरकरणी संघर्ष असला तरी प्रदीर्घ इतिहासात संस्कृतींनी परस्परांशी जुळवून घेण्याची प्रक्रिया अधोरेखित होईल. चीनमध्ये बौद्धधम्म आला तेव्हा तो तेथील कन्फ्युशियस पंथ आणि नवताओवादाशी साधर्म्य बाळगणारा होता. बौद्धधम्म चिनी संस्कृतीत जलद गतीने एकरूप झाला; मात्र, तंत्रविद्या आणि हिंदुवादाची स्थानिक संपर्काची नीती अयशस्वी ठरली. ते चिनी संस्कृतीवर मर्यादित प्रभाव प्रस्थापित करू शकले. तंत्रविद्या आणि हिंदुवादातील तत्त्वप्रणाली आणि विधिविधान, विशेषतः शाक्तपंथ चिनी तत्त्वज्ञानाच्या पूर्णतः विरोधात होते. 'स्वर्गीय तत्त्वाचे पालन करून मानवी इच्छांवर विजय मिळवणे' असे त्यांचे तत्त्व होते. यामुळे कोणताही परकीय धर्म चीनमध्ये स्वीकृत होण्यात अनेक अडथळे होते. म्हणून, चीनमधील मिंग राजवटीवरील कन्फ्युशियन संस्कृतीचा ठसा पुसता आला नाही.

चीन-भारत सांस्कृतिक देवाणघेवाणीचा १५व्या शतकातील एकरेषीय प्रवाह

चीन-भारत दरम्यानच्या दीर्घकालीन सांस्कृतिक देवाणघेवाणीमध्ये चीनने सांस्कृतिक विनिमय आणि संक्रमण स्वीकृत केले. यामुळे एकरेषी प्रवाह अधोरेखित होतो. १५वे शतकही याला अपवाद नव्हते. झेंग ही याने भारतात येताना चिनी कन्फ्युशियनचे शास्त्र, वैद्यकीय पुस्तके, नाडीचिकित्सा, कविता, संगीतवाद्ये, चित्रकला आणि हस्ताक्षर कला आणली असली तरीही त्याचा भारतीय राजघराण्यांवर फारसा परिणाम झाला नाही. भारतीय धर्मसंस्कृतीचे एकमेवाद्वितीय स्वरूप हे संस्कृतीच्या एकरेषीय प्रवाहाच्या अनेक कारणांपैकी एक होते. भारतातील चिनी संस्कृतीच्या प्रसाराला राजकीय शक्तींची चालना होती हे दुसरे कारण होय. मिंग राजवटीने जलवाहतूक योजना रद्द केल्यानंतर सांस्कृतिक संप्रेषणदेखील स्थगित झाले. मिंग राजवटीच्या काळात चिनी संस्कृतीचे अर्धेमुर्धे प्रसारकार्य कर्तव्य म्हणून हाती घेण्यास पश्चिमी मठवासींसारखा कोणताही गट उपलब्ध नव्हता.

निष्कर्ष

चीन-भारत दरम्यान १५व्या शतकामध्ये देश आणि सामान्य जनतेच्या पातळीवर देवाणघेवाण होत असली तरी, तो दोन्ही देशांच्या दृष्टीने यशस्वी पर्याय ठरला नाही. यामुळे एक मात्र झाले, दोन्ही देशांमध्ये वेगवेगळ्या देशांतील संस्कृती एकमेकांशी परिचित झाल्या. त्या काळातील विभिन्न सांस्कृतिक छटा आणि वैशिष्ट्ये येथे रुजवली गेली. यामुळे दोन्ही देशसंस्कृतींतील आध्यात्मिक पैलूचे अधिक व्यापक व्यष्टीकरण झाले. अधिक महत्त्वाचे म्हणजे, १५व्या शतकामध्ये सांस्कृतिक संप्रेषण आणि पारस्परिक संपर्काचा अनुभव आणि त्यातून घेतलेला पाठ विद्यमान काळातील चीन-भारत देवाणघेवाणीसाठी उपयुक्त आहे. आज भारत आणि चीन दरम्यान ब्रिक्स (ब्राझील, रशिया, भारत, चीन आणि दक्षिण आफ्रिका) सदस्य म्हणून भिन्न प्रकारचे सहकार्य आणि विनिमय पाहायला मिळतो. दोन्ही देशांच्या सांस्कृतिक मृदुसत्ता पुनर्बांधणीच्या नीतीमुळे येथील धर्मसंस्कृती अधोरेखित होते. जागतिकीकरणाच्या संदर्भात चीन-भारत यांमधील सांस्कृतिक परस्परसंवाद आणि द्विपक्षीय निवडी नेमकी कोणती वैशिष्ट्ये दर्शवतील? यातून कोणता आशेचा किरण आणि ज्ञाननिर्मिती होईल? यातून दोन्ही राष्ट्रांचे सत्तास्रोत कसे अधोरेखित होतील? या सर्व विषयांवर सातत्याने आणि गहन संशोधन होणे प्राप्त आहे.

टीप

१. बॉयर हा पानाचा प्रकार आहे. *कॉर्फा अम्ब्राक्युलिफेरा* असे त्याचे वैज्ञानिक नाव होय.

संदर्भ

(Ming) Ma Huan. 1955. *Collation and Annotation of Ying-ya Sheng-lan*. Beijing: Zhonghua Book Company.

(Qing) Zhang Tingyu. 1974. *History of Ming Dynasty, Collected Biographies, Foreign Countries Volume 7, Calicut*. Beijing: Zhonghua Book Company.

Quan Hansheng. 1972. *Symposium of Chinese Economic History, Book 1*. Hong Kong: The New Asia Institute of Advanced Chinese Studies.

———. 1962. 'Item September 1st of the 21st Year of Yongle'. In *True Record of the Ming Dynasty· Wuzong, Volume 263* Taibei: Photocopy of Historical Languages Research Institution of Academia Sinica.

६

भारताची सांस्कृतिक मृदुसत्ता नीती आणि चीनचे आत्मभान

जिआन ली

अमरिकेतील हार्वर्ड विद्यापीठातील कनिष्ठ प्राध्यापक जोसेफ एस. न्ये यांनी सन १९९०मध्ये प्रथमतः 'मृदुसत्ता' ही संकल्पना मांडली. त्यांच्या मते, 'मृदुसत्ता म्हणजे सहकार्याची आणि लक्ष वेधून घेण्याची क्षमता होय. उद्दिष्टपूर्तीच्या हेतूने बळजबरी करण्याऐवजी या नीतीचा अवलंब केला जातो. विवक्षित संस्कृती, राजकीय आदर्शतत्त्वे आणि धोरणांच्या वेगळेपणामुळे अशी मृदुसत्ता आकार घेते' (न्ये २००५, २). देशाच्या मृदुसत्तेमध्ये संस्कृती, राजकीय मूल्ये आणि परकीय धोरणांचा समावेश होतो. मृदुसत्ता आकारास येण्याच्या प्रक्रिये अंतर्गत लोक स्वहिताच्या भानाने परस्परांशी संपर्क साधतात. म्हणून, अशी प्रक्रिया ऐतिहासिक प्रगतीच्या दृष्टीने महत्त्वाची ठरते. वर्तमानात, अनेक देश त्यांची ताकद एकवटण्यासाठी मृदुसत्ता विकसनावर भर देतात. येथे 'सांस्कृतिक मृदुसत्ता' म्हणजे काय? असा प्रश्न उपस्थित होतो. विवक्षित देशाची सांस्कृतिक मूल्ये, सांस्कृतिक गुणवैशिष्ट्ये, आणि सांस्कृतिक जनजीवन यांतून पुढे येणारी एकजूट, आकर्षकता, प्रभाव आणि स्पर्धात्मकता म्हणजे सांस्कृतिक मृदुसत्ता होय. सांस्कृतिक मृदुसत्तेतून राष्ट्रीय अस्मिता आणि वांशिक प्रतिमा प्रकट होते. राजकीय अथवा आर्थिक घटकांची तुलना करता सांस्कृतिक मृदुसत्तेमुळे दीर्घकालीन आकर्षक प्रतिमा आणि प्रभावबांधणी शक्य होते. सांस्कृतिक मृदुसत्ता एक महत्त्वपूर्ण वाहक असून देशाच्या मृदुसत्तेचा महत्त्वपूर्ण घटक होय. भारताने सांस्कृतिक मृदुसत्तेच्या विकासार्थ काही नीती अवलंबिल्या. अन्वयाने आलेले चीनचे आत्मभान आणि चीनने घेतलेले पाठ यावर प्रस्तुत प्रकरणात चर्चा केली आहे.

सांस्कृतिक मृदुसत्ता विकासासाठी भारताने वापरलेली संसाधने

देशाचे अस्तित्व कायम राहण्यासाठी आणि आंतरराष्ट्रीय स्पर्धात्मकतेमध्ये टिकून राहण्यासाठी प्रभावी संस्कृती ही एक अंतःप्रेरणा ठरते. हजारो वर्षे जुनी भारतीय संस्कृती चैतन्य आणि सर्वसमावेशकतेचे प्रतीक होय. यामुळेच आधुनिक काळात भारत सांस्कृतिक मृदुसत्ता म्हणून आकारास येत आहे.

सांस्कृतिक मूल्ये

भारतीय संस्कृतीची काही अद्वितीय मूल्ये आहेत. एकोपा, आध्यात्मिकता आणि सर्वसमावेशकता अशी त्यांची ढोबळ मांडणी केली जाते. ही संस्कृती मानव आणि निसर्गाच्या सुसंवादी सहअस्तित्वावर भर देणारी आहे. ही संस्कृती प्रेम आणि धर्माच्या माध्यमातून मोक्षप्राप्तीचा मार्ग दर्शवते. भारताच्या संस्कृतीतील आध्यात्मिकता समजून घेण्यासाठी धर्मातील मुक्ती ही संकल्पना समजून घ्यावी लागते. भारतीय संस्कृतीतील आध्यात्मिकता ऐहिक आणि शरीरसुखाच्या पल्याड जाणारी आहे. यामध्ये अंतरात्मा सर्वाधिक महत्त्वाचा मानला आहे. म्हणून, भारतीयांची मूल्ये आणि जीवनपद्धतीच अंतरात्म्याचा शोध घेणारी, भौतिक सुखसोयींना दुय्यम मानणारी, आत्मिक शांतीचा शोध घेणारी आणि भावनातिरेकास प्रतिबंध करणारी आहे. भारतीय संस्कृतीची सर्वसमावेशकता म्हणजे, ही संस्कृती इतर संस्कृतींतील आवश्यक ते घटक सामावून घेणारी आहे असा अर्थ अभिप्रेत आहे. ही संस्कृती सर्व संस्कृतींचे सहअस्तित्व आणि धार्मिक वैविध्याचे जतन करण्यास पुष्टी देते (चेन हॉन्गबिंग २००८). भारतीय संस्कृतीची पारंपरिक मूल्ये 'हे विश्वची माझे घर' या उक्तीचे समर्थन करणारी आहे. यातूनच वैश्विक प्रश्नांवर तोडगा काढण्याची प्रेरणा मिळते. यामध्ये पारिस्थितिकी पर्यावरणाचा ऱ्हास थांबवणे अभिप्रेत आहे. लोकांनी निसर्ग ओरबाडला असून भौतिक लालसेमुळे एक आध्यात्मिक पोकळी निर्माण झाली आहे, हे पर्यावरण ऱ्हासाचे प्रमुख कारण होय.

धार्मिक वैविध्य

बौद्धधम्माचे उगमस्थान म्हणून एकेकाळी जगभरातील जवळपास ३० कोटी इतके बौद्धधम्माचे अनुयायी भारताकडे आकृष्ट झाले. अशा प्रकारे, भारत ही भारत आणि पूर्व आशियाई वर्तुळादरम्यानचा कन्फ्युशिअसवाद यांतील महत्त्वाची कडी आहे. भारत हिंदुवाद, जैनवाद आणि शीखवादाचीही जन्मभूमी आहे. इस्लाम, कॅथलिक पंथ, ख्रिश्चन, पारशी आणि यहुदी धर्माचे अनेक अनुयायांचे येथे वास्तव्य आहे. येथे इस्लामचे उदाहरण नमूद करता येईल, भारतीय प्रदेशातील जवळपास १६.२ कोटी लोक इस्लामचे अनुयायी आहेत. पश्चिमेकडे, इस्लाममुळे भारत मध्य पूर्वेशी जोडला आहे. पूर्वेकडे, इस्लाममुळे मलेशिया, इंडोनेशिया आणि सिंगापोर यांसारख्या दक्षिणपूर्व आशियाई देशांसह भारताचे संबंध आहेत. देशांतील धार्मिक दुवा स्नेहपूर्ण संबंधांची हमी देतो. तसेच, शंकाकुशंकांचे मळभ दूर करण्यासाठी हा दुवा महत्त्वपूर्ण ठरतो (पॉल आणि नायर २००३, ५९).

लोकसंस्कृती

भारतामध्ये लोकसंस्कृतीचाही विलक्षण विकास झाला आहे. येथे चित्रपट क्षेत्राचे उदाहरण नमूद करता येईल. भारत हा जगातील सर्वाधिक चित्रपट निर्माण करणारा देश आहे. बॉलीवूडमध्ये सर्वाधिक चित्रपटांची निर्मिती केली जाते. तसेच, संपूर्ण जगामध्ये चित्रपटांची सर्वाधिक तिकिटेदेखील भारतातच विकली जातात. संपूर्ण भारतीय उपखंड, मध्यपूर्व, आफ्रिका आणि दक्षिण-पूर्व आशिया अशा सर्व प्रदेशांमध्ये बॉलिवूडचा प्रभाव आहे. दक्षिण आशियाई स्थलांतरितांकडून बॉलिवूडचा प्रभाव संपूर्ण जगभरात पसरला आहे. आता संगीत, नृत्य, पोशाखासंदर्भात अद्ययावत कलाकुसर यांसारख्या भारतीय कला वैश्विक पातळीवर प्रदर्शित होणे शक्य झाले आहे. तसेच, भारतीय योग आणि खानपानाने संपूर्ण जगाचे लक्ष वेधून घेतले आहे. उपरोक्त सर्व बाबींमुळे जगाच्या नजरेत भारतीय संस्कृतीचा दर्जा उंचावला आहे.

विज्ञान, तंत्रज्ञान आणि शिक्षण

महाविद्यालयीन शिक्षण आणि कौशल्य प्रशिक्षणात भारताला यश आले आहे. भारताने दर्जेदार शिक्षणाचे महत्त्व अधोरेखित केले आहे आणि येथील शैक्षणिक विभागांवर नोकरशाहीचे नियंत्रण आहे असे चित्र दुर्मीळ आहे. शाळांनादेखील बऱ्यापैकी स्वातंत्र्य असून आणि वैविध्यपूर्ण विकास साधण्यास वाव आहे. व्यवस्थापन प्रारूप सर्व शाळांसाठी एकसारखे नाही. यामुळे प्रशिक्षण आणि सर्जनशील विकासास पोषक परिस्थिती निर्माण होते. आज, भारतातून माहिती तंत्रज्ञानाची मोठ्या प्रमाणात निर्यात केली जाते. कार्यक्षम, दर्जेदार आणि किफायतशीर सेवांसाठी भारताला 'वर्ल्ड ऑफिस' असे टोपणनाव देखील पडले आहे. सॉफ्टवेअर व्यतिरिक्त, भारत लेखा, वैद्यकीय, कर आणि दूरसंचार सेवांची देखील निर्यात करतो. संयुक्त राष्ट्राचे माजी महासचिव श्रीयुत कोफी अन्नान यांनी 'भारत इतर विकसनशील देशांसाठी उच्च तंत्रज्ञान विकासाचे अनुकरणीय प्रारूप आहे' असे गौरवोद्गार काढले होते.

अनिवासी भारतीय आणि त्यांची मूल्ये

परकीय राष्ट्रांमध्ये बहुसंख्येने निवास करणारे भारतीय हे भारताच्या मृदुसत्ता विकासासाठीची मत्ता आहे. संपूर्ण जगभरात २ कोटींपेक्षा अधिक भारतीय आहेत; त्यांचे ठिकठिकाणी गट निर्माण झाले आहेत. अनेक अनिवासी भारतीयांनी प्रयत्न आणि लक्षणीय कार्याने उल्लेखनीय यश संपादन केले आहे. ते ज्या ज्या देशांत आहेत तिथे त्यांना आदराने वागणूक दिली जाते. निवासी देशांतील शासन अथवा काँग्रेसवर प्रभाव प्रस्थापित करण्याच्या प्रक्रियेत त्यांची महत्त्वपूर्ण भूमिका आहे.

परिणामस्वरूप, भारताला पोषक अशी धोरणे आखणे, त्यांच्या निवासाचे देश आणि भारत यांमध्ये स्नेहपूर्ण संबंध प्रस्थापित होणे यांस साहाय्य होते. अनिवासी भारतीय भारतात परकीय चलनाचा भरणा करत असल्याने, ते एक प्रकारे भारताच्या जलद प्रगतीस हातभार लावतात. अधिकाधिक अनिवासी भारतीय व्यवसाय सुरू करण्यासाठी भारतात येतात. ते भारतात अत्याधुनिक तंत्रज्ञान, व्यवस्थापन पद्धती आणि अत्याधुनिक साधने आणि तंत्रे घेऊन येतात. यामुळे भारताला आंतरराष्ट्रीय आर्थिक प्रगतीचे नेमके आकलन होते आणि जगाच्या विकासगतीशी जुळवून घेता येते. तसेच, अनेक अनिवासी भारतीय पारंपरिक मूल्यांचे जतन करत असल्याने भारतीय संस्कृतीचा जगभरात विस्तार होण्यास साहाय्य होते.

भारताची मृदुसत्ता विकास नीती

भारतीय सांस्कृतिक मूल्यांचा प्रसार

आधुनिक समाजरचनेमध्ये मृदुसत्ता विकासासाठी एखाद्या देशाने तीन निकष पूर्ण करणे आवश्यक आहे असे प्रतिपादन जोसेफ एस. न्ये यांनी केले. 'देशातील प्रमुख संस्कृतीचे नियम आणि वैश्विक संस्कृती यांमधील साधर्म्य' हा पहिला निकष होय. या दृष्टिकोनातून संपूर्ण जगभरात भारताला 'जगातील सर्वांत मोठी लोकशाही' असे संबोधले जाते. पाश्चिमात्य जगतातील आदरणीय मूल्यांचा येथे पुरस्कार केला जातो आणि म्हणून भारताच्या मृदुसत्ता विकसनास पोषक वातावरण निर्माण होते. वैविध्यपूर्ण परंपरा आणि इतर संस्कृतींप्रती समावेशकभाव हा भारतीय सांस्कृतिक मूल्यांचा गाभा होय. या मूल्यांचे सूत्र ध्यानी घेऊन भारत शासनाने काही कल्पना मांडल्या आहेत. 'विभिन्न सभ्यतांचा मिलाफ साधणे' आणि 'जग जवळ आणणे' या त्या कल्पना होत. या कल्पना विद्यमान आंतरराष्ट्रीय समुदायाच्या प्रयत्नांशी साधर्म्य बाळगणाऱ्या आहेत. यामुळे नवी आंतरराष्ट्रीय रचना निर्माण करणे आणि जगभरातील देशांमध्ये सुसंवाद आणि सहकार्य निर्माण करण्यास चालना मिळेल. परिणामस्वरूप, आधुनिक स्वरूपाचे दैशिक आणि प्रादेशिक प्रश्न सोडवणे शक्य होईल (रेन फेई २००९).

गेल्या काही वर्षांतील भारताच्या राजनयिक संबंधांचा चेहरामोहरा सांस्कृतिक आहे. सांस्कृतिक मूल्ये इतर देशांपर्यंत पोहोचवण्यात भारताला यश आले आहे. सन २००४मध्ये तत्कालीन पंतप्रधान मनमोहन सिंह यांनी अफगाणिस्तान येथील काबूलला भेट दिली. भारतामध्ये येऊन शिक्षण घेऊ इच्छिणाऱ्या ५०० अफगाणी विद्यार्थ्यांसाठी त्यांनी शिष्यवृत्ती जाहीर केली. भारतीय सांस्कृतिक संबंध परिषदेनेदेखील १८००

परकीय विद्यार्थ्यांना शिष्यवृत्ती देऊ केली. याशिवाय, भारताने परदेशी सांस्कृतिक केंद्रांची स्थापना केली आहे. या केंद्रांद्वारे भारतीय सांस्कृतिक उत्सवांचे आयोजन केले जाते आणि भारतीय सांस्कृतिक मूल्ये प्रसारित करण्याच्या हेतूने विकसनशील देशांतील लोकांना प्रशिक्षण दिले जाते.

धर्मप्रसाराची व्याप्ती वाढविणे

पूर्व आशियातील कन्फ्युशियस सभ्यतेचा प्रभाव असलेल्या संपूर्ण प्रदेशात भारत मृदुसत्तेचा विस्तार करू इच्छितो. मात्र, असे करण्यासाठी बौद्धधम्माचा आधार घ्यावा लागतो. सन २००६मध्ये, व्हाईट हॉर्स टेम्पल, ल्युआन्ग, चीन येथे भारतीय शैलीतील बौद्ध मंदिराच्या स्थापनेला भारताने निधी पुरवला. भारत-चीन दरम्यानचा बौद्धधम्माचा दुवा दर्शवणे हा यामागील प्रमुख हेतू होता. सप्टेंबर २०१०मध्ये, 'नालंदा मंदिर पुनरुत्थान कार्यक्रमा'ला अधिकृत अनुमोदन देण्यासाठी भारतीय संसदेच्या दोन्ही सभागृहांमध्ये विधेयक विचारार्थ घेण्यात आले. नालंदा मंदिर हे भारतातील प्राचीन बौद्धधम्माचे स्मारक असून ही जगातील सर्वप्रथम विद्यापीठ म्हणून सर्वज्ञात आहे. पाचव्या शतकापासून ते बाराव्या शतकापर्यंत नालंदा मंदिर हे जगातील सर्वांत महत्त्वपूर्ण बौद्धधम्माचे संशोधन केंद्र होते. येथे सुमारे १०,००० विद्यार्थी एकावेळी शिक्षण घेऊ शकत असत. टॅन्ग राजघराण्यातील क्झुआन झॅन्ग आणि यि जिंग या चिनी भिक्षुंनी नालंदा येथेच बौद्धधम्माचे अध्ययन केले. या उपक्रमांतर्गत, भारत, चीन, जपान, दक्षिण कोरिया आणि सिंगापोर यांसारखे १६ आशियाई देश नालंदा मंदिराचा संशोधन आणि धार्मिक संवाद केंद्रामध्ये पुनर्विकास करण्यास सहकार्य करतील. आणि परकीय विद्यार्थ्यांना आकर्षून घेण्यासाठी, भारतीय संस्कृतीचा प्रचार करण्यासाठी आणि भारताच्या प्रभावाचे दृढीकरण करण्यासाठी बौद्धधम्म आणि आधुनिक विद्यापीठाची सांगड घालतील (*पीपल्स डेली* २०१३).

मृदुसत्ता आणि सांस्कृतिक व्यवसायक्षेत्र

सांस्कृतिक मृदुसत्तेचा प्रभाव दृढ करण्यासाठी भारत सांस्कृतिक व्यवसायक्षेत्रावर विशेष लक्ष देत आहे. उदाहरणार्थ, भारतीय चित्रपटसृष्टी हा केवळ भारतीय सांस्कृतिक उद्योगाचाच महत्त्वपूर्ण भाग नव्हे तर भारतीय सांस्कृतिक मृदुसत्तेच्या प्रसाराचे एक महत्त्वपूर्ण साधन देखील आहे. अफगाणिस्तानमध्ये नव्या सरकारची स्थापना झाली, तेव्हा भारतीय परराष्ट्र मंत्र्यांनी संधी साधून अफगाणी जनतेला खाद्यपदार्थ किंवा कपड्यांएवेजी बॉलिवूड चित्रपट आणि संगीताच्या अनेक चित्रफितींचे वितरण केले. *क्योंकी सास भी कभी बहू थी* ही भारतीय मालिका अफगाणिस्तानमध्ये लोकप्रिय

झाली. या मालिकेला ९० टक्क्यांपेक्षा अधिक अफगाणी लोकांनी पसंती दिली. तसेच, या मालिकेच्या वेळी लोक धार्मिक समारंभांना जाणे देखील टाळत असत.

लोकसंस्कृतीचा भाग म्हणून, अनेक देशांमध्ये भारतीय संगीताला पसंती देण्यात आली. तसेच, इतर काही देशांमध्ये भारतीय पोशाख आणि खाद्यपदार्थांनादेखील पसंती देण्यात आली. भारतीय चित्रपट, दूरदर्शन मालिका, खाद्यपदार्थ आणि पोशाख पसंत करणारे लोक एक प्रकारे भारतीय संस्कृतीचाच अनुभव घेतात. अशा प्रकारे, भारतीय सांस्कृतिक मृदुसत्तेचा सर्वत्र प्रसार होतो. नेमक्या याच कारणासाठी भारत शासनाने भारतीय संस्कृतीच्या प्रचारार्थ गुंतवणुकीत वाढ केली आहे. सन २००८च्या वार्षिक अर्थसंकल्पानुसार, भारत शासनाने रुपये ७५० कोटी इतका अतिरिक्त निधी भारतीय सांस्कृतिक संबंध परिषदेला देऊ केला. ही परिषद म्हणजे भारताच्या परकीय सांस्कृतिक संबंधांची अंमलबजावणी करणारा प्रमुख विभाग होय. सन २००८मध्ये, या परिषदेचे अर्थसाहाय्य रुपये १.५२ अब्जांनी वाढवण्यात आले. ही वाढ मागील वर्षाशी तुलना करता ११७ टक्क्यांची वाढ होती (रेन जुनजेई २००८). या निधीचा वापर प्रामुख्याने भारतीय संगीत, साहित्य, नृत्य, कला, खाद्यसंस्कृती आणि चित्रपटांच्या प्रसार आणि प्रचारार्थ करण्यात आला.

अनिवासी भारतीयांचा प्रभाव

अनिवासी भारतीय हे भारतीय संस्कृतीचे प्रभावी प्रचारक आणि भारताच्या मृदुसत्ता विकासाचे खंदे समर्थक आहेत. भारताचे माजी परराष्ट्र मंत्री यशवंत सिन्हा यांनी नमूद केल्याप्रमाणे, 'ते निवास करत आहेत अशा देशांमध्ये अनिवासी भारतीयांचा आदर केला जातो, त्यांचा तेथे प्रभाव आहे. हा भारतीय शासनासाठी धोरण अंमलबजावणीचा महत्त्वपूर्ण स्रोत आहे' (मोहन २००३). भारत शासनाच्या दृष्टीने ही बाब महत्त्वपूर्ण आहे. अनिवासी भारतीयांसह असलेल्या संबंधांचे दृढीकरण करण्यास भारत शासन प्रयत्नशील आहे. दरवर्षी भारत शासनातर्फे 'प्रवासी भारतीय दिवसाचे' आयोजन केले जाते. तसेच, द्विराष्ट्रीयत्व देऊन अनिवासी भारतीयांना प्राधान्य दिले जाते.

भारताच्या सांस्कृतिक मृदुसत्ता नीती आणि चीनचे आत्मभान

भारताच्या मृदुसत्ता प्रभाव विकसनाच्या नीती आणि मृदुसत्ता विकासाच्या भिन्न पद्धतींच्या आढाव्यावरून चीनला मृदुसत्ता प्रसारासाठी आत्मभान प्राप्त होणे शक्य आहे.

चीनची पारंपरिक सांस्कृतिक मूल्ये

भारताने मृदुसत्ता विकासासाठी सांस्कृतिक मूल्यांच्या प्रसारावर भर दिला आहे. ही बाब चीनला देखील लागू होते. अध्यात्माची छटा असलेली चीनची पारंपरिक संस्कृती समृद्ध आहे. एक, चीनमध्ये निसर्गाला पूज्य मानले आहे; पौर्वात्य संस्कृतीमध्ये 'मनुष्य-निसर्ग एकोप्या'ची परंपरा आहे. ही संस्कृती 'निसर्गनियमानुसार आयुष्य व्यतीत' करावे या बाबीचे समर्थन करते. ही संस्कृती 'मानव आणि निसर्ग यांतील संघर्षा'ला विरोध करते. तसेच, उपयुक्ततावादी दृष्टिकोनातून मानवी गरजा भागवण्यासाठी निसर्गाची अव्याहत एकांगी हानी करणे देखील या संस्कृतीला मान्य नाही. मात्र, मानवाने निसर्गाशी शक्य तितके जुळवून घ्यावे असे ही संस्कृती सुचवते.

दोन, ही संस्कृती सहृदयतेचे समर्थन करते; चीन देशामध्ये शांतता नांदण्यासाठी सहृदयता हा विचारधारात्मक आधार आहे. याखेरीज, तेथील शांततापूर्ण सुसंवाद आणि बहुपक्षीय संवाद या मूल्यांचीदेखील आंतरराष्ट्रीय पातळीवर दखल घेण्यात आली आहे.

तीन, चिनी संस्कृती 'नेमस्तपणा' अधोरेखित करते; चीनची पारंपरिक संस्कृती वैविध्यातील 'सुसंवादा'वर भर देते आणि वैविध्य 'सुसंवादाचे समर्थन' करते. यामध्ये युद्ध आणि दंडेलशाहीला विरोध आहे. या अंतर्गत, निःपक्षपातीपणाचे समर्थन केले आहे. तसेच, 'इतरांनी आपल्याला कशी वागणूक द्यावी ही आपली अपेक्षा ध्यानात घेऊन त्यानुसार इतरांना वागणूक द्यावी' असेही ही संस्कृती सुचवते. या सर्व कल्पनांवरून चीन देशाची एक विशिष्ट छबी पुढे येते. तसेच, चिनी संस्कृती आणि देशातील चैतन्याचे देखील समर्थन करते.

चीनच्या पारंपरिक सांस्कृतिक मूल्यांचा प्रसार कसा करता येईल? म्हणजेच, उल्लेखनीय पारंपरिक संस्कृतीचा मृदुसत्ता म्हणून कसा वापर करता येईल? सर्वप्रथम, चिनी संस्कृतीतील वैविध्य आणि विकासाचे दृढीकरण; पारंपरिक संस्कृती आणि आधुनिकतेतील संबंध सुयोग्य पद्धतीने हाताळणे गरजेचे ठरते. दैशिक संस्कृतीचे आधुनिकीकरण जाणीवपूर्वक पद्धतीने समजून घ्यावे लागते.

दोन, 'दानशूरपणा, निष्ठा, शिष्टाचार, विवेक आणि प्रामाणिकपणा' ही पारंपरिक चिनी संस्कृतीतील मूल्ये चिनी लोकांनी दररोज आचरणात आणणे आवश्यक आहे. जेणेकरून, प्रत्येक चिनी व्यक्तीच्या वर्तनातून चीनच्या मृदुसत्तेचे प्रकटीकरण होईल.

तीन, किशोरवयातील मुलांना प्राधान्याने पारंपरिक संस्कृतीचे शिक्षण देण्यात यावे. जेणेकरून, ते राष्ट्रीय संस्कृतीशी परिचित होतील. अन्वयाने, चिनी देशाची शाश्वतता आणि विकासासाठी चिनी संस्कृतीतील आध्यात्मिक सूत्र अधोरेखित होते.

चार, पारंपरिक चिनी सांस्कृतिक मूल्ये प्रभावीपणे बाह्य जगतापर्यंत पोहोचवणे आवश्यक आहे. उल्लेखनीय चिनी संस्कृतीची प्रतिमा आणि त्याप्रती आदरभाव निर्माण करणे तसेच, ती संस्कृती अधिकाधिक वेधक पद्धतीने पेश करणे आवश्यक ठरते.

प्रतिमानिर्मितीसाठी प्रस्थापित संबंधांवर अवलंबित्व

स्थानिक परिस्थितीनुसार भारत सांस्कृतिक मृदुसत्तेचा प्रसार करतो असे स्पष्ट विधान करता येते. इतर देशांसह संबंधांचा शोध घेणे, या संबंधांचे अधिकाधिक दृढीकरण करण्यावर भर देणे या माध्यमांतून भारताला सातत्याने सांस्कृतिक मृदुसत्तेचा प्रसार करता येणे शक्य आहे. सांस्कृतिक मृदुसत्तेबाबत विचार करताना चीनने ही नीती अवलंबिणे हा शक्य पर्याय आहे.

एक, चीनने इतर देशांसह मैत्रीपूर्ण सहकार्याचे दृढीकरण करावे. तसेच, आर्थिक व व्यापारी सहकार्य, सांस्कृतिक विनिमय खाजगी सदिच्छा भेटी आणि तत्सम कृतींना चालना देणे गरजेचे आहे. विशेषतः, शेजारी देशांशी असे संबंध प्रस्थापित करणे हितावह ठरेल. जगभरातील देशांशी जवळिकीचे संबंध प्रस्थापित करायचे असतील आणि संपूर्ण जगाला चीनबाबत माहिती द्यावयाची असेल तर चीनने लवकरात लवकर चिनी संस्कृती जगाप्रत पोहोचवणे प्राप्त आहे. दरम्यान, चीनने, वास्तव परिस्थितीचा अंदाज घेऊन, जगातील जनमताचा कौल ध्यानात घेणे आवश्यक आहे. देशांतर्गत आणि बाह्य प्रचारामध्ये फरक करणे गरजेचे आहे. प्रत्येक देशाची विशिष्ट परिस्थिती, तेथील दर्जात्माकता आणि उद्दिष्ट ध्यानात घेऊन चीनने परकीयांच्या कल्पना, छंद आणि ग्रहणशीलता ध्यानात घेऊन तदनंतर नेमक्या सांस्कृतिक सुसंवादास सुरुवात करणे इष्ट ठरेल.

प्रादेशिक अनुषंगाने, आशिया-प्रशांत प्रदेश आणि चीन हे निकटवर्ती प्रदेश होत. या प्रदेशांतील दैशिक भाषांमध्ये देखील साम्य आहे. आशिया-प्रशांत प्रदेशातील बरेचसे देश आणि चीन यांच्या सांस्कृतिक परंपरा सारख्या आहेत किंवा त्यांमध्ये अनेक साम्यस्थळे आहेत. यावर कन्फ्युशियस संस्कृतीचा प्रभाव आहे. याशिवाय, आशिया-प्रशांत प्रदेशातील देश आणि चीन यांमध्ये राजकीय-आर्थिक विनिमय आणि सहकार्यभाव अस्तित्वात आहे. विशेषतः, चीनच्या शेजारी देशांच्या बाबतीत ही बाब खरी ठरते. आशिया-प्रशांत प्रदेशातील देशांपासून नावलौकिक वाढवण्याची आणि प्रभाव प्रस्थापित करण्याची सुरुवात करणे हा चीनसमोरील शक्य पर्याय आहे. सांस्कृतिक प्रभाव प्रस्थापित करण्याच्या हेतूने लक्ष्यगट निवडताना चीनने राष्ट्रीयत्व, वंश, सांस्कृतिक आणि ऐतिहासिक पार्श्वभूमी या बाबी ध्यानात घेतल्यास त्या माध्यमातून परकियांच्या कल्पना आणि सवयी जाणून घेणे शक्य होईल. विवक्षित

देशाशी ऐतिहासिक संबंध असतील तर चीनने त्या संबंधांमध्ये नव्याने प्राण फुंकणे आणि त्यांस चालना देणे गरजेचे ठरते. विचारधारात्मक साम्य असेल तर, सामाईक मूल्यांवर भर देणे आवश्यक आहे.

प्रतिमानिर्मितीसाठी प्रमुख आणि साहाय्यक माध्यमांचा मिलाफ

सांस्कृतिक मृदुसत्तेच्या विकासार्थ भारत काही विशिष्ट सांस्कृतिक प्रतिमानांचा वापर करत आला आहे, यामध्ये, रवींद्रनाथ टागोर, मोहनदास क. गांधी, भारतीय संगीत आणि ललित कला या बाबींचा समावेश होतो. सांस्कृतिक मृदुसत्तेचा विकास करण्यासाठी चीनने देखील प्रमुख आणि साहाय्यक साधनांचा शोध घेणे आवश्यक आहे.

अलीकडच्या काळात चीन वेगवान पद्धतीने चिनी संस्कृतीचा विस्तार करत आहे. चीनचा सांस्कृतिक ठसा निर्माण करणे हा प्रमुख हेतू होय. एकीकडे चीन कन्फ्युशियस पंथाच्या प्रभावाचा तर दुसरीकडे, ऑलिम्पिक स्पर्धा, जागतिक प्रदर्शन यांसारख्या काही आंतरराष्ट्रीय घटना अथवा प्रदर्शनांच्या वेधक परिणामांचा वापर करताना दिसतो. नोव्हेंबर, २००४मध्ये पहिले कन्फ्युशियस इन्स्टिट्यूट स्थापन करण्यात आले, तेव्हापासून ते सन २०१२ च्या शेवटापर्यंत १०८ देशप्रदेशांमध्ये ४०० कन्फ्युशियस इन्स्टिट्यूट आणि ५३५ कन्फ्युशियस वर्ग स्थापन केले (कन्फ्युशियस इन्स्टिट्यूट मुख्यालय, २०१२), यामुळे, चिनी भाषा, चिनी संस्कृतीचा ठसा आणि चीनच्या मृदुसत्तेचा प्रसार होण्यास साहाय्य झाले आहे. सन २००८च्या बीजिंग ऑलम्पिक गेम्स आणि सन २०१२च्या शांघाय एक्स्पोला आलेल्या यशामुळे जगाला चीन आणि चिनी संस्कृतीची अधिक ओळख झाली. यामुळे चीनच्या सांस्कृतिक मृदुसत्ता प्रतिमेमध्ये सुधारणा झाली.

जगभरातील विविध देशांमध्ये संस्कृती प्रसार करण्यासाठी चीन डोळस प्रयत्नांची पराकाष्ठा करीत असूनही, चिनी संस्कृतीचा प्रसार करणारी खाजगी माध्यमे मात्र अजूनही संकुचित आणि कमकुवत आहेत. म्हणून चीनच्या सांस्कृतिक मृदुसत्ता विकासासाठी चीनने कन्फ्युशियस संस्थेची भूमिका आणि शासनाच्या महत्त्वपूर्ण कृती यांवर भर देणे आवश्यक आहे. संपर्काची विभिन्न माध्यमे शोधताना आणि संपर्क मजकूर ठरवताना या बाबीचा निश्चित फायदा होईल. संपर्क माध्यमांच्या संदर्भात, चीनने औपचारिक आणि खाजगी माध्यमांना महत्त्व देणे गरजेचे आहे. कन्फ्युशियस संस्थेची भूमिका आणि इतर अधिकृत सांस्कृतिक संबंध संस्थांची भूमिका महत्त्वाची ठरते. शिवाय, अशासकीय राजनयिक नीती, सार्वजनिक राजनयिक नीती यांसारखी खाजगी माध्यमे वापरणेदेखील श्रेयस्कर ठरेल. याओ मिंग, ली ना यांसारख्या जागतिक दर्जाच्या खेळाडूंचा, अनिवासी चिनी नागरिकांच्या प्रचंड प्रभावाचा वापर करून घेणे, विभिन्न संपर्कमाध्यमांचा वापर करणे आणि संपर्क साधताना परिवर्तनशील

राहणे हे श्रेयस्कर पर्याय होत. संपर्क साधताना, 'तंत्रज्ञान-चलित' अथवा 'सेवा-चलित' माध्यमे न वापरता 'लक्ष्यगट अनुभव-चलित' मार्ग वापरण्यावर भर द्यावा. यामुळे चिनी मृदुसत्तेच्या प्रभावाचे दृढीकरण होऊन चिनी संस्कृतीला मान्यता मिळेल. 'भारतीय योग' हे लक्ष्यगटाचा अनुभव ध्यानात घेऊन साधलेल्या संवादाचे उत्कृष्ट उदाहरण होय. म्हणून, सांस्कृतिक प्रसारादरम्यान चीनने व्यवहार्यता आणि अनुभव ध्यानात घेणे आवश्यक आहे. चिनी भाषेव्यतिरिक्त जगाला देण्यासारखे चीनकडे बरेच काही आहे: चिनी मार्शल आर्टस् मधून येणारी शारीरिक, भावनिक प्रचिती, ताई जी कुआन, ताओवाद, संगीत, लोकनृत्य, बुद्धिबळ, खाद्यपदार्थ आणि पोशाख यामुळे लोकांना चिनी संस्कृती अनुभवता येईल. तसेच, लोकमानसात चिनी संस्कृतीचा ठसा उमटवण्यात देखील यश येईल.

सांस्कृतिक उद्योग-व्यवसाय आणि सांस्कृतिक आदानप्रदान

सांस्कृतिक उद्योग-व्यवसायांच्या माध्यमातून सांस्कृतिक आदानप्रदानाची वाट सुकर होते. भारत सरकारने भारतीय संस्कृतीचे प्रतिनिधित्व करणाऱ्या उत्पादनांचे औद्योगिकीकरण करण्यास प्राधान्य दिले आहे. तसेच, अशा उत्पादनांचा निसर्गभाव देखील ध्यानात घेतला आहे. यामुळे, ही उत्पादने जगासमोर लक्षवेधी पद्धतीने सादर करता येतील. चीनमध्ये सांस्कृतिक उद्योग-व्यवसाय मागास असल्याने सांस्कृतिक मृदुसत्ता विकसनात बाधा येते (ओयुआन्ग युक्वान आणि जी हेलॉन्ग २०१३). चिनी लोकसंख्या, संसाधने आणि आर्थिक विकासाची पातळी ध्यानात घेता हा उद्योग-व्यवसाय तोकडा ठरतो. मात्र, या उद्योग-व्यवसायाचा विकास केवळ चिनी मृदुसत्तेच्या विकासासाठी नव्हे तर एक देश म्हणून चीनची प्रतिमा प्रस्थापित करण्यास, आणि आंतरराष्ट्रीय स्पर्धात्माकतेचे दृढीकरण करण्यास देखील उपयुक्त ठरेल.

चीनची सांस्कृतिक उत्पादने जगभरात लोकप्रिय झाली आहेत हे दर्शवणारी अनेक उदाहरणे आहेत. सन १९८६ मधील *जर्नी टू द वेस्ट* ही मालिका जगभरात लोकप्रिय झाली. *ऑस्पिरेशन्स* ही मालिका व्हिएतनाम मध्ये लोकप्रिय झाली. *रिटर्न ऑफ द पर्ल प्रिन्सेस* दक्षिण कोरिया आणि दक्षिण पूर्व आशियाई देशांमध्ये लोकप्रिय झाली. *ब्युटिफुल डॉटर-इन-लॉ* आफ्रिकेमध्ये तर, *लिजंड ऑफ झेन ह्युआन* हा कार्यक्रम अमेरिकेमध्ये प्रसारित करण्यात आला. तथापि, ढोबळ विचार करता, चीनच्या सांस्कृतिक उद्योगजगताचा जगावरील परिणाम न्यून आहे. चित्रपटांच्या उदाहरणावरून असे ध्यानात येते की, वैश्विक सांस्कृतिक बाजारपेठेत चिनी चित्रपट उद्योगाचा वाटा केवळ ४ टक्के इतका आहे (यू फॅन २०१३).

चिनी सांस्कृतिक विपणनाचा जगभरात प्रसार करण्यासाठी सांस्कृतिक उत्पादनांची सक्षम निर्मिती होणे आवश्यक आहे. पारंपरिक चिनी संस्कृतीचे सूत्र धरून प्रसार

मात्र कालसुसंगत आणि सर्जनशील असणे आवश्यक आहे. वैश्विक सांस्कृतिक बाजारपेठेचा विचार करता, सांस्कृतिक उत्पादने दर्जेदार असणे अनिवार्य आहे. अशी उत्पादने कलात्मक, मूल्यात्मक आणि दैनंदिन जीवनासाठी उपयुक्त असावी. तसेच, सादरीकरण, प्रतिमानिर्माण, विपणन यासाठी आंतरप्रादेशिक सहकार्य उपयुक्त ठरेल. सांस्कृतिक उत्पादनांची निर्यात आणि सेवा माध्यमे विस्तृत करणे प्राप्त आहे. आंतरराष्ट्रीय विपणन दृढ करणे, चिनी सांस्कृतिक उत्पादनांसाठी परदेशी बाजारपेठ व्यवस्था प्रस्थापित करणे या बाबींना देखील महत्त्व आहे. चित्रपट, मालिका, चलच्चित्रे आणि दूरदर्शनवर प्रसारित होणारे कार्यक्रम निर्माण करण्यावर चीनचा भर असावा. चिनी कार्यक्रम आणि सेवांचे प्रसारण करण्यासाठी आंतरराष्ट्रीय चित्रपट मोहोत्सव आणि आंतरराष्ट्रीय प्रसारमाध्यमांतील चीनच्या भूमिकेवर लक्ष देणे गरजेचे आहे. परदेशी सांस्कृतिक बाजारपेठ विकसित झाल्यानंतर, चिनी सांस्कृतिक मृदुसत्ता विकसनासाठी सांस्कृतिक उपभोग वाढवण्यावर भर देता येईल. सरतेशेवटी, प्रतिमानिर्मितीसाठी जी माध्यमे सरकारी नियंत्रणातून मुक्त आहेत, खाजगी स्वरूपाची आहेत, त्यांवर भर देणे इष्ट ठरते. यातून चिनी संस्कृतीचा प्रसार होणे सुकर होईल आणि अप्रत्यक्षपणे चिनी सांस्कृतिक मृदुसत्ता अधोरेखित होईल.

संदर्भ

Chen Hongbing. 2008. 'On Indian Cultural Essence.' *South Asian Studies Quarterly* 1.

Confucius Institute Headquarters. 2012. *Annual Report 2012*. Available at http://www.hanban.edu.cn/report/pdf/2012.pdf (accessed in June 2013).

Mohan, C.R. 2003 (6 January). 'Indian Diaspora and "Soft Power"'. *The Hindu*. http://www.thehindu.com/thehindu/2003/01/06/stories/2003010604431100.htm (accessed in June 2014).

Nye, J.S. 2005. *Soft Power*. Beijing: The Eastern Publishing.

Ouyang Youquan and Ji Hailong. 2013. 'Cultural Root and Industrial Logics of National Soft Power.' *Social Science Front* 2: 147–152.

Paul, T.V. and Nayar, B.R. 2003. *India in the World Order: Searching for Major Power Status*, Cambridge: Cambridge University Press.

People's Daily. 2013. Global News. Available at http://www.dzwww.com/rollnews/news/201009/t20100929_6711684.htm (accessed in June 2013).

Ren Fei. 2009. 'New Trends in India's Diplomacy: To Promote Cultural Soft Power.' *South Asian Studies Quarterly* 2: 12–24.

Ren Junjie. 2008. 'On India's Soft Power.' *South Asian Studies Quarterly* 4: 77–84.

Yu Fan. 2013. *Slowdown and Future: On the International Influence of China's Movies 2011*. Available at http://www.ccdy.cn/wenhuabao/lb/201206/t20120611_308087.htm (accessed in August 2013).

७

बीसीआयएम आर्थिक मार्गिका: उत्प्रेरणा आणि आव्हाने

लि जिंगफेंग

विषयप्रवेश

सन २०१३मध्ये, चीनच्या नव्या केंद्रीय नेतृत्वाने अंतर्गत संबंधांसाठी दोन प्रणाली प्रस्तावित केलेल्या–बांगला देश, चीन, भारत आणि म्यानमार आर्थिक मार्गिका आणि चीन-पाकिस्तान आर्थिक मार्गिका नामक दोन लंबरेषीय प्रणाली आणि वन बेल्ट आणि वन रोड (श्यू रेशीम मार्ग) नामक दोन समांतर प्रणाली. चीन-भारत दरम्यान आर्थिक आणि व्यापारी सहकार्याचे उद्दिष्ट साध्य करण्याच्या हेतूने आंतरसंबंध प्रस्थापित करण्यासाठी बीसीआयएम मार्गिकेची शिफारस करण्यात आली. सांस्कृतिक विनिमय, टी हॉर्स मार्ग, दक्षिणी रेशीम मार्ग आणि स्टीलवेल मार्ग या सर्व उपक्रमांतून आंतरप्रादेशिक परस्परसंबंधांचे महत्त्व अधोरेखित झाले आहे. बीसीआयएम आर्थिक मार्गिका चीन-भारत दरम्यानच्या संबंधांची महत्त्वपूर्ण कडी आहे यावर भारत आणि चीनने ऑक्टोबर २०१३ मध्ये शिक्कामोर्तब केले.

भारत-चीन दरम्यानच्या स्नेहपूर्ण संबंधांची काही खास गुणवैशिष्ट्ये असल्याने या मार्गिका उपक्रमात सहभागी सर्व राष्ट्रांना लाभ होणार आहे. यामुळे आर्थिक सहकार्याचे दृढीकरण होणार असून वाहतूक, व्यापार आणि गुंतवणूक संबंधी लाभामुळे देश एकत्रदेखील येतील. प्रस्तुत उपक्रमामुळे सहभागी देशांचे क्षमतावर्धन होणार आहे.

बांग्ला-चीन-भारत-म्यानमार प्रदेशामध्ये आर्थिक साहाय्य उपयुक्त आहे अशी संकल्पना सर्वप्रथम प्रा. रहमान सोभान यांनी मांडली. वर्तमान राजकीय आघाड्यांच्या परोक्ष उपरोक्त चार देशांतील सहकार्य दृढ असल्यास व्यावहारिक मूल्य कमी होईल, व्यापार आणि गुंतवणुकीस चालना मिळेल. परिणामस्वरूप, या प्रदेशातील वृद्धीला चालना मिळून दारिद्र्यनिर्मूलनास साहाय्य होईल. या कल्पनेतून कुन्मिंग उपक्रम नामक व्यासपीठाची निर्मिती झाली. या व्यासपीठावर सहभागी देशांच्या सहकार्य दृढीकरणासाठी वेगवेगळ्या उपक्रमांवर चर्चा करता येईल. ही वेगवेगळ्या क्षेत्रातील परस्परसंबंध दृढ करण्याची संधी होय. प्रस्तुत उपक्रमांतर्गत कुन्मिंग येथे सन १९९९मध्ये पहिली बैठक आयोजित करण्यात आली. सर्व प्रयत्न

नागरी समाज पातळीवरून (आंतरव्यक्ती) शासनांतर्गत पातळीवर (आंतरशासन) नेणे हा या उपक्रमाचा हेतू होता. या उपक्रमाचा मूळ हेतू समजून घेण्यासाठी राजकीय मालकी आणि शासनांतर्गत मालकी महत्त्वाची ठरते. काही वर्षांनी याच उपक्रमाने बीसीआयएम चर्चाविश्व आकारास आले. तद्नंतर, बीसीआयएम चर्चाविश्वांतर्गत दरवर्षी बैठका घेण्यात आल्या. प्रस्तुत चार देशांनी परस्परांशी सहकार्य केल्यास मोठ्या प्रमाणात लाभ होऊ शकेल अशी जाणीव या बैठकांमध्ये आकारास आली. उपरोक्त चर्चाविश्वांतर्गत विभिन्न पातळ्यांवरील उपप्रादेशिक सहकार्याची प्रगती महत्त्वाची ठरते. फेब्रुवारी २०१३मध्ये, बीसीआयएमअंतर्गत कुन्मिंग ते कोलकत्ता मोहीम यशस्वीपणे पार पडली. या अंतर्गत दोनही पक्षांनी इतर सहभागी पक्षांशी सल्लामसलत करण्यास मंजुरी दिली. प्रदेशांतर्गत दृढीकरण आणि बीसीआयएम आर्थिक मार्गिका निर्माण उपक्रमासाठी संशोधनासाठी एक कृतिगट स्थापन करण्यासदेखील संमती देण्यात आली (चीन लोकगणतंत्र, परराष्ट्र व्यवहार मंत्रालय, २०१३).

मे २०१३मध्ये, चीनचे पंतप्रधान ली केकिआन्ग यांच्या भारतभेटी दरम्यान, दोन्ही राष्ट्रांनी 'संयुक्त जाहीरनाम्या'वर शिक्कामोर्तब केले. यानुसार, चीन आणि भारताने सर्वप्रथम आर्थिक मार्गिकेच्या निर्माणास औपचारिक मान्यता दिली. यामुळे प्रदेशांतर्गत विनिमयाचे दृढीकरण, आर्थिक आणि व्यापारी सहकार्यास चालना आणि सांस्कृतिक विनिमय सुकर होणार होता. तद्नंतर, सन २०१३मध्ये ऑक्टोबर २२-२४ दरम्यान भारताचे माजी पंतप्रधान मनमोहन सिंह यांनी चीनला भेट दिली. दोन्ही राष्ट्रांनी 'भविष्यकालीन विकासासाठी राजनयिक सहकार्याच्या हेतूने चीन-भारत दरम्यान करारा'वर शिक्कामोर्तब करण्यात आले. एकाच वर्षात दोन्ही देशांतील उच्च पदस्थांनी परस्परांना सदिच्छा भेटी दिल्या. भारताने बीसीआयएम आर्थिक मार्गिका निर्माण उपक्रमास संमती दर्शवली. बीसीआयएम संयुक्त कृतिगटाची पहिली बैठक नियोजनानुसार पार पडली. हा या प्रकल्पाच्या उपयोजनाचा पहिलाच टप्पा होता. दोन्ही राष्ट्रांनी या उपक्रमास संमती दिली:

> दोन्ही देशांच्या नेतृत्वाच्या सहमतीने बीसीआयएम आर्थिक मार्गिका कृतिगटाची स्थापना करण्यात आली. उपक्रमाच्या प्रचारार्थ चिनी कृतिगटाने भारताला दिलेली भेट यशस्वी ठरली. दरम्यान, दोन्ही राष्ट्रांचा बांगला देश आणि म्यानमारसह विचारविनिमय सुरू होता. डिसेंबरमध्ये बीसीआयएम कृतिगटाची प्रथम बैठक घेण्यात आली. बीसीआयएम आर्थिक मार्गिकेचे नेमके नियोजन हा या बैठकीतील चर्चेचा मुद्दा होता (*पीपल्स डेली* २०१३).

दिनांक १८-१९ डिसेंबर २०१३मध्ये, बांगला देश, भारत आणि म्यानमारचे शासकीय अधिकारी बीसीआयएम आर्थिक मार्गिकेची कुन्मिंग येथील संयुक्त बैठकीस

उपस्थित राहिले. युनान ॲकॅडमी ऑफ सोशल सायन्सेसच्या इन्स्टिट्यूट फॉर साउथ एशियन स्टडीजचे चे लीजून यांनी बीसीआयएम आर्थिक मार्गिकेला हिरवा कंदील मिळाला आहे असे जाहीर केले (*ट्वेन्टीफर्स्ट सेंच्युरी बिजनेस हेराल्ड २०१३*).

बीसीआयएम आर्थिक मार्गिकेचा ध्वन्यार्थ

'अप्रत्यक्ष' (आंतरव्यक्ती) राजनयिक संबंधांकडून 'प्रत्यक्ष औपचारिक' (आंतरशासन) राजनयिक संबंधांपर्यंतची वाटचाल

सन १९९९ ते २०१३ दरम्यान बीसीआयएम प्रादेशिक आर्थिक सहकार्याची पुढे वाटचाल झाली असली तरी त्यातून मूलभूत असे काही हाती लागले नाही. आर्थिक सहकार्य अजूनही 'अप्रत्यक्ष' पातळीवर असणे हे यामागील कारण होते. अप्रत्यक्ष संवादामध्ये चारही देशांतील अभ्यासक आणि स्थानिक शासनसंस्थांचा सहभाग होता. मात्र, केंद्र सरकारचा प्रत्यक्ष सहभाग नव्हता. या संदर्भात, बीसीआयएम आर्थिक मार्गिका उपक्रमावर चीन आणि भारताने सर्वप्रथम औपचारिक शिक्कामोर्तब केले. म्हणजेच, अप्रत्यक्ष (आंतरव्यक्ती) संबंध आता 'प्रत्यक्ष औपचारिक' पातळीवर प्रस्थापित झाले.

बीसीआयएम आर्थिक मार्गिकेमुळे दक्षिण आशिया, दक्षिण-पूर्व आशिया आणि पूर्व आशिया येथील प्रादेशिक आर्थिक विकास होणे अपेक्षित आहे

बीसीआयएम उपक्रमांतर्गत समाविष्ट प्रदेश हा प्रामुख्याने मागास असून येथील आर्थिक विकासाची स्थिती बिकट आहे. प्रादेशिक आर्थिक सहकार्य चर्चागट प्रामुख्याने प्रांतीय स्वरूपाचा असून राज्यपुरस्कृत सहकार्याने त्याला चालना दिली आहे. यामुळे या प्रदेशातील आर्थिक सहकार्य अधिक व्यापक होणार आहे. आर्थिक मार्गिका आणि त्याच्या आजूबाजूच्या प्रदेश विकासाचा प्रचार हे सहकार्याचे उद्दिष्ट होय. प्रस्तुत उपक्रमामुळे संपूर्ण आशियाच्या आर्थिक एकीकरणाला देखील सुरुवात होणार आहे.

'आर्थिक मार्गिका' 'प्रादेशिक सहकार्या'पेक्षाही अधिक सुरचित, नेमका आणि ध्येयानुवर्ती उपक्रम आहे

प्रादेशिक सहकार्य ही व्यापक संकल्पना आहे. यामध्ये शिक्षण, अर्थव्यवस्था, कृषी, प्रदेश आणि व्यापार यासंबंधीचे सहकार्य अभिप्रेत आहे. आर्थिक मार्गिका या संकल्पनेचे स्वरूप मात्र काहीसे सीमित आहे. ही एक संदिग्ध संकल्पना असून सर्वसमावेशक नाही. भौगोलिकदृष्ट्या मार्गिका म्हणजे दोन प्रदेशांना जोडणारी

मर्यादित स्वरूपाची वाट होय. हेग्झी मार्गिका, अफगाणिस्तान वाखान मार्गिका ही काही उदाहरणे होत. आर्थिक दृष्टिकोनातून मात्र अशी मार्गिका म्हणजे दोन अर्थव्यवस्थांना जोडणारा दुवा असतो. म्हणून बीसीआयएम आर्थिक मार्गिका हा सुव्याख्यित प्रकल्प आहे.

विनिमय सुकर होण्याच्या दृष्टीने भारत, बर्मा आणि बांगला देश आर्थिक मार्गिका चीन आणि भारताच्या अर्थव्यवस्थांशी जोडलेली आहे. यामुळे दोन्ही अर्थव्यवस्थांतील आर्थिक परस्परावलंबित्व अधिकाधिक वाढेल. सामाईक विकास साधण्यासाठी अधिक विनिमय आणि सहकार्य साध्य करता येईल. चीन आणि भारतीय अभ्याससंस्थांतील अभ्यासकांच्या मते, बीसीआयएम प्रादेशिक आर्थिक सहकार्य प्रादेशिक आर्थिक सहकार्य आणि उपप्रादेशिक आर्थिक सहकार्य या स्वरूपाचे असावे.

बीसीआयएम आर्थिक मार्गिकेमुळे केंद्रीय आणि स्थानिक उपक्रमांना चालना मिळेल

दिनांक २१ नोव्हेंबर २०१३ रोजी, चीन-भारत आर्थिक सहकार्याशी संबंधित कुन्मिंग ते कोलकता उपक्रमांतर्गत नववी फेरी कोलकता येथे आयोजित करण्यात आली. प्रादेशिक आर्थिक सहकार्याचे दृढीकरण हा या बैठकीचा प्रमुख मुद्दा होता. बैठकीच्या उद्घाटन समारंभात बोलताना पश्चिम बंगालचे राज्यपाल, एम.के. नारायणन यांनी गेल्या वर्षभरातील चीन-भारताच्या पंतप्रधानांच्या सदिच्छा भेटी सकारात्मक झाल्या असे जाहीर केले. यानुसार भारत, म्यानमार, बांगला देश मार्गिकेअंतर्गत पारस्परिक संबंध आणि व्यापाराला चालना मिळाली. यामुळे संपूर्ण प्रदेशातील आर्थिक वृद्धीलाही चालना मिळेल. विशेषतः, पश्चिम बंगाल आणि युन्नान प्रांत हे येथे प्रमुख प्रदेश होत (चायना न्यूज २०१३). आसाम राज्य मंत्रालयाचे सदस्य श्रीयुत बोर्डोलोई यांनी पुढील उद्गार काढलेः 'आसाम हा अडथळा नव्हे तर, जगासाठी भारताचे ईशान्येकडील प्रवेशद्वार व्हावे अशी माझी आशा आहे'; त्यांनी स्टीलवेल महामार्ग खुले करावे अशी केंद्र सरकारला दुबार विनंती केली (बारुआह २००४).

बीसीआयएम आर्थिक मार्गिकेचे चलघटक

चीनचा विचार

बीसीआयएम प्रादेशिक आर्थिक सहकार्य धोरण व्यक्तीअंतर्गत पातळीपासून शासनांतर्गत पातळीपर्यंत जाणे म्हणजे अनेक शक्यतांची दालने खुली होण्यासारखे आहे. ही चीनची शेजारील देशांप्रतीची राजनयिक नीतीदेखील आहे. बीसीआयएम

आर्थिक मार्गिकेमुळे चीनच्या पश्चिमी भागाविषयी विकास नीतीचा तसेच, अंतर्गत विकास नीतीचा प्रसार होईल. या अन्वये, प्रामुख्याने, सीमारेषेवर स्थैर्य टिकवणे आणि राष्ट्रीय ऊर्जा सुरक्षा यावर भर देण्यात येईल. यामुळे चीनचे स्वप्न साकार होणार असून राष्ट्रीय कायापालट देखील होईल.

बीसीआयएम आर्थिक मार्गिकेला राजकीय आणि सुरक्षेच्या दृष्टीने महत्त्व आहे. चीनच्या पश्चिमी सीमेकडील अस्वस्थ भागामध्ये शांतता प्रस्थापित होऊन वृद्धी आणि विकास व्हावा हे या मार्गिकेचे प्रमुख उद्दिष्ट होय. याचे आर्थिक महत्त्वदेखील अधोरेखित होते. यामुळे व्यावहारिक सहकार्य संधींना गती मिळणे शक्य आहे. तसेच, भारत-चीन दरम्यान राजकीय सहकार्यास चालना मिळून व्यापारी असंतुलन हाताळता येईल. दोन्ही देशांमध्ये मोठ्या प्रमाणात झालेल्या आर्थिक सहकार्यामुळे तद्नंतर आर्थिक व्यवहारांमध्ये सातत्य प्रस्थापित होईल.

सरतेशेवटी, बीसीआयएम आर्थिक मार्गिकेमुळे युन्नानची 'बाह्य संबंधां'ची नीती प्रत्यक्षात उतरवणे शक्य होईल. याचा अर्थ असा की, आर्थिक विकासासाठी युन्नान पूर्व आणि दक्षिण-पूर्व आशियाई देशांशी संबंध प्रस्थापित करण्यास उत्सुक आहे. युन्नानचा प्रांत चीनला दक्षिण-पश्चिम भागातील प्रशांत आणि हिंदी महासागराला जोडतो. तसेच, चीन आणि पूर्व आशिया, दक्षिण-पूर्व आशिया आणि दक्षिण आशिया यांमधील देखील हा दुवा होय. विशेषतः सन २००९मध्ये बीसीआयएम आर्थिक मार्गिके अंतर्गत देशाच्या सीमांवरील बांधकामावरील बंदी उठवणे हे अत्यावश्यक निकडीचे आहे असे युन्नान सरकारने नमूद केले.

भारताचा विचार

भारताच्या दृष्टिकोनातून, या उपक्रमाला राजकीय महत्त्व आहे. भारतामध्ये सन २०१४मध्ये सार्वत्रिक निवडणुका झाल्या. सलग १० वर्षे भारतावर राज्य केलेल्या भारतीय राष्ट्रीय काँग्रेसने आपली गमावलेली लोकप्रियता परत मिळविण्यासाठी राजनैतिक प्रश्नांवर लक्ष केंद्रित केले आणि अशा प्रकारे, भारताने चीनच्या उपक्रमाला सकारात्मक प्रतिसाद दिला. दिनांक ११ फेब्रुवारी २०१४ रोजी, भारताचे माजी पंतप्रधान मनमोहन सिंह यांच्यासह दिल्ली येथे झालेल्या बैठकीत, चीनचे विशेष प्रतिनिधी आणि राज्य स्थानिक समितीचे सदस्य यान्ग जिएची यांनी भारत बीसीआयएम आर्थिक मार्गिकेच्या[१] निर्माणामध्ये सक्रियपणे सहभागी होईल अशी पुनश्च वाच्यता केली. अशा प्रकारे, भारत सरकारने आपली भूमिका पुनश्च अधोरेखित केली.

उपक्रमाची दुसरी बाजू आर्थिक होती. सन २०१३मध्ये चीनच्या परकीय चलन साठ्याने उंची गाठली. हा आकडा ३.८२ डॉलर्स ट्रिलियन पर्यंत गेला आणि आगामी पाच वर्षांत चीनचा परकीय गुंतवणुकीचा आकडा ५०० अब्ज डॉलर्सपर्यंत

जाईल असा अंदाज केला गेला. चीनचे शासन चिनी उपक्रमांच्या 'परदेशातील गुंतवणुकीस' प्रोत्साहन देते. चिनी उपक्रमांनी भारतामध्ये गुंतवणूक करण्यासदेखील हे शासन इच्छुक आहे. सध्या भारतामध्ये अत्यंत मोठ्या प्रमाणात परकीय गुंतवणुकीची निकड आहे. चीनने याला सकारात्मक प्रतिसाद दिल्यास भारतीय अर्थव्यवस्थेतील अनेक अडचणींवर मात करण्यासाठी चिनी गुंतवणूक आकृष्ट करणे शक्य होईल.[२] याशिवाय, आर्थिक पट्ट्याच्या संदर्भात, केवळ व्यापार ही अडचण नसून उद्योग आणि गुंतवणुकीचे स्थानिक स्थलांतर हा प्रमुख मुद्दा होय. अशा प्रकारे, भारतातील अडचणींवर मात करण्यासाठी, चीनचा अनुभव, तंत्रज्ञान, व्यापार आणि कृषी क्षेत्रातील अनुभवाचा वापर करणे हितावह ठरेल. यामुळे ओघानेच ईशान्य भारतातील सामाजिक स्थैर्याला चालना मिळेल.

लक्षात घ्यावयाचा तिसरा मुद्दा सुरक्षेचा आहे. भारताच्या ईशान्येकडील भागाचा आर्थिक विकास धिम्या गतीने होत आहे, तसेच, दळणवळणाच्या सोयी तितक्याशा सुधारित नाहीत. यामुळे या भागात कोणतेही आंतरसंबंध प्रस्थापित करण्यात बाधा येते. सीमावर्ती भागात सुरक्षा आणि स्थैर्य प्रस्थापित करणे ही पूर्वअट होय.

चार, या प्रदेशातील आंतरराष्ट्रीय संबंधांच्या दृष्टीने, बांगला देश आणि म्यानमार हे देश अनेक वर्षे 'बीसीआयएम सहकार्य उपक्रमांतर्गत' कृतींमध्ये सहभागी होते. यामध्ये चीनपुरस्कृत उपक्रमाला सकारात्मक दाद मिळेल. भारताची नामर्जी असेल तर भारतच एकटा पडेल. असे झाल्यास, उपरोक्त प्रदेशातील भारताची प्रतिमा धोक्यात येईल.

बीसीआयएम आर्थिक मार्गिकेच्या मर्यादा

भारत सरकारला सतावणाऱ्या चिंता

ईशान्य भारतातील सुरक्षा समस्या हा पहिला प्रमुख प्रश्न होय. बीसीआयएम प्रादेशिक आर्थिक सहकार्याची सुरुवात सन १९९९मध्ये झाली असली तरी आंतरशासन स्तरावर हे सहकार्य दीर्घकाळ रखडले. भारत सरकारच्या निष्क्रियतेमुळे या संदर्भात समाधानकारक प्रगती झाली नाही. याचे कारण असे होते की, बेकायदेशीर स्थलांतराच्या प्रश्नाने ग्रासले आहे असा ईशान्य भारत बीसीआयएम प्रादेशिक आर्थिक सहकार्यासाठी कळीचा प्रदेश होता. भारताची ईशान्येकडील सात राज्ये तुलनेने मागास आहेत. राज्यांची फुटीरतावादी वृत्ती यासारख्या इतरही काही समस्या तेथे आहेत. भारत सरकारने राव यांच्या काळापासून ईशान्य भागाच्या विकसासाठी आणि ईशान्य भारताला दक्षिण-पूर्व आशिया आणि दक्षिण आशियातील दुवा म्हणून विकसित करण्यास सुरुवात केली. आजतागायत या धोरणाला अपेक्षित यश आलेले नाही.

चीन-भारत संबंधांशी निगडित आणखी एक चिंता आहे. भारत-चीन संबंधांमध्ये तणाव असल्याने बीसीआयएम सहकार्य यंत्रणा म्हणावी तितकी यशस्वी ठरली नाही.[३] भारत-चीन दरम्यान सीमाप्रश्न, सीमेवरील नद्यांचा प्रश्न, चीन-पाकिस्तान संबंध, चीन-भारत व्यापार असंतुलन असे काही प्रश्न आर्थिक मार्गिकेच्या विकासामध्ये अडथळा ठरतात. आर्थिक अनुषंगाने, बीसीआयएम आर्थिक मार्गिकेमुळे भारतीय बाजारपेठेत चिनी उत्पादनांची भरती येईल आणि त्याचा भारताच्या अंतर्गत उत्पादनावर परिणाम होईल अशीही चिंता भारताला सतावते. म्हणून, किरकोळ व्यापारक्षेत्र प्रत्यक्ष परकीय गुंतवणुकीस खुले करण्यास भारत सरकार धजावत नाही. चिनी उत्पादनांवरील आयात कर वाढवून भारतीय उद्योजकांचे संरक्षण करणे भारत सरकारला प्राप्त आहे. या दुहेरी कृतीसह भारतीय रुपयाच्या घसरणीमुळे चिनी उत्पादनांचे आयात शुल्क वाढेल. म्हणून, ती उत्पादने भारतीय बाजारपेठेत तितकीशी तग धरू शकणार नाहीत.

तीन, भारताच्या संदिग्ध आर्थिक धोरणांमुळे चीनने इतर आशियाई देशांशी तुलना करता भारतामध्ये खूपच कमी गुंतवणूक केली आहे. भू-संपादन, पर्यावरण ना हरकत परवानगी, नियामक आराखडा आणि गुंतागुंतीची संमतीप्रक्रिया अपारदर्शक आणि अप्रतिसादी असल्याने हे प्रश्न हाताळणे क्लिष्ट आहे असे काही चिनी कंपन्यांना वाटते.

भारत-बांगला देश संबंधांवरील शक्य परिणाम हा या संदर्भातील आणखी एक अडथळा आहे. ऐतिहासिक घटकांच्या बरोबरीने, भारत-बांगला देश दरम्यान बेकायदेशीर स्थलांतरितांचा देखील प्रश्न आहे. आर्थिक विकासाची पातळी कमी असल्याने ईशान्य भारतातील लोक शिक्षण आणि कामाच्या हेतूने भारतात इतरत्र स्थलांतर करतात. तर दुसरीकडे, आसाम येथील कामगारप्रधान कामे बांगला देश येथील स्थलांतरित करतात. आकडेवारीनुसार, आसाम येथील बेकायदेशीर स्थलांतरितांपैकी २६ टक्के स्थलांतरित बांगला देश येथून आलेले आहेत (*रेडीफ न्यूज* २०१४).

पाच, ईशान्य भारताची नेमकी भूमिका हा आणखी एक भेडसावणारा प्रश्न आहे. दिनांक ५ डिसेंबर २०१३ रोजी बीसीआयएम संबंधी इंडियन कौन्सिल ऑफ वर्ल्ड अफेयर्स आयोजित परिसंवादामध्ये ईशान्य भारताचा केवळ 'मार्गिका' म्हणून वापर न करता या प्रदेशात व्यापार आणि गुंतवणूक व्हावी यावर एकमत झाले.[४]

विद्यमान सरकारचे धोरण

दिनांक २६ मे २०१४ रोजी श्रीयुत नरेंद्र मोदी भारताच्या पंतप्रधानपदी रुजू झाले. उपरोक्त उपक्रमावर काही राजकीय बाबींचा परिणाम होणे शक्य आहे. एक, भाजपला ईशान्य भारताचा पाठिंबा मिळण्यासाठी पक्षाने तेथील लोकांचा विचार करणे गरजेचे आहे. या प्रदेशातील दारिद्र्यनिर्मूलन आणि मूलभूत संसाधनांची उभारणी

करणे इत्यादी पर्याय उपलब्ध आहेत. दुसरीकडे, हिंदूंचा पाठिंबा मिळावा म्हणून पंतप्रधानांनी बांगला देशमधून येणाऱ्या स्थलांतरितांवर मर्यादा घातल्या (*द हिंदू* २०१४). यामुळे उपरोक्त उपक्रमावर नकारात्मक परिणाम होऊ शकतो.

म्यानमारचे राजकीय स्थित्यंतर आणि राष्ट्रीय सुरक्षा प्रश्न

पर्वतांद्वारे जोडले गेलेले शेजारी म्हणून म्यानमार आणि चीन दरम्यान चांगले संबंध आहेत. म्यानमार सरकारने बीसीआयएम प्रादेशिक आर्थिक सहकार्याबाबत सकारात्मक भूमिका घेतली. औपचारिक प्रतिनिधींना संबंधित बैठकांना देखील पाठवले.

म्यानमार सध्या राजकीय स्थित्यंतर अनुभवत आहे. परंतु, म्यानमारचे चीनप्रतीचे धोरण फारसे बदललेले नाही. चीन-म्यानमार मैत्रीचा दृढ वारसा असल्याने 'बीसीआयएम आर्थिक उपक्रमात' म्यानमारचा सक्रिय सहभाग असेल. म्हणून, म्यानमारमध्ये कितीही राजकीय चढाओढ होत असली तरी चीनसंबंधी धोरणावर त्याचा कोणताही विपरीत परिणाम होणार नाही. तथापि, म्यानमारमधील राजकीय अस्थैर्याचा बीसीआयएम आर्थिक मार्गिकेच्या निर्माणप्रक्रियेवर परिणाम होणे शक्य आहे. उदाहरणार्थ, म्यानमारच्या सीमेवर चीनच्या लष्करी टोळ्यांना शासकीय कृपाछत्र दिल्यास म्यानमारमधील मुस्लीम आणि बौद्धांमध्ये संघर्षाची शक्यता उद्भवणार नाही. शासनाच्या अशा कृतीमुळे आर्थिक मार्गिका निर्माण प्रक्रियेवर प्रत्यक्ष वा अप्रत्यक्ष परिणाम होतील.

बीसीआयएमः अर्थव्यवस्थेला प्रेरणा देणारा घटक

चीन-भारत आर्थिक सहकार्यामध्ये भारत, म्यानमार आणि बांगला देश आर्थिक मार्गिकेदरम्यानची लोकसंख्या लक्ष्यगट म्हणून ध्यानात घेतली जाते. तुलनेने, बीसीआयएम आर्थिक मार्गिका चिनी अर्थव्यवस्थेवर फारसा प्रभाव करणार नाही. भारतीय आर्थिक मार्गिका या दोन उदयोन्मुख अर्थव्यवस्थांना जोडते. म्हणून, या आर्थिक विभागात अंतर्भूत लोकसंख्या केवळ ४०० कोटी इतकी आहे. तर, भारत-चीन दरम्यानच्या काही प्रश्नांमुळे ही मार्गिका अधिक व्यापक करणे अशक्य आहे.

सद्यःस्थिती

बीसीआयएम-आर्थिक मार्गिकेची पायाबांधणी फार पूर्वी झाली असली तरी उद्दिष्टप्राप्तीच्या दृष्टीने १४ वर्षांनंतरही या प्रकल्पाने फारशी प्रगती केली नाही. गेल्या दहा वर्षांपासून भारताने देखील या उपक्रमात म्हणावा तसा रस घेतला नाही. तथापि, चीनच्या युन्नान प्रांताद्वारे कलकत्ता आणि कुन्मिंगला जोडणाऱ्या, बांगला

देश आणि म्यानमारमधून जाणाऱ्या मार्गिका प्रकल्पात भारत आता रस घेत आहे (*द हिंदू* २०१५). या मार्गिकेचा २,८०० किमीचा प्रमुख पट्टा (कुनमिंग-रूईली-भामो-लाशियो-मांडले-तैमु-इफाळ-सिल्हेत-ढाका-कोलकता) आता तयार आहे. म्यानमारमधील कालेवा ते मोनिवा हा लहानसा पट्टा अजून म्हणावा तसा तयार नाही. आर्थिक राजनयिक नीतीच्या संदर्भात प्रादेशिक एकत्रीकरणावर भर देण्यात येईल असे सध्याच्या भारत सरकारने सूचित केले आहे. भारत-चीन संबंध सुधारण्यासाठी बीसीआयएम-आर्थिक मार्गिका ही उत्तम संधी आहे. तसेच, यामुळे भारताच्या 'पूर्वेकडे पहा' धोरणालादेखील चालना मिळेल.

निष्कर्ष

बीसीआयएम-आर्थिक मार्गिका उपक्रमामध्ये समाविष्ट प्रदेशामध्ये जास्तीत जास्त अल्पसंख्याक राहतात. हे असे प्रदेश आहेत जिथे स्थानिक आणि केंद्र सरकारमधील संबंध नाजूक आहेत. आर्थिक मार्गिकेमुळे उल्लेखित प्रदेशांचा विकास साधता येईल. यामुळे गरिबांचे काही प्रश्न शिथिल होतील. यामुळे संबंधित प्रदेशातील सुरक्षासंबंधी प्रश्नदेखील सोडवता येतील. बीसीआयएम-आर्थिक मार्गिकेमुळे चीन-भारत दरम्यानचा व्यापार असंतुलनाचा प्रश्न सोडवण्यास साहाय्य होईल. तसेच, चीनच्या अतिरिक्त उत्पादन क्षमतेचा प्रश्न देखील ध्यानात घेतला जाईल.

अनेक राजकीय आणि आर्थिक घटकांचा बीसीआयएम-आर्थिक मार्गिकेवर प्रत्यक्ष प्रभाव आहे. मात्र, चीन-भारत संबंध सुधार हा मूलभूत घटक होय. हे भारतातील नव्या सरकारच्या सहकार्य आणि साहाय्यावर अवलंबून आहे.

चीन आणि भारताने बीसीआयएम-आर्थिक मार्गिका प्रश्नासंबंधी सक्रिय सहकार्याची भूमिका घेतल्यास ही या प्रदेशाच्या जलद विकासाची नांदी ठरेल. यामुळे चीनच्या दक्षिण-पूर्व नीतीला आणि भारताच्या पूर्वेसंबंधी धोरणाला साहाय्य होईल. बीसीआयएम-आर्थिक मार्गिका प्रकल्प जैसे थे राहिला तर मात्र चीन द्विपक्षी सहकार्यावर भर देईल अशी शक्यता आहे. म्हणजेच, चीन म्यानमार आणि बांगला देशमधील पायाभूत सोयीसुविधा आणि ऊर्जा विकासावर लक्ष केंद्रित करेल (चे जिडॉन्ग आणि झोऊ रेन २००६). यामुळे ओघानेच बीसीआयएम-आर्थिक मार्गिकेची पार्श्वभूमी निर्माण होईल.

टिपा

१. ११ फेब्रुवारी २०१४ रोजी भारताचे माजी पंतप्रधान मनमोहन सिंह यांनी भारतातील चीन दूतावासामध्ये चीनचे यान्ग जिएछि यांची भेट घेतली. http://in.china-embassy.org/chn/sgxw/t1127457.htm (२० एप्रिल २०१५ रोजीची नोंद).

२. लि जिंगफेंगः 'भारत, ब्रह्मदेश आणि बांगला देश आर्थिक मार्गिका निर्मितीमध्ये सिचुआनचा सहभाग' व्यवस्थापक, ऑगस्ट २०१३, पृष्ठ १४.

३. या प्रश्नाचा अधिक अभ्यास होणे आवश्यक आहे. भारत-चीन संबंधांचे अभ्यासक झी गॅन्ना यांची मुलाखत. साउथ इस्ट एशिया साउथ एशियन स्टडीज, २०१३, विभाग २, पृष्ठ १०२-१०५

४. 'बीसीआयएम-आर्थिक मार्गिका या विषयावरील परिसंवाद', इंडिया कौन्सिल ऑफ वर्ल्ड अफेअर्स, ५ डिसेंबर २०१३, http://icwa.in/pdfs/Pressrelease 09122013.pdf (१५ एप्रिल २०१५ रोजीची नोंद).

संदर्भ

Baruah, Amit. 2004 (20 September). 'Northeast as a Trade Hub'. *The Hindu*. Available at http://www.hindu.com/2004/09/20/stories/2004092001681000.htm (accessed on 20 April 2015).

Chen Jidong and Zhou Ren. 2006. 'Energy Cooperation in India, Burma and Bangladesh Strengthening the Relations Link'. *South Asian Studies Quarterly*: 8–13.

Chinanews. 2013. 'India and the Ninth Meeting of the Curtain K2K Focus of Regional Cooperation'. November 22. Available at http://www.chinanews.com/gn/2013/11-22/5533056.shtml (accessed on 20 April 2015).

Dingjun. 2013 (25 December). 'Silk Road South Line to Start Building BCIM Economic Corridors into the National Strategy'. *21st Century Business Herald*, 7.

People's Daily. 2013 (24 October). 'China-India Strategic Cooperative Partnership Vision for the Future Development of the Joint Statement', 3.

People's Republic of China Ministry of Foreign Affairs. 2013, May 20. 'Republic of the People's Republic of China and India Joint Statement'. Available at http://www.mfa.gov.cn/mfa_chn/zyxw_602251/t1041929.shtml (accessed on 20 April 2015).

Rediffnews. 2014. 'We Are in Denial, but Bangladeshis Are Still Flooding India's Northeast'. March 21. Available at http://www.rediff.com/news/column/bangladeshis-are-still-flooding-indias-northeast/20140321.htm (accessed on 20 April 2015).

The Hindu. 2014 (26 May). 'Surge in the Northeast'. Available at http://www.thehindu.com/opinion/editorial/surge-in-the-northeast/article6046674.ece (accessed on 20 April 2015).

———. 2015 (26 June). 'China, India Fast-track BCIM Economic Corridor Project'. Available at http://www.thehindu.com/news/national/china-india-fasttrack-bcim-economic-corridor-project/article7355496.ece (accessed on 14 April 2015).

८

अमेरिकेचे 'आशियाई केंद्रक' आणि चीन-पाकिस्तान संबंध

चीन-भारत संबंधांवरील पडसाद

चे जिक्झियांग

विषयप्रवेश

सन २०१२मध्ये, आशिया-प्रशांत प्रदेशावर अमेरिका अधिक लक्ष केंद्रित करेल असे अमेरिकेतील बराक ओबामा प्रशासनाने जाहीर केले. अमेरिकेचे हे पाऊल नंतर 'आशियाई केंद्रक' किंवा 'पुनर्संतुलन' म्हणून ओळखण्यात आले. प्रशासनाची 'आशियाई केंद्रक' ही प्रादेशिक नीती काही प्राधान्यक्रम दर्शवते. द्विपक्षी सुरक्षा संबंधांचे दृढीकरण, उदयोन्मुख सत्ताकेंद्रांसह सहकार्याचे संबंध, प्रादेशिक बहुपक्षीय संस्थांसह काम कारणे, व्यापार आणि गुंतवणूकवृद्धी, लष्करी अस्तित्वाला हळूहळू आकार देणे आणि लोकशाही आणि मानवी हक्कांना पाठिंबा देणे हे ते प्राधान्यक्रम होत. तथापि, या धोरणामुळे आशियाई देशांमध्ये संशय आणि अविश्वासाचे वातावरण निर्माण झाले आहे. अमेरिकेचा पुनर्संतुलन साधण्याचा नेमका हेतू विशेषतः चीनमध्ये विवाद्य ठरला आहे. अमेरिकेचे हे पाऊल म्हणजे आशियाई आर्थिकवृद्धीचा लाभ घेण्याचा प्रयत्न आहे असे अनेकांना वाटते. आशियाई प्रदेशामध्ये संघर्षाला खतपाणी घालून किंवा आशियाई देशांमध्ये फूट पाडून हे उद्दिष्ट साध्य करता येणार होते. पाकिस्तानचे भू-राजकीयदृष्ट्या विशेष स्थान हे चीनसाठी महत्त्वाचे आहे. यामुळे दक्षिण आशियाच्या सुरक्षेची काळजी घेतली जाईल. तसेच, युरेशिया भागावर नियंत्रण मिळवण्याचा अमेरिकेचा डाव हाणून पाडता येईल—युरेशियाचा भाग हा मध्य आशियाचा अग्रणी भाग होय. चीन आपल्या राष्ट्रीय नीतीमध्ये पाकिस्तानसह असलेले संबंध आणि आशियाचा प्रश्न समाविष्ट करेल. वस्तुतः, आंतरराष्ट्रीय परिस्थितीत मूलगामी बदल झाल्यामुळे चीनने वैश्विक नीतीच्या अनुषंगाने, पाकिस्तानसह असलेल्या संबंधांचा आढावा घेणे गरजेचे आहे. चीनचा राजकीय विश्वास संपादनाचा प्रयत्न सुरूच असेल. तसेच, दोन्ही देशांतील सुरक्षा सहकार्यदेखील कायम राहील. मात्र, आता आर्थिक सहकार्यापेक्षा भारतासह आशियातील प्रादेशिकतेवर राजनयिक भर देण्यात येईल. असे असले तरी, भारताला प्रादेशिक प्रभावाचे भान आहे, इतर देशांच्या अर्थव्यवस्था आणि सुरक्षेत भारताला

रस आहे. यामुळे, चीन-पाकिस्तान संबंधांचा गैरअर्थ लावण्यात येतो. परिणामी, प्रादेशिक शांतता भंग करणाऱ्या काही घटकांना खतपाणी मिळते.

अमेरिकेच्या 'आशियाई केंद्रक' नीतीचा हेतू आणि पाकिस्तानची भू-राजकीय परिस्थिती

अमेरिकेची 'आशियाई केंद्रक' नीती म्हणजे संपूर्ण आशियाच्या प्रगतीवर लगाम घालणारे पाऊल होय

उपरोक्त राजनयिक नीतीशी संबंधित अनेक गृहीतके आहेत. आशिया आशियातील रहिवाशांचा आहे, चीन अथवा अमेरिकेचा नाही. मात्र, अमेरिकेचा आशियातील लष्करी शिरकाव म्हणजे कायमच आशियातील अनागोंदी आणि दारिद्र्याचे कारण मानले जाते. अमेरिकेच्या 'आशियाई केंद्रक' नीतीचे आशियाई देशांना काहीही कौतुक नाही. वस्तुतः, आशियावर नियंत्रण प्रस्थापित करणे हा या धोरणाचा हेतू असल्याने यामुळे आशियाई देश अस्वस्थ होतात.

जगभरातील अनेक देशांतील अमेरिकेचा लष्करी शिरकाव म्हणजे साधारणपणे अमेरिकेचे आर्थिक वसाहतीकरण मानले जाते. या अन्वये, सर्वत्र अमेरिकी डॉलरचा प्रभाव प्रस्थापित होण्यास साहाय्य होते. काही निरीक्षकांच्या मते, इतर देशांतील राजवटीला राष्ट्रीय अस्मितेची बाधा होऊ न देता अमेरिकी लोकशाही आणि मानवी हक्कांचा प्रचार करून त्यांचे अमेरिकेवरील अवलंबित्व वाढवणे ही अमेरिकेची नीती आहे. यायोगे, अशा देशांतील 'अभिजन वर्ग' अमेरिकेचा प्रतिनिधीवर्ग म्हणून आकारास येतो. यामुळे अप्रत्यक्षपणे सत्तेची सूत्रे हलवणे किंवा स्वहित साधणे अमेरिकेला सहज शक्य होते. अशा नीतीची अंमलबजावणी करताना, अमेरिकेचे लष्कर त्या त्या देशावर नियंत्रण अथवा प्रत्यक्ष चाल करून येण्याची नीती स्वीकृत करते. यामध्ये आक्रमक पद्धतीने अनागोंदीची परिस्थिती निर्माण करणे किंवा विरोधी पक्षाला शस्त्रे धारण करण्यास भाग पाडणे अशा बाबींचा समावेश होतो. राजकीय आणि प्रचारविषयक विचार करता, या नीतीद्वारे जागतिक राजकीय प्रभाव वर्धित करून आणि लोकमतावर नियंत्रण प्रस्थापित करून लक्ष्य देशाला एकटे पाडले जाते. तसेच, सातत्याने कृत्रिम परिस्थिती निर्माण करून लक्ष्य देशातील शासन आणि शासितांमध्ये दरी निर्माण केली जाते. राजनयिक दृष्टीने, अमेरिका लक्ष्य देश आणि त्याच्या शेजारील देशांमध्ये फूट पाडण्याचा प्रयत्न करत आहे, असेदेखील वाटू शकते; तसेच, हा लक्ष्य देश ज्या भागामध्ये आहे त्या भागांतील देशांची राजकीय, आर्थिक आणि लष्करी संसाधनांच्या निःसारणाचा प्रयत्न केला जातो.

असे केल्याने, त्या प्रदेशातील देशांना सामूहिकपणे कोणताही उठाव करणे शक्य होत नाही आणि त्या प्रदेशावर दीर्घकाळ अमेरिकेचे लष्करी वर्चस्व प्रस्थापित होणे शक्य होते. याखेरीज, आर्थिकदृष्ट्या, अमेरिका लक्ष्य देशातील अभिजनांना पूर्ण खाजगीकरण आणि अमेरिकी जागतिकीकरणावर आधारित वित्तीय स्वायत्ततेची भुरळ पाडते. यामुळे हरित डॉलर आणि सोन्याच्या मूल्यामध्ये फरक केला जातो. जेणेकरून, लक्ष्य देशातील नैसर्गिक संसाधने मोठ्या प्रमाणात खरेदी करता येतात आणि तेथील वित्तीय व्यवस्थेवर प्रभाव प्रस्थापित करता येतो. यामुळे सरतेशेवटी, लक्ष्य देशाचे प्रमुख संसाधानवरील नियंत्रण शिथिल होते आणि त्याबरोबरीने वित्तीय सार्वभौमत्वावर देखील परिणाम होतो. परिणामस्वरूप, लक्ष्य देश अमेरिकेच्या डॉलर व्यवस्थेत सहभागी होतो, पर्यायाने, ती अमेरिकेची आर्थिक वसाहत होते.

यामुळे होते असे की, अंतर्गत राजकीय अस्थिरता असलेला देश अमेरिकेच्या डॉलर प्रभावाला बळी पडतो. अमेरिकेचा लष्कर आणि अंतर्गत अस्थैर्याच्या दबावामुळे अशा देशातील अभिजन वर्ग अमेरिकी डॉलर हा एकमेव विश्वासार्ह पर्याय मानून बसतो. अमेरिका जगभर इतर मूल्यांपेक्षा तथाकथित लोकशाही, मानवी हक्क आणि स्वातंत्र्याचा प्रसार करते. तसेच, त्या देशातील अभ्यासगट आणि प्रसारमाध्यमांना निधीचा पुरवठा करते. अधिकाधिक लोकशाही, धनाढ्य आणि दृढ राष्ट्रे विकसित करणे हा यामागील हेतू नसून लक्ष्य देशाला आपला प्रभाव मान्य करायला लावणे हा हेतू असतो. परिणामी, प्रतिस्पर्ध्यांना क्षीण करणे आणि अमेरिका जागतिक महासत्ता होण्याच्या दृष्टीने लक्ष्यगटावर नियंत्रण प्रस्थापित करणे हे सुप्त हेतू साध्य करता येतात. सोवियत संघाची पडझड, रशियाच्या औद्योगिक जगताला लागलेली चमत्कारिक उतरंड, मध्यपूर्वेतील युद्ध आणि हत्याकांड, मध्य आशियातील अस्थैर्य आणि दारिद्र्य, ईशान्य आशियातील दीर्घकालीन तणाव, उत्तर कोरियातील दारिद्र्य, दक्षिण चीन समुद्राबाबतचा गोंधळ अशा आशियातील कोणतीही घटना अथवा उतारकळेला केवळ अमेरिकेची लष्करी उपस्थिती कारणीभूत आहे.

आशियाई नियंत्रण धोरणाचे समर्थक अमेरिकेचे 'आशियाई केंद्रक' धोरण म्हणजे सर्व उदयोन्मुख आशियाई देशांच्या उदयावर निर्बंध आणणारे धोरण आहे असे मानतात. हे पाऊल केवळ चीनविरोधी आहे असे वरकरणी वाटू शकते. मात्र, वास्तवात सर्व उदयोन्मुख आशियाई देशांवर हुकुमत प्रस्थापित करणे हा या धोरणाचा हेतू आहे. ऐतिहासिकदृष्ट्या आणि येऊ घातलेल्या काही घटनांचा विचार करता, मानवेतिहासाच्या दीर्घ प्रवासात जपानचा उदय ही एक नाममात्र घटना आहे. चीन आणि भारताचा संयुक्त उदय म्हणजे आशियाचा उदय आहे. ही दीर्घकालीन प्रक्रिया असून यामुळे जागतिक सत्तारचनेमध्ये खचितच बदल होणार आहेत. सध्याच्या

घडामोडींचा विचार करता, चिनी अर्थव्यवस्थेच्या वेगवान विकासामुळे आशियाई देशांच्या जलद वृद्धीसाठी मोठ्या प्रमाणात संधी निर्माण झाल्या आहेत, पूर्व आशियातील अर्थसत्तांच्या दृढीकरणास चालना मिळाली आहे. त्यामुळे जागतिक आर्थिक केंद्र म्हणून पूर्वेकडील देशांची भूमिका महत्त्वाची ठरणार आहे. अशा पद्धतीने तयार झालेली समीकरणे म्हणजे आशिया, आफ्रिका, युरोप, रशिया आणि दक्षिण अमेरिकेच्या वृद्धीस मिळालेली चालना होय. यामुळे बहुविध सत्ताकेंद्रे असलेल्या जगाची हमी मिळेल. अमेरिकेचा जागतिक प्रभाव आणि डॉलर वसाहतीकरणाचे प्रयत्न ध्यानात घेता, अमेरिका युरोचे वाढते मूल्य सहन करू शकणार नाही. आशियाच्या उदयाखेरीज ही अमेरिकेच्या मनातील एक सल आहे. या कारणासाठी अमेरिकेने उदयोन्मुख अर्थव्यवस्थांना आळा घालण्यासाठी त्यांच्यात फूट पाडून आपला प्रभाव प्रस्थापित करण्याची नीती अवलंबिली आहे. आशियावर हरप्रकारे दबाव प्रस्थापित करणे, चीन-भारत संबंधांमध्ये फूट पाडणे, चीनला वेढा घालणे या सर्व मार्गांनी आशियाची घोडदौड रोखण्यात यश येण्याची शक्यता आहे. सर्व उपाय वापरून झाल्यानंतर अमेरिकेला चीनच्या अंतर्गत व्यवस्थेत फूट पाडणे शक्य झाले नाही. यावर पर्याय म्हणून अमेरिकेने चीनच्या शेजारी राष्ट्रांच्या संकुचित धोरणांचा फायदा घेऊन संपूर्ण प्रदेशामध्ये बेबनाव कसा कायम राहील याबाबत उपाययोजना राबवण्यास सुरुवात केली. संपूर्ण प्रदेशामध्ये अशांततेचे वातावरण निर्माण झाल्याने चीनला आजूबाजूच्या देशांमध्ये लष्करी अस्तित्व ठेवणे भाग पडेल. यामुळे पर्यायाने आशियाई देशांच्या कोणत्याही सामूहिक कृतीस प्रतिबंध होईल आणि आशियातील अमेरिकी लष्कराच्या प्रभावाला देखील धक्का पोहोचणार नाही.

पाकिस्तानची भू-राजकीय परिस्थिती

अमेरिकेच्या आशिया-प्रशांत प्रदेशासंबंधी पुनर्संतुलन नीतीसाठी पाकिस्तान हा एक भू-राजकीय टेकू आहे. पाकिस्तान दक्षिण आशियाई उपखंडाच्या उत्तर-दक्षिणेकडे वसलेला आहे. हिंदी आणि अरबी समुद्र त्याच्या दक्षिणेकडे आहे. पूर्वेकडे भारत, दक्षिणेकडे चीन आणि पश्चिमेकडे अफगाणिस्तान आणि इराक हे पाकिस्तानच्या सीमारेषेलगतचे देश होत. पाकिस्तान हा जागतिकदृष्ट्या एक विवक्षित प्रदेश आहे. हा आशियाच्या मध्यभागी असलेले नदीचे मुख आहे. तसेच, अमेरिकेच्या दृष्टीने या प्रदेशाला भू-राजकीयदृष्ट्या महत्त्व आहे. युरेशिया उपखंडाच्या मध्यवर्ती केंद्रावर प्रभाव कायम ठेवण्यासाठी 'समुद्रमार्गे जमिनीवर प्रभाव प्रस्थापित करण्याची' नीती आहे (वर्ल्ड आयलंड). या विषयाच्या काही अभ्यासकांच्या मते, अमेरिकेच्या आशियाई केंद्रक धोरणाचे काही प्रमुख हेतू आहेतः चीनवर लक्ष ठेवणे, आशियाई

अर्थव्यवस्थेच्या घोडदौडीवर चाप ठेवणे आणि संपूर्ण आशियाच्या प्रगतीस प्रतिबंध करणे. अमेरिकेची पश्चिमी प्रशांत नीती आणि आशियातील दक्षिण, पश्चिमी मध्य भागांवर भर याला एक राजनयिक पैलू आहे. गोंधळाची परिस्थिती निर्माण करणे आणि चीनच्या विकासासाठी आवश्यक वेळ आणि परिस्थितीवर अंकुश ठेवणे हा त्याचा सुप्त अर्थ होय. दिएगो गार्शिया आणि गल्फ येथे तैनात लष्कराच्या साह्याने अमेरिकेने पाकिस्तानच्या अंतर्गत संघर्षाला अधिकच खतपाणी घातले. दहशतवाद, फुटिरतावाद आणि धर्मावर अतिरेकी भर या घटकांचा त्यात समावेश होता. या घटकांमुळे कोणत्याही क्षणी पाकिस्तानी राजवटीला धोका निर्माण होऊ शकतो. तसेच, भारत आणि पश्चिमी चीनची सुरक्षादेखील धोक्यात येऊ शकते. यामुळे चीनची पश्चिमी नीती मोडकळीस येईल. चीनच्या दृष्टीने भारतावर दक्षिण आणि पश्चिमेच्या बाजूने लक्ष देणे महत्त्वपूर्ण ठरेल. यामुळे युरोप आणि आशियाच्या बाजारपेठ एकत्रीकरणास प्रतिबंध होईल. तसेच, मध्य आशिया हा युरेशिया खंडाला जोडणारा दुवा आणि चारही दिशांना जोडणारा केंद्रबिंदू असल्याने एकदा का अमेरिकेने पाकिस्तान फोडला की, कझाकस्तान, उझबेकिस्तान, किरगिजस्तान, तुर्कमेनिस्तान आणि ताजिकीस्तान या सर्व आशियाई देशांमध्ये धग निर्माण होईल (चे लिआन्बी २००१). असे झाल्यास, मध्य आशिया दीर्घकाळ घुसळून निघेल. युरेशियाकडे येणारा व्यापार, संसाधने आणि ऊर्जास्रोतांचा ओघ थांबेल आणि दहशतवाद आणि अतिरेकी धार्मिक कृतींमुळे चीन, भारत आणि रशिया या देशांना तीव्र परिणाम सोसावे लागतील.

आशियाई अर्थव्यवस्थेच्या एकजुटीसाठी चीन-पाकिस्तान आर्थिक मार्गिका हा चीनचा एक प्रमुख प्रयत्न होय. तसेच, 'वन बेल्ट वन रोड' नीतीचा अवलंब करून आशियाच्या एकजुटीला प्रोत्साहन देणे हा देखील हेतू होय. आशियाला एकत्रित बांधून ठेवण्यासाठी हा चीनचा नवा परिप्रेक्ष्य आणि चीनच्या वैश्विक नीतीचा एक नवा प्रयोग होय असे ध्यानात येते. युरोपीय आणि आशियाई देशांचे अथवा प्रदेशाचा संयुक्त लाभ हे चीनच्या 'वन बेल्ट वन रोड' धोरणाचे उद्दिष्ट असले तरी, या धोरणाच्या अंमलबजावणीमुळे चीनच्या विकासाच्या आधारे आशियाई देशांच्या आर्थिक-सामाजिक विकासास हातभार लागणार आहे. यामुळे अप्रत्यक्षपणे संपूर्ण आशियाच्या विकासाला गती येईल. तथापि, हे धोरण अमेरिकेच्या वैश्विक धुरिणत्वाला आव्हान देणारे आहे. लेखामध्ये नमूद केल्याप्रमाणे, चीनच्या 'समुद्री रेशीम मार्ग' उपक्रमाचे यश प्रादेशिक स्थैर्य, सुरक्षा आणि शांतता प्रस्थापित करेल (चतुर्वेदी २०१४). हे धोरण आशियाचे स्थैर्य, शांतता आणि विकास या हेतूने महत्त्वाचे असले तरी, अमेरिकेच्या वैश्विक धुरिणत्वासाठी हे आव्हान आहे. संपूर्ण आशियाचा विकास झाला तर तैनात अमेरिकी लष्कराच्या अधिकृततेचा प्रश्न निर्माण

होईल या भीतिपोटी अमेरिका पश्चिम प्रशांत प्रदेशात संतुलनाचे धोरण राबवत असून मध्य आशिया आणि मध्य पूर्वेत गोंधळाची परिस्थिती निर्माण करते. आशियाई आणि युरेशिय बाजारपेठेचे एकत्रीकरण होऊ नये हा यामागील हेतू होय. पाकिस्तान त्याच्या भौगोलिक परिस्थितीमुळे पश्चिम चीन समुद्र आणि मध्य आशियाचा प्रमुख प्रवेशबिंदू होय. चीन-पाकिस्तान आर्थिक मार्गिकेमुळे पश्चिम चीनची बाजारपेठ आणि दक्षिण आशिया, मध्यपूर्व, मध्य आशिया, आफ्रिका आणि युरोप हे प्रदेश जोडले जातील. बीसीआयएम आर्थिक मार्गिकेसह चीन-पाकिस्तान आर्थिक मार्गिका देखील भू-रेशीम आर्थिक मार्ग आणि समुद्री रेशीम आर्थिक मार्गाचे संगमस्थान होय. म्हणजेच, समुद्र आणि भू-मार्ग एकमेकांना छेदतात असा हा राजनयिक प्रदेश होय. तसेच, आशियाच्या आर्थिक एकत्रीकरणाच्या दृष्टीनेदेखील हा केंद्रबिंदू ठरतो. परिबंध नीतीचे जनक, निकोलस स्पिकमन यांच्या रीमलँड सिद्धान्तानुसार, युरेशिया खंडाच्या परिघावरील प्रदेश म्हणजे सत्ताकेंद्रे आमनेसामने ठाकण्याचे प्रदेश होय. ही भविष्यासाठीची इतिहासाने देऊ केलेली गुरुकिल्ली होय (स्पिकमन, १९६५). अशा प्रकारे, महत्त्वपूर्ण असे भू-राजकीय केंद्र असलेला पाकिस्तान अमेरिकेच्या वैश्विक नीतीच्या पटावरील महत्त्वाचे प्यादे ठरेल अशी स्पष्ट शक्यता आहे.

राजनयाचे केंद्रक असलेल्या पाकिस्तानची क्षीण राजकीय आणि आर्थिक परिस्थिती म्हणजे अमेरिकेच्या हाती आयते कोलीत दिल्यासारखे आहे. पाकिस्तानमधील राजकीय अस्थैर्य आणि क्षीण आर्थिक पाया या बाबींचा वापर करून अमेरिका पाकिस्तानवर प्रभाव प्रस्थापित करू शकते. पाकिस्तानचे भू-राजकीय स्थान म्हणजे भारतीय समुद्र आणि मध्य आशियाला जोडणारा राजनयिक प्रदेश होय. हे लक्षात घेता, अमेरिका पाकिस्तानवर नियंत्रण ठेवून मध्य आशियापर्यंत पोहोचू पाहत आहे. असे केल्याने युरेशिया खंडाचे मध्यवर्ती केंद्र अमेरिकेच्या ताब्यात येईल. तसेच, चीन, भारत आणि रशियावर नियंत्रण प्रस्थापित करून इराणप्रतीची अरेरावीची भूमिका कायम ठेवता येईल. अमेरिकेच्या दहशतवाद विरोधी कारवायांमुळे अमेरिकेतील दहशतवाद, राजकीय अस्थैर्य आणि आर्थिक घसरण यांसारखे प्रश्न अधिकच चिघळले आहेत. याखेरीज, पाकिस्तानने अमेरिकेच्या अफगाणिस्तान येथील दहशतवादविरोधी लढ्याची मोठी किंमत मोजली आहे. अजूनही अमेरिका पाकिस्तानवरील पकड घट्ट करण्याचा सातत्याने प्रयत्न करतो. नेमका उल्लेख करायचा तर, अमेरिकेने दहशतवाद-विरोधी कृत्याच्या नावाखाली ड्रोनचा वापर करत सीमेलगत बॉम्बवर्षाव केला आहे. यामुळे अप्रत्यक्षपणे पाकिस्तानचे सार्वभौमत्व नाकारले गेले. यामुळे झालेल्या नागरी दुर्घटनांनी पाकिस्तानमध्ये सामाजिक उलथापालथ झाली. यामुळे झालेल्या नुकसानातून सावरणे पाकिस्तानसाठी अवघड होते. अमेरिका पाकिस्तानमध्ये दुफळी माजवणे अथवा लष्करी कारवाई घडवून आणण्यास साहाय्य करणे शक्य आहे,

यामुळे, पाकिस्तानमधील व्यवस्था उलथून टाकून तेथे नियंत्रण प्रस्थापित करणे शक्य होईल. पाकिस्तानवरील प्रभाव गमावल्यास चीनवर प्रचंड प्रमाणात भू-राजकीय दबाव निर्माण होईल. यामुळे चीनच्या पश्चिमी नीतीस प्रतिबंध होईल आणि तेथील तेल आणि गॅस पाईपलाईन्सवर अमेरिकेचे सहज नियंत्रण प्रस्थापित होईल. आपला आर्थिक विकास इतर कोणत्याही देशाच्या हाती देणे चीनला परवडणार नाही.

चीन-पाकिस्तान संबंधांची पुनराभिमुखता

जागतिक राजकीय आणि आर्थिक समीकरणबदल, अमेरिकेचे आशियाप्रतीचे पुनर्सत्तासंतुलन आणि चीनच्या राष्ट्रीय नीतीची धोरण आखणी या धर्तीवर चीन पाकिस्तानसह असलेले परस्परसंबंधांना नव्याने आकार देऊ पाहता.

पाकिस्तानसह सुरक्षा सहकार्यात वाढ

सध्या पाकिस्तानमध्ये अंतर्गत अस्थैर्य असून हा देश अनेक बाह्य अडचणींचा देखील सामना करत आहे. अतिरेकी विचारांची धग, क्षीण अंतर्गत सुरक्षितता, अधिकारितेचा अभाव, आर्थिक विकासाची घसरण आणि अफगाणिस्तानमधील अमेरिकी सैन्याने घेतलेल्या अंशतः माघारीमुळे निर्माण झालेली गोंधळाची परिस्थिती या त्यातील काही अडचणी होत. अमेरिका आणि चीन दरम्यान काही राजनयिक संघर्ष असले तरी, चीन हा पाकिस्तानचा विश्वासू मित्रदेश आहे. असे असले तरी, चीनने पाकिस्तानच्या समर्थनार्थ अमेरिकेशी वाकडे घेणे हे समंजसपणाचे लक्षण नाही. याउलट, चीनने अमेरिकेसह असलेले संबंध स्थिर करण्याच्या दिशेने प्रयत्न करणे आवश्यक आहे. तथापि, चीनने पाकिस्तानसंबंधी नीतीमध्ये शक्य तितक्या लवकर फेरबदल करणे गरजेचे ठरेल. जेणेकरून पाकिस्तानसह असलेले लष्करी आणि सुरक्षा सहकार्य अधिक वाढेल आणि संपूर्ण लष्करी दल शस्त्रसज्ज करून राजकीय स्थैर्य आणि विनाअडथळा आर्थिक विकासाची हमी मिळेल. चीन-पाकिस्तान आर्थिक मार्गिका निर्माण, पाकिस्तानमध्ये औद्योगिक तळांची बांधणी आणि पाकिस्तानसह सांस्कृतिक विनिमय या बाबींखेरीज, चीनने आणखी एक पाऊल उचलणे अपेक्षित आहे. पाकिस्तानचे अफगाणिस्तान, इराण आणि भारत या शेजारी देशांशी असलेले तणावपूर्ण संबंध सुरळीत करण्यास चीनने साहाय्य करावे. तसेच, पाकिस्तानच्या अंतर्गत स्थैर्यासाठी पोषक बाह्य वातावरण निर्माण करण्यास देखील चीनचे साहाय्य अपेक्षित आहे. पाकिस्तान-इराण दरम्यानच्या राजनयिक संबंधांना चीनने सक्रिय पाठिंबा द्यावा आणि पाकिस्तान-इराण दरम्यानच्या वाढत्या सुरक्षा सहकार्याला दटून पाठिंबा द्यावा आणि लवकरात लवकर चीन-पाकिस्तान-

इराण दरम्यान मुक्त व्यापार निर्माण करावा असा सल्ला दिला जातो. चीनने साफ मनाने भारत-पाकिस्तान दरम्यानच्या आर्थिक आणि व्यापारी सहकार्याला सर्वतोपरी साहाय्य करावे. यामुळे चीन आणि सार्क दरम्यानच्या आर्थिक व्यवहारांस चालना मिळेल. याखेरीज, अमेरिकेने पाकिस्तान, इराण आणि मध्य आशियामध्ये कोणतीही अडचणीची परिस्थिती निर्माण करू नये या हेतूने चीन आणि रशियाने एकत्रित प्रयत्न करणे आवश्यक आहे. यामुळे युरेशिया लॅण्ड ब्रीज (नवा रेशीम मार्ग) च्या निर्माणाच्या सुरळीत कामाची हमी मिळेल. पाकिस्तान आणि त्याच्या शेजारील देशांतील संबंध लक्षात घेता, भारतासह असलेल्या संबंधांची सुयोग्य हाताळणी करणे हे चीनसाठी सुरक्षा, अर्थव्यवस्था आणि सामाजिक विकासाच्या दृष्टीने महत्त्वाचे ठरेल. म्हणूनच चीन जर पाकिस्तानसह संबंध दृढ करू पाहत असेल किंवा या संबंधांमध्ये पुनर्संतुलन आणू पाहत असेल, तर चीनने पाकिस्तान-भारत संबंधांचा देखील व्यापक आढावा घेणे आवश्यक ठरेल.

चीन-पाकिस्तान आर्थिक सहकार्य

आशिया-पर्शिया आखाताच्या प्रदेशात ऊर्जा मार्गिकेचे यशस्वी निर्माण, पाकिस्तानसह आर्थिक आणि व्यापारी सहकार्य दृढीकरण, पाकिस्तानच्या आर्थिक विकासाला चालना, चीन-पाकिस्तान आर्थिक एकीकरण सुकर करणे आणि चीन-पाकिस्तान दरम्यानचे संबंध सुधारणे या दृष्टीने भारतीय समुद्री प्रदेशातील चीनच्या नीतीची अंमलबजावणी भौगोलिकदृष्ट्या महत्त्वाची ठरते. चीन-पाकिस्तान दरम्यानच्या दृढ आर्थिक आणि व्यापारी सहकार्याचे प्रतीक म्हणून चीन-पाकिस्तान आर्थिक मार्गिकेचे निर्माण हे दोन्ही देशांसाठी 'श्रेयस्कर' धोरण मानले जाते. यामुळे पाकिस्तानी अर्थव्यवस्थेच्या स्थिर आणि शाश्वत विकासाची हमी मिळेल. आर्थिकदृष्ट्या चीन आणि पाकिस्तान हे देश परस्परपूरक आहेत, दोन्ही देशांमध्ये सहकार्य क्षमता देखील आहे. मात्र, असे असले तरी, पाकिस्तानमधील सुरक्षेची अवस्था ध्यानात घेता, दोन्ही देशांची सहकार्य क्षमता पूर्णतः वापरली गेली नाही. पाकिस्तान शेखी मिरवू शकेल इतकी २० कोटी लोकसंख्या, संसाधनांची उपलब्धी आणि प्रचंड आर्थिक क्षमता या पाकिस्तानच्या जमेच्या बाबी होत. तथापि, क्षीण अंतर्गत सुरक्षा, राजकीय अस्थैर्य आणि ऊर्जा पुरवठ्याची कमतरता या बाबींमुळे येथील आर्थिक विकासाला खीळ बसली आहे. परकीय भांडवलाची मोठी तूट, बेरोजगारीचा वाढता दर आणि पाकिस्तानी जनतेचे दयनीय आयुष्य या बाबीदेखील क्षीण आर्थिक विकासास जबाबदार आहेत. अशा परिस्थितीत, पाकिस्तानला मोठ्या प्रमाणात चिनी गुंतवणुकीची आवश्यकता आहे. या गुंतवणुकीमुळे पाकिस्तानला

पायाभूत सोयीसुविधांचा विकास, उत्पादन क्षेत्र आणि रोजगारास चालना आणि लोकांचा राहणीमान दर्जा उंचावण्यास साहाय्य होईल. विकासाच्या टप्प्यानंतर, चिनी अर्थव्यवस्थेवरदेखील औद्योगिक पुनर्बांधणीचा मोठा दबाव आहे. अशा वेळी, आर्थिक पुनर्बांधणीसाठी सुयोग्य स्थळ म्हणून चीनने पाकिस्तानची निवड करणे साहजिक आहे. चीन-पाकिस्तान आर्थिक मार्गिका योजने अंतर्गत रेल्वे, महामार्ग, वायूवहन मार्ग, तेल आणि गॅस पाईपलाईन्स, सिंचन आणि सांडपाण्याच्या सुविधा, माहिती संपर्क तंत्रज्ञान (ICT) यांसारख्या पायाभूत सोयीसुविधांची बांधणी आणि ऊर्जा व संसाधने विकास सहकार्य, औद्योगिक केंद्र बांधणी, मुक्त व्यापार प्रदेशांची निर्मिती तसेच, सांस्कृतिक-शैक्षणिक विनिमय यांसारख्या बाबींचा समावेश होतो. आर्थिक आणि व्यापार क्षेत्रातील व्यापक चीन-पाकिस्तान सहकार्य पाकिस्तानी अर्थव्यवस्थेच्या विकासास चालना देईल. शिवाय, पाकिस्तान येथील औद्योगिक विकास आणि लोकोपजीविकेच्या साधनांमध्ये सुधारणा यांसारख्या बाबींना हातभार लागेल. अन्वयर्थाने, यामुळे पाकिस्तानमध्ये अंतर्गत स्थैर्य प्रस्थापित होऊन राज्यव्यवस्थेवरील विश्वास वाढीस लागेल. यामुळे दोन्ही देशांतील सुरक्षा सहकार्यात वाढ होईल.

सांस्कृतिक, सामाजिक आणि शैक्षणिक देवाणघेवाण

भाषा, संस्कृती, पर्यटन, शिक्षण, विज्ञान आणि तंत्रज्ञान, क्रीडा यांसारख्या क्षेत्रात देवाणघेवाणीस चालना दिल्याने चीन-पाकिस्तान येथील सामाजिक पाया बळकट होईल. तसेच, चीन-पाकिस्तान दरम्यानचे स्नेहपूर्ण संबंध अव्याहत ठेवण्यासाठी अशी देवाणघेवाण उपयुक्त ठरेल. दोन्ही देशांच्या परिप्रेक्ष्यात अनेक साम्यस्थळे असून या देशांतील लोकसंवाद देखील भक्कम आहे. मात्र, दोन्ही देशांतील अपुरा नागरी विनिमय हा चीन-पाकिस्तान दरम्यानचा अत्यंत महत्त्वाचा व्यवहार्य मुद्दा आहे. मध्यमवर्गीय कुटुंबांत जन्माला आलेल्या पाकिस्तानी विद्यार्थ्यांवर इंग्रजी भाषेचा प्रभाव आहे. त्यांना ब्रिटन आणि अमेरिकेचा प्रभाव असलेल्या विलासी रम्यकथा, गुप्तहेरांच्या कथा आणि चरित्रात्मक कादंबऱ्यांमध्ये रस आहे. इंग्रजी चित्रपट, दूरदर्शन मालिकांचे आणि पाश्चिमात्य जीवनशैलीचे त्यांना आकर्षण आहे. याउलट पाकिस्तानमध्ये चिनी भाषेचा कमीतकमी प्रभाव आहे. सन २००५मध्ये पाकिस्तानमधील इस्लामाबाद येथे पहिल्या कन्फ्युशियस इन्स्टिट्यूटची स्थापना केली. सन २०१३ पर्यंत पाकिस्तानी विद्यापीठ, शाळा आणि भाषा प्रशिक्षण संस्थांमध्ये कन्फ्युशियस इन्स्टिट्यूटच्या केवळ ४० शाखा होत्या. यासाठी नोंदणी केलेले सहकारी देखील ८०००पेक्षा कमी होते, आवाका तसा मर्यादित होता. अगदी

अलीकडे, म्हणजे, सन २०१३ मध्ये पाकिस्तानी राष्ट्रीय शिक्षण व्यवस्थेमध्ये चिनी भाषेचे प्रशिक्षण द्यावयास सुरुवात झाली. यावेळी सिंध प्रांताने, संपूर्ण प्रांतातील शाळा आणि इतर शैक्षणिक संस्थांमध्ये सहाव्या श्रेणीनंतरच्या विद्यार्थ्यांसाठी चिनी भाषा प्रशिक्षण कार्यक्रम अनिवार्य केले. पाकिस्तानवर प्रभाव प्रस्थापित करू पाहणाऱ्या चीन आणि अमेरिकेच्या स्पर्धेमध्ये पाकिस्तानवर चिनी भाषेपेक्षा इंग्रजीचा अधिक प्रभाव आहे. चीन आणि पाकिस्तान येथील लोकांतील देवाणघेवाणदेखील अपुरी आहे. ही बाब चीनसाठी प्रतिकूल असून यामुळे चीन-पाकिस्तान संबंध पिढ्यान्‌पिढ्या झिरपण्यास प्रतिबंध होईल. पाकिस्तानलादेखील याची जाणीव आहे. दिनांक १६ फेब्रुवारी २०१२ रोजी पाकिस्तानचे प्रधानमंत्री युसुफ रझा गिलानी यांनी झिजियांग, चीन येथील प्रतिनिधी मंडळाची सदिच्छा भेट घेतली असता, याबाबत वाच्यता केली. ते म्हणाले, 'चीन-पकिस्तान सांस्कृतिक आणि शैक्षणिक देवाणघेवाणीचे दृढीकरण होईल अशी पाकिस्तानला आशा आहे. यामुळे चीन-पाकिस्तान दरम्यानच्या संबंधांचा सामाजिक पाया बळकट होईल.'

चीन-पाकिस्तान संबंधांची पुनराभिमुखताः चीन-भारत संबंधांवरील परिणाम

संपूर्ण जागतिक परिस्थितीमध्ये दीर्घकालीन आणि अपूर्व असे बदल घडवणाऱ्या उचित समयी उदयोन्मुख सत्ताकेंद्रांची एकत्रित प्रगती होत आहे, प्रमुख पाश्चिमात्य सत्ताकेंद्रांची व्यापक अर्थाने घसरण होत आहे (युआन पेंग २०१२) आणि संपूर्ण जगाचे राजकीय-आर्थिक चित्र बदलत आहे. चीन-पाकिस्तान दरम्यान वाढते लष्करी आणि सुरक्षा सहकार्य, चीन-पाकिस्तान-इराण मुक्त व्यापार प्रदेशांचा निर्माण आणि चीनच्या इतर भू-राजकीय उपाययोजना या काही भारतीयांना भारतासाठी धोकादायक वाटतात. यामुळे चीन-भारत संबंधांमध्ये तणाव निर्माण झाला आहे. परिणामी, चीन-पाकिस्तान आणि चीन-पाकिस्तान-इराण दरम्यान सहकार्याचे दृढीकरण हा अमेरिकेच्या 'पुनर्संतुलन नीती'वरील वचक असून यामुळे आशियामध्ये गोंधळाची परिस्थिती निर्माण होईल असे म्हटले जाते. मात्र, ही प्रादेशिक शांतता आणि आशियाई प्रादेशिकतावादाला चालना देणारी एक राजनयिक चाल मानली जाते. ही चाल भारतासाठी हानिकारक नसून उपयुक्तच आहे.

भारताच्या दृष्टिकोनातून चीन-भारत संबंध

आंतरराष्ट्रीय समुदायाचा विचार करता, एकविसाव्या शतकात भारत आणि चीन या दोन्ही देशांचे राजकीय आणि आर्थिक क्षेत्रातील प्राक्तन एकसारखेच आहे.

एकविसाव्या शतकाच्या पूर्वार्धात जगाचे राजकीय आणि आर्थिक स्वरूप मोठ्या प्रमाणात बदलले. म्हणजेच, वैश्विक अभिशासनामध्ये उदयोन्मुख अर्थव्यवस्थांचा सहभाग आणि प्रभाव वाढला. स्थिर किमतीच्या आधारे मोजलेल्या स्थूल राष्ट्रीय उत्पन्नाच्या आधारे, ११ उदयोन्मुख अर्थव्यवस्था आणि जी-७ राष्ट्रांतील तूट कमी झाली. सन १९९०मध्ये ही तूट ९.८८ ट्रिलीयन डॉलर्स इतकी होती, सन २०१३मध्ये ही २.५ ट्रिलीयन डॉलर्स इतकी झाली. स्टँडर्ड चार्टर्डच्या सन २०१३च्या अहवालानुसार, सन २०३० पर्यंत उदयोन्मुख अर्थव्यवस्थांच्या एकूण स्थूल राष्ट्रीय उत्पन्नाचा जगाच्या स्थूल उत्पन्नातील वाटा ६३ टक्के इतका असेल. सन २०१० पासून जागतिक आर्थिकवृद्धीमध्ये उदयोन्मुख अर्थव्यवस्थांचा वाटा विकसित देशांपेक्षा अधिक आहे असे ध्यानात येते. जागतिक बँकेच्या नोंदींनुसार, सन २०१३मध्ये जगाच्या स्थूल राष्ट्रीय उत्पन्नात चीनचा वाटा ४.६ टक्के इतका होता. सन २००९मध्ये हा वाटा १४.५ टक्के इतका तर, सन २०१२मध्ये २० टक्के इतका होता. सन २०१२चा हा आकडा अमेरिकेतील उदयोन्मुख अर्थव्यवस्थांच्या २ टक्क्यांनी अधिक होता. चीन आणि भारत ही जागतिक आर्थिकवृद्धीची महत्त्वपूर्ण केंद्रे ठरली आहेत. या केंद्रांमुळे जगाचे भू-राजकीय आणि आर्थिक चित्र मोठ्या प्रमाणात बदलते आहे. तथापि, युरोपीय केंद्रांसह अमेरिका आणि जपान ही सत्ताकेंद्रे उदयोन्मुख अर्थव्यवस्थांतील संबंध आणि सहकार्यास तडा जाईल या दिशेने प्रयत्न करणे शक्य आहे. पारंपरिक अंगाने याच देशांचा जगाच्या आजपर्यंतच्या आर्थिक-राजकीय घडणीमध्ये मोठा वाटा आहे. आता मात्र हे देश उदयोन्मुख देशांना लगाम घालण्याचा प्रयत्न करतील, ज्यायोगे, चीन आणि भारताचे धुरिणत्व असलेली नवी आंतरराष्ट्रीय राजकीय आणि आर्थिक रचना आकारास येण्यास बाधा येईल. वस्तुतः, उदयोन्मुख चीन आणि भारताच्या नेतृत्वामुळे विद्यमान आंतरराष्ट्रीय राजकीय आणि आर्थिक स्थिती बदलणे सहज शक्य आहे. आणि म्हणून, आताच्या आंतरराष्ट्रीय राजकीय आणि आर्थिक स्थितीवर प्रभाव असणाऱ्या सत्तांकडून दडपण आणण्याचे प्रयत्न होणे देखील साहजिक आहे.

काही भारतीयांच्या मते, जागतिक राजकीय अर्थव्यवस्थेत वर्चस्व प्रस्थापित करण्यासाठी अमेरिका ट्रान्स पॅसिफीक पार्टनरशिप (TPP) आणि ट्रान्स अटलांटिक ट्रेड अँड इन्व्हेस्टमेंट पार्टनरशिप (TTIP) साठी प्रयत्नांत कोणतीही कसूर करणार नाही. असे केल्याने जागतिक व्यापाररचनेतून चीन, भारत, ब्राझिल, रशिया आणि दक्षिण आफ्रिका यांसारख्या उदयोन्मुख आर्थिक केंद्रांना वगळणे सहज शक्य होईल. या आधारे, उदयोन्मुख अर्थव्यवस्थांचा विकासवेग रोखण्यासाठी राजकीय, आर्थिक, लष्करी आणि राजनयिक करार अथवा छुपा-करार करण्याचा प्रयत्न करील. दिनांक

१७ मार्च २०१४ रोजी जाहीर करण्यात आलेल्या माहितीनुसार, विकसित देशांच्या दृष्टीने ट्रान्स पॅसिफीक पार्टनरशिप आणि ट्रान्स-अटलांटिक ट्रेड ॲण्ड इन्व्हेस्टमेंट पार्टनरशिप हे परस्परसंबंध अद्ययावत करावयाचे नवे नियम होत. या नव्या नियमांतून चीन आणि भारताला वगळण्यात आले असून म्हणून समान प्रादेशिक आणि वैश्विक स्वारस्य असलेल्या चीन-भारत या देशांदरम्यान सहकार्याचे अधिकच दृढीकरण होणे अपेक्षित आहे (*द हिंदू* २०१४). अशा प्रकारे, या दोन्ही देशांनी पारंपरिक राजनयिक चौकटीबाहेर येऊन विचार करणे अत्यावश्यक आहे.

दोन प्रमुख सत्ताकेंद्रांना समसमान महत्त्व मिळण्याच्या हेतूने परस्परसंबंध आकारास येणे गरजेचे आहे. भारताची सत्ताकेंद्र बनण्याची महत्त्वाकांक्षा ध्यानात घेता, चीनसह सलोख्याचे संबंध ठेवणे भारतासाठी हितकारक ठरेल. स्वतंत्र भारताचे पहिले पंतप्रधान, जवाहरलाल नेहरू यांनी *द डिस्कव्हरी ऑफ इंडिया*मध्ये नमूद केल्याप्रमाणे, 'भारताची सध्याची भूमिका लक्षात घेता, भारताने जगात दुय्यम स्थानावर असणे चालणार नाही, भारताचा पवित्रा जोमदार असावा अथवा तो नामशेषच व्हावा' (नेहरू, १९९९, ५६). भू-राजकीयदृष्ट्या, भारत तीन बाजूंनी समुद्राने वेढलेला आहे. त्यामुळे, भारताला असणारा सुरक्षेचा धोका समुद्रकिनाऱ्याच्या भागापासून संभवतो. अशा परिस्थितीत, भारताने समुद्रकिनारी भागावर पूर्णतः नियंत्रण प्रस्थापित केल्याखेरीज, भारताचा उत्कर्ष होणे अशक्य होईल. भारताची वाढती आर्थिक ताकद आणि राष्ट्रीय सत्ता आणि बहु-सत्ताकेंद्रांचे सहज अस्तित्व या पार्श्वभूमीवर, भारताने भारतीय समुद्री प्रदेशात नौसेनेचा प्रभाव अधिक व्यापक करणे ही भारत महासत्ता होण्याच्या दृष्टीने महत्त्वाची नीती ठरेल. तथापि, भारतीय समुद्री प्रदेशात सध्या अमेरिकेचा प्रभाव आहे. भू आणि समुद्री प्रदेशाच्या माध्यमातून उपखंडावर प्रभाव प्रस्थापित करण्याचा अमेरिकेचा प्रयत्न आहे. हे करण्यासाठी अमेरिकेने अफगाणिस्तान, सौदी अरेबिया, इस्राईल, इराक, दिएगो गार्शिया, ऑस्ट्रेलिया आणि सिंगापोर या सर्व भागांत लष्करी तळ ठोकले अथवा या ना त्या प्रकारे लष्कर क्रियाशील ठेवले आहे. भारतीय उपखंडाबाबत अमेरिकेची वाढती संदिग्ध राजनयिक भूमिका भारतीय नेतृत्वाच्या मानसिकतेवर प्रभाव करणारी ठरली आहे. म्हणूनच, नेतृत्वाने भारतीय समुद्री प्रदेशाच्या सुरक्षेला प्राधान्य दिले आहे (झांग वेन्मू २०१०).

चीन आणि भारताला सहकार्याचा लाभ होतो तसे चढाओढीने नुकसानदेखील होते. आशियामध्ये चीन आणि भारताचा समान वेगाने उदय होत असला तरी, या दोन्ही देशांपैकी कोणत्याही एका देशाचा परकीय सत्तेकडून वापर झाल्यास जागतिक सत्ता म्हणून आशियाचा उदय ही एक मोठी फसवणूक ठरेल. चीन आणि भारत आणि आशियाचे दैव बऱ्याच प्रमाणात सारखेच आहे. चीन आणि भारताच्या उदयामुळे आशियाचा लाभ होणार असला तरी, चीन आणि भारत क्षीण राहिल्यास

पश्चिमी देशांचे वासाहतिक शोषणदेखील चुकणार नाही. भारतीय नेतृत्वाला याची पूर्ण जाणीव आहे. सन २००३मध्ये जून महिन्यात अटल बिहारी वाजपेयी यांच्या पेकिंग विद्यापीठातील व्याख्यानातून एकविसावे शतक आशियाचे असेल असा स्पष्ट संदेश त्यांनी दिला. या दोन्ही देशांमध्ये तीव्र शत्रुत्व असल्यास मात्र हे उद्दिष्ट साध्य करणे अशक्य होईल. भारताने 'महासत्ता' होण्याचे स्वप्न पाहिले असले तरी, भारताच्या शेजारी देशांमध्ये सातत्याने युद्धजन्य परिस्थिती असते. या देशांमध्ये अंतर्गत औपचारिक अधिकारितेचा अभाव असून वांशिक गट, धार्मिक समूह आणि राजकीय गटांमध्ये सतत तंटे सुरू असतात; परकीय देशांनी टाकलेला दबाव सहन करणे भारतासाठी देखील नक्कीच आव्हानात्मक आहे. चीनचा वाढता वेग मंदावल्यास, पश्चिमी भू-राजकारणाच्या पटावर भारताचा वेगवेगळ्या प्रकारे वापर करण्यात येईल. याखेरीज, दोन्ही देशांतील आर्थिक परस्परावलंबित्व अधिकच वाढले आहे. चीन हा भारताचा सर्वांत महत्त्वपूर्ण व्यापारी मित्रदेश असून, भारताचा प्रभाव असलेल्या सार्क मधील निरीक्षक देशदेखील आहे. सार्कमधील आठ सदस्यांपैकी सहा सदस्यांशी चीनचे उत्तम व्यापारी संबंध आहेत. याला केवळ अफगाणिस्तान आणि भूतानचा अपवाद आहे. या संदर्भात, शांत व सौम्य प्रगती असे अनेक भारतीय अभ्यासकांचे चीनच्या उदयाचे आकलन होते. इन्स्टिट्यूट फॉर डिफेन्स स्टडीज ॲण्ड अॅनॅलिसिस येथील चीनचे अभ्यासक रविप्रसाद नारायणन यांच्या अभ्यासनोंदीनुसार, चीनच्या विकासाची शिडी शांततापूर्ण आणि लवचीक आहे, हा दृष्टिकोन व्यावहारिक असून त्यानुसार आर्थिक विकासाला सर्वाधिक प्राधान्य आहे. चीनचा प्रादेशिकतावादावर भर असून खुले धोरण स्वीकृत करण्याकडे कल आहे (चे योन्जे २००७). व्यावहारिकदृष्ट्या, प्रादेशिकतावादावरील भर, म्हणजेच, शेजारधर्मावरील भर ही चीनच्या उदयाला हातभार लावणारी महत्त्वपूर्ण भू-राजकीय नीती होय. भारतीय अभ्यासकांना याची फार पूर्वीपासून जाण आहे. तसेच, चीनचा उदय ही भारतासाठी ऐतिहासिक संधी आहे, त्यानुसार, भारताने अर्थव्यवस्था विकसन आणि राष्ट्रीय प्रभाव दृढीकरणावर भर द्यावा असे अभ्यासकांचे म्हणणे आहे. म्हणून, चीन-पाकिस्तान संबंधांबाबतची अभ्यासकांची मते देखील व्यवहारी आहेत. दोन्ही देशांची शांततापूर्ण प्रगती आणि दक्षिण आशिया प्रदेशाचे स्थैर्य या दृष्टीने भारताला स्थिर पाकिस्तान महत्त्वाचा वाटतो. यामुळे भारताच्या विकासास अधिक वाव मिळेल. खेरीज, चीनच्या प्रादेशिकवादातून भारताला वगळण्यात आलेले नाही, आणि चीन-पाकिस्तान दरम्यानचे सातत्यपूर्ण संबंध पाकिस्तान आणि दक्षिण आशिया प्रदेशाच्या स्थैर्यासाठी महत्त्वपूर्ण आहेत. म्हणून, चीन-भारत-पाकिस्तान दरम्यानचे शांततापूर्ण आणि मैत्रीपूर्ण संबंध ही भारताच्या उदयाला आणि महासत्ता होण्याच्या महत्त्वाकांक्षेला साहाय्यक अशी सकारात्मक बाब ठरेल.

चीनचे परराष्ट्र धोरण आणि चीन-पाकिस्तान संबंधांबाबत भारताचा समज

चीन हा भारताच्या परराष्ट्र धोरणावर प्रभाव करणारा महत्त्वपूर्ण घटक होय. दोन्ही देशांची भौगोलिक स्थिती, इतिहास, अर्थव्यवस्था आणि जागतिक क्रमवारी हे घटक ध्यानात घेता, चीनचे अस्तित्व, विकास आणि परराष्ट्र धोरण भारताच्या परराष्ट्र धोरण आणि धोरणनिर्मितीवर प्रत्यक्ष अथवा अप्रत्यक्षपणे परिणाम करणारे ठरेल. शीतयुद्धानंतरच्या आर्थिक जागतिकीकरणानंतर चीन परराष्ट्र धोरणाचे समायोजन करत आहे. आता चीनची परराष्ट्र आणि व्यापारी धोरणे आर्थिक विकासावर केंद्रित आहेत. या दोन्ही देशांतील परस्परावलंबित्व वाढतच जाणार आहे या गृहीतकावर आधारित, चिनी परराष्ट्र आणि व्यापारी धोरणांमध्ये 'विविधीकरण', 'समसमान लाभाचे सहकार्य', 'आस्थाहीन राजकारण आणि जोमदार अर्थव्यवस्था' यांसारख्या संकल्पना समाविष्ट करण्यात आल्या आहेत. साहजिकच, विकासाच्या टप्प्यावर चीनला आर्थिक विकासात बाधा आणणारा कोणतही अकारण संघर्ष नको आहे. तरच चीन अर्थव्यवस्था विकसन, वृद्धी आणि आधुनिकीकरणावर विचलित न होता भर देऊ शकेल. आतापर्यंत, अशा प्रयत्नांना चिनी आर्थिक राजनयात यश आले आहे. आर्थिक आणि व्यापारी सहकार्यासाठी बहुस्तरीय आणि बहुक्षेत्रीय आंतरराष्ट्रीय संघटनांची स्थापना, चिनी लष्करी दलाचे आधुनिकीकरण आणि राष्ट्रीय हितसंबंध कायम ठेवण्यासाठी लष्करी सत्ता वाढवण्यास चालना मिळाली. अर्थव्यवस्था आणि आर्थिक यशाला प्रोत्साहन देणाऱ्या चीनच्या परराष्ट्र धोरणाचा भारतावरदेखील काही प्रमाणात परिणाम झाला. चीन-पाकिस्तान संबंध समायोजनाबाबतचा भारताचा दृष्टिकोन कालौघाने अधिकाधिक व्यवहार्य होईल. भारत-पाकिस्तान संबंधांमध्ये तणाव असला तरी, वर्ष २०१२-१३मध्ये, भारत पाकिस्तानला करत असलेल्या निर्यातीत जवळपास १५ टक्क्यांनी १.६ अब्ज डॉलर्स इतकी वाढ झाली आहे तर, पाकिस्तानकडून होणाऱ्या आयातीमध्ये ३० टक्क्यांपासून ४८.८ कोटी डॉलर्स इतकी वाढ झाली. यावेळी भारताची इतर देशांप्रतीची निर्यात ४ टक्क्यांनी कमी झाली होती. येथे एका विशेष बाबीची नोंद घेणे आवश्यक आहे. मे २०१४मध्ये भारताचे नवनियुक्त पंतप्रधान नरेंद्र मोदी यांनी त्यांचे पाकिस्तानी समपदस्थ अधिकारी नवाज शरीफ यांना उद्घाटन समारंभ प्रसंगी निमंत्रित केले होते. पाकिस्तानच्या स्वातंत्र्यानंतर पहिल्यांदाच पंतप्रधानांनी पाकिस्तानी समपदस्थ अधिकाऱ्याला असे निमंत्रित केले. मोदींचे हे पाऊल खचितच चीन-पाकिस्तान संबंध आणि चिनी परराष्ट्र धोरणाबाबतचा सकारात्मक पवित्रा दर्शवणारे ठरले.

असे असले तरी, चीन-पाकिस्तान संबंधांबाबतचा भारताचा दृष्टिकोन अजूनही संदिग्ध आणि अस्पष्ट आहे. भारताच्या परराष्ट्र धोरणावर अनेक घटकांचा परिणाम होत असला तरी, लष्करी प्रस्थापिततेवर या धोरणाचा सर्वाधिक भर होता. सन १९९१मध्ये आर्थिक सुधारणांचे धोरण स्वीकृत केल्यापासून भारतीय परराष्ट्र धोरणावर दोन सहसंबंधित बाबींचा परिणाम झालाः पैकी, पहिली बाब लष्कराशी संबंधित आहे. लष्करी ताकद म्हणजे शांतता आणि सुरक्षिततेची सर्वांत मोठी हमी आहे असे मानले जाते. भारताने दुसऱ्या न्युक्लियर स्ट्राईकची क्षमता विकसित करणे अत्यावश्यक ठरेल. परंपरागत लष्करी ताकद सर्वार्थाने विकसित करणे आणि चीन व पाकिस्तानबाबत सतत सतर्क राहणे भारताच्या दृष्टीने महत्त्वाचे आहे; दुसरा दृष्टिकोन उदारमतवाद्यांचा आहे. या दृष्टिकोनानुसार भारताने लष्करी सामर्थ्यापेक्षा आर्थिक सामर्थ्यावर प्राधान्याने लक्ष द्यावे. आर्थिक परस्परावलंबित्व असल्यास कोणताही हिंसात्मक प्रतिकार करणे धोक्याचे ठरेल. अशा प्रकारे, त्यांच्या मते, भारत-चीन दरम्यान आर्थिक आणि व्यापारी संबंधांचे दृढीकरण होणे आवश्यक आहे. देशाची राजकीय रचना लक्षात घेता, भारतीय परराष्ट्र धोरणामध्ये या दोन्ही मतांचा सातत्याने समावेश होणार आहे. परिणामी, उदारमतवाद्यांच्या मागणीनुसार, भारतीय परराष्ट्र धोरणाचा आर्थिक प्राधान्य उद्दिष्टावर भर असणे तितकेसे सोपे नाही. तसेच, चिघळत जाणाऱ्या सीमाप्रश्नामुळे चीन-पाकिस्तान संबंधांबाबत भारताच्या मनात संशयाने घर करणे साहजिकच आहे. याशिवाय, या प्रदेशाव्यतिरिक्त इतर देशांच्या हस्तक्षेपामुळे चीन-पाकिस्तान-भारत दरम्यानच्या सकारात्मक परस्परसंबंधांत बाधा येईल.

अर्थव्यवस्था आणि सुरक्षितता या बाबतीत भारत इतर देशांवर मोठ्या प्रमाणात अवलंबून आहे. भारत आर्थिकदृष्ट्या चीन आणि अमेरिकेवर अवलंबून आहे. चीन भारताचा प्रथम तर अमेरिका द्वितीय व्यापार सहकारी आहे. मात्र, सुरक्षेच्या दृष्टीने, भारत प्राथम्याने रशिया, फ्रान्स आणि अमेरिकेवर अवलंबून आहे. अमेरिकेच्या 'आशियाई केंद्रक' नीतीमुळे, भारताचा अमेरिकेकडे कल ठेवून चीनची सत्ता संतुलित करण्याचा प्रयत्न आहे. हे लष्करी प्रस्थापिततेवरून ध्यानात येईल. भारताच्या अमेरिकेकडील ओढ्यामुळे चीन, पाकिस्तान आणि भारतादरम्यानचे बहुस्तरीय आर्थिक आणि व्यापारी सहकार्य आणि भारताचा चीन-पाकिस्तान संबंधांच्या दृष्टिकोनावरदेखील परिणाम होईल. उपरोक्त चलघटकांचा विचार करता, चीनच्या चीन-पाकिस्तान सहसंबंधांच्या समायोजन नीतीमध्ये भारत दीर्घकाळ गुरफटलेला राहील अशी शक्यता वाटते.

निष्कर्ष

चीन-पाकिस्तान परस्परसंबंधांची पुनराभिमुखता म्हणजे भारताने धोक्याची घंटा न मानता एक संधी मानायला हवी. भारत-चीन दरम्यान आर्थिक सहकार्य आणि शेजारधर्म या बाबींचा विचार करण्यापूर्वी भारताचा चीनकडे पाहण्याचा पवित्रा सावधगिरीचा असेल. चीनचा भारतासह वाढता आर्थिक विनिमय म्हणजे आशियामध्ये भू-राजकीय संतुलन साधण्याचा आणि अंतर्गत आर्थिक विकासाला चालना देण्याचा प्रयत्न होय. भारत-चीन दरम्यानच्या आर्थिक-व्यापारी सहकार्यातून दोनही देशांना समसमान लाभ व्हावा अशी अपेक्षा आहे. तथापि, वस्तुतः भारतासह व्यापारातून चीनला अधिक लाभ होतो असे ध्यानात येते. सन २०१२मध्ये या लाभाचा आकडा ३९.०९ अब्ज डॉलर्स इतका होता. ही दोन्ही देशांतील एकूण व्यापारातील ८.० टक्के, म्हणजेच, ५६.८ टक्के इतकी वाढ होती.[१]

वस्तुतः, या अतिरिक्त वाढीचे एक कारण होते. भारताला पायाभूत सोयी सुविधांच्या बांधणीसाठी स्वस्त परंतु दर्जेदार यंत्रणा आणि उपकरणे आयात करणे गरजेचे होते, हे ते कारण होय. वस्तुतः, चीन आणि भारत दोन्ही देशांना काही विशिष्ट क्षेत्रांतील विनिमय आणि सहकार्यामुळे उत्तम लाभ झालाः अर्थव्यवस्था आणि व्यापार, शिक्षण, विज्ञान आणि तंत्रज्ञान, संस्कृती आणि पर्यटन. भारत-चीन मैत्रसंबंधांमुळे दोन्ही देशांतील अनेक औद्योगिक क्षेत्रांचा लाभ झाला. परस्परसहकार्य आणि समसमान लाभ या संकल्पनांनी दोन्ही देशांतील रहिवाशांच्या मनात घर केले आहे. मात्र, व्यापारातील मोठा फरक, ऊर्जास्रोतांबाबत स्पर्धा, प्रादेशिक तंटे आणि सुरक्षासंबंधी प्रश्न आणि भरीस भर म्हणून इतर प्रदेशांशी दक्षिण आशियाचे संबंध यामुळे दोन्ही देशांमध्ये गैरसमज आणि संशयाला जागा निर्माण झाली आहे. या बाबींना कोणत्याही बाह्य शक्ती अथवा घटनांचा दुजोरा मिळाल्यास चीन-भारत दरम्यानचे संबंध अडचणीचे होतील. तथापि, भारतासह चीनच्या संबंधांचा कणा, म्हणजेच, दक्षिण आशियाई प्रदेशात शांतता आणि स्थैर्य कायम ठेवणे कायमस्वरूपी असणार आहे. तसेच, चीन-पाकिस्तान आर्थिक मार्गिका निर्माणामुळे भारताला, चीनसह ऊर्जा क्षेत्रात सहकार्य आणि दक्षिण आशिया प्रदेशात आर्थिक एकजुटीला चालना देण्याची महत्त्वपूर्ण ऐतिहासिक संधी लाभणार आहे. अशा प्रकारे, चीन-पाकिस्तान संबंधांची पुनर्उभारणी म्हणजे भारताने धोक्याची घंटा मानणे तितकेसे इष्ट होणार नाही.

टीप

१. स्रोतः डायरेक्टोरेट जनरल ऑफ कमर्शियल इंटेलिजन्स ॲण्ड स्टॅटिस्टिक्स ॲण्ड डिपार्टमेन्ट ऑफ कॉमर्स ऑफ इंडियाने सन २०१३मध्ये प्रकाशित केलेल्या नोंदी.

संदर्भ

Chaturvedy, R.R. 2014. 'Reviving the Maritime Silk Route'. *The Hindu*, April 11.

Chen Lianbi. 2001. 'Issues Concerning the Ethnic Relations between Five Central Asian Countries'. *Eastern Europe and Central Asia Research* 3: 34.

Chen Yongjie. 2007. 'How Indian Scholars View China's Rise'. *21st Century Business Herald*, September 13.

Nehru, J. 1999. *The Discovery of India*. Teen Murti House.

The Hindu. 2014. 'India-China Strategic Economic Dialogue to Discuss Counter Strategies to the TPP'. *The Hindu.* Available at http://china.cankaoxiaoxi.com/2014/0319/362591.shtml (accessed in May 2014).

Spykman, N.J. 1965. *The Geography of the Peace*. Trans. Liu Yuzhi. The Commercial Press.

Yuan Peng. 2012. 'Thoughts on Big Time and Grand Strategy—and the 10 Relationships China's Diplomacy Need to Deal with in the New Era'. *Contemporary World & Socialism* (4): 11.

Zhang Wenmu. 2010. 'Great Power Politics in Central Areas of World Geopolitical System—and the Strategic Complementary Role of India-China Security Cooperation'. *Pacific Journal, Issue* (3): 24.

९

चीन आणि भारतः अफगाणिस्तानमधील सहकार्य

झी जिंग

विषयप्रवेश

भौगोलिकदृष्ट्या अफगाणिस्तान अत्यंत मोक्याच्या ठिकाणी आहे. विशिष्ट भौगोलिक स्थानामुळे अफगाणिस्तान मध्य आशिया, पश्चिम आशिया आणि दक्षिण आशियाशी जोडलेला आहे. हे जमीनव्याप्त राष्ट्र चीनचा शेजारी देश असून मध्य आशियाकडे जाणारा एक महत्त्वपूर्ण मार्ग आहे. प्राचीन रेशमी मार्गाचा एक भाग आणि दक्षिण आशियाशी जोडलेले असल्याने हे राष्ट्र दोन सभ्यतांच्या मधोमध वसले आहे. एकोणिसाव्या शतकामध्ये रशिया आणि इंग्लंडद्वारा मध्य आशियावर नियंत्रण ठेवण्यासाठी अफगाणिस्तानचा तळासारखा वापर केला जात असे. सन १९८०च्या दशकात, शीतयुद्ध संपण्यापूर्वी अमेरिका आणि रशियामध्ये शेवटचे युद्ध झाले. सन २००१च्या अखेरीस अमेरिकेने दहशतीचे युद्ध सुरू केले. अफगाणिस्तान हे प्रादेशिक संघर्ष आणि अस्थैर्याचे धगधगते केंद्र राहिले आहे. परिणामी, अफगाणिस्तानच्या समस्या केवळ राष्ट्रीय स्वरूपाच्या राहिल्या नाही. खेरीज, या समस्या प्रादेशिक स्वरूपाच्या असून हा वैश्विक संदर्भचौकटीतील महत्त्वपूर्ण विषय आहे. म्हणून, अफगाणिस्तानला दक्षिण-मध्य आशियातील प्रचलित हितसंबंध, प्रमुख जागतिक सत्ता आणि विवक्षित राष्ट्रांची बलस्थाने दर्शवणाऱ्या आरशाची उपमा देता येईल. सन २०१४ हे वर्ष अफगाणिस्तानच्या इतिहासातील एक वळणबिंदू मानले जाते. अमेरिकेने अफगाणिस्तानमध्ये युद्धाला सुरुवात केली त्याला १३ वर्षे पूर्ण झाली.

अमेरिकेने सन २०१४मध्ये सैन्य मागे घेण्याचा निर्णय घेतला; त्याच उन्हाळ्यात अफगाणिस्तान येथील राष्ट्रपती निवडणुकादेखील नियोजित होत्या. अमेरिकेने सैन्य मागे घेतल्यानंतर वर्षभराने अफगाणिस्तानने नव्या राष्ट्रपतींची निवडणूक केली. यामुळे त्या काळात त्या प्रदेशातील नवे सत्तासंतुलन पाहावयास मिळाले; सद्यःस्थितीत इराकमधील उग्रवादी गटांमुळे अफगाणिस्तानमध्ये असुरक्षितता निर्माण झाली आहे. अफगाणिस्तानचे भविष्य हाताबाहेर गेले असून त्याला अस्थैर्याचे गालबोट लागले आहे. सैन्याची पिछेहाट झाल्यानंतर या प्रदेशातील उदयोन्मुख सत्ता म्हणून चीन आणि भारताच्या भूमिका अधोरेखित झाल्या. या दोन राष्ट्रांना अफगाणिस्तानचे प्रमुख कैवारी असे देखील म्हटले जाते.

चीनचे अफगाणिस्तानमधील स्वारस्य

अलीकडच्या काळात चीनने अफगाणिस्तानसह असलेल्या मैत्रभावाचे सातत्याने दृढीकरण केले. एक, अफगाणिस्तान खनिज साधनसंपत्तीने समृद्ध असल्याने तिथे मोठ्या प्रमाणात गुंतवणूक करून चीनने आपला प्रभाव कायम ठेवला आहे. चीनच्या धातुशुद्धीकरण गटाला कार्तोचच्या दक्षिणेकडील लॉगर प्रांतातील तांब्याच्या अयनाक खाणीमध्ये खाणकामाचा ३० वर्षांचा अनुभव आहे. ताम्रधातूची ही खाण जगातील सर्वांत मोठी खाण आहे. पायाभूत सोयीसुविधा प्रकल्प आणि खाणकामसंबंधी प्रकल्पांतील चिनी धातुशुद्धीकरण गटाची एकूण गुंतवणूक ४.४ अब्ज डॉलर्सपर्यंत जाईल अशी अपेक्षा आहे. त्याबरोबरीने, ४०० मेगावॅट्सचा औष्णिक विद्युत प्रकल्प देखील विकसित केला जाईल. यामुळे ओघानेच येणारे कोळसा आणि पाण्याचे प्रश्नदेखील सोडवण्यास साहाय्य होईल. चायना नॅशनल पेट्रोलियम कॉर्पोरेशन (CNPC)ने उत्तर अफगाणिस्तानमधील अमु दऱ्याखोऱ्यातील तीन तेलक्षेत्रे ताब्यात घेतली आहेत. या तेलक्षेत्रातून भविष्यात ७ अब्ज डॉलर्स इतके अंदाजित उत्पन्न होईल. साधनसंपत्तीच्या विकासाखेरीज, रेडिओ संप्रेषण क्षेत्रात देखील चीन-अफगाणिस्तान व्यापार आहे. *फिनिक्स विकली*मधील नोंदींनुसार, परराष्ट्र गुंतवणुकीत चीन अग्रणी आहे; गुंतवणूक प्रकल्प देखील चीन-अफगाणिस्तान आर्थिक सहकार्याचा महत्त्वपूर्ण भाग आहेत. चीनचे गुंतवणूक प्रकल्प अफगाणिस्तानमधील आर्थिक सुधारणांवर भर देणारे आहेत. उदाहरणादाखल परवान सिंचन प्रकल्पाचा उल्लेख करता येईल. चीनने अफगाणिस्तानमध्ये गुंतवणूक केल्यामुळे, अफगाणिस्तान मधील एकूण परिस्थितीचा तेथील चिनी नागरिकांच्या सुरक्षेवर परिणाम होतो. याशिवाय, सद्यःस्थितीतल चिनी रेशीम रस्त्याच्या आर्थिक क्षेत्र विकसनात अफगाणिस्तानचा समावेश आहे. अफगाणिस्तान, पाकिस्तान आणि भारत ही राष्ट्रे 'रेशीम मार्ग आर्थिक क्षेत्रातील' असून अफगाणिस्तान प्रश्नाचे निवारण या राष्ट्रांच्या दृष्टीने महत्त्वाचे आहे. अफगाणिस्तानमधील शांतता प्रक्रिया यशस्वी झाल्यास मध्य आशियासह या तीन देशांचे आर्थिक सहकार्यदेखील सुरळीत होईल आणि असे न झाल्यास, येथील परिस्थिती अस्थिर होऊन आर्थिक क्षेत्राची निर्मिती स्थगित होईल (*जिनहुआ* २०१३ब).

दोन, चीनला अफगाणिस्तानमध्ये स्वारस्य आहे. अफगाणिस्तान हा चीनचा पश्चिमेकडील शेजारी आहे. भविष्यात अफगाणिस्तानमध्ये गोंधळाची परिस्थिती निर्माण झाल्यास युद्धाच्या नंतरच्या काळात धार्मिक उग्रवादी शेजारच्या राष्ट्रांमध्ये पंगतील, जसे की, ईस्ट तुर्कस्तान इस्लाम मूव्हमेंट (ETIM)चे सदस्य झिनजियांगमध्ये प्रवेश करतील. युद्धापूर्वी ते अफगाण 'जिहाद'चे देखील समर्थक होतील. अल्

कायदा कडून प्रशिक्षण मिळाल्याने त्यांना अफगाणिस्तानमधील इस्लामी उग्रवादी संघटनांचे देखील पाठबळ मिळेल. सन २०१४मध्ये अफगाणिस्तान मधील परिस्थिती नियंत्रणाबाहेर गेल्यास, पूर्व तुर्कस्तान या गोंधळलेल्या परिस्थितीचा फायदा घेईल असे वाटत होते. असे केल्याने त्यांना अधिकाधिक संसाधनांचा ताबा मिळाला असता आणि दहशतवादी कृत्यांचे एक सत्रच सुरू झाले असते (पान्तुक्की २०१३). सन २०१४मध्ये परराष्ट्र मंत्री वँग यी यांनी अफगाण परराष्ट्र मंत्री ओस्मानी यांच्यासह झालेल्या प्रसारमाध्यमांच्या बैठकीत पुढील वक्तव्य केले होतेः 'अफगाणिस्तान मधील शांतता आणि स्थैर्य पश्चिम चीनमधील सुरक्षिततेशी आणि या संपूर्ण प्रदेशाच्या शांतता आणि विकासाशी देखील संबंधित आहे' (*जिनहुआ* २०१३अ).

तीन, युनायटेड नेशन्स ड्रग्स अ‍ॅण्ड क्राईम डेटा कार्यालयाच्या नोंदींनुसार, अफगाणिस्तानमधील अमली पदार्थांचे उत्पादन हे जगभरातील अनेक देश-प्रदेशांच्या एकूण उत्पादन मूल्यापेक्षादेखील जास्त होते. वस्तुतः, अफगाणिस्तानमधील अमली पदार्थांची समस्या केवळ राष्ट्र-विशिष्ट स्वरूपाची नसून ती शेजारच्या राष्ट्रांमध्ये देखील प्रसारित झाली आहे. केवळ अमली पदार्थांची समस्या ही एकमेव समस्या नसून; हिंसा, तस्करी व्यापार, आणि गंभीर गुन्हे या त्याहीपेक्षा महत्त्वाच्या समस्या होत. म्हणून, चीनच्या पश्चिम सरहद्दीलादेखील अफगाणिस्तानपासून अमली पदार्थ तस्करीचा धोका संभवतो. फेब्रुवारी २०१४मध्ये, झी जिनपिंग यांनी रशियामधील सोची येथील हिवाळी ऑलिम्पिक स्पर्धांना हजेरी लावली. तेथे त्यांनी अफगाणिस्तानचे पंतप्रधान हमीद करझाई यांची भेट घेतली. अफगाणिस्तानच्या शांततापूर्ण पुनर्बांधणीसाठी चीन मदतीचा हात पुढे करेल असे झी जिनपिंग यांनी सांगितले. तसेच, 'तीन शक्ती' आणि आंतरराष्ट्रीय गुन्ह्यांवर विजय मिळवून सहकार्य अधिक दृढ करण्यास इच्छुक आहे असेही ते म्हणाले (झाओ यानरॉंग २०१४).

भारताचे अफगाणिस्तानमधील स्वारस्य

अफगाणिस्तानच्या पुनर्बांधणीमध्ये सक्रिय असलेल्या चार राष्ट्रांपैकी भारत एक आहे. भारताचा अफगाणिस्तानवर दीर्घकाळ प्रभाव राहिला आहे. भारत आणि अफगाणिस्तान हे संरक्षण सहकार्याचे सामाईक तळ होय. सन २००५मध्ये, अफगाणिस्तानमधील भारतीय नागरिकांच्या संरक्षणार्थ भारतीय पोलीस अफगाणिस्तानमध्ये तैनात होते. दोन्ही देशांतील नेते इतर राष्ट्राला वारंवार भेटी देत असत. सन २०११मध्ये, भारत-अफगाणिस्तानमध्ये 'राजनयिक भागिदारी करारा'वर स्वाक्षरी करण्यात आली. भारत अफगाणिस्तानसह सुरक्षा सहकार्य अधिकाधिक दृढ करेल असा भारताचा निर्णय होता. भारत अफगाणिस्तानला काही शस्त्रे, सुविधा देऊ करेल आणि

२०,००० ते ३०,००० अफगाण लष्करी सदस्यांना प्रशिक्षण देण्याचीही योजना होती. यांमध्ये ५०० अधिकारीही समाविष्ट असणार होते. या दोन्ही राष्ट्रांतील दृढ मैत्रभावामुळे अधिक परिणामकारक प्रशिक्षण देणे शक्य होते.

आर्थिक सहकार्याच्या संदर्भात, अफगाणिस्तानमध्ये आर्थिक गुंतवणूक करण्याबाबत भारताचा सकारात्मक पवित्रा होता (जवळजवळ २ अब्ज डॉलर्स). सन २०१२मध्ये, नवी दिल्ली येथे भारत आणि अफगाणिस्तानने एक शिखर परिषद भरवली होती. अफगाणिस्तानमध्ये परराष्ट्र गुंतवणूक आकर्षित करणे हे या परिषदेचे उद्दिष्ट होते. अफगाणिस्तानसाठी ही परिषद अत्यंत महत्त्वाची होती. खाणकाम क्षेत्रात, सन २०११मध्ये, भारतातील शासकीय पोलाद कंपनीने विद्युत प्रकल्पांच्या निर्माणासाठी हजीगाक येथील लोह खाणींच्या लिलावात सहभाग घेतला. पायाभूत सोयी सुविधांच्या संदर्भात, भारताने महत्त्वपूर्ण अशा सलमा धरणाची पुनर्बांधणी केली. या प्रकल्पामुळे अफगाणिस्तानमधील सर्वच लोकांना लाभ झाला. महामार्ग बांधतानादेखील भारत-चीनमध्ये सहकार्य होते. या महामार्गामुळे इराणशी जोडले जाणे शक्य होणार होते. या दोन्ही राष्ट्रांनी रेल्वे बांधणी प्रकल्पदेखील प्रस्तावित केले. विशेषतः, खनिज आणि पायाभूत सोयीसुविधांवरील गुंतवणूक दृढ राजनयिक संबंधांच्या अनुषंगाने अत्यंत महत्त्वपूर्ण ठरते. याद्वारे, सरतेशेवटी, प्रादेशिक व्यापार, दळणवळण आणि प्रदेशातील ऊर्जावाहक स्रोतांना चालना दिली जाते.

भारताने आरोग्य आणि शिक्षण क्षेत्राला देखील तितकेच महत्त्व दिले. अफगाणिस्तानमध्ये रुग्णालये आणि महिलांसाठी शाळानिर्मितीसाठी भारताने मदतीचा हात पुढे केला होता. अफगाणिस्तानसाठी हे साहाय्य अत्यंत महत्त्वाचे ठरणार होते. याखेरीज, अफगाणी विद्यार्थ्यांना भारतात येऊन शिकण्याची परवानगी देण्याच्या भारत सरकारच्या निर्णयामुळे अफगाणिस्तानसह असलेले ऐतिहासिक आणि सांस्कृतिक संबंध अधिक दृढ झाले (झांग चुन्यान आणि झु युफान २०१३).

भारत-अफगाणिस्तान सहकार्य आर्थिक लाभ, सुरक्षा प्रश्न, प्रादेशिक संतुलन आणि राजनयिक मुद्द्यांवर आधारित आहे. पाकिस्तानचा अफगाणिस्तानवर दीर्घकाळ प्रभाव राहिला आहे. विशेषतः, काश्मीर प्रश्नामुळे भारत-पाकिस्तान द्विपक्षी संबंधांवर दीर्घकाळ परिणाम झाला. अशा प्रकारे, अफगाणिस्तानशी मैत्री करून तेथील पाकिस्तानचा प्रभाव कमी करणे भारताला शक्य आहे. तसेच, याद्वारे, भविष्यात राजनयिकदृष्ट्या महत्त्वपूर्ण स्थान प्राप्त करण्यासाठी अफगाणिस्तान आणि मध्य आशियावर प्रभाव प्रस्थापित करणे शक्य होईल.

अफगाणिस्तान पुनर्बांधणी आणि भारत–चीन सहकार्य

अमेरिकेने अफगाणिस्तान मधील तैनात सैन्य माघारी घेतल्यानंतर अफगाणिस्तानची शेजारी राष्ट्रे म्हणून भारत आणि चीनच्या भूमिका प्रकर्षाने अधोरेखित झाल्या. चीन आणि भारताचे आर्थिक संबंध दृढ असल्याने अफगाणिस्तानची पुनर्बांधणी करण्याच्या हेतूने परस्परांना सहकार्य करणे या दोन राष्ट्रांसाठी आव्हानात्मक ठरणार नाही. अशा सहकार्यामुळे प्रादेशिक सत्तांची ताकद अधोरेखित होईल. यामुळे या प्रदेशावरील पाश्चिमात्य जगताचा प्रभाव नाहीसा होण्यास मदत होईल.

भारत आणि चीन या दोनही राष्ट्रांना अफगाणिस्तानमध्ये स्वारस्य आहे. या अनुषंगाने, विश्लेषणात्मक आढाव्यातून असे लक्षात येते की, अफगाणिस्तान राष्ट्राच्या पुनर्बांधणीमध्ये भारत आणि चीन दोहोंच्या महत्त्वपूर्ण भूमिका आहेत. अफगाणिस्तानच्या संदर्भात, प्रादेशिक सहकार्यात चीन आणि भारत दोहोंना सकारण स्वारस्य आहे. अफगाणिस्तानमध्ये सुरक्षा आणि स्थैर्य असणे या दोनही राष्ट्रांच्या हिताचे आहे. भविष्यात अफगाणिस्तान दहशतवादी संघटनांचे तळ होऊ नये अशी या दोन्ही राष्ट्रांची मनीषा आहे. अफगाणिस्तानच्या पुनर्बांधणी प्रक्रियेमध्ये सुरक्षा सर्वाधिक महत्त्वाची आहे अशी भारताची भूमिका आहे. अफगाणिस्तान अस्थिर असल्यास तिथे केलेली कोणतीही गुंतवणूक आणि उपक्रम व्यर्थ ठरतील.

दोन, या प्रदेशातील इतर राष्ट्रांशी सहकार्य करावे अशी चीन आणि भारत दोहोंचीही समान भूमिका आहे. सद्यःस्थितीत भारताने अफगाणिस्तानच्या सुरक्षेची हमी दिली आहे आणि अफगाणिस्तानला आर्थिक साहाय्यदेखील केले आहे. मात्र, या प्रदेशातील कोणत्याही राष्ट्राचा प्रभाव पूर्णतः नाहीसा करावा असे भारताच्या अफगाणिस्तान धोरणाचे उद्दिष्ट नाही. अफगाणिस्तानमध्ये स्थैर्य प्रस्थापित करण्यामध्ये भारताची महत्त्वपूर्ण भूमिका आहे, तसेच, यामुळे अफगाणिस्तानला त्याचे हित जोपासण्यासाठी प्रादेशिक सहकार्य करणे शक्य झाले असे मत भारताच्या पूर्वीच्या राजनीतिज्ञांनी नोंदवले होते. याखेरीज, अफगाणिस्तानमध्ये शिजणारे भारताविरोधी दहशतवादी कट मोडून काढण्यामध्येदेखील भारताला स्वारस्य आहे. शिवाय, इतर काही तज्ज्ञांनी पुढील मत नोंदवले आहेः मध्य आशियातील धोरणान्वये या प्रदेशामध्ये वर्चस्व निर्माण करणे महत्त्वाचे नसून या प्रदेशांतील सत्ताकेंद्रांशी मैत्रसंबंध निर्माण करणे भारताच्या दृष्टीने अधिक महत्त्वाचे आहे.

सन २०१४मध्ये, सोची येथे अफगाणिस्तानचे राष्ट्रपती हमीद करझाई यांच्यासह झालेल्या भेटीमध्ये चीनचा अफगाणिस्तानला भक्कम पाठिंबा असेल असे चीनचे झी जिनपिंग यांनी जाहीर केले. राष्ट्रीय स्वातंत्र्य, सार्वभौमत्व आणि प्रादेशिक अखंडत्व याबाबतची हमी हे प्रमुख उद्दिष्ट होते. अफगाणिस्तानची विस्कटलेली

घडी पुनश्च बसवण्याच्या प्रक्रियेमध्ये 'प्रभावित अफगाणी लोकांना' साहाय्य करणे हे देखील चीनचे उद्दिष्ट होय. प्रादेशिक आर्थिक सहकार्यासाठी अफगाणिस्तानचे एकीकरण चीनच्या दृष्टीने महत्त्वाचे ठरते (लियू झियाओ मिंग २०१४).

सरतेशेवटी, व्यापक पातळीवर, काही ऐतिहासिक कारणांमुळे, चीन-भारत संबंधांमध्ये काही संवेदनशील समस्या आहेत. भू-राजकीय दृष्टिकोनातून, रखडलेला सीमा प्रश्न ही त्यातील एक समस्या होय. तथापि, ही समस्या सहकार्याच्या आड येत नाही. चीन आणि भारत ही दोन्ही राष्ट्रे सद्यःस्थितीत अर्थव्यवस्था विकासावर भर देत आहेत. देशांतर्गत अर्थव्यवस्थेच्या विकासाप्रती ही दोन्ही राष्ट्रे वचनबद्ध आहेत. भारत-चीन द्विपक्षीय संबंधांची भविष्यातील घडण लक्षात घेता, केवळ चढाओढ आणि शत्रुत्व या महत्त्वपूर्ण बाबी नाहीत. उपरोक्त विश्लेषणावरून असे लक्षात येते की, अफगाणिस्तानच्या भविष्याचा विचार करता, चीन आणि भारत परस्परांकडे केवळ स्पर्धक म्हणून न पाहता व्यापक हितसंबंध रक्षण आणि सहकार्याचा विचार करतील.

अफगाणिस्तानमधील भारत-चीन सहकार्याच्या उजव्या बाजू

सर्वप्रथम, अफगाणिस्तानमधील परिस्थिती गुंतवणुकीस पोषक असावी या दृष्टीने भारत-चीनचा सहकारी पवित्रा असणे आवश्यक ठरते. यायोगे, अफगाणिस्तानमधील गुंतवणुकीत सातत्य राहील आणि नागरिकांचे हितरक्षण होईल. अफगाणिस्तान हा नैसर्गिक संसाधनांनी संपन्न देश आहे. विकसनशील अवस्थेत असलेल्या भारत आणि चीनला देशांतर्गत आर्थिक विकासासाठी संसाधनांची आवश्यकता आहे. अफगाणिस्तानमध्ये गुंतवणूक या मुद्द्यावरून भारत आणि चीनमध्ये चढाओढ होऊ शकते आणि यातूनच या दोहोंमध्ये संघर्षात्मक परिस्थिती निर्माण होणे शक्य आहे. तथापि, सद्यःस्थितीत प्राथम्याने अफगाणिस्तानच्या सुरक्षेचा मुद्दा सर्वाधिक गंभीर मुद्दा आहे. अफगाणिस्तानमधील सुरक्षिततेची हमी नाहीशी झाल्यास दोनही राष्ट्रे तेथे गुंतवणूक करण्यात स्वारस्य दाखवणार नाहीत. परिणामस्वरूप, चीन आणि भारतातील आर्थिक प्रगती धोक्यात येईल. म्हणून, या दोन्ही राष्ट्रांनी अफगाणिस्तानच्या सुरक्षिततेसंबंधीचे प्रश्न शक्य तितक्या शिताफीने हाताळणे महत्त्वाचे ठरते. तसेच, आर्थिक भरभराटीसाठी अफगाणिस्तानमधील गुंतवणूक परिस्थितीमध्ये स्थैर्य कायम राखणे चीन आणि भारताच्या दृष्टीने महत्त्वाचे ठरते.

तसेच, पायाभूत सोयीसुविधांच्या निर्माणामुळे ही दोन्ही राष्ट्रे परस्परहितकारक ठरू शकतात. उदाहरणार्थ, रस्तेबांधणी केल्याने दोन्ही राष्ट्रांसाठी लाभदायक परिस्थिती

निर्माण होईल. यामुळे अफगाणिस्तानमधील संसाधनांचा वापर केल्याने सर्वांचाच लाभ होणे शक्य आहे हा संदेश अधोरेखित होईल. दोन, आर्थिक हितसंबंधांच्या बरोबरीने सुरक्षेचे अप्रचलित प्रश्न भारत-चीन सहकार्याची आवश्यकता अधोरेखित करतात. सद्यःस्थितीत असे प्रश्न चीन आणि भारत दोहोंनाही भेडसावणारे आहेत. युद्धामुळे अमली पदार्थ आणि निर्वासितांचा प्रश्न अफगाणिस्तानने दीर्घकाळ सोसला आहे. तेथील शिक्षण आणि आरोग्यव्यवस्था देखील तुलनेने मागास स्वरूपाची आहे. ही अफगाणिस्तानमधील भारत-चीन सहकार्याची एक सुवर्णसंधी आहे. अमली पदार्थांच्या तस्करीमुळे चीनच्या पश्चिम सीमेवर धोक्याचे ढग दाटले आहेत. दहशतवादाच्या 'अप्रत्यक्ष परिणामां'चा हादरा भारत आणि चीन दोहोंनाही बसणार आहे. म्हणून, सुरक्षेसंबंधीचे अप्रचलित प्रश्न हाताळून अफगाणिस्तानमधील स्थानिक लोकांचा विश्वास संपादन करणे हा भारत आणि चीनसाठी उत्तम पर्याय आहे. यामुळे दोन्ही राष्ट्रांच्या अफगाणिस्तानमधील गुंतवणुकीस आपसूक चालना मिळेल. तसेच, अशा प्रकारच्या सहकार्यामुळे चीन आणि भारताच्या मैत्रभावाचे दृढीकरण होईल (हॉरनंग २०१२).

अफगाणिस्तानमधील सांस्कृतिक आदानप्रदानाच्या संदर्भातदेखील भारत-चीन सहकार्यास वाव आहे. ख्रिस्तपूर्व चौथ्या शतकामध्ये, चिनी रेशीम भारतात सर्वप्रथम ज्ञात झाले आणि ख्रिस्तपूर्व दुसऱ्या शतकामध्ये चिनी रेशीमाने सर्वप्रथम अफगाणिस्तानमध्ये प्रवेश केला. चीन, भारत आणि अफगाणिस्तान ही तीनही राष्ट्रे प्राचीन रेशीम मार्गावर स्थित आहेत; हा मार्ग छेदबिंदूसाठी ज्ञात आहे. म्हणून, अफगाणिस्तानमधील पुरातत्त्व विभागाची पुनर्स्थापना करणे, तेथील पर्यटन क्षेत्रात नवचैतन्य निर्माण करणे, स्थानिकांना अधिकाधिक रोजगार संधी उपलब्ध करून देणे, दोन राष्ट्रांमधील सहकार्य आणि देवाणघेवाण दृढ करणे आणि भू-राजनयिक विचारापेक्षा भू-राजकीय सभ्यतेचा अवलंब करणे यासाठी भारत आणि चीनने या ऐतिहासिक-सांस्कृतिक दुव्याचा वापर करणे हा एक शक्य पर्याय आहे.

याखेरीज, प्रादेशिक स्थैर्याच्या अनुषंगाने प्रादेशिक सत्ताकेंद्रे असलेल्या चीन आणि भारताची भूमिका महत्त्वाची ठरते. म्हणून भारत आणि चीनमध्ये द्विपक्षी सहकार्य आणि दोहोंद्वारे बहुराष्ट्रीय व्यासपीठाला चालना या जबाबदाऱ्या पार पाडणे प्राप्त आहे. हा तिढा बळाचा वापर करून सोडवता येणार नाही असे उपलब्ध माहितीवरून लक्षात आले आहे. प्रादेशिक पातळीवर वैचारिक देवाणघेवाण हे येथे मुख्य सूत्र होय. या अनुषंगाने सार्क आणि शांघाय कॉर्पोरेशन ऑर्गनायझेशन यांसारख्या व्यासपीठांची भूमिका अधोरेखित होते. या व्यासपीठांनी अधिकाराचा वापर करून सन २०१४ नंतर अफगाणिस्तानसंबंधी चर्चेला आव्हान देणे महत्त्वाचे आहे.

अफगाणिस्तानसंबंधी समस्या सोडवण्यासाठी शांघाय कॉर्पोरेशन ऑर्गनायझेशनकडून अनेक अपेक्षा आहेत. चीन, रशिया आणि चार मध्य आशियाई राष्ट्रे शांघाय कॉर्पोरेशन ऑर्गनायझेशनची सदस्य राष्ट्रे आहेत. भारत आणि पाकिस्तानने देखील दिनांक २४ जून २०१६ रोजी ताश्कंद येथे कर्तव्यांच्या परिपत्रकावर सह्या केल्या. शांघाय कॉर्पोरेशन ऑर्गनायझेशनचे पूर्णवेळ सदस्य होण्याच्या प्रक्रियेची ही सुरुवात होती. अफगाणिस्तानदेखील शांघाय कॉर्पोरेशन ऑर्गनायझेशनचे निरीक्षक राष्ट्र आहे. यामुळे अफगाणिस्तानमध्ये भारत-चीन सहकार्याचे व्यासपीठ निर्माण झाले. अफगाणिस्तानसंबंधी समस्या सोडवण्यासाठी शांघाय कॉर्पोरेशन ऑर्गनायझेशनने लक्षात घेतलेले पाच मुद्दे पुढीलप्रमाणे होतः

- सर्वप्रथम, अफगाणिस्तानचा प्रश्न सोडवणे आवश्यक आहे या बाबीचे संपूर्ण भान असावे. प्रादेशिक स्थैर्य आणि जागतिक शांततेच्या संदर्भात ही जाणीव अधिकच महत्त्वाची ठरते. प्रत्येक राष्ट्राची राष्ट्रीय सुरक्षितता धोक्यात असल्याने शांघाय कॉर्पोरेशन ऑर्गनायझेशनची सुयोग्य घडण होणे देखील महत्त्वाचे ठरते.
- दोन, अफगाणिस्तानला मदतीचा हात पुढे करणाऱ्या शांघाय कॉर्पोरेशन ऑर्गनायझेशनची आणि इतर आंतरराष्ट्रीय संस्थांच्या सदस्य राष्ट्रांना आणि इतर राष्ट्रांना मदत करणे.
- तीन, अफगाणिस्तानच्या समस्या निराकरण प्रक्रियेमध्ये संयुक्त राष्ट्रांची अग्रणी भूमिका आवश्यक ठरते. इतर आंतरराष्ट्रीय संस्था आणि राष्ट्र महासंघांनी संयुक्त राष्ट्रांच्या नेतृत्वाखाली कार्यरत असावे. सर्व राष्ट्रांनी अफगाणिस्तानमधील स्थैर्य आणि आर्थिक पुनर्बांधणीला चालना देणे गरजेचे आहे.
- चार, अफगाणिस्तानची समस्या केवळ लष्करी उपायांनी सोडवता येणार नाही; तेथे शांतता प्रस्थापित करण्यासाठी मूलतः राजकीय स्वरूपाचे उपाय करणे गरजेचे आहे.
- पाच, अफगाणिस्तानमधील सलोख्याच्या प्रक्रियेमध्ये तेथील स्थानिकांची प्रमुख भूमिका असावी हे शांघाय कॉर्पोरेशन ऑर्गनायझेशनच्या दृष्टीने महत्त्वाचे आहे. म्हणून, भविष्यात अफगाणिस्तानचा प्रश्न सोडवण्यासाठी शांघाय कॉर्पोरेशन ऑर्गनायझेशनचे व्यासपीठ महत्त्वपूर्ण ठरेल.

आता, अफगाणिस्तानच्या भविष्याचा विचार करता, भारत आणि चीनच्या प्रादेशिक प्रभावाचा वापर होणे गरजेचे आहे. प्रादेशिक सुव्यवस्थेच्या संदर्भात या राष्ट्रांमध्ये

चर्चा होणे आणि इतर इच्छुक राष्ट्रांना व्यासपीठ उपलब्ध करून देणे देखील आवश्यक ठरते. उदाहरणार्थ, सन २०१३मध्ये चीन आणि भारतामध्ये एकापाठोपाठ एक आंतरराष्ट्रीय परिषदा भरवण्यात आल्या; बीजिंगमध्ये पहिले चीन-भारत-अफगाणिस्तान चर्चासत्र भरवण्यात आले. तदूनंतर, नोव्हेंबर २०१३ मध्ये रशिया, भारत आणि चीनच्या परराष्ट्र मंत्र्यांची १२वी बैठक नवी दिल्ली येथे घेण्यात आली. या बैठकीमध्ये मंत्र्यांमध्ये बऱ्यापैकी एकमत झाले. या तीनही राष्ट्रांचे अफगाणिस्तानमध्ये समान हितसंबंध गुंतलेले आहेत असा या मंत्र्यांचा सर्वसाधारण कल आहे. तसेच, आशिया आणि युरोपमध्ये शांतता आणि स्थैर्य कायम राखण्याच्या हेतूने या राष्ट्रांच्या भूमिका महत्त्वपूर्ण आहेत. अफगाणिस्तान पुनर्बांधणी प्रक्रियेमध्ये चीन, भारत आणि रशिया या तीनही राष्ट्रांचे सहकार्य दृढ होणे आवश्यक आहे.

सरतेशेवटी, भारत आणि चीन यांच्या अफगाणिस्तानप्रतीच्या सकारात्मक दृष्टिकोनामुळे इतरही राष्ट्रांनी अफगाणिस्तान पुनर्बांधणी प्रक्रियेत सहभागी होण्याची तयारी दर्शवली आहे. या अनुषंगाने, विशेषतः पाकिस्तानचा सहभाग उल्लेखनीय आहे. दीर्घकाळापासून या संदर्भात भौगोलिक प्रश्न देखील महत्त्वपूर्ण राहिले आहेत. पाकिस्तानने अफगाणिस्तानवरील दबाव वाढवण्याचा प्रयत्न केला आहे. वाढत्या अस्थैर्यामुळे अफगाणिस्तानमधील तालिबान्यांचा प्रभाव अधिक वाढणे शक्य आहे. विशेषतः, पाकिस्तान आणि अफगाणिस्तान मधील आंतरराष्ट्रीय सीमा, दुरांड सीमा भारताच्या दृष्टीने धोक्याची आहे. अफगाणिस्तानच्या स्थैर्यासाठी पाकिस्तानचा सहभाग अनिवार्य आहे.

पाकिस्तानसह असलेल्या मैत्रीच्या संबंधांचा चीनद्वारा वापर होणे शक्य आहे. अफगाणिस्तान पुनर्बांधणी प्रक्रियेमध्ये पाकिस्तानच्या सक्रिय सहभागाला चीनद्वारा चालना देणे आवश्यक आहे. यामुळे, चीन, भारत आणि पाकिस्तानमधील परस्पर मैत्रभाव दृढ होईल आणि ओघानेच या प्रदेशात स्थैर्य प्रस्थापित होईल (लि ताओ २०१३).

अफगाणिस्तानमधील भारत-चीन सहकार्याची आव्हाने

अफगाणिस्तानमधील चीन-भारत सहकार्याला लागलेले आव्हान आणि अनिश्चिततेचे गालबोट आजही कायम आहे. या दोनही राष्ट्रांसमोर अफगाणिस्तानमधील सहकार्याच्या अनेक संधी असल्या तरी, काही प्रश्नांची दखल घेणे आवश्यक आहे. एक, अफगाणिस्तानमधील अमेरिकी सैन्याची पिछेहाट झाल्यानंतर आता तेथील परिस्थिती अनिश्चित आहे. अलीकडेच, इराकमध्ये इस्लामी उग्रवादाचा उदय झाल्याने इस्लामी उग्रवादाचा धोकाही संभवतो. भविष्यात अफगाणिस्तानमध्ये

गंभीर आव्हाने निर्माण होतील असे अमेरिका शासन आणि काही प्रमुख रणनीतिज्ञ गटांच्या अहवालांतून पुढे आले आहे. येथील परिस्थिती हाताबाहेर जाईल असेही या अहवालांतून स्पष्टपणे मांडण्यात आले आहे. सन २०१४मध्ये, अमली पदार्थ आणि गुन्हेगारीची नोंद ठेवणाऱ्या संयुक्त राष्ट्रांच्या कार्यालयाने असे निरीक्षण नोंदवले की, सन २०१३शी तुलना करता, अफगाणिस्तानमधील अफूची लागवड यंदा सर्वाधिक, म्हणजेच २२४० किमी, इतकी झाली आहे. ही वाढ ७% नी झाली आहे.[१] म्हणून, भविष्यातील अफगाणिस्तानच्या पुनर्बांधणीमध्ये स्वारस्य असणाऱ्या भारत आणि चीनला येथील अस्थैर्याचा सर्वाधिक फटका बसणार आहे.

दोन, अफगाणिस्तानवर बाह्य प्रभावांचा परिणाम दिसून येतो आहे. अमेरिकेने अफगाणिस्तानमधील दहशतवादाविरुद्ध युद्ध छेडल्यानंतर इतर अनेक राष्ट्रांमध्ये चढाओढ निर्माण झाली आहे. अमेरिकेने माघार घेतल्यानंतर, ही चढाओढ अधिकाधिक टोकदार होत जाईल. ३१ सप्टेंबर २०१४ रोजी, अमेरिका आणि अफगाणिस्तानने द्विपक्षीय सुरक्षा करारावर सह्या केल्या. अशा प्रकारे, अफगाणिस्तानला कायदेशीर पाठिंबा देण्याचे अमेरिकेचे सत्र सुरूच आहे. परिणामी, येथील अमेरिकेचे हितसंबंध सर्वाधिक महत्त्वाचे ठरतील.

तीन, २१ सप्टेंबर २०१४ रोजी, अफगाणिस्तानमधील निवडणूक आयोगाने माजी वित्तमंत्री अशरफ घनी यांना अफगाणिस्तानचे राष्ट्रपती जाहीर केले. म्हणून, देशांतर्गत राजकीय पुनर्बांधणीसारखे नव्या शासनाचे धोरण अफगाणिस्तानचे भविष्य परिणामित करणारे ठरेल. सरतेशेवटी, अफगाणिस्तानमधील चीन-भारत सहकार्यास इतरही काही घटक कारणीभूत ठरणार आहेत. भारत-चीन संबंध, चीन-पाकिस्तान संबंध आणि भारत-पाकिस्तान संबंध, यांसारख्या महत्त्वपूर्ण सत्ताकेंद्रांतील परस्परसंबंध या दृष्टीने आव्हानात्मक ठरतील.

निष्कर्ष

अशा प्रकारे, अफगाणिस्तानमध्ये चीन आणि भारत दोहोंनाही स्वारस्य आहे हे स्पष्ट होते (शिशेंग हु आणि इतर २०१४). अफगाणिस्तानच्या पुनर्बांधणीमध्ये अफगाणिस्तानचाच पुढाकार असावा अशी या दोनही राष्ट्रांची भूमिका आहे. विद्रोही गटांच्या प्रभावामुळे अफगाणिस्तानकडील आर्थिक क्षमतेचा वापर केला गेला नाही. अफगाणी संसाधनांच्या संदर्भात, चीन आणि भारत ही प्रमुख संभाव्य गुंतवणूकदार आणि उपभोक्ते आहेत. आर्थिक समृद्धीसाठी अफगाणिस्तानने नैसर्गिक संपत्तीची निर्यात करणे गरजेचे ठरते. खाणकाम, हायड्रोकार्बन्स, पायाभूत सोयीसुविधांचा विकास आणि इतर क्षेत्रे लक्षात घेऊन चिनी आणि भारतीय शासन आणि

गुंतवणूकदारांनी स्वारस्य दाखवले आहे. प्रगतीच्या अधिकाधिक नीती विकसित करण्यासाठी दोनही राष्ट्रांनी अफगाणिस्तानसह कार्य करणे आवश्यक आहे. चीन आणि भारताने अफगाण राष्ट्रीय सुरक्षा दल (ANSF)ला पाठिंबा दिला आहे आणि त्यांना प्रशिक्षणदेखील दिले आहे. मात्र, अफगाणिस्तानचे सुरक्षा प्रश्न लक्षात घेता, या राष्ट्रांचे भविष्यातील योगदान महत्त्वाचे ठरणार आहे. शिवाय, सर्वच सुरक्षा प्रश्नांबाबत चीन आणि भारतामध्ये एकवाक्यता असेलच असे नाही. तथापि, अमेरिका आणि नाटो दलाची पिछेहाट झाल्यानंतर भारत-चीन राजनयिक सहकार्यास संधी उपलब्ध झाली आहे. मात्र, अफगाणिस्तानमधील सुरक्षा प्रश्न आणि अंतर्गत स्थैर्याबाबत दोनही राष्ट्रांच्या मनात धास्ती आहे. सैन्य दलाने माघार घेतल्यानंतर अफगाणिस्तान इस्लामी दहशतवादी गटाचे तळ होऊ नये अशी या दोनही राष्ट्रांची मनीषा आहे. म्हणून, नाटो दल आणि पश्चिमी हितसंबंध माघारी गेल्यानंतर ही दोन्ही राष्ट्रे अफगाणिस्तानमधील संधींचा कसा लाभ घेतात आणि इथून पुढे त्यांचे सहकार्य कसे असेल याबाबत अनिश्चितता आहे. तरीदेखील, अफगाणिस्तानच्या समस्या सोडवण्यासाठी ही दोनही उदयोन्मुख आशियाई सत्ताकेंद्रे महत्त्वाची प्रादेशिक केंद्रे ठरतील. भविष्यातील समृद्ध आणि स्थिर अफगाणिस्तानसाठी ही सत्ताकेंद्रे जणू महत्त्वपूर्ण दिशादर्शक ठरतील.

टीप

१ संयुक्त राष्ट्रांच्या अमली पदार्थ आणि गुन्हेगारी सर्वेक्षणानुसार सन २०१४मध्ये २२४० किमी इतकी अफूची लागवड झाली असे निदर्शनास आले. सन २०१३ मधील आकडेवारीशी तुलना करता, ही ७% वाढ म्हणावी लागेल. तपशील https://www.theguardian.com/news/datablog/2014/nov/12/opium-harvest-afghanistan-record-levels-after-troop-withdrawal येथे उपलब्ध आहे (१२ नोव्हेंबर २०१४ रोजीची नोंद).

संदर्भ

Hornung, Jeffrey W. 2012. 'Why China Should Do More in Afghanistan'. *The Diplomat*. Available at http://thediplomat.com/2012/08/why-china-should-do-more-in-afghanistan/ (accessed on 1 August 2012).

Hu Shisheng, Sawhney, R.K. and Pantucci, R. 2014. 'A Roadmap for Sino-Indian Cooperation in Afghanistan'. Available at http://www.vifindia.org/article/2014/july/01/a-roadmap-for-sino-indian-cooperation-in-afghanistan (accessed on 25 April 2015).

Li Tao. 2013. 'The Situation in Afghanistan after the American Withdrawal and the Role of China and India'. *South Asia Research Quarterly*.

news.qq.com. 2014. 'Afghanistan's new President's Visit to China and China Will Provide $2 billion of aid'. Available at http://news.qq.com/a/20141029/028818.htm (accessed on 29 October 2014).

Liu Xiao Ming. 2014. 'Xi Jinping Met with Afghan President Hamid Karzai'. *Xinhuanet*.Availableathttp://news.xinhuanet.com/2014-02/08/c_119234704.htm (accessed on 8 February 2014).

Pantucci, Raffaello. 2013. 'China's Afghanistan Challenge'. *The Diplomat*. Available at http://thediplomat.com/2013/04/chinas-afghanistan-challenge/ China's Afghanistan Challenge (accessed on 5 April 2013).

Xinhua. 2013a. 'China, Afghanistan Agree to Strengthen Ties'. Available at http://en.people.cn/90883/8411495.html (accessed on 26 September 2013).

———. 2013b. 'What Will You Bring Economic Belt "Silk Road"'. Available at http://news.xinhuanet.com/globe/2013-10/05/c_132773983.htm (accessed on 5 October 2013).

Zhang Chunyan and Zhu Yufan. 2013. 'The Afghan Strategic Partnership of India: Progress, Effect and Prospect'. *South Asia Research Quarterly*.

Zhao Yanrong. 2014. 'Xi Meets Karzai in Sochi'. *China Daily*. Available at http://europe.chinadaily.com.cn/china/2014-02/09/content_17273016.htm (accessed on 9 February 2014).

विभाग २
अर्थव्यवस्था आणि व्यापार: तौलनिक अभ्यास

१०
जागतिकीकरणाच्या विभिन्न पाऊलवाटा
चीन आणि भारताची कहाणी

श्रीपर्ण बसू

विषयप्रवेश

जागतिकीकरणाची प्रक्रिया गुंतागुंतीची आणि बहुआयामी स्वरूपाची असल्याने साहजिकच त्याप्रतीचे प्रतिसादही मिश्र स्वरूपाचे आहेत. गेल्या दोन दशकांपासून जागतिकीकरणाकडे दोन भिन्न दृष्टिकोनांतून पाहिले जात आहे. आपण कल्पनाही करणार नाही इतक्या पूर्वीपासून आणि आडमार्गाने जागतिकीकरणाच्या प्रक्रियेला सुरुवात झाली; भांडवलवाद आणि खुली बाजारपेठ पद्धती या पाश्चिमात्य कल्पना आहेत आणि नंतर त्या आशिया किंवा जगभरातील इतर राष्ट्रांवर लादण्यात आल्या अशी धारणा आपल्या विचारांचे विशिष्ट वळण दर्शवते. परंतु, ताओ ते चिंग, म्हणजेच, चिनी तत्त्ववेत्ते लाओ त्झे यांचे ऐतिहासिक संशोधन खुल्या बाजारपेठ यंत्रणेची घडण यापूर्वीच झाली आहे असे दर्शवते.[१] या दृष्टिकोनातून, जागतिकीकरण म्हणजे खरेतर पूर्वीच्याच आर्थिक-सामाजिक रूपबंधाची नव्याने केलेली मांडणी होय (बेली २००४, चंदा २००७). जागतिकीकरण हा तांत्रिक क्रांतीचा आविष्कार आहे ही बाब दुसऱ्या दृष्टिकोनामध्ये अधोरेखित केली आहे. या दृष्टिकोनानुसार, उत्तर-राष्ट्रवादी जगतामध्ये, भांडवलाची पुनर्रचना करण्यात आली यामध्ये वस्तू आणि सेवांचा आणि संस्कृती आणि सांस्कृतिक आचारांचा प्रवाह अभिप्रेत आहे (अप्पादुराई १९९६; कासेल्स १९९१; लॅश आणि उरी १९९४). मात्र, या दृष्टिकोनामध्ये देखील

वेगवेगळे मतप्रवाह समाविष्ट आहेत. काहींच्या मते, जागतिकीकरण ही वैश्विक भांडवलवादी पाश्चिमात्य नव-साम्राज्यवादाची एक शक्कल आहे, जेणेकरून, जगभरातील प्रत्येक प्रदेशात आणि आयुष्याच्या प्रत्येक क्षेत्रात बाजारपेठेचा शिरकाव होईल. याद्वारे सर्वत्र प्रमाणीकरण लादले जाऊन स्थानिक संस्कृती आणि जीवन धोक्यात येईल (बॉरडेयु आणि वॅकक्कांट १९९९; हार्वे १९८९; जेम्सन १९९१; मंडेर आणि गोल्डस्मिथ १९९६; सोजा १९८९; स्टेगर २००५; स्टिगलित्झ २००२). काहींना हे आधुनिकीकरणाचे अपरिहार्य सातत्य वाटते आणि यातूनच आर्थिक, राजकीय आणि सांस्कृतिक पर्याय तसेच वैविध्य आकारास येते (फ्रीडमन १९९९; फुकूयामा १९९२).

अशा प्रकारे, प्रत्येक दृष्टिकोन म्हणजे इतर दृष्टिकोनावरील टीकात्मक प्रतिक्रिया होय. जागतिकीकरण ही एक क्रांतिकारी प्रक्रिया आहे आणि प्राचीन काळापासून या प्रक्रियेमध्ये सातत्य आहे असे संतुलनात्मक युक्तिवाद केले जातात. जागतिकीकरणाला सामाजिक आणि आर्थिक बाबी कारणीभूत आहेत या युक्तिवादाला आव्हान म्हणून जागतिकीकरणामुळे निवडीचे लोकशाहीकरण होते असा युक्तिवाद करण्यात आला. सरतेशेवटी या वाद-प्रतिवादांवरून जागतिकीकरणाची एकमेव व्याख्या करता येणे शक्य नाही हे ध्यानात येते. जागतिक व्यापार संघटना आणि गॅटनंतरच्या काळातील आर्थिक स्वरूपाचे जागतिकीकरण अगदी अलीकडचे आहे. मात्र, राजकीय आणि तात्त्विकदृष्ट्या जागतिकीकरण ही दीर्घकालीन प्रक्रिया आहे. दोन, जागतिकीकरणामुळे राष्ट्र-राज्यांची अधिकारिता लयाला जाईल का अशी चिंता टीकाकारांना सतावत असली तरी जागतिकीकरणामुळे राष्ट्र-राज्यांची जागतिक प्रतिमा निर्माण होण्यास पर्याय अथवा मार्ग उपलब्ध होतील असाही एक युक्तिवाद आहे; अन्वयाने आधुनिक राष्ट्रे अधिकार आणि स्वायत्ततेचा वापर करून सुनियोजित पद्धतीने 'जागतिकीकरण स्वीकृत करू शकतील. पानीच (१९९४, ६४) यांच्या युक्तिवादानुसार, जागतिकीकरण राज्यामध्ये (मूळ हस्तलिखितानुसार), राज्याद्वारे आणि राज्याच्या अधिकारकक्षेत स्वीकृत करता येणे शक्य आहे; त्याचे स्वरूप राज्याद्वारेच ठरवले जाते आणि ते शासनयंत्रणेद्वारा राबवले जाते.' आशियातील दोन उदयोन्मुख अर्थव्यवस्था, भारत आणि चीनने स्वतःला अनुरूप असे जागतिकीकरण स्वीकृत केले आहे.

ऐतिहासिकदृष्ट्या, चीन आणि भारताचे अनुभव समान राहिले आहेत. दोनही राष्ट्रांना वासाहतिक शक्तींचा सामना करावा लागला. पूर्वीच्या पाश्चिमात्य ऐतिहासिक नोंदींमध्ये या दोनही राष्ट्रांचे गुणगान आणि तद्नंतर त्यांची निंदादेखील करण्यात आली; राजकीय आणि आर्थिक सार्वभौमत्वासाठी लढा दिल्यानंतर २०व्या शतकात या दोन्ही राष्ट्रांना स्वातंत्र्य मिळाले. तद्नंतर, या राष्ट्रांत लक्षणीय राजकीय

उलथापालथ झाली. त्यांच्या स्व-प्रतिमा आणि प्रगतीच्या व्याख्येवरदेखील बरेच विचारमंथन झाले होते. चीन आणि भारताने निवडलेल्या पाऊलवाटा खचितच उपजत होत्या असा युक्तिवाद प्रस्तुत लेखामध्ये केला आहे. चीन आणि भारताच्या विवक्षित विचारसरणीने त्यांना या पाऊलवाटांकडे निदेषित केले होते. मात्र, आधुनिक चीनने आधुनिक भारतावर प्रस्थापित केलेला सांस्कृतिक/सभ्यताधारित प्रभाव सपक ठरला; त्याची समीक्षा होणे गरजेचे आहे.

मी प्रस्तुत लेखातील चर्चा तीन प्रमुख मुद्द्यांभोवती योजली आहे: सर्वप्रथम पाश्चिमात्य ऐतिहासिक नोंदींतील चीन आणि भारताच्या चित्रणाचा आढावा घेतला आहे; त्यानंतर आधुनिक राष्ट्र या साध्याप्रती वाटचाल करताना चीन आणि भारताने स्व-प्रतिमेचे चित्रण कसे केले याबाबतच्या ऐतिहासिक स्मृतींचा शोध घेतला; आणि सरतेशेवटी, चीनमध्ये १९७०च्या दशकाच्या उत्तरार्धात आणि भारतामध्ये १९९०च्या पूर्वार्धात वैश्विक अर्थरचनेच्या अनुषंगाने या राष्ट्रांच्या विकास धोरणांत झालेले बदल अभ्यासले आहेत. या धोरणांन्वये चीनची जलद औद्योगिकीकरणाची क्षमता ध्यानात आली. आधुनिक भारताच्या सुरुवातीच्या काळात नेहरूप्रणीत स्वावलंबन आणि आर्थिक स्वातंत्र्य (Autarky) यांसारख्या तत्त्वांवर आधारित असल्याने या धोरणाचा भारतावर नकळत परिणाम झाला.

ऊन पावसाची कथा

आधुनिक इतिहास उलगडण्याचा नेमका क्षण, आशियामध्ये जन्माला आलेल्या आणि सन १८०० नंतर युरोपमध्ये स्वीकारण्यात आलेल्या जागतिक आर्थिक व्यवस्थेमध्ये कैद झाला आहे, असा वॉलरस्टीन आणि ब्रोडेल यांचा खात्रीलायक युक्तिवाद आहे (वॉलरस्टीन १९७४; ब्रोडेल १९८२). १७व्या आणि १८व्या शतकामध्ये जागतिक व्यापार वाणिज्याचा युरोपनामक तगडा दावेदार जन्माला आला, तोवर चीन आणि भारत ही दोन प्रमुख जागतिक आर्थिक सत्ताकेंद्रे होती (फ्रँक १९९८). आर्थिक इतिहासकार अँगस मॅडीसन यांच्या मते, सन १६००मध्ये जगाच्या स्थूल आंतरदेशीय उत्पन्नामध्ये केवळ चीन आणि भारताचा वाटा ५०% इतका होता. फ्रेंच राज्यक्रांतीचे अग्रणी व्हॉल्टेअर, रुसो आणि डिडेरात यांनी विवेकावर आधारित कन्फ्युशियस यांच्या अभिजात लेखनाची स्तुती केली (नीधम १९६९, ९०) आणि चीनच्या आर्थिक समृद्धीला तेथील विवेकी अभिशासनाचे प्रारूप जबाबदार आहे असा युरोपातील समज होता (फुक्स २००६). मुघल राजवटीच्या काळात हस्तकला ही भारताची ओळख होती. येथील बाजारपेठा, पत आणि भांडवल व्यवस्था अद्ययावत आहे अशी भारताची प्रतिष्ठा होती. ब्रोडेल यांच्या मते, 'भूमध्य सागरीय जगताशी आणि गुजरातेतील खंभातशी असलेल्या संपर्कामुळे भारतामध्ये शतकानुशतके सुबत्ता होती.

मात्र ही सुबत्ता शाश्वत राहण्यासाठी ॲडन आणि मलाक्काशी संपर्कात राहणेदेखील आवश्यक होते' (ब्रोडेल १९८२, ५२८). भारतीय वस्त्रोद्योग हा जगातील सर्वाधिक अत्याधुनिक उद्योग होता; भारतात उत्पादित होणाऱ्या 'सुती कापड' किंवा छाप असलेल्या कापडाने इंग्लंड, फ्रान्स आणि हॉलंड येथील बाजारपेठा काबीज केल्या होत्या (तार्लो १९९६). व्यापाराच्या संदर्भात, चीननंतर आशियातील सत्ताकेंद्र म्हणून भारताचे द्वितीय स्थान होते, त्यामानाने आग्नेय आशिया आर्थिक कुंठितावस्थेत होता.

तथापि, १९व्या शतकाच्या सुरुवातीला अत्याधुनिक सभ्यता अशी चीन आणि भारताची प्रतिमा पूर्णतः नाहीशी होऊन, आता मात्र या सभ्यतांकडे पाहताना त्यांची सांस्कृतिक पार्श्वभूमी किंवा भविष्यातील भूमिका दुर्लक्षित केल्या जातात. हेगल यांच्या मते (२००४, २९), आशियाई समाज व्यवस्था, विशेषतः चीन आणि भारत, 'स्थायी' स्वरूपाच्या होत्याः त्या गतिशील आणि प्रगती-अधोमुख नव्हत्या. युरोपीय इतिहासात मात्र ही बाब अधोरेखित होते.[२] भारतातील ब्रिटिश राज्यकर्त्यांचा देखील असाच दृष्टिकोन होताः भारतामध्ये सुसंस्कृतपणा रुजवण्यासाठी आणि भारताची प्रगतिपथावर वाटचाल होण्यासाठी त्यांची प्रमुख भूमिका होती असा त्यांचा समज होता.[३] मूलगामी विचारक म्हणून, मार्क्स यांच्या मनात वसाहतवादाची झळ सोसणाऱ्यांप्रती सहानुभूती होती. असे असले तरी, त्यांनी 'उत्पादनाचे आशियाई प्रारूप' मांडले. बदल होण्यास वाव नसल्याने हे प्रारूप उत्पादनाच्या इतर प्रारूपांपेक्षा भिन्न होते. वसाहतवादासारख्या बाह्य शक्ती आघात करत नाहीत तोवर हे प्रारूप अबाधित राहणार होते. अर्थशास्त्रीय परिभाषेत हे हेगल यांच्या सिद्धान्ताचे पुनःसंस्करण होय. ओळख हरवून बसलेल्या आशियाई समाजव्यवस्थांची ऐतिहासिक अस्मिता पुनश्च प्रस्थापित करण्यासाठी वसाहतवाद आवश्यक आहे असे यापुढे नमूद केले आहेः 'इंग्लंडने कितीही पापकृत्ये केली असली तरी, अजाणतेपणे ते ऐतिहासिक क्रांतीचे माध्यम ठरले आहे' (मार्क्स १८५३).

चीनमधील पहिल्या अफूच्या युद्धात (१८३९-४२) ब्रिटिश नौदलाने चीनचा पराभव केला. इथूनच चीनच्या काही महत्त्वपूर्ण प्रदेशांत, सौम्य प्रमाणात का होईना पण, वसाहतींचा प्रभाव प्रस्थापित झाला. चीनवरील अग्रगण्य इतिहासकार जॉन के. फेअरबँक यांनी अगदी अलीकडे, सन १९८९मध्ये, भाष्य केले आहे. त्यांच्या भाष्यावरून पाश्चिमात्यांचे धुरिणत्व विरुद्ध पौर्वात्य राष्ट्रांची तटस्थता या बाबीचा प्रत्यय येतोः

> राजनयिक समानता आणि व्यावसायिक संधीची मागणी करणाऱ्या ब्रिटनने जणू सर्व पाश्चिमात्य राष्ट्रांचे प्रतिनिधित्व केले, ब्रिटनने अशी भूमिका घेतली नसती तर आज ना उद्या पाश्चिमात्य राष्ट्रांनी हीच मागणी केली असती...पाश्चिमात्य जगताची

अखंड विस्ताराची मनीषा आणि चिनी संस्थामध्ये आलेले जडत्व यातून कदाचित, चीन विरुद्ध इतर जग असे युद्ध सुरू झाले असते (फेअरबँक आणि रेईशॉअर १९८९,२७७: मार्टिनेझ रोबेल्स २००८).

इतिहासाची पुनर्वाच्यता: राष्ट्राचा जन्म

एक स्वतंत्र आणि स्वावलंबी राष्ट्र म्हणून भारताची प्रतिमा घडवताना भारतीय राष्ट्रवाद्यांनी मार्क्स आणि हेगल यांनी देऊ केलेली भारताची स्थिर प्रतिमा डोळ्यांपुढे ठेवली होती. मार्क्स आणि हेगल यांच्या विवेचनानुसार ही प्रतिमा दिशाभूल करणारी आणि 'इतिहासजमा' झाली होती. राष्ट्रवाद्यांनी मात्र या प्रतिमेचे पुनर्मूल्यांकन केले. गांधींच्या मते, 'भारत स्थिर आहे हेच त्याचे वैभव आहे' (गांधी, २००८, ७३). याच अनुषंगाने नेहरूंनीदेखील भारताची 'धीरगंभीर आणि अजिंक्य' प्रतिमा अधोरेखित केली (नेहरू १९४६, ५६३). पाश्चिमात्य ऐतिहासिक नोंदींनी भारताच्या वैभवशाली इतिहासाचे खंडन केले होते. याला प्रतिक्रिया म्हणून भारतीय राष्ट्रवाद्यांनी या प्रतिमेला 'मूलगामी कलाटणी' दिली. भारत दुःखी आणि अशांततेच्या टप्प्यातून गेला असला तरी त्याचे सारसत्त्व मात्र अबाधित राहिले आहे. वासाहतिक आक्रमण हा त्यातील एक दुःखद टप्पा म्हणता येईल (ब्रेकेनरिज आणि वान देर वीर १९९३, ११). भारताची तथाकथित निष्क्रियता म्हणजे त्याची समतोल वृत्ती, सहिष्णुता, स्व-सुधाराची क्षमता असा बोध घेण्यात आला. यामुळेच भारताचे आत्मिक बळ जतन झाले आहे असेही मानले गेले.

या नव्याने केलेल्या अर्थांकनानुसार भारताची स्थिर अवस्था आणि ऐतिहासिक प्रक्रियेतील अपुरा सहभाग म्हणजे दुसरे तिसरे काही नसून पाश्चिमात्य ऐहिक सुखावर प्राचीन भारतीय आध्यात्मिकतेने नोंदवलेला विजय आहे. *हिंद स्वराज*मध्ये गांधींनी भारताचे सुखद चित्रण केले आहे. येथील खेडी स्वावलंबी आणि स्वयंसंतुष्ट असतील. इतर कोणत्याही प्रस्थापित केंद्रित सत्तेशी व्यापारी अथवा राजकीय देवाणघेवाण करण्याची गरज खेड्यांना भासणार नाही (गांधी १९०९). खेडे हा भारताचा नेमका गाभा आहे असे गांधींना वाटत असे, नेहरूंनी देखील गांधींच्या या युक्तिवादाला दुजोरा दिला. स्वायत्त, सुसंघटित आणि सुखाने नांदणारे ग्रामसमुदाय म्हणजे खरेतर वासाहतिक राजवटीला उपलब्ध सक्षम पर्याय होता. सन १९५०च्या मध्यात नेहरूंच्या अधिपत्याखाली आर्थिक नियोजन आणि राजकीय नीतीची आखणी करताना भारतीय राष्ट्रवादाची ही दैशिक अधोमुखता उपयुक्त ठरणार होती. याद्वारे, आर्थिक स्वावलंबित्व आणि समाजवाद प्रस्थापित करणे शक्य होते. म्हणजेच, सांस्कृतिक राष्ट्रवादातून स्व-स्थापित स्वायत्ततेच्या भूमिकेला पर्याय म्हणून आर्थिक स्वावलंबित्वाला दुजोरा

देणारा आर्थिक राष्ट्रवाद निर्माण झाला. याद्वारे, बाह्य आर्थिक संबंधांना अपवित्र प्रभाव मानण्यात आले. घडणीच्या सुरुवातीच्या काळातील भारतीय आर्थिक नीतीच्या तद्देशीय स्वरूपावर अनेक प्रकारे भाष्य केले गेले (जालन १९९१, १३; नायर १९९७; श्रीनिवासन आणि तेंडूलकर २००३). राज्याच्या अखत्यारीतील आणि राज्य व्यवस्थापन करीत आहे असे उत्पादन क्षेत्र निर्माण करण्यावर भर होता. या उत्पादन क्षेत्राचे लक्ष एतद्देशीय बाबींकडे असावे, जेणेकरून, स्वावलंबन आणि भविष्यातील शाश्वततेची हमी मिळेल. अशा प्रकारे, आर्थिक अधिकारितेशी संबंधित अंतिम निर्णय राज्याच्या हाती असेल. याद्वारे खाजगी भांडवलावर मर्यादा घातली जाईल. हे मार्क्स यांच्या खाजगी लालसेच्या आभासी कल्पनेच्या जवळ जाणारे आहे. भारतीय राष्ट्रवाद्यांनी देखील एक प्रकारे हीच कल्पना स्वीकृत केली. त्यांनी त्यामध्ये थोडासा बदल करून भारताची खरी प्रतिष्ठा पाश्चिमात्य राष्ट्रांप्रमाणे भौतिक प्रगतीमध्ये नसून त्याला आध्यात्मिक वारसा आहे असे त्यांनी नमूद केले. हे 'एतद्देशीय धोरण' भारतीय इतिहासाची युरोपकेंद्री प्रतिमा आणि भारतीय राष्ट्रवादी परंपरेने प्रस्थापित केलेली भारतीय आध्यात्मिकता-आधारित अस्मिता या बाबींचे उत्साहवर्धक एकत्रीकरण होते. आध्यात्मिक अस्मितेमध्ये एक व्यापारी केंद्र म्हणून भारताचा इतिहास दुर्लक्षित केला होता.

चीनच्या राष्ट्रवादी विचारधारेनुसार देखील चिनी इतिहासाची पुनर्बांधणी करण्यात आली. ऐतिहासिक संदर्भात चीन हे श्रेष्ठ आणि प्रभावी राष्ट्र राहिले आहे असे नमूद करण्यात आले आहे. चिनी राष्ट्रवादी विचारांतून चीनचा व्यापक भौगोलिक विचार अधोरेखित करण्यात आला. चीन राजवटीने चीनच्या आसपासचे प्रदेश काबीज केले असे नमूद करण्यात आले. सन १९५४ मधील चिनी पाठ्यपुस्तकांमध्ये चीनच्या पारंपरिक भौगोलिक प्रभावाचा नकाशा समाविष्ट करण्यात आला होता. तसेच, सन १८३९चे अफूचे युद्ध ते सन १९४९ मध्ये चीनचा सार्वभौम राष्ट्र म्हणून झालेला पुनर्जन्म या काळात पाश्चिमात्य आणि जपानी साम्राज्यवादी गटांनी चीनवर प्रस्थापित केलेले प्रादेशिक प्रभुत्व नमूद करण्यात आले होते (गार्वर २००१, १४-१५). माओ यांच्या सांस्कृतिक क्रांतीच्या तर्काला बळकटी देणे आणि अपमानास्पद भूतकाळ पुसून इतिहासाची पुनर्निर्मिती करण्यासाठी खात्रीपूर्ण लोकसहभाग साध्य करणे असा राष्ट्रवादी परंपरेचा हेतू होता.

राष्ट्रबांधणीच्या सुरुवातीच्या काळात चीन आणि भारताचे ऐतिहासिक आलेख अभिसृत झाले होते: राजकीय आणि आर्थिक स्वातंत्र्यासाठी दीर्घकाळ लढा दिल्यानंतर दोन्ही राष्ट्रे स्वतंत्र गणतंत्र राष्ट्रे म्हणून अस्तित्वात आली; अविकसितता आणि प्रचंड लोकसंख्या ही दोन्ही राष्ट्रांची साम्यस्थळे होती आणि दोन्ही राष्ट्रांतील बहुसंख्य

लोकांचा आर्थिक उदरनिर्वाह कृषिक्षेत्राशी संबंधित होता. सन १९५०च्या सुरुवातीची भारताची आर्थिक आणि औद्योगिक नीती आणि सुरुवातीच्या काळातील चीनची आर्थिक-औद्योगिक नीती या दोहोंमध्ये साम्य होते. या दोन्ही राष्ट्रांच्या धोरणांचा सूर पश्चिमविरोधी आणि साम्राज्यवादविरोधी होता. तसेच, दोहोंची धोरणे जड-उद्योग विकास अभिमुख होती (लीन, काई आणि ली १९९६, २०३). या संदर्भात, भारत आणि चीनची धोरणे सोवियत युनिअनच्या समाजवादी विचारधारेपासून प्रेरित होती. अशाच धोरणान्वये सोवियत संघाने संपादन केलेल्या आर्थिक यशाने नेहरूंना प्रभावित केले होते (नायर १९९७, २९). पाश्चिमात्य बाजारपेठेतील आर्थिक महामंदीच्या तुलनेत सन १९३०च्या दशकातील सोवियत संघाची राष्ट्रबांधणीची क्षमता चिनी नेतृत्वाला अधिक भावली. याशिवाय, सन १९५०च्या कोरिया युद्धात चीनने सहभाग घेतल्यानंतर चीनमध्ये व्यापारबंदी आणि पाश्चिमात्य राष्ट्रांपासून चीनला दूर लोटले गेले. साहजिकच आता चीनला भांडवली वस्तू आणि लष्करी सामग्री उत्पादित करण्याची स्व-क्षमता वर्धित करायची होती (लीन, काई आणि ली १९९६, २०४). आर्थिक सार्वभौमत्व साध्य करण्याच्या दृष्टीने दोन्ही राष्ट्रांनी आर्थिक स्वावलंबित्वाचे प्रारूप निवडले. या अन्वये, आंतरराष्ट्रीय अर्थव्यवस्था नव्हे, तर, राष्ट्र विकासाचे प्रतिनिधित्व करणार होते.

जागतिकीकरणाच्या वातावरणात

चिनी आणि भारतीय अर्थव्यवस्थांचे सक्तीने उदारीकरण करण्यात आले ही बाब उल्लेखनीय आहे. ऐतिहासिकदृष्ट्या, सोवियत प्रकारची नियोजनबद्ध अर्थव्यवस्था असलेल्या चीनने खुली आणि बाजारपेठ-अभिमुख व्यवस्था स्वीकृत केली. सन १९४९-७६ दरम्यान माओ झेडोंग यांच्या कारकिर्दीत चीनने नियोजित अर्थव्यवस्थेचे दुष्परिणाम भोगले. या दरम्यान चीनने सामाजिक, आर्थिक आणि राजकीय संकटांना तोंड दिले.[४] भारताच्या संदर्भात, स्वावलंबित्वाच्या दीर्घकालीन उद्दिष्टावर येथील देशांतर्गत धोरण आधारित होते; सन १९६६ मधील परकीय विनिमयाच्या दुष्परिणामांमुळे तिथून पुढे नियंत्रण आणि अलगीकरणाचा कल निर्माण झाला. परदेशांतून येणाऱ्या सर्वच निधीकडे साशंकतेने पाहिले गेले. याचा परिणाम म्हणून निर्यातीची घसरण झाली. आंतरराष्ट्रीय स्पर्धात्मकता नाहीशी झाली. शिवाय, दर्जात्मकता ढासळून रचनात्मक बांधणीवरील व्यय अधिक वाढला (बानिक आणि भौमिक २००६, ८६-८८). सरतेशेवटी, सन १९९१मध्ये आंतरराष्ट्रीय व्यवहार टाळेबंदीचा गंभीर पेचप्रसंग उद्‌भवला. या दरम्यान भारताकडील परकीय चलनाच्या उपलब्ध साठ्यामध्ये लक्षणीय घट झाली. केवळ दोन आठवडे पुरेल इतकाच साठा

शिल्लक राहिला. सरतेशेवटी, या निष्क्रिय अवस्थेतून बाहेर पडून आर्थिक सुधारणा स्वीकृत करणे भारताला भाग पडले.

माओ यांच्या मृत्यूनंतर सन १९७८मध्ये डेन झियाओपिंग यांनी सत्तेची सूत्रे हाती घेतली. त्यांनी मूलगामी स्वरूपाच्या प्रशासकीय सुधारणांबरोबरच आर्थिक धोरणामध्येदेखील बदल घडवून आणले. उदाहरणार्थ, त्यांनी विचारधारेप्रती वचनबद्ध लोकांऐवजी तांत्रिक कौशल्ये असलेल्या तज्ज्ञांना पक्षामध्ये रुजू करून घेतले. तत्कालीन व्यवस्थेवर नोकरशाहीची एक प्रकारे पकड होती. अधिकाऱ्यांचा आयुष्यभराचा कार्यकाल नाहीसा करून नोकरशाहीवर वचक ठेवण्यात आला. शिवाय, पक्षांतर्गत कार्यकर्त्यांनी तीन ते पाच वर्षे इतक्या कालावधीत तांत्रिक अथवा विद्यापीठ शिक्षण घेणे अनिवार्य करण्यात आले (खन्ना २००८, ४१-४२). अशा प्रकारे, केवळ पाक्षिक संलग्नतेऐवजी उपक्रम आणि प्रत्यक्ष कामाला महत्त्व देण्यात आले. यातून, कुशल कामगारांची एक नवी पिढीच जन्माला आली आणि ओघानेच कामाची नवी संस्कृती रुजवण्यात आली. भारतीय अर्थव्यवस्था खुली करण्यात अग्रणी भूमिका असलेले मनमोहन सिंह यांना मात्र अधिक गुंतागुंतीची परिस्थिती हाताळणे प्राप्त होते. सिंह यांच्या सन १९९१ च्या अर्थसंकल्पाला सत्ताधारी काँग्रेस पक्षाकडून फारशी उत्साही प्रतिक्रिया मिळाली नाही खतांना अर्थसाहाय्य न देण्याच्या निर्णयाला अनेक संसदपटूंनी क्षोभजनक प्रतिक्रिया दिली. या आणि तत्सम उपाययोजनांमुळे येणाऱ्या निवडणुकांच्या काळात पराभवास कारणीभूत ठरतील असा त्यांचा ग्रह होता (जोस २०११). सन १९८०च्या दशकामध्ये देखील भारतीय धोरणकर्त्यांसमोर धोरणात्मक बदलांचे स्पष्ट आव्हान होते. मात्र, सरतेशेवटी प्रत्यक्ष रचनात्मक बदलांसाठी चीनचे दृश्य यश आणि सोवियत संघाचा पाडाव या दोन बाबी कारणीभूत ठरल्या. भारतीय नियोजन यावरच आधारलेले होते (भगवती आणि पणगरिया २०१२, ३४).

सावल्यांचा खेळ

पाश्चिमात्य संस्कृती आणि सभ्यतेचा आधुनिक भारतीय संस्था आणि अस्मितेच्या राजकारणावर थेट प्रभाव होता हे खरे असले तरी भारतावरील असा प्रभाव विवाद्य आणि चिंताव्याप्त आहे. स्वस्थित शत्रू हे नेमके लक्षण आशिष नंदी यांनी नेमके हेरले–पाश्चिमात्य राष्ट्र हा दृढ शत्रू असून त्याने भारतीय 'स्व'मध्ये शिरकाव केला आहे असे ते म्हणतात (हे स्पष्टीकरण मी दिले आहे). स्वीकृत अथवा अस्वीकृत पाश्चिमात्य प्रभाव भारतामध्ये सातत्याने विवाद्य ठरत असेल तर चीनच्या सांस्कृतिक प्रभावावर मात्र तितकीशी चर्चा होत नाही ही बाब आश्चर्यकारक आहे. गेल्या काही

वर्षांत धिम्या गतीने का होईना परंतु चीनचा प्रभाव देखील वाढला आहे. पाश्चिमात्य जग आणि भारत यांमधील आर्थिक आणि सांस्कृतिक दरी भरून काढण्यास अवघड असल्याने पाश्चिमात्य राष्ट्रांशी मैत्री हा एक चिंताजनक कूटप्रश्न असला तरी; अगदी आतापर्यंत चीनची परिस्थितीदेखील भारतासारखीच होती. तद्नंतर मात्र चीन जगातील एक महत्त्वपूर्ण सत्ताकेंद्र म्हणून उदयाला आले आणि पाश्चिमात्य राष्ट्रांचे वर्चस्व हळूहळू नाहीसे झाले. चीनचे वाढते लष्करी आणि उत्पादन क्षेत्रातील सामर्थ्य आता जगभर प्रस्थापित झाले असून ते सामर्थ्य म्हणजे एक प्रेरणादायी असा मापदंड मानला जातो.

चीन-भारत मैत्रीच्या अगदी सुरुवातीच्या काळात नेहरूंनी चीनशी मैत्री करण्याचा प्रयत्न केला; दिनांक ३० डिसेंबर १९४९ रोजी पीपल्स रिपब्लिक ऑफ चायनाला मान्यता देणारे भारत हे दुसरे राष्ट्र होते. नेहरूंची आशियाई संघराज्याची कल्पना होती; समान सांस्कृतिक वारसा असलेले चीन आणि भारत या कल्पनेतील महत्त्वपूर्ण सूत्रधार असणार होते. समान सांस्कृतिक वारसा असलेल्या दोन आशियाई राष्ट्रांमध्ये सहकार्य असावे हे या कल्पनेचे मूलसूत्र होते. या काळातील चीनप्रतीच्या प्रतिक्रियांचा परिपाक म्हणून 'हिंदी चिनी भाई भाई' हे लोकप्रिय बोधवाक्य रूढ झाले. नेहरू-गांधी परिवाराचे निकटवर्ती असलेले नटवर सिंह यांनी या संदर्भात काही आठवणी नमूद केल्या आहेत. सन १९५५मधील नेहरूंच्या चीन भेटीदरम्यान नेहरू आणि बुल्गॅनीन यांच्यातील संवादाबाबत सांगताना ते म्हणतात: भारताला सुरक्षा परिषदेचा सहावा सदस्य करून घेण्याच्या अमेरिकेच्या प्रस्तावास दुजोरा द्यावा असे बुल्गॅनीन यांचे मत होते. नेहरूंनी मात्र हे अमान्य केले आणि सहावा सदस्य म्हणून चीनला सामावून घ्यावे असे मत मांडले (सिंह २०१४, १२१). भारताला सामावून घेण्याचा प्रस्ताव हा चीनविरुद्ध रचलेला सापळा आहे असे नेहरूंचे आकलन होते. त्यानंतर ५० वर्षांनी, सन २००५मध्ये अमेरिका-भारत अणू करारावर स्वाक्षऱ्या करण्यात आल्या. त्या वेळी, भारतीय साम्यवादी पक्षाने (मार्क्सवादी) हा भारत आणि अमेरिकेने चीन विरुद्ध रचलेला सापळा आहे असा जाहीर युक्तिवाद केला; आणि सरकारचा पाठिंबा काढून घेतला. परिणामी, मनमोहन सिंह यांच्या आघाडी सरकारने संसदेमध्ये बहुमत गमावले होते. कालांतराने, संघाच्या बाजूने असलेल्या (भारतीय साम्यवादी) पक्षातून सन १९६४ रोजी भारतीय साम्यवादी (मार्क्सवादी) पक्ष वेगळा झाला. हा पक्ष चीनकडे कललेला होता. त्यानंतर जणू असा प्रघातच पडला. साम्यवादी (मार्क्सवादी) पक्षातून माओवाद्यांकडे कललेले नक्षली लोक वेगळे झाले. 'चीनचे अध्यक्ष तेच आमचे अध्यक्ष' हा त्यांचा नारा होता.

चीनच्या वाढत्या सांस्कृतिक प्रभावामुळे भारताचे आर्थिक आणि राजकीय क्षेत्र मोठ्या प्रमाणात प्रभावित झाले. सन १९६२च्या युद्धात भारताचा चीनकडून

झालेला पराभव भारताला चांगलाच धडा शिकवणारा ठरला. भारताचे लष्करी तळ भक्कम असावे हा त्या धड्याचा प्रमुख धागा होता. ही बाब नेहरूंच्या लष्करसंबंधी शांततावादी दृष्टिकोनाच्या अगदी विरुद्ध होती (गुहा २००८, ३१०-१२). या पराभवामुळे भारताचा लष्करी विचार करण्याची पद्धत पूर्णतः बदलली. प्रत्यक्ष लष्कर बांधणी करण्यास सुरुवात झाली आणि लष्करावरील गुंतवणूकदेखील वाढवण्यात आली. सन १९७०च्या दशकाच्या सुरुवातीला केंद्रीय अर्थसंकल्पातील ही गुंतवणूक ४०% इतकी होती तर, स्थूल राष्ट्रीय उत्पादन मूल्याच्या ३% इतकी होती (गार्वर २००१, ६३). याचप्रमाणे, सन १९६४ मध्ये चीनने अणुऊर्जेतील क्षमता दाखवून दिल्यानंतर भारताला देखील प्रेरणा मिळाली. सन १९७४ पर्यंत भारतानेदेखील अशी क्षमता निर्माण करावी अशी प्रेरणा घेतली. चीनने माओवादाची घेतलेली खबर आणि सन १९७९ मध्ये स्वीकृत केलेल्या राष्ट्र-पुरस्कृत भांडवलवादाचे हादरे भारताला देखील बसले यात कोणतेही आश्चर्य नाही. सन १९९७मधील वित्तमंत्री पी. चिदंबरम यांच्या कल्पनेतील 'आदर्श अर्थसंकल्पात' त्यांनी सुधारणावादी कार्यक्रमाला पुष्टी दिली. असे करताना त्यांनी डेंग झियाओपिंग यांच्या 'विकास हे एकमेव कठोर सत्य आहे' या वाक्याचा दाखला दिला (चिदंबरम १९९७, २४)[५].

पाश्चिमात्यांचा खेळ त्यांच्याच अंगलट येईल का?

चीनच्या आर्थिक सुधारणा दुतर्फा रस्त्यासारख्या आहेत. चीनने जगातील सर्वाधिक वाजवी वस्तू उत्पादन करून आर्थिक आणि राजकीय परिघाची पुनर्व्याख्या केली (झकारिया २००८, ९१) आणि संपूर्ण जगानेही त्याची दखल घेतली. मात्र, चीनच्या बाबतीत एक बाब उल्लेखनीय आहे. चीनने जागतिकीकरणाशी जुळवून घेताना आक्रमक पवित्रा घेतला. विकसित राष्ट्रांप्रत पोहोचण्यासाठी आणि खऱ्या अर्थाने त्यांना मागे सारण्यासाठी चीनने झपाट्याने प्रयत्न केले. सत्तेच्या या खेळाचा बेहेल यांनी थोडक्यात पण स्पष्ट वेध घेतला आहे:

> चीनचा विस्मयकारक आर्थिक विस्तार पाहून जगाने आश्चर्यभाव व्यक्त करणे स्वाभाविक आहे. चीनची ही वृद्धी सन १८२०-७० या अमेरिकेच्या वृद्धी दशकांपेक्षा देखील झपाट्याने झाली होती. कोणत्या देशाने सलग ३० वर्षे ९% इतका वृद्धिदर दर्शवला आहे? इतक्या अल्प कालावधीत कोणत्या राष्ट्राने आपले दरमाणशी उत्पन्न ११ पटींनी वाढवले, आणि ४०० कोटी जनतेला दारुण दारिद्र्यावस्थेतून बाहेर काढले? कोणत्या राष्ट्राकडे, सर्वाधिक म्हणजेच, २.५ ट्रिलीयन डॉलर्स इतकी रोख रक्कम आहे? जगातील सर्वोत्कृष्ट पायाभूत सोयीसुविधा विकसित करण्यासाठी कोणता देश दरवर्षी १ कोटी डॉलर्स इतका खर्च करतो? (बेहेल २०१०).

जागतिकीकरण म्हणजे पाश्चिमात्य देश व्यापारी अ-पाश्चिमात्य देशांना हाणून पाडत आहे आणि त्यांच्यावर एकतर्फी वर्चस्व प्रस्थापित करत आहे असा एक युक्तिवाद आहे. मात्र, हा युक्तिवादच वर्चस्वावर आधारित असणे शक्य आहे. वस्तुतः, एकाच वेळी बहुविध जागतिकीकरण प्रक्रिया सुरू असणे शक्य आहे आणि दृढ राष्ट्र-राज्यांना त्यांना साजेशी जागतिकीकरण प्रक्रिया निवडण्याची पूर्ण मुभा आहे. या प्रक्रियेचा वापर करून ही राष्ट्रे विकासप्रक्रियेला चालना देतात. याउलट, जागतिकीकरण प्रक्रियेतून माघार घेणे मात्र संकट निर्माण करील. अशी भूमिका शाश्वत देखील राहणार नाही. याशिवाय, जागतिकीकरण बिगर पाश्चिमात्य राष्ट्रांमध्येच सुरू राहू शकते. पाश्चिमात्य जगतामुळे या प्रक्रियेला पूर्णत्व येईल असे मानण्याचे कारण नाही. अशा प्रकारे, चीनला स्वतःला साखळदंडातून मुक्त करण्यात आलेले यश भारतासाठी सर्वतोपरी प्रेरणादायी आहे. मग या दोन्ही राष्ट्रांतील सीमाप्रश्न आणि गुंतागुंतीचे राजकीय संबंध या बाबी दुय्यम ठरतात. जागतिकीकरणामुळे अनेक वाटा खुल्या झाल्या आहेतः पाश्चिमात्य ते बिगरपाश्चिमात्य राष्ट्रे, बिगरपाश्चिमात्य ते पाश्चिमात्य राष्ट्रे आणि बिगरपाश्चिमात्य राष्ट्रांच्या अंतर्गत अशा त्या वाटा होत. २१व्या शतकातील समाजव्यवस्थांनी खचितच या कार्यक्षेत्रात काम करायचे आहे. याचा अर्थ पाश्चिमात्य किंवा बिगरपाश्चिमात्य राष्ट्रांसमोर दुसरा कोणताही पर्याय नाही असा होत नाही. उलट, आता या राष्ट्रांसमोर बहुविध पर्याय खुले आणि निवडीस योग्य आहेत.

टिपा

१. *द ताओ ऑफ द वेस्ट: वेस्टर्न ट्रान्सफॉर्मेशन्स ऑफ ताओइस्ट थॉट* पाहणे. प्रस्तुत ग्रंथामध्ये बिटिश तत्त्वज्ञ जॉन जेम्स क्लार्क यांनी चिनी तत्त्वज्ञ लाओ त्से यांच्या *ताओ ते चिंग* यांच्या ग्रंथावर प्रतिक्रिया म्हणून खुल्या बाजारपेठीय अर्थव्यवस्थेची मूलगामी तत्त्वे नमूद केली. त्याचप्रमाणे ॲडम स्मिथ यांच्या *इन्क्वायरी इनटू द नेचर ॲण्ड कॉझेस ऑफ वेल्थ ऑफ नेशन्स* या ग्रंथात खुल्या बाजारपेठेची तत्त्वे प्रस्थापित करण्यात आली असेही म्हटले जाते. हा ग्रंथ फ्रेंच भौतिकशास्त्रज्ञ फ्रांकोइस क्यूस्ने यांच्यापासून प्रेरित आहे. फ्रांकोइस क्यूस्ने यांच्या मते, शासनाने नैसर्गिक आर्थिक कायद्यांच्या कार्यप्रणालीमध्ये ढवळाढवळ करू नये. 'लेसे फेअर' ही संज्ञा फ्रांकोइस क्यूस्ने यांनी प्रस्थापित केली. चीन येथील मिंग आणि क्विंग कारकिर्दीच्या काळात युरोपीय प्रवाशांनी लिहिलेल्या अहवालांनी त्यांना कमालीचे प्रभावित केले होते. यामध्ये चीनची व्यय आधारित अर्थव्यवस्था, आर्थिक स्वातंत्र्यामुळे समृद्ध होणारे व्यापार-विपणन, विस्तृत व्यापार आणि औद्योगिक उपक्रम या बाबींची दखल घेण्यात आली होती. यातील बहुतांश उपक्रम खाजगी अखत्यारीतील होते.

२. जे. जी. हेर्दर यांच्या *आयडियाज फॉर द फिलॉसॉफी ऑफ हिस्ट्री ऑफ ह्युमॅनिटी*मध्ये देखील हेच गृहीतक नमूद केले आहे: चिनी साम्राज्य म्हणजे एक जतन केलेली ममी (मृतदेह) असून ती वर प्राचीन इजिप्तच्या लिपीने काम केले आहे, ते एका रेशमी वस्त्रात गुंडाळले आहे. त्याचे अंतःस्थ आयुष्य जनावरांच्या शीत निष्क्रियतेप्रमाणे आहे (हेर्दर १७८७, XIV: १३, गोबेल १९९५ मध्ये उद्धृत).

३. या संदर्भात पहाः सन १९३३ मधील थॉमस बेबिंगटन मॅकोले यांचे ब्रिटिश संसदेतील भावनापूर्ण जाहीर भाषण. त्यांनी यामध्ये म्हटल्यानुसार, 'ज्या लोकांना आपण मुक्त शासनव्यवस्था बहाल करू शकत नाही त्यांना सु-शासन देऊ करणे' हा ब्रिटिश वसाहतवाद्यांचा भारतातील प्रमुख हेतू होता.

४. दोन माओवादी कार्यक्रम या संदर्भात उत्तम उदाहरण म्हणून नमूद करता येतील: ग्रेट लीप फोर्वर्ड (१९५९-६०) यामध्ये मोठ्या प्रमाणात लोकांचा वापर करून चिनी अर्थव्यवस्था विकसित करणे हा हेतू होता. त्यानंतर, कल्चरल रेव्होल्युशन (१९६६-७६) हा दुसरा कार्यक्रम होता. साम्यवादी पक्षातील पडझड नाहीशी करणे हा या कार्यक्रमाचा हेतू होता. पहिल्या कार्यक्रमाची उद्दिष्टे अवास्तव असल्यामुळे राष्ट्राला मानवनिर्मित दुर्भिक्ष्याला सामोरे जावे लागले. यामध्ये जवळजवळ ३० कोटी चिनी लोक मारले गेले (मेंग आणि इतर २०१५); दुसऱ्या कार्यक्रमांतर्गत शंभर कोटी चिनी लोकांचा छळ करण्यात आला आणि दहा कोटी लोकांना मारण्यात आले (खन्ना २००८, ४१; मॅकफॅरक्वार आणि स्कोनहल्स २००६; ट्रेईमन आणि डेंग १९९७).

५. वित्तमंत्री, पी. चिदंबरम यांचे दिनांक २८ फेब्रुवारी १९९७ रोजीचे अर्थसंकल्पीय भाषण १९९७-९८ पहा. या संकेतस्थळावर उपलब्ध-http://indiabudget.nic.in/bspeech/bs199798.pdf (दिनांक २७ मे २०१६ रोजी घेतलेली नोंद).

संदर्भ

Appadurai, A. 1996. *Modernity at Large: Cultural Dimensions of Globalization*. Minneapolis: University of Minnesota Press.

Bahl, R. 2010. *Super Power? The Amazing Race between China's Hare and India's Tortoise*. India: Penguin.

Banik, A., and Bhaumik, P. 2006. *Foreign Capital Inflows to China, India and the Caribbean: Trends, Assessments and Determinants*. UK: Palgrave Macmillan.

Bayly, C. 2004. *The Birth of the Modern World 1780? 1914. Global Connections and Comparisons*. Oxford: Blackwell.

Bhagwati, J., and Panagariya, A. 2012. *India's Tryst with Destiny*. India: Collins Business.

Bourdieu, P., and Wacquant, L. 1999. 'On the Cunning of Imperialist Reason'. *Theory, Culture & Society* 16(1): 41–58.

Braudel, F. 1982. *The Perspective of the World: Civilization & Capitalism, 15th–18th Century Volume 3*. Berkeley: University of California Press.
Breckenridge, C.A., and Van Der Veer, P. (eds) 1993. *Orientalism and the Postcolonial Predicament*. University of Pennsylvania Press: Philadelphia.
Castells, M. 1991. *The Informational City: Information Technology, Economic Restructuring, and the Urban-Regional Process*. Oxford: Blackwell.
Chanda, N. 2007. *Bound Together: How Traders, Preachers, Adventurers, and Warriors Shaped Globalization*. USA: Caravan.
Fairbank, J.K., and Reischauer, E.O. 1989. *China: Tradition and Transformation*. Boston: Houghton Mifflin.
Frank, A.G. 1998. *Re-Orient: Global Economy in the Asian Age*. Los Angeles: University of California Press.
Friedman, T. 1999. *The Lexus and the Olive Tree*. New York: Farrar, Straus, Giroux.
Fuchs, T. 2006. 'The European China: Receptions from Leibnitz to Kant'. Trans. Martin SchÖnfeld. *Journal of Chinese Philosophy* 33(1): 35–49.
Fukuyama, F. 1992. *The End of History and the Last Man*. New York: Avon.
Gandhi, M.K. 1909. *Hind Swaraj: Or, Indian Home Rule*. Trans. Mahadev Desai. Ahmedabad: Navajivan.
———. 2008. *Mahatma Gandhi: The Essential Writings*. USA: Oxford University Press.
Garver, J.W. 2001. *Protracted Contest: Sino-Indian Rivalry in the Twentieth Century*. New Delhi: Oxford University Press.
Gobel, R.J. 1995. 'China as an Embalmed Mummy: Herder's Orientalist Poetics'. *South Atlantic Review* 60(1): 111–129.
Guha, R. 2008. *India after Gandhi: The History of the World's Largest Democracy*. India: Picador.
Harvey D. 1989. The Condition of Postmodernity, Oxford: Blackwell.
Hegel, G.W. 2004. *Philosophy of History*. New York: Barnes and Noble.
Jalan, B. 1991. *India's Economic Crisis: The Way Ahead*. New Delhi: Oxford University Press.
Jameson, F. 1991. *Postmodernism, or the Cultural Logic of Late Capitalism*. Durham, N.C.: Duke University Press.
Jose, V.K. 2011. 'Falling Man: Manmohan Singh at the Centre of the Storm'. *The Caravan*, October issue: 1–8.
Khanna, T. 2008. *Billions of Entrepreneurs: How China and India are Reshaping their Futures and Yours*. New Delhi: PenguinViking.
Lash, S., and Urry, J. 1994. *Economies of Signs and Space*. London: SAGE Publications.
Lin, J.Y., Cai, F. and Li, Z. 1996. 'The Lessons of China's Transition to a Market Economy'. *Cato Journal* 16(1): 201–231.
MacFarquhar, R., and Schoenhals, M. 2006. *Mao's Last Revolution*. USA: Harvard University Press.
Mander, J., and Goldsmith E. (eds) 1996. *The Case against the Global Economy*. San Francisco: Sierra Club.

Martinez-Robles, D. 2008. 'The Western Representation of Modern China: Orientalism, Culturalism and Historiographical Criticism'. *Journal of the UOC's Humanities Department and Languages and Cultures Department* (8). Available at http://digithum.uoc.edu (accessed on 27 May 2016).

Marx, K. 1853. 'The British Rule in India'. In *Selected Works,* eds Karl Marx and Frederick Engels, 345–351. Moscow: Foreign Languages Publishing House.

Meng, Xin, Qian, N., and Yared, P. 2015. 'The Institutional Causes of China's Great Famine, 1959–1961'. *Review of Economic Studies* 82: 1568–1611.

Nayar, B.R. 1997. 'Nationalist Planning for Autarky and State Hegemony: Development Strategy Under Nehru'. *Indian Economic Review* 32(1): 13–38.

Needham, J. 1969. *Within the Four Seas: The Dialogue of East and West.* London: Allen & Unwin.

Nehru, J. 1946. *The Discovery of India.* New Delhi: Oxford University Press.

Panitch, L. 1994. 'Globalization and the State'. *Socialist Register* 60–93.

Singh, N. 2014. *One Life Is Not Enough: An Autobiography.* New Delhi: Rupa.

Soja, E.W. 1989. *Postmodern Geographies: The Reassertion of Space in Critical Social Theory.* London: Verso.

Srinivasan, T.N. and Tendulkar, S. 2003. *Reintegrating India with the World Economy.* Washington, DC: Institute for International Economics.

Steger, M.B. 2005. 'From Market Globalism to Imperial Globalism: Ideology and American Power after 9/11'. *Globalizations* 2(1): 31–46.

Stiglitz, J.E. 2002. *Globalization and Its Discontents.* New York: Norton.

Tarlo, E. 1996. *Clothing Matters: Dress and Identity in India.* Chicago, IL: University of Chicago Press.

Treiman, J.D., and Deng, Z. 1997. 'The Impact of the Cultural Revolution on Trends in Educational Attainment in the People's Republic of China'. *American Journal of Sociology* 103(2): 391–428.

Wallerstein, I.M. 1974–1989. *The Modern World System I–III,* Orlando, FL: Academic Press.

११

जागतिकीकरणोत्तर कालखंडातील प्रादेशिक विषमता

भारत आणि चीनचा अभ्यास

अरिंदम बानिक आणि अर्णब के. देब

विषयप्रवेश

दुसऱ्या महायुद्धानंतर विकसनशील देशांनी औद्योगिकीकरणाचे साधन म्हणून आयातपर्यायी नीती अवलंबिली. तथापि, गेल्या दोन दशकांमध्ये अनेक राष्ट्रांनी त्यांच्या विकास नीतीचे रूप बदलणे पसंत केले आणि व्यापार उदारीकरणाच्या माध्यमातून जागतिक आर्थिक एकत्रीकरणावर भर दिला. व्यापार उदारीकरणामुळे उत्पादन अल्पवेतनी राष्ट्रांकडे गेल्याने विकसनशील राष्ट्रांमध्ये नावीन्यपूर्ण प्रयोगांना प्रोत्साहन देऊन व्यापारी कृतीची पुनर्बांधणी करण्यात आली. उपलब्ध उत्पादन साधनांच्या उपलब्धतेनुसार (घटक घनता) आणि व्यापारावरील प्रतिबंध काढून टाकल्याने उद्योगांशी संबंधित समीकरणे बदलली. याबरोबरीने, परिणाम म्हणून उत्पादन साधने आयात-स्पर्धात्मक क्षेत्राकडून निर्याताभिमुख क्षेत्राकडे कलली. या राष्ट्रांनी आंतरराष्ट्रीय व्यापारात भाग घेतल्यामुळे एकंदर आर्थिक कल्याण आणि सरासरी वास्तव उत्पन्न साध्य करणे शक्य झाले. विशेषीकरण आणि तुलनात्मक लाभावर आधारित विनिमयामुळे कार्यक्षमतेवर आधारित लाभ होणे शक्य झाले. अंतिम आणि अर्धसिद्ध उत्पादितांचे बरेच प्रकार उपलब्ध असल्याने यामुळे सर्वाधिक कल्याण आणि अधिक उत्पादन ही उद्दिष्टे साध्य झाली.

आर्थिक विकास प्रक्रियेमध्ये विषमतेबाबतचा सहनशीलभाव बदलत होता. हर्चमन आणि रॉथचाईल्ड (१९७३) यांनी चार दशकांपूर्वीच या बाबीकडे लक्ष वेधले होते. हा 'घालमेलीचा प्रभाव'[१] (विषम आर्थिकवृद्धीमुळे निर्माण झालेल्या वाढत्या विषमतेप्रती सुरुवातीला दर्शवलेला सहनशील भाव) तात्पुरता आहे असा त्यांचा युक्तिवाद होता. म्हणून त्यांनी कुझ्नेत्स (१९५५) आणि काल्डोर (१९५७) यांच्या आकलनाला आव्हान दिले. विषमता-वृद्धी परस्परसंबंधांबाबत कुझ्नेत्स आणि काल्डोर यांचा भिन्न युक्तिवाद आहे. कुझ्नेत्स यांच्या मते, वृद्धीच्या सुरुवातीच्या टप्प्यावर विषमता वाढते. काल्डोर यांच्या मते, वृद्धीला चालना देण्यास विषमता आवश्यक असते. कुझ्नेत्स यांच्या मते, आर्थिकवृद्धी आणि विषमतेतील परस्परसंबंध

उलट्या U या आकाराने दर्शवता येतात. नवजात विकास अवस्थेत विवक्षित अर्थव्यवस्थेची वाटचाल अनौपचारिक ग्रामीण क्षेत्राकडून औद्योगिक क्षेत्राकडे होते. विकासाच्या या टप्प्यावर, ग्रामीण कृषी क्षेत्राची किंमत मोजून औद्योगिक क्षेत्राची वृद्धी होते आणि विषमतादेखील संक्रमणावस्थेतून प्रवास करते. कुझ्नेत्स यांचे उलट्या U दर्शवणाऱ्या वक्ररेषेचे स्पष्टीकरण 'द्वय अर्थव्यवस्थे'च्या गतिकीवर आधारित आहे (टर्नोव्स्की २०१३). काल्डोर यांनी याच बाबीचे अधिक प्रत्यक्ष स्पष्टीकरण दिले. गरिबांशी तुलना करता, धनाढ्यांचा बचतीकडे अधिक कल आहे. त्यामुळे, धनाढ्यांचा विचार करून पुनर्वितरण केल्यास अधिक बचतीस प्रोत्साहन मिळेल आणि अशा प्रकारे गुंतवणूक आणि वृद्धीसाठी संसाधने उपलब्ध होतील.

डेटन (२००३) यांनी नमूद केल्याप्रमाणे, विषमता हे विकासाचे अविभाज्य अंग आहे. काहींना दारिद्र्य आणि वंचितावस्थेतून 'पूर्ण सुटका' शक्य झाली असली तरी, काही लोक मात्र त्याच अवस्थेत गुरफटून राहू शकतात. हर्चमन आणि रॉथचाईल्ड यांनी कुझ्नेत्स आणि काल्डोर यांना आव्हान दिले तेव्हापासून वृद्धी आणि विषमता यांमधील परस्परसंबंध अधिक स्पष्टतेने समजून घेणे शक्य झाले आहे. आर्थिक वृद्धीमुळे दारिद्र्य नाहीसे होते आणि आर्थिक विषमता देखील नाहीशी होते या युक्तिवादाला आता अनेक अभ्यासांतून पुष्टी मिळाली आहे. भारत आणि चीन यांसारख्या उदयोन्मुख अर्थव्यवस्थांमध्ये व्यापार उदारीकरण प्रक्रियेच्या माध्यमातून गेल्या ४० वर्षांमध्ये वृद्धी अनुभवास आली आहे. तथापि, उत्पन्न वितरणावरील त्याचा परिणाम हा संशोधक वर्तुळातील गंभीर वादाचा मुद्दा आहे.

आंतरराष्ट्रीय व्यापार सिद्धान्तातील अंदाजानुसार, सर्वसाधारण परिस्थितीमध्ये ज्या राष्ट्रांकडे उत्पादन घटकांची मालकी आहे ती राष्ट्रे व्यापार उदारीकरणामध्ये देखील अढळ राहतील. मात्र, ज्या राष्ट्रांकडे अपुरी उत्पादन संसाधने आहेत ती राष्ट्रे मात्र यात टिकाव धरू शकत नाहीत. बहुतांश विकसनशील राष्ट्रांमध्ये अकुशल कामगार मोठ्या संख्येने उपलब्ध आहेत. या अनुषंगाने, व्यापार उदारीकरण अकुशल कामगारांसाठी उपयुक्त ठरल्यास एक प्रकारे या राष्ट्रांतील दारिद्र्य नाहीसे होईल. तथापि, कामगारांसह सर्वच उत्पादन घटकांच्या आंतरक्षेत्रीय गतिशीलतेच्या अभावामुळे व्यापार उदारीकरणामुळे शक्य असलेले दारिद्र्यनिर्मूलन अनुभवण्यात अडथळा निर्माण होतो. उत्पादन घटकांचे पुनर्वाटप होत नाही हे यामागील प्रमुख कारण होय. परिणामी, विशेषीकरणाचा देखील पूर्णतः उपभोग घेता येत नाही. याखेरीज, सर्व क्षेत्रांमध्ये वेतन असमानता अस्तित्वात आहे. अकुशल कामगारांना व्यापार उदारीकरणाचा लाभ होण्याची ही प्रमुख पूर्वअट आहे. मात्र, आंतरक्षेत्रीय घटक गतिशीलतेच्या अनुपस्थितीत ही पूर्वअट पूर्ण होत नाही. परिणामी, व्यापार

उदारीकरणामुळे ज्या क्षेत्रांची भरभराट होत आहे त्या क्षेत्रांमध्ये अकुशल कामगारांना सामावून घेता येत नाही, परिणामी, त्यांचे वेतन न्यून राहते (शिवाय, इतर श्रमिक बाजारपेठ ताठरतेमुळे त्यांच्या रोजगार स्थितीमध्ये विपरीत बदल होतो).

विवक्षित राष्ट्राला उदारीकरण आणि तदनंतर जागतिकीकरण प्रक्रियेमुळे कितपत लाभ होतो हे ताडून पाहण्यासाठी त्या राष्ट्राचे प्रादेशिक योगदान समजून घ्यावे लागते. कारण, जागतिकीकरणाच्या नंतरच्या काळात या राष्ट्रातील राज्ये अथवा प्रांत आपापली भूमिका कशी पार पाडतात यावर त्या राष्ट्राचे कल्याण आधारलेले असते. राज्ये किंवा प्रांतांतील उत्पादन रचना आंतरराष्ट्रीय मागण्यांना अनुसरून असणे साहजिकच आहे. तथापि, काही राज्ये/प्रांत असे करू शकत नसतील तर त्यातून प्रादेशिक मिळकत असमानता निर्माण होणे शक्य आहे. याचाच परिणाम म्हणून राष्ट्रीय पातळीवर विषम वेतन वितरण होते. येथे एक महत्त्वपूर्ण प्रश्न उपस्थित होतो: जागतिकीकरणाचा पूर्ण फायदा उठवण्यासाठी एखादे राज्य अथवा प्रांत कोणत्या मर्यादेपर्यंत उत्पादन क्षेत्राची पुनर्बांधणी करू शकते? भारत आणि चीन सारख्या भौगोलिकदृष्ट्या विस्तृत आणि उदयोन्मुख अर्थव्यवस्थांमध्ये असमान प्रादेशिक विकास पाहावयास मिळतो. जगाप्रती व्यापाराची दालने खुली केल्याने राष्ट्रातील सर्व प्रदेशांवर समान प्रभाव होतो काय हे जाणून घेणे या अर्थव्यवस्थांच्या दृष्टीने महत्त्वाचे ठरते. या पार्श्वभूमीवर, प्रस्तुत लेखामध्ये प्रादेशिक विषमतेसंबंधी काही अलीकडचे कल तुलनात्मक पद्धतीने चर्चिले आहेत. तसेच, भारत आणि चीन यांसारख्या मोठ्या आणि उदयोन्मुख राष्ट्रांतील प्रादेशिक विषमतेची शक्य कारणे शोधण्याचा प्रयत्न केला आहे.

भारतातील आर्थिक सुधारणा: उदारीकरण, खाजगीकरण आणि जागतिकीकरण

सन १९९१मध्ये भारताने आंतरराष्ट्रीय व्यवहार ताळेबंदी संबंधी मोठ्या संकटाला तोंड दिले. या संकटाचे वादळ खरेतर सन १९८०च्या दशकाच्या मध्यापासूनच घोंगावत होते. याचाच परिणाम म्हणून देशांतर्गत गुंतवणूक, व्यापार, परकीय गुंतवणूक आणि सार्वजनिक व वित्तीय क्षेत्राशी संबंधित धोरणांमध्ये मोठ्या प्रमाणात सुधारणा करणे भाग पडले. भारतीय अर्थव्यवस्थेची कार्यक्षमता वर्धित करणे हे अशा धोरण सुधारणांचे प्रथम स्पष्ट उद्दिष्ट होते. भारतीय अर्थव्यवस्थेची वृद्धी जलद गतीने व्हावी आणि तिने जागतिक स्पर्धात्मकतेत तग धरावी हे द्वितीय उद्दिष्ट होय. सन १९९०च्या दशकाच्या सुरुवातीला धोरणबदलाचे वारे वाहू लागले. या काळात नवउदारमतवादावर आधारित कार्यक्रम निःसंकोचपणे स्वीकृत करण्यात आले.

यामुळे अर्थव्यवस्थेतील राष्ट्राच्या भूमिकेप्रतीचा दृष्टिकोनच बदलला. या काळातील आर्थिक धोरणांचा राष्ट्राच्या भूमिकेपासून ढळून उदारीकरण, खाजगीकरण आणि जागतिकीकरण यासाठी आवश्यक न्याय्य वितरणाकडे निदेषित होता (पाल आणि घोष २००७). आर्थिक अवस्थांतराच्या या टप्प्यामुळे अर्थव्यवस्थेच्या जवळजवळ सर्व प्रमुख क्षेत्रांच्या एकूण आर्थिक विकासावर प्रचंड प्रमाणात परिणाम झाला. गेली दोन दशके त्याचा होणारा परिणाम दुर्लक्षित करणे केवळ अशक्य आहे. याखेरीज, भारतीय अर्थव्यवस्था वैश्विक अर्थव्यवस्थेमध्ये सामावण्याची प्रक्रिया खऱ्या अर्थाने याच वेळी सुरू झाली. भारताच्या संदर्भात, जागतिकीकरण म्हणजे अर्थव्यवस्था परकीय प्रत्यक्ष गुंतवणुकीसाठी खुली करणे होय. परदेशांतील कंपन्यांना भारताच्या आर्थिक परिघातील विविध क्षेत्रांमध्ये गुंतवणूक करण्याची संधी उपलब्ध करून देणे यामध्ये अभिप्रेत आहे. बहुराष्ट्रीय कंपन्यांवरील भारतात प्रवेश करणण्यासंबंधीची बंधने आणि तद्संबंधी अडथळे काढून टाकणे, भारतीय कंपन्यांना परकीय कंपन्यांशी सहकार्य करण्यास परवानगी देणे, या कंपन्यांना परदेशात तेथील कंपन्यांसह सहयोग तत्त्वावर उपक्रम राबवण्यास प्रोत्साहन देणे, जकात आणि आयात मूल्यावरील बंधने काढून मोठ्या प्रमाणात आयात उदारीकरण कार्यक्रम राबवणे या सर्व बाबींचा यात समावेश होतो; म्हणून भारतातील सन १९९१च्या आर्थिक सुधारणा जागतिकीकरण म्हणून ओळखल्या जातात.

सन १९८०च्या दशकामध्ये भारतामध्ये आर्थिक सुधारणांना आणि आर्थिक धोरणावरील चर्चेला सुरुवात झाली. ही चर्चा आजही सुरू आहे. सन १९९१मध्ये खऱ्या अर्थाने नवे आर्थिक धोरण लागू होण्यापूर्वी एक शंका व्यापकार्थाने रूढ होती–उदारीकरण आणि बाजारपेठीय शक्तींवर अवास्तव अवलंबित्व प्रादेशिक, ग्रामीण-शहरी आणि ऊर्ध्व विषमतेस कारणीभूत ठरेल (पाल आणि घोष २००७) ही ती शंका होय.

चीनमधील आर्थिक सुधारणा: उदारीकरण, प्रत्यक्षीकरण, विपणन आणि निगमीकरण

वैश्विक अर्थव्यवस्थांच्या जागतिकीकरण प्रक्रियेमध्ये चीनचा सहभाग हे जगाच्या इतिहासाचे ठळक वैशिष्ट्य होय. अर्थव्यवस्थेतील स्पर्धात्मकतेला चालना देणे हा अशा एकीकरणामागील तर्क होता. अशी स्पर्धात्मकता राष्ट्राच्या मालकीच्या अकार्यक्षम उपक्रमांवरील निर्बंध काढून टाकील आणि तद्नंतर, असे उपक्रम स्पर्धात्मकतेमध्ये टिकाव धरतील अशा अपेक्षेवर हा तर्क आधारित होता. डिसेंबर १९७८मध्ये, चिनी कम्युनिस्ट पक्षाचे डेंग झीयाओपिंग यांनी जागतिकीकरणाचे महत्त्व जाणले होते.

त्यानुसार, चिनी अर्थव्यवस्थेचे नियोजनाधारित स्वरूप बदलून तिचे रूपांतर बाजारपेठीय अर्थव्यवस्थेत करण्याचे उद्दिष्ट ध्यानात घेऊन त्यांनी आर्थिक सुधारणांची सुरुवात केली. यानुसार, सन १९७८पासून चीनने बाजारपेठ अभिमुख आर्थिक सुधारणांचे धोरण स्वीकृत केले. हे धोरण उदारीकरण, प्रत्यक्षीकरण, विपणन आणि निगमीकरणावर आधारित होते (ली १९९७; पर्किन्स १९८८, १९९४). परिणामी, राष्ट्राची वास्तव आर्थिक वृद्धी सरासरी ८% इतकी आणि उत्पादकता साधारण ३% इतकी राहिली (बोरेन्झटेन आणि ऑस्ट्री १९९६; चाऊ आणि ली २००२).

आर्थिक सुधारणांच्या पहिल्या टप्प्यात प्राथम्याने कृषिक्षेत्रावर भर देण्यात आला असला तरी चीनने अर्थव्यवस्था खुली करताना जागरूक पवित्रा घेतला होता. सन १९८०च्या दशकातील प्रमुख सुधारणांमध्ये औद्योगिक सुधारणा, राष्ट्रीय बँकांची पुनराभिमुखता, किंमत सुधारणा आणि वित्तीय सुधारणा यांचा समावेश होता. शासनाने पाच विशेष आर्थिक क्षेत्रांची स्थापना केली–पैकी, तीन क्षेत्रे गुआंगडाँग प्रांतात सन १९८०मध्ये स्थापन करण्यात आली. सुधारणा जसजशा व्यापक होत गेल्या तसतशी इतर आर्थिक क्षेत्रांची स्थापना करण्यात आली. केंद्र नियोजित अर्थव्यवस्थेची संक्रमणावस्था हळूहळू उलगडत होती. सन १९८०च्या दशकाच्या शेवटाकडे, पुरवठा कोंडी आणि प्रचंड महागाईमुळे अर्थव्यवस्थेवरील ताण वाढतच गेला (ली १९९४). सन १९९३च्या मितव्ययी योजनेपासून खऱ्या अर्थाने वित्तीय सुधारणांची सुरुवात झाली. या योजनेन्वये, गुंतवणूक पाश्चिमात्य प्रांतांकडे पुनर्निदेषित करण्यात येणार होती. सन १९९५च्या सुधारणांन्वये बँक क्षेत्रात सुधारणा घडवून आणण्यात आल्या तर, सन १९९७मध्ये राष्ट्राच्या मालकीच्या उपक्रमांमध्ये सुधारणा घडवून आणण्यात आल्या; या सुधारणांन्वये उत्पादन प्रक्रियेतील राष्ट्राचा हस्तक्षेप कमी करणे हे उद्दिष्ट होते. बऱ्याच वाटाघाटींनंतर डिसेंबर २००१मध्ये जागतिक व्यापार संघटनेत चीनला सहभागी करून घेऊन चीनचा व्यापार मोठ्या प्रमाणात खुला करण्यात आला. सन २००१मध्ये चीनला जागतिक व्यापार संघटनेत सामावून घेणे हा वरिष्ठ नेतृत्वाचा अतिशय महत्त्वाचा निर्णय होता. चिनी आर्थिक उपक्रमांसाठी ही एक मोठी जोखीम होती; याचे कारण असे की, व्यापार संघटनेत सहभागी होण्यापूर्वी जागतिक उपक्रमांच्या तुलनेत चिनी उपक्रम बऱ्याच प्रमाणात दुबळे होते (नोलन २००१, २००४).

जागतिक व्यापार संघटनेतील सहभाग आणि परकीय प्रत्यक्ष गुंतवणुकीमुळे गुंतवणूक क्षेत्रात झालेली ही नवी भरभराट उल्लेखनीय होती. यामुळे 'जगाला उत्पादने पुरवणारा कारखाना' अशी चीनची ओळख प्रस्थापित झाली. किनाऱ्याकडील प्रदेशांत बहुसंख्य लोकसंख्येचे वास्तव्य होते, याच प्रदेशात बहुतांश परकीय

गुंतवणूक करण्यात आली. सन २000मध्ये अंतर्गत व्यापार विकासासाठी चीनने 'पाश्चिमी विकास नीती' स्वीकृत केली. सन २00३च्या शेवटी चीनमधील परकीय प्रत्यक्ष गुंतवणुकीचे प्रत्यक्ष मूल्य ५00 अब्ज डॉलर्सपर्यंत पोहोचले. सन १९८0च्या दशकाच्या दरम्यान परकीय प्रत्यक्ष गुंतवणूक १९ कोटी डॉलर्सपेक्षा कमी होती. व्यापक बाजारपेठ आणि सहजसुलभ उपलब्ध कामगार यामुळे चीन जणू बहुराष्ट्रीय कंपन्यांचे तळ म्हणून आकारास आले. बहुराष्ट्रीय कंपन्यांनी चीनचा वापर काही आंतरिक आर्थिक कृतींसाठी केला. चिनी बाजारपेठेचे नेतृत्व हळूहळू या बहुराष्ट्रीय कंपन्यांकडे आले. तेथील उच्च उत्पन्नाची क्षेत्रे आणि आंतरराष्ट्रीय व्यापार क्षेत्रांवर या कंपन्यांचा वट प्रस्थापित झाल्याने स्पर्धेचे वातावरण निर्माण झाले. जागतिक व्यापार संघटनेसह केलेल्या करारांमुळे चीनमधील औद्योगिक धोरणे रद्दबातल करण्यात आली. परिणामस्वरूप, सरकारी उद्योगांमध्ये चीनने अवाजवी हस्तक्षेप केला. या उद्योगांमध्ये स्पर्धात्मकता रुजवणे हा हेतू नसून अशा उद्योगांची व्याप्ती वाढवणे, त्यांची मक्तेदारी प्रस्थापित करून ते उद्योग अधिकाधिक लाभदायक बनवणे हा चीनचा अट्टाहास होता. यामुळे चीन प्रामुख्याने, *संपूर्ण जगाचा जुळवणी कारखाना* म्हणून नावारूपास आला; जागतिक पुरवठा साखळीचे एक विस्तारित रूप म्हणून चीनची ओळख निर्माण झाली. जागतिकीकरणातून चीनचा सर्वाधिक फायदा झाला असे विद्यमान काळातील प्रस्थापित मत आहे. चीनच्या वाढत्या स्थूल देशांतर्गत उत्पन्नातून ही बाब स्पष्ट देखील होते. चिनी उद्योग अधिकाधिक प्रस्थापित आणि प्रभावी होत आहेत. झपाट्याने औद्योगिकीकरणाच्या माध्यमातून चीनची आर्थिक महासत्ता होण्याची धडपड दृग्गोचर आहे.

भारतातील प्रादेशिक विषमता आणि सुधारणोत्तर काळातील त्याची नेमकी कारणे

सन १९६0 आणि ७0च्या दशकांमध्ये भारतातील सरासरी वृद्धिदर ३.४%च्या आसपास होते. म्हणजेच, दरडोई वृद्धिदर जवळजवळ १% इतका होता. सन १९८0च्या दशकाच्या मध्यापासून राष्ट्रीय उत्पन्नातील वृद्धिदर, विशेषतः १९९३ मधील वृद्धिदर सन १९६0 आणि ७0च्या दशकाशी तुलना करता सरासरीपेक्षा अधिक होता असे लक्षात येते. सन १९९३-९४ आणि १९९९-२000 या दरम्यान दरडोई रोख राष्ट्रीय उत्पन्नाचा वृद्धिदर प्रतिवर्षी ४.८% इतका होता (मार्जीत आणि कार २00८). सन १९९१च्या आर्थिक सुधारणांनंतर भारताने एकूण वृद्धीमध्ये महत्त्वपूर्ण रचनात्मक बदल अनुभवला असा प्रस्थापित समज आहे. यापूर्वीच्या दशकातील सरासरी वृद्धिदर प्रतीवर्षी ७.८% इतका लक्षणीय होता.

सन २००८-०९ आणि २००९-१०च्या आर्थिक संकटाच्या दरम्यान, जगातील सर्व अर्थव्यवस्थांवर वैश्विक वित्त संकटाचे सावट होते. यावेळी भारतीय अर्थव्यवस्थेने मोठ्या प्रमाणात चिवटपणा सिद्ध केला. यावेळी अर्थव्यवस्थेचा सरासरी वृद्धिदर प्रतिवर्ष ६% पेक्षा अधिक होता. तथापि, सुधारणांनंतरच्या काळातील वृद्धी प्रक्रिया टीकेस पात्र होती. या प्रक्रियेमुळे प्रादेशिक विषमता वाढीस लागली असे आक्षेप नोंदवले गेले. राष्ट्रीय पातळीवरील वृद्धीचा लाभ देशातील सर्वच राष्ट्रांना झाला नाही. समृद्ध आणि अविकासित प्रदेशांतील दरडोई उत्पन्नाच्या पातळ्यांमध्ये देखील फरक होता. तोपालोवा (२००५) यांच्या युक्तिवादानुसार, आयातयोग्य वस्तूंवरील आयात कर कमी केल्याने भारतातील विविध आयातसक्षम जिल्ह्यांतील दारिद्र्य आणि त्याची प्रखरता कमी करणे शक्य झाले नाही. हा उपाय, परिणामकारक ठरला नाही.

वृद्धीच्या नवअभिजात सिद्धान्तानुसार, ज्याप्रमाणे बंदिस्त अर्थव्यवस्थेत केंद्रीभूततेमुळे विकसित प्रदेशातील भांडवलावरील सीमान्त परतावा कमी होतो, त्याचप्रमाणे, विवक्षित प्रदेशाचा वृद्धिदर आणि उत्पन्नाच्या प्राथमिक पातळीमध्ये प्रतिलोमी स्वरूपाचे संबंध असतात. एलिझोन्डो आणि क्रूगमन (१९९६) यांच्या आर्थिक-भौगोलिक आणि आंतरराष्ट्रीय व्यापार संबंधी नोंदींमध्ये देखील असाच युक्तिवाद केला आहे. त्यांच्या मते, संघराज्यीय अर्थव्यवस्थेतील प्रादेशिक विषमता आर्थिक क्षेत्राच्या जागतिकीकरणामुळे कमी होईल. आंतरराष्ट्रीय स्पर्धेमुळे उत्पादकता आणि व्यापारी केंद्रांची एकाधिकारशाही नाहीशी होते. तथापि, सैद्धान्तिक अंदाजांच्या अगदी उलट भारतीय अर्थव्यवस्थेच्या संदर्भात वस्तुनिष्ठ अभ्यासावरून असे लक्षात आले आहे की, विशेषतः सन १९९१ नंतर उदारीकरण आणि अनियंत्रितता धोरणे स्वीकृत केल्यापासून प्रादेशिक विषमता अधिकाधिक वाढत आहे.

भारतातील विविध प्रदेशांतील प्रस्थापित विषमतेची व्याप्ती समजून घेण्यासाठी प्रादेशिक विषमतेला चालना देणारे विशिष्ट घटक लक्षात घ्यावे लागतात. तक्ता ११.१मध्ये उदारीकरणाच्या नंतरच्या काळातील गिनी गुणक आणि स्थूल राज्यांतर्गत उत्पन्न (GSDP) सूचित केले आहे. दोन्ही निर्देशांकांनुसार, प्रादेशिक विषमतेचा वर्धित होणारा आलेख स्पष्ट होतो. सुधारणांच्या काळात वर्धित आर्थिक कार्यक्षमता, आर्थिक साहाय्यामध्ये कपात आणि जागतिकीकरणान्वये आलेले उत्तरदायित्व यामुळे सुधारणांच्या नंतरचा काळ प्रामुख्याने महत्त्वाचा ठरतो. उपरोक्त बाबींच्या परिणामांमुळे पायाभूत सोयीसुविधांशी निगडित कार्यक्रम आणि योजना पुनाराभिमुख झाल्या आणि ओघानेच त्याद्वारे विकसित प्रदेशांना प्राधान्य देण्यात आले. परिणामी, या काळाचा सर्वांगाने वेध घेतल्यास, सन १९९०च्या दशकाच्या मध्यात एकदोन वर्षांचा अपवाद वगळता, सुधारणांच्या नंतरच्या काळात विषमता वाढतच गेल्याचे लक्षात येते.

वर्ष	कमीतकमी ते जास्तीतजास्त दरडोई स्थूराउ निर्देशांक (टक्के)	फरकाचा निर्देशांक (लोकसंख्या भारीत)	अ-भारीत नोंदी	गिनी गुणक (लोकसंख्या भारीत)
१९९३-९४	३०.५२७	३४.५४९	३८.३३	०.१९१७
१९९६-९७	२७.५८७	३६.७८१	लागू नाही	०.२०७१
१९९९-२०००	२८.८९९	३७.४१७	३५.०९	०.२१७३
२००१-०२	२१.५५६	३५.६१०	लागू नाही	०.२०७८
२००२-०३	२१.६०८	३६.६८६	लागू नाही	०.२७७१
२००३-०४	२२.७०५	३६.२३०	लागू नाही	०.२२९०
२००४-०५	२०.१०५	(अ) ३८.४४ (ब) ३८.९०	(अ) २९.८१ (ब) ३४.१५	०.२४०९

तक्ता ११.१: *दरडोई स्थूल राज्यांतर्गत उत्पन्नातील फरकः भारीत आणि अभारीत निर्देशांक*

स्रोत: कुंडू आणि वर्गिस (२०१०).

याशिवाय, दरमाणशी उपभोगावरील व्यय हा अनेक आर्थिक निर्देशांकांपैकी एक निर्देशांकदेखील उत्पन्नाप्रमाणेच चढता कल दर्शवते. संपूर्ण भारत पातळीवर फरकाचा निर्देशांक (CV) सन १९९३-९४मध्ये १७.६% आणि सन २००४-०५ मध्ये २४.४% इतका वृद्धिदर दर्शवतो (आकृती ११.१). सर्व राज्यांतील ग्रामीण भाग आणि लहान शहरी केंद्रांमध्ये देखील असेच स्वरूप पाहावयास मिळते. सन १९९०च्या दशकामध्ये आणि तद्नंतरच्या पाच वर्षांमध्ये प्रादेशिक विषमता अधिकच वाढली आहे असा अंदाज वर्तवणे शक्य आहे–याच काळाने रचनात्मक सुधारणांचा पहिला आणि दुसरा टप्पा अनुभवला होता.

उदारीकरणाच्या नंतरच्या काळातील मागास राज्ये कोणती ही जाणून घेताना, राज्यपातळीचा स्वतंत्रपणे आढावा घेऊन प्रत्येक राज्याचे आर्थिक वर्तन लक्षात घ्यावे लागते. अहमद आणि नरेन (२००८) यांनी भारतीय राज्यांचे वर्गीकरण केले आहे. त्यानुसार, 'उच्च', 'मध्यम' आणि 'अल्प' वेतनी राज्ये अशी विभागणी केली आहे. या वर्गवारीमध्ये ईशान्येकडील राज्यांचा एक स्वतंत्र विभाग होय. म्हणून, या राज्यांना वित्त आयोगाकडून विशेष अनुदान आणि प्राधान्याची वागणूक दिली जाते. दरमाणशी उत्पन्नाची कमी पातळी असलेल्या राज्यांमध्ये अल्प-उत्पन्न वृद्धी झाली. सन १९८०च्या नव्हे तर सन १९९०च्या दशकामध्ये देखील हेच

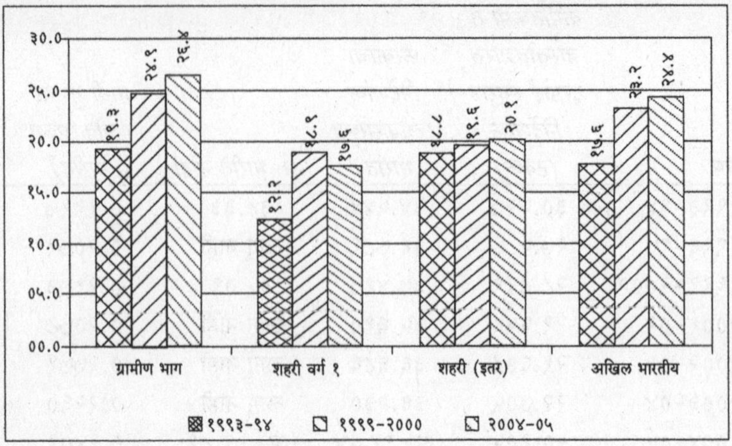

आकृती ११.१: *दरडोई उपभोग खर्चाची राज्यांतर्गत विषमता*
स्रोत: कुंडू आणि वर्गिस (२०१०)

निरीक्षण कायम राहिले असे प्रस्तुत प्रकरणात नमूद केले आहे. सन १९८०च्या दशकामध्ये अल्प-उत्पन्न गटातील राज्ये आणि ईशान्येकडील राज्ये यांमध्ये अनुक्रमे २.५ टक्के आणि २.८ टक्के इतका वृद्धिदर नोंदवण्यात आला. हे आकडे राष्ट्रीय उत्पन्न सरासरीपेक्षा बरेच कमी आहेत. सन १९९०च्या दशकामध्ये हेच आकडे अनुक्रमे २.३ आणि २.५ टक्क्यांपर्यंत गेले (कुंडू आणि वर्गिस २०१०).

विवक्षित राज्यांचा वृद्धिदर लक्षात घेता असे लक्षात येते की, आसाम, बिहार (झारखंडसह), मध्य प्रदेश (छत्तीसगडसह), ओरिसा आणि उत्तर प्रदेश (उत्तराखंडसह) यांसारख्या अल्प उत्पन्न राज्यांमध्ये सन १९८०च्या दशकामध्ये सरासरी वृद्धिदर खूपच कमी होते. सन १९९०च्या दशकात हे वृद्धिदर अधिकच घसरले. अल्प वृद्धिदर आणि वृद्धिदरांतील अस्थैर्य (हे निरीक्षण विवक्षित राज्यांच्या अभ्यासावर आधारित आहे) यामुळे या राज्यांसमोर अधिक गंभीर प्रश्न उपस्थित झाले. याशिवाय, मध्यम आणि उच्च उत्पन्न असलेल्या राज्यांच्या अगदी विरुद्ध या राज्यांमध्ये दरडोई उत्पन्नामध्ये घट दिसून येते. तसेच, सन १९९०च्या दशकामध्ये किमान दोन वर्षे कोणतीही वृद्धी झालेली नाही असे निदर्शनास येते. राज्य पातळीवरील इतर आर्थिक निकष वापरून केलेल्या इतर अभ्यासावरून गेल्या शतकातील अखेरच्या दोन दशकांमध्ये विषमतेचा दर वाढता राहिला आहे याबाबत खात्री होते. यावरून प्रादेशिक विषमतेला पुष्टी मिळते. दरडोई राज्यांतर्गत उत्पन्न (SDP) पातळी आणि वृद्धीवर आधारित मागास प्रदेशांच्या विभागामध्ये अंतर्भूत

आठ राज्ये (तीन नवनिर्मित राज्यांसह) नमूद करता येतात. ही राज्ये पुढीलप्रमाणे होतः बिहार, झारखंड, ओरिसा, मध्यप्रदेश, छत्तीसगड, उत्तर प्रदेश, उत्तराखंड आणि आसाम (कुंडू आणि वर्गीस, २०१०; आणि पहा तक्ता ११.२)

	राज्यांतर्गत उत्पन्नातील वाढ			*राज्यांतर्गत दरडोई उत्पन्न*		
राज्ये	*१९९७-९९*	*२००३-०५*	*२००७-०९*	*१९९७-९९*	*२००३-०५*	*२००७-०९*
आंध्र प्रदेश	५.१२	९.२५	९.१०	१०,१६०	१३,११६	१८,००१
आसाम	१.३२	४.९०	६.३६	६,५८६	७,६०२	८,६४०
बिहार	२.४७	५.४८	१४.११	३,५३९	३,११२	५,३३२
छत्तीसगड	२.९०	१०.२६	८.१०	८,२५६	१०,४१२	१२,७०१
गुजरात	३.४४	१२.३६	१०.८९	१५,६१३	२०,३४९	२६,४४७
हरियाणा	४.८८	९.०७	९.६९	१४,७४२	२०,२६०	२५,११०
हिमाचल प्रदेश	६.७४	८.०६	८.४२	११,६२५	१५,५९०	१९,१६२
जम्मू काश्मीर	५.११	५.५२	५.९०	८,६०१	९,६०८	१०, ६९६
झारखंड	९.७५	४.४९	८.०८	८,४४८	९,२९७	१०,९६७
कर्नाटक	८.३२	८.९५	८.४४	११,७१५	१४,५१८	१८,५२९
केरळ	५.८३	८.४६	१०.००	१०,९६१	१५,३३९	२०,१०४
मध्य प्रदेश	७.३६	६.३८	४.१४	८,७५९	९,३७४	१०,२०४
महाराष्ट्र	६.२३	८.७९	९.०१	१६,४१४	२०,३१९	२५, ११०
ओरिसा	६.८७	११.२३	८.२३	६,४६६	८,२९०	१०,३०९
पंजाब	४.७४	५.१७	६.७०	१६,३२०	१८,९००	२१,६०३
राजस्थान	५.८२	११.२४	८.७६	९,७०८	११,०२१	१२,८६२
तमिळनाडू	६.३५	९.७८	६.७५	१३,२४३	१६,६६३	२१,०९०
उत्तर प्रदेश	२.७३	४.७७	१०.७१	६,४५२	७,०९०	८,५७३
उत्तरांचल	१.४३	१५.२८	७.५२	८.३५६	१२,८४४	१६,८२७
पश्चिम बंगाल	७.१६	६.२७	७.७२	९,८२७	१२,५४०	१४,९२९
मध्य	५.२३	८.३१	८.४७	१०,२९३	१२,९००	१५,८६४
राज्यांतर्गत उत्पन्न	२.२८	२.९१	२.०४	३,५६६	४,८१४	६,२२३
फरकाचा निर्देशांक	०.४३६	०.३५०	०.२४०	०.३४७	०.३७३	०.३९२
भारीत फरकाचा निर्देशांक	०.४०९	०.३२५	०.२४४	०.३८३	०.४२२	०.४४१

तक्ता ११.२: *दरडोई राज्यांतर्गत उत्पन्न आणि निवडक राज्यांतील राज्यांतर्गत उत्पन्नातील वाढ*

स्रोत: कुंडू आणि वर्गीस (२०१०)

उपरोक्त चर्चेवरून सुधारणा काळादरम्यान भारतातील प्रदेशांतर आणि प्रदेशांतर्गत विषमतेमध्ये जाणवण्याइतकी वाढ झाली आहे असे लक्षात येते. तथापि, केवळ उत्पन्नातील विषमता नसून ती आरोग्य आणि शिक्षण क्षेत्रात देखील प्रतिबिंबित होते (अधिक तपशिलासाठी पहाः पाल आणि घोष २००७). तथापि, या प्रकरणातील आपला भर वेगळ्या विषयावर आहे. जागतिकीकरणाच्या काळात भारतीय अर्थव्यवस्थेतील विभिन्न क्षेत्रांतील वाढती उत्पन्न विषमता हा मुद्दा येथे विचारार्थ घेतला आहे. जागतिकीकरण म्हणजे भारतीय अर्थव्यवस्थेतील विविध क्षेत्रांतील उदारीकरणाचे निष्पन्न होय. या अनुषंगाने, प्रस्तुत प्रकरणात, उदारीकरण आणि तद्नंतर रूढ झालेली जागतिकीकरण प्रक्रिया त्या काळातील प्रादेशिक उत्पन्न विषमतेस कितपत कारणीभूत ठरली हे तपासून पाहणार आहोत.

व्यापार उदारीकरण हा सन १९९१च्या उदारीकरण प्रक्रियेचा महत्त्वपूर्ण घटक होय. व्यापार उदारीकरणाचे धोरण निर्यात क्षेत्राकडे कलीत असून आयात क्षेत्राच्या विरोधी पवित्रा घेणारे असल्याने मुळातच त्याचे स्वरूप असमान आहे. व्यापारातून झालेल्या लाभाचे पुनर्वितरण केल्याखेरीज व्यापार उदारीकरणाद्वारे होणाऱ्या उत्पन्न वितरणाचे स्वरूप बदलते राहील. परिणामी, विषमता अधिकच फोफावेल. भारतातील आर्थिक वर्तन देखील असेच काहीसे होते. अनेक वस्तुनिष्ठ अभ्यासांवरून खुला व्यापार आणि वाढत्या प्रादेशिक विषमता यातील संबंध उघड झाले आहेत. सन १९९१मधील व्यापार उदारीकरण प्रक्रियेमुळे केवळ धनाढ्य राज्यांतील (कर्नाटक, आंध्र प्रदेश आणि तमिळनाडू) सर्वाधिक उत्पन्नप्रवण उद्योगांच्या वृद्धीला चालना मिळाली असे एघीओन, बर्गेस, रेडिंग आणि झिलीबोट्टी (२००४) यांच्या अभ्यासावरून लक्षात आले आहे. यामुळे अर्थातच प्रादेशिक विषमता वाढली.

डॉमोल (२०१०) यांनी खुला व्यापार आणि वाढती प्रादेशिक विषमता यातील संबंधांचे परीक्षण केले आहे. सन १९८०-२००३ या काळातील तथ्यांच्या आधाराने त्यांनी एक बाब निदर्शनास आणून दिली: आंतरराष्ट्रीय व्यापार अंतर्गत भारताची वाढती वैश्विक भूमिका आणि वाढत्या प्रादेशिक विषमता या बाबी समांतर पद्धतीने विकसित झाल्या आहेत. सन १९९०च्या दशकामध्ये दैशिक बाजारपेठ आंतरराष्ट्रीय बाजारपेठेप्रती खुली केल्याने दक्षिण भारतामध्ये संपत्तीसंचयाची प्रक्रिया सुरू झाली; दक्षिण भारत हे सीमेकडील क्षेत्र असून या क्षेत्राला परकीय बाजारपेठांमध्ये सहभागाची संधी नव्हती असे मत या अभ्यासान्वये प्रस्थापित करण्यात आले. ऐतिहासिकदृष्ट्या, दाक्षिणात्य प्रदेशाला व्यापारी बंदरांचा वारसा आहे. परकीय व्यापारी आणि प्रवाशांचे येथे कायमच स्वागत झाले आहे. वर्तमानातील भारतातील दक्षिण किनाऱ्यावरील उद्योग आंतरराष्ट्रीय आणि अंतर्गत बाजारपेठांच्या मागण्या

पूर्ण करण्यास सक्षम आहेत. सन १९९१मध्ये भारतीय अर्थव्यवस्था जागतिक बाजारपेठेप्रती खुली झाल्यानंतर, इतर भूवेष्टित प्रदेशांच्या तुलनेने हे प्रदेश अधिक फायद्यात राहिले. परकीय आणि भारतीय उद्योगांना हा प्रदेश लक्षवेधी वाटण्याचे आणखी एक कारण होतेः येथील राज्यशासन अधिक सक्षम होते आणि स्थानिक शिक्षण दर्जात्मक होते (गुहा २००७).

व्यापार उदारीकरणामुळे प्रादेशिक विषमता फोफावण्याचे आर्थिक वृद्धी हे आणखी एक माध्यम होते. खुला व्यापार आणि वृद्धीवरील कॅल्डेरॉन, लोयझा, आणि स्किम-हेबेल (२००४) यांच्या अलीकडच्या अभ्यासावरून एक बाब प्रस्थापित झाली आहे: दरमाणशी उत्पन्नाची अल्प पातळी आहे अशा राष्ट्रांत वृद्धीचा परिणाम नगण्य होतो आणि ज्या राष्ट्रांनी विशिष्ट विकास साध्य केला आहे अशा राष्ट्रांमध्ये वृद्धीचा सकारात्मक परिणाम पाहायला मिळतो. याच तर्कानुसार, खुला व्यापार विकसित भारतीय राज्यांसाठी लाभदायक तर, इतर राज्यांसाठी हानिकारक ठरला होता; यामुळेच अन्वयाने प्रादेशिक विषमतांना खतपाणी मिळाले.

देशातील वित्त क्षेत्राच्या उदारीकरणामुळे प्रस्थापित झालेले जागतिकीकरण प्रादेशिक विषमता अधिकच फोफावणारे ठरले. पाल आणि घोष (२००७) यांच्या युक्तिवादानुसार, 'राष्ट्रीय बँकांनी प्राधान्य क्षेत्रा'ला कर्ज द्यावयाचे नियम शिथिल करणाऱ्या धोरणांमुळे वित्त उदारीकरणाचे सर्वाधिक दुष्परिणाम झाले. सन १९८०च्या दशकापर्यंत राष्ट्रीय बँकांना प्राधान्य क्षेत्राच्या कर्जासंबंधीची उद्दिष्टे पूर्ण करणे बंधनकारक होते. मात्र, उदारीकरणाच्या नंतरच्या काळात प्राध्यान्य क्षेत्राची व्याख्याच अधिक विस्तृत करण्यात आली. यांमध्ये इतर अनेक बाबी समाविष्ट करण्यात आल्या. बँकिंग क्षेत्राने इतर कोणत्याही बाबींपैकी बेसल नियमांमध्ये नमूद केलेल्या भांडवल पर्याप्ततेकडे अधिक लक्ष दिले. परिणामी, असे लक्षात येते की, आता जास्तीत जास्त बँका लहान शेतकरी अथवा लहान उद्योजकांना कर्ज देण्याकडे दुर्लक्ष करतात. असे लोक कर्ज फेडू शकतील याबाबत शाश्वती नसल्याने बँकांनी असे पाऊल उचलल्याचे लक्षात येते. लहान उपक्रमांद्वारे सर्वाधिक रोजगारनिर्मिती होत असली तरी या उपक्रमांच्या व्यवहार्यता आणि संस्करणावर बँकांच्या उपरोक्त धोरणाचे अनेक आकस्मिक परिणाम झाले. परिणामी, उत्पन्न वाटप आणि दारिद्र्यनिर्मूलनावर देखील अप्रत्यक्ष परिणाम झाले. याशिवाय, भारतातील परकीय प्रत्यक्ष गुंतवणुकीच्या प्रवाहामुळे सकल राष्ट्रीय भांडवल निर्मितीस साहाय्य झाले. मात्र या बाबीचे सामान्यीकरण झाले नाही. ही प्रक्रिया भौगोलिक आणि प्रादेशिकदृष्ट्या काही विशिष्ट ठिकाणांपर्यंत सीमित राहिली. यामुळे देशातील आंतर-राज्यीय आणि आंतर-प्रदेश विषमतेत आणखी भर पडली.

भारतातील सुधारणांच्या काळात वित्तीय तूट भरून काढण्यावर अतिरेकी भर देण्यात आला. भारतातील विषमतेमध्ये भर घालणारा हा आणखी एक महत्त्वपूर्ण घटक होता. प्रभावी गटांच्या दबावामुळे भारतातील प्रत्यक्ष आणि अप्रत्यक्ष कराचे दर घसरले. याचवेळी शासनाला चालू खर्चामध्ये कपात करण्यात अपयश आले. परिणामी, वित्तीय तूट भरून काढण्यासाठी मूलतः भांडवली आणि ग्रामीण व्यय यांमध्ये कपात करण्याचा पर्याय निवडण्यात आला. शिवाय, एकाच वेळी भांडवलनिर्मिती होण्याच्या दृष्टीने शासन उपक्रमांच्या विक्रीवर देखील भर देण्यात आला. भांडवली व्ययामध्ये तूट झाल्याने कळीच्या पायाभूत सोयीसुविधा आणि कल्याणकारी योजनांच्या क्षेत्रात सरकारी गुंतवणूक कमी करण्यात आली. भारतासारख्या देशांत पायाभूत सोयीसुविधा तितक्याशा विकसित झालेल्या नाहीत. या क्षेत्रात केलेली गुंतवणूक मूर्त विकासास कारणीभूत ठरते आणि यामुळे खाजगी क्षेत्राची गुंतवणूक आकृष्ट होईल अशी परिस्थिती निर्माण होत असल्याने नेमक्या याच क्षेत्रामध्ये शासकीय गुंतवणूक होणे अत्यंत महत्त्वाचे असते.

चीनमधील प्रादेशिक विषमता आणि सुधारणोत्तर काळातील विषमतेची कारणे

सन १८७०च्या दशकापासून वैश्विक पातळीवर तीन वेळा जागतिकीकरणाचे तरंग उठलेले दिसतात. व्यापारातील अडथळे नाहीसे करणे, स्थलांतर, भांडवली प्रवाह, परकीय प्रत्यक्ष गुंतवणूक आणि तंत्रज्ञान देवाणघेवाण या सर्व बाबी जागतिकीकरणामध्ये समाविष्ट आहेत. सन १८७०-१९१४ या काळादरम्यान जागतिक एकीकरण प्रथमतः निदर्शनास आले. यासाठी एक घटक कारणीभूत ठरला होता. दळणवळणावर होणाऱ्या खर्चावर कपात करण्यात आली. जसे की, सध्या जहाजांऐवजी वाफेवर चालणारी जहाजे वापरण्यात आली, अँग्लो-फ्रेंच करारानुसार, आयात मालाच्या जकात दरासंबंधीचे अडथळे कमी करण्यात आले. सन १९४५-१९८० दरम्यान जगभरात जागतिकीकरणाची दुसरी लाट पाहावयास मिळाली. या काळात विकसित देशांतील उत्पादीत वस्तूंच्या देवाणघेवाणीतील अडथळे काढून टाकण्यात आले. मात्र, विकसनशील देशांना मात्र केवळ प्राथमिक वस्तूंचाच व्यापार करणे शक्य होते. सन १९८०च्या सुमारास निदर्शनास आलेली जागतिकीकरणाची लाट सर्वाधीक लक्षणीय ठरली. या दरम्यान चीनसह इतर सर्वच उदयोन्मुख अर्थव्यवस्थांना जागतिक बाजारपेठ खुली झाली होती.

सर्व प्रदेशांमध्ये विषमतेचे सातत्य हे अनेक विकसित आणि विकसनशील राष्ट्रांचे वैशिष्ट्य होते. ही वस्तुस्थिती प्रमाणित नव-अभिजात सिद्धान्ताच्या विरोधात

जाणारी आहे. या सिद्धान्तानुसार, घटकांची गतिशीलता, सुरळीत अर्थव्यवस्थेतील व्यापार किंवा मूल्यंतर पणन यांमुळे प्रादेशिक विषमतेचे निर्मूलन होते. उपरोक्त परिस्थिती मात्र याउलट आहे (हेन्देरसन आणि थीस्से, २००४). सुधारणांच्या नंतरच्या काळामध्ये प्रादेशिक विषमता नेमकी समजून घेण्यासाठी चीनचे वेगळे आणि महत्त्वाचे उदाहरण म्हणजे अभ्यासाची एक उत्तम संधी होय. अनेक आर्थिक बदलांमधून जागतिकीकरणाची तिसरी लाट आणि चिनी अर्थव्यवस्था जागतिक बाजारपेठेसाठी खुली होणे या दोनही बाबी निदर्शनास येतात. परकीय प्रत्यक्ष गुंतवणुकीचा प्रवाह सुमारे ९० वेळा वर्धित झाला. हा प्रवाह सन १९८३मध्ये ०.९२ अब्ज डॉलर्स आणि सन २००७मध्ये ८३.५ अब्ज डॉलर्स इतका होता; परकीय व्यापाराचे प्रमाण २४७ पटींनी वाढले, सन १९८०मध्ये हे प्रमाण ५७ अब्ज युवान इतके होते आणि सन २००६मध्ये ते १४,०९७ अब्ज युवान इतके झाले; गेल्या काही वर्षांत आयातीवरील जकातीच्या दरामध्ये उल्लेखनीय घट झाली (यु २०१०). परिणामी, चीनमधील स्थूल राष्ट्रीय उत्पन्न आणि दरडोई उत्पन्न वाढतच गेले आणि म्हणून चीनने ९% इतक्या सरासरी वृद्धिदराने जलद आर्थिकवृद्धीचा अनुभव घेतला. गेल्या तीन दशकांमध्ये चीनने जलद आणि अद्‌भूत वृद्धी अनुभवली. सन २०११मध्ये स्थूल राष्ट्रीय उत्पन्नातील दरडोई वाटा सन १९७८ पेक्षा ३५ पटींनी वाढला. तथापि, एवढ्या प्रचंड प्रमाणात झालेल्या आर्थिक वृद्धीमुळे देशातील आर्थिक विषमता देखील वाढतच गेली. जागतिक बँकेच्या नोंदींनुसार, चीनचा उत्पन्नाचा गिनी गुणक भारत, बांगलादेश आणि पाकिस्तान यांसारख्या इतर आशियाई देशांपेक्षा अधिक चढा आहे. चीनमधील प्रदेशांतील फरकांमुळे उत्पन्नातील आंतरप्रादेशिक आणि प्रदेशांतर्गत फरकदेखील कालानुसार वाढतच जात आहे (फुजीता आणि हु, २००१; कानबुर आणि झ्यांग १९९९).

वितरण गुणक, थील निर्देशांक, आणि गिनी गुणक हे विषमतेचे तीनही निर्देशांक सन १९७८-२००६ दरम्यानच्या आंतरप्रांतीय विषमतेचा समान आलेख दर्शवतात (आकृती ११.२). सन १९७०च्या दशकाच्या शेवटाकडे आंतरप्रांतीय विषमतेमध्ये काही चढउतार झाले, सन १९८०च्या दशकामध्ये त्यामध्ये घट झाली आणि सन १९९०च्या दशकामध्ये यामध्ये वाढ झाली. ही विषमता सन १९९९ ते २००४ दरम्यान स्थिर अथवा थोड्या प्रमाणात वर्धित झाली असली तरी, सन २००४ ते २००६च्या दरम्यान त्यामध्ये घट झालेली दिसून येते. वितरण गुणक, थील निर्देशांक, आणि गिनी गुणकानुसार याचा निव्वळ परिणाम म्हणजे सन १९७८च्या विषमता पातळीपेक्षा सन २००६मध्ये आंतरप्रांतीय विषमता अनुक्रमे २२ टक्के, ९ टक्के आणि ८ टक्क्यांनी कमी होती (फॅन आणि सन, २००८). म्हणून, सन

१९७०च्या दशकाच्या शेवटाकडे सुरू झालेल्या आर्थिक सुधारणांमुळे इथवर मागे पडलेल्या पूर्वेकडील विविध प्रांतांचा विकास झाला.

प्रदेशांतर्गत आणि आंतरप्रादेशिक अशा दोनही अंगांनी थील निर्देशांकाचा अभ्यास केल्यास यातील घटकवार योगदान बदलत गेले आहे असे लक्षात येते (आकृती ११.३). सन १९७८ ते सन १९९३ दरम्यान प्रदेशांतर्गत विषमतेपेक्षा आंतरप्रादेशिक विषमता अधिक होती असे लक्षात येते. याचवेळी प्रांतांतर्गत विषमतेचा एकूण आलेख ठरवताना आंतरप्रादेशिक विषमता महत्त्वाची ठरणार होती. तथापि, सन १९९० आणि २००४ दरम्यान, प्रदेशांतर्गत विषमतेमध्ये सातत्याने आणि लक्षणीय वाढ झाली तर, प्रदेशांतर्गत विषमतेमध्ये सुरुवातीला घट आणि त्यानंतर स्थैर्य आले. सन १९९३मध्ये, प्रदेशांतर्गत विषमता ही आंतरप्रादेशिक विषमतेपेक्षा अधिक होती. तेव्हापासून प्रांतांतर्गत विषमतेतील बदल समजून घेण्यासाठी प्रदेशांतर्गत विषमता हा मुख्य निकष मानला जातो. विशेषतः, सन १९९०च्या दशकाच्या सुरुवातीपासून जेव्हा जेव्हा प्रदेशांतर्गत विषमता वाढली तेव्हा तेव्हा प्रांतांतर्गत विषमता देखील वाढली असे लक्षात येते. सरतेशेवटी, सन २००४ पासून प्रदेशांतर्गत आणि आंतर-प्रादेशिक विषमता कमी झाली, याचाच परिणाम म्हणून प्रांतांतर्गत विषमतेमध्ये अनाकलनीय घट झाली. उपरोक्त घटकवार मांडणीवरून असे लक्षात येते की, एकूण प्रांतांतर्गत विषमतेचे परीक्षण प्रांता-प्रांतातील आणि प्रांतांतर्गत बदल अधोरेखित होते. सन १९८०च्या दशकादरम्यान झालेली विषमतेतील आंतरप्रांतीय घट म्हणजेच उलट्या

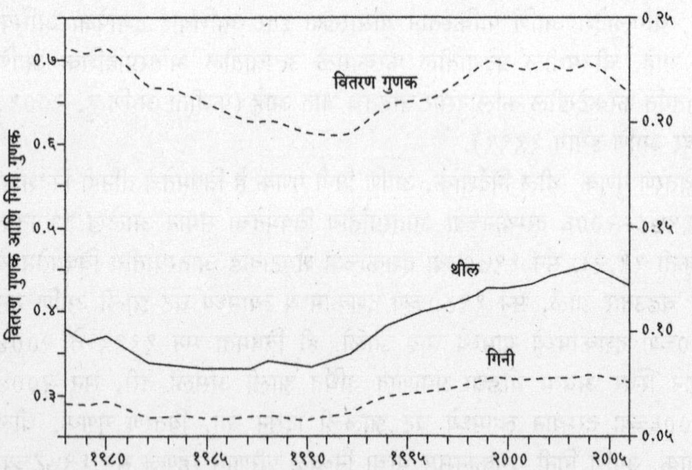

आकृती ११.२: *दरडोई स्थूल राष्ट्रीय उत्पन्नातील प्रांतांतर्गत विषमता, १९७८-२००६*

स्रोत: फॅन आणि सन (२००८)

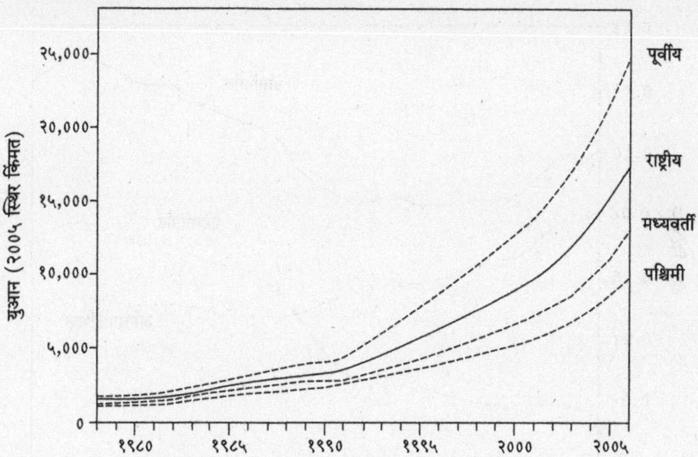

आकृती ११.३: *आंतरप्रांतीय विषमतेतील घटकवार मांडणी, १९७८–२००६*

स्रोत: फॅन आणि सन (२००८)

U प्रारूपानुसार, सुधारणा धोरणाचा संतुलित परिणाम किंवा प्रादेशिक एकत्रीकरणाला केलेले साहाय्य असे आकलन् योग्य ठरते (उदाहरणार्थ, यांग १९९४; डंकन आणि टियान १९९९). आकृती ११.३मध्ये दर्शवल्याप्रमाणे, तथापि, सन १९८०च्या दशकाच्या शेवटाकडे प्रदेशांतर्गत विषमता अधिकच वर्धित झाली, याचाच परिणाम म्हणून सन १९९०च्या दशकामध्ये प्रांतांतर्गत विषमतेमध्ये देखील अधिक वाढ झाली. आकृती ११.४मध्ये दर्शवल्यानुसार, सन १९९०च्या दशकापासून दरडोई स्थूल राष्ट्रीय उत्पन्नातील पूर्वेकडील प्रदेशांची वृद्धी अधोरेखित होते; ही वृद्धी इतकी होती की अभ्यासाच्या पुढील संपूर्ण काळात पूर्वेकडील प्रदेश आणि मध्य आणि पाश्चिमात्य प्रदेशांतील दरी वाढतच गेली (पहा, तक्ता ११.१). अधिक स्पष्टपणे सांगायचे तर, या दरीमुळे सन १९९०च्या दशकाच्या सुरुवातीपासून प्रदेशांतर्गत विषमता वाढतच गेली (आकृती ११.३). आकृती ११.३मध्ये दाखवल्यानुसार, सन १९८०च्या दशकादरम्यान आंतरप्रादेशिक विषमतेमध्ये झालेली घट देखील प्रदेशांतील विशिष्ट बदलांस कारणीभूत ठरली. आकृती ११.५मध्ये आंतरप्रादेशिक विषमतेची तीन विभाग ध्यानात घेऊन विभागवार मांडणी करण्यात आली. सन १९७८ ते २००६ या काळामध्ये पूर्वेकडील प्रदेशातील आंतरप्रादेशिक विषमता इतर दोन प्रदेशांच्या तुलनेने अधिक होती. एकूण आंतरप्रादेशिक विषमतेचा हा एक महत्त्वपूर्ण निकष होय. सन १९७८मध्ये पूर्वेकडील प्रदेशातील आंतरप्रादेशिक विषमता अधिक होती, त्यानंतर सन १९९३ पर्यंत त्यामध्ये घट झाली; त्यानंतर

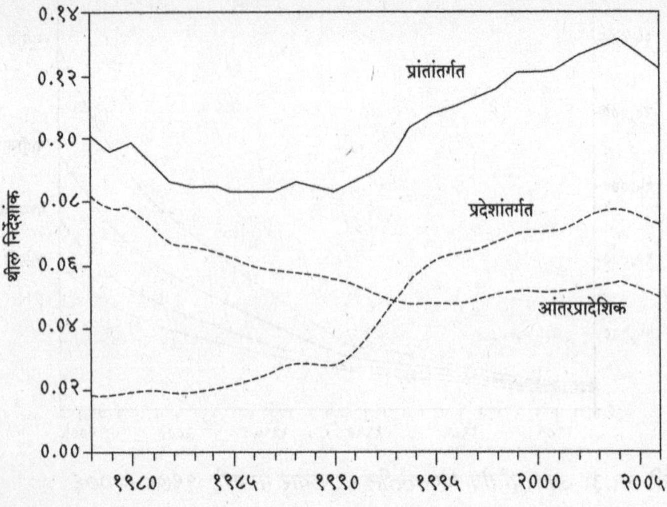

आकृती ११.४: *चीनमधील दरमाणशी स्थूल राष्ट्रीय उत्पन्न आणि तेथील तीन प्रदेश, १९७८–२००६*

स्रोत: फॅन आणि सन (२००८).

सन २००४ पर्यंत यामध्ये पुनश्च वाढ झाली आणि त्यानंतर पुन्हा घट झाली. मध्य प्रदेशात आंतरप्रादेशिक विषमता कमी होती आणि त्यामध्ये एकूणच घट पाहायला मिळाली. पश्चिमेकडील प्रदेशातील आंतरप्रादेशिक विषमता त्याहीपेक्षा कमी होती आणि अभ्यासाच्या संपूर्ण कालावधीमध्ये त्यामध्ये फारसा काही बदल झाला नाही. अधिक संक्षिप्त मांडणी करताना असे म्हणता येईल की, पूर्वेकडील प्रांतातील प्रांतांतर्गत विषमता एकूण आंतरप्रादेशिक विषमतेच्या एकूण मांडणीस जबाबदार होती.

उदारीकरणाच्या नंतरच्या काळातील वाढती विषमता ही चिनी अर्थव्यवस्थेसाठी चिंताजनक बाब ठरली आहे. याकडे अनुभवजन्य संशोधकांचे लक्ष वेधले गेले आहे. नोंदींनुसार, चीनमधील प्रादेशिक तफावत स्पष्ट करण्यासाठी अनेक घटक लक्षात घेण्यात आले. त्सुयी (१९९१) यांनी चीन मधील वित्तीय विकेंद्रीकरणाचा प्रादेशिक असमानातेवरील परिणाम अभ्यासला आहे. सन १९८५ पूर्वी वाढत जाणारी प्रादेशिक विषमता आणि विकेंद्रीकरण यांमध्ये सकारात्मक संबंध आहेत असे त्यांचे निरीक्षण आहे. ली (१९९४) यांनी परकीय प्रत्यक्ष गुंतवणूक आणि प्रादेशिक विकासातील अंतर या बाबींचा बारकाईने अभ्यास केला आहे. त्यांच्या निष्कर्षानुसार, परकीय

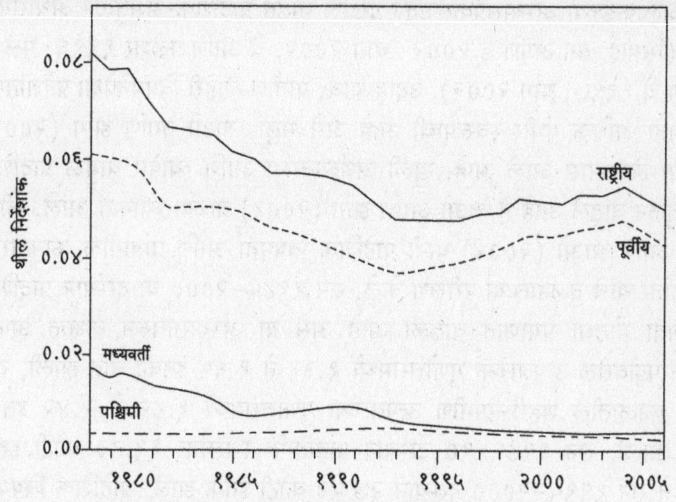

आकृती ११.५: *आंतरप्रादेशिक विषमतेची घटकवार मांडणी, १९७८–२००६*
स्रोत: फॅन आणि सन (२००८)

प्रत्यक्ष गुंतवणुकीच्या प्रवाहातील फरक चीन येथील प्रादेशिक विषमतेस जबाबदार आहे. शिवाय, काही अभ्यासांतून असेही ध्यानात आले आहे की, किनारपट्टीवरील प्रदेशांतील आर्थिक भरभराटीसाठी भौगोलिक कारणे आणि प्रदेशाधारित धोरणे या बाबी जबाबदार होत (उदाहरणार्थ, फ्लेशर आणि चे १९९७; दिमर्जर २००४ येथे उदधृत). याबरोबरीने, सुधारणांच्या काळातील चीनमधील प्रादेशिक विषमता समजून घेण्यासाठी स्थानिक संरक्षणवादाची भूमिका देखील महत्त्वाची ठरली असेही लक्षात आले (यंग, २०००).

चीनमधील प्रादेशिक विषमता समजून घेण्यास तेथील वित्त क्षेत्राचा विकास हा घटक देखील प्रभावी ठरला आहे. आर्थिक विकासाच्या प्रक्रियेमध्ये वित्त क्षेत्राचे महत्त्व अनेक लेखननोंदींतून अधोरेखित करण्यात आले आहे (उदाहरणार्थ, बेन्कीवेन्गा आणि स्मिथ १९९१; ग्रीनवूड आणि जोवानोविक १९९०; किंग आणि लेवाइन १९९३अ, १९९३ब; लेवाइन १९९७; मर्टन आणि बोडी १९९५; मॅककिनोन १९७३; शॉ १९७३). सूत्रबद्ध आणि कृतिशील वित्त व्यवस्था आय-व्यय व्यवस्थापन, अधिकाधिक बचत आकृष्ट करणे, स्थळकाळाच्या मर्यादा जाणून संसाधन वाटपास चालना देणे, जोखीम पत्करणे आणि माहिती प्रसरणावरील व्यय कमी करणे या उपाययोजनांमुळे आर्थिक वृद्धीला चालना देणारी ठरेल. (मर्टन आणि बोडी १९९५).

अलीकडच्या अभ्यासप्रकल्पांतून देखील वाढते प्रादेशिक असंतुलन अधोरेखित होते (सियाई, वंग आणि डू २००२; चांग २००२, चे आणि फ्लेशर १९९६; फ्लेशर आणि चे १९९७; यांग २००२). उदाहरणार्थ, ग्रामीण-शहरी विषमतेपेक्षा प्रदेशांतर्गत विषमता अधिक गंभीर स्वरूपाची आहे असे भल्ला, याओ आणि झांग (२००३) यांच्या निदर्शनास आले आहे. खुली अर्थव्यवस्था आणि व्यापार यामुळे प्रादेशिक असंतुलन वाढले आहे हे याओ आणि झांग (२००१) यांच्या ध्यानात आले. लीन, वांग आणि झाओ (२००४) यांनी प्रादेशिक विषमता आणि प्रांतांतील कामगारांचे स्थलांतर यांचे तुलनात्मक परीक्षण केले. सन १९८५-२००० या दरम्यान प्रादेशिक विषमता मोठ्या प्रमाणात वाढली आहे असे या अभ्यासावरून लक्षात आले. किनारपट्टीवरील उत्पन्नाच्या गुणोत्तरामध्ये १.३१ ते १.६५ इतकी वाढ झाली, तर, याच काळातील शहरी-ग्रामीण उत्पन्नाच्या गुणोत्तरामध्ये १.८२ ते २.४२ इतकी वाढ झाली. सन १९८५-९० दरम्यान प्रांतांतर्गत स्थलांतर ११.८३ कोटी इतके होते ते सन १९९५-२००० दरम्यान २७.५३ कोटी इतके झाले. प्रादेशिक विषमता वाढण्यास हाच घटक जबाबदार ठरला. श्रमिक विपणीमध्ये होणारे हे बदल म्हणजे प्रांताप्रांतात वृद्धीविषमता प्रस्थापित करणारे महत्त्वाचे घटक ठरले.

केवळ श्रमिक विपणी नव्हे तर इतर घटकांच्या आदानातील बदल देखील चीनमधील प्रादेशिक उत्पन्न विषमतेस कारणीभूत ठरले. सुधारणांनंतर शिक्षित कामगार मोठ्या प्रमाणात किनारपट्टीकडे स्थलांतरित झाले. या काळात तंत्रज्ञान आणि शिक्षणावरील खर्च राज्यचलित होता. चीन येथील किनारपट्टीकडील प्रदेश आणि अंतर्गत प्रदेश या दोन्ही प्रदेशांतील वृद्धीमधील फरक घटक आदानाच्या प्रकाराशी संबंधित आहे. गुंतवणुकीची वेगवेगळी संसाधने आणि मानवरूपी भांडवल यांतील फरकावरून हे दृग्गोचर आहे. सन १९७८मध्ये आर्थिक सुधारणा होण्यापूर्वी गुंतवणुकीशी संबंधित सर्व कृती राज्याच्या अखत्यारीत येत असत मात्र, सन १९७८ पासून अनेक वित्तीय संसाधने आणि विविध प्रकारचे उपक्रम आकारित झाले. वास्तविकतेच्या आधारे चीन येथील स्थिर मत्तेवरील गुंतवणुकीचे पुढील प्रकार केले आहेत: राज्याचा विनिमय, राष्ट्रीय बँकांचे कर्ज, उपयोजित प्रत्यक्ष परकीय गुंतवणूक, स्व-वर्धित निधी आणि इतर. वापर गंतव्याच्या आधारे स्थिर मत्तेवरील गुंतवणुकीचे पुढील प्रकार केले आहेत: राज्याची मालकी, राज्यव्यतिरिक्त मालकी आणि परकीय मालकी. किनारपट्टीवरील प्रांत भौगोलिकदृष्ट्या अधिक आवाक्यात असल्याने अंतर्गत प्रांतांपेक्षा उत्पन्नयोग्य वित्तीय उत्पादने येथे अधिक प्रमाणात आकृष्ट होतात. व्यक्तिगत मालकीचे उपक्रम देखील अंतर्गत प्रदेशांपेक्षा किनारपट्टीवरील प्रदेशांत अधिक प्रस्थापित होतील (लियू आणि ली २००६).

निष्कर्ष

विद्यमान व्यावहारिक जगतामध्ये चीन आणि भारत ही सयुक्तिक सत्ताकेंद्रे मानली जातात. वैश्विक अर्थव्यवस्थेत एकात्मिकरणाच्या हेतूने दोनही देशांनी बाजाराभिमुख सुधारणा स्वीकृत केल्या. सन १९७८मध्ये चीनने उदारीकरण, प्रत्यक्षीकरण, विपणन, निगमीकरण यांवर आधारित बाजाराभिमुख आर्थिक सुधारणा धोरण स्वीकृत केले. दुसरीकडे, भारतीय अर्थव्यवस्थेतील आर्थिक सुधारणांची प्रक्रिया सन १९९१च्या आर्थिक विदेशी चलन अरिष्टामुळे सुरू झाली. या काळातील भारतीय आर्थिक धोरणांचा भर राज्याच्या हस्तक्षेपापुरता सीमित न राहता उदारीकरण, खाजगीकरण आणि जागतिकीकरण या आधारे सम वितरणावर होता.

केंद्र-नियोजित अर्थव्यवस्था ते बाजारपेठ-चलित अर्थव्यवस्था हा प्ररूपात्मक बदल खचितच या देशांतील वृद्धीसाठी पोषक ठरला. असे असले तर, या देशांतील प्रादेशिक उत्पन्न वितरणाची बारकाईने छाननी केल्यास वर्धित वृद्धिदर साध्य करण्यासाठी प्रादेशिक विषमतेची किंमत मोजली गेली असे ध्यानात येते. भारताच्या संदर्भात विषमतेचे प्रमाण वाढताना दिसते तर, सुधारणा स्वीकृत केल्यापासून चिनी अर्थव्यवस्थेने विषमतेमध्ये घट अनुभवली आहे. या विषमतेची कारणे शोधण्याचा प्रयत्न केला असता, व्यापार उदारीकरण आणि वित्तीय क्षेत्राचे उदारीकरण या दोनही बाबी प्रादेशिक विषमतेमध्ये सातत्याने भर घालणाऱ्या ठरल्या असे लक्षात येते. या दोन्ही बाबींमुळे भारतीय अर्थव्यवस्थेचा चेहरामोहरा बदलून ती वैश्विक अर्थव्यवस्था होणे शक्य झाले. याखेरीज, भांडवली गुंतवणूक कमी करून वित्तीय तूट कमी करण्यावर दिलेला अतिरेकी भर देखील जागतिकीकरणानंतर प्रादेशिक विषमतेत भर घालणारा ठरला आहे. तर दुसरीकडे, चीनमधील विद्यमान प्रादेशिक विषमतेस प्राथम्याने वित्तीय विकेंद्रीकरण, प्रत्यक्ष परकीय गुंतवणुकीचा प्रवाह, आणि वित्तीय क्षेत्राचे खुलेपण आणि विकास हे घटक जबाबदार ठरले. या बरोबरीने, शासनाची प्राधान्यीकृत धोरणे आणि उत्पादन घटकांच्या वितरणातील बदल हे घटक देखील चीनमधील प्रादेशिक असंतुलनास जबाबदार ठरले.

टीप

१. आर्थिक प्रगती कालांतराने अधिक व्यापक रूप धारण करेल अशी आशा मनी धरून काही विशिष्ट गटांनी मागास राहण्यास दिलेली संमती. इतरांची प्रगती होत असताना तुलनेने वंचित राहण्यास दिलेली मान्यता.

संदर्भ

Aghion, P., Burgess, R., Redding, S.J. and Zilibotti, F. 2008 (September). 'The Unequal Effects of Liberalization: Evidence from Dismantling the License Raj in India'. *American Economic Review*, American Economic Association 98(4): 1397–1412.

Ahmad, A. and Narain, A. 2008. 'Towards Understanding Development in Lagging Regions of India'. Paper presented at the Conference on Growth and Development in the Lagging Regions of India, Administrative Staff College of India, Hyderabad.

Bhalla, A.S., Yao, S. and Zhang, Z. 2003. 'Causes of Inequalities in China, 1952 to 1999'. *Journal of International Development* 15(8): 939–955. doi: 10.1002/jid.1033

Bhattacharya, B.B. and Sakthivel, S. 2004, March. 'Regional Growth and Disparity in India: Comparison of Pre- and Post-Reform Decades'. *Economic and Political Weekly* 39(10): 1071–7107.

Borensztein, E. and Ostry, D.J. 1996. 'Accounting for China's Economic Performance'. *American Economic Review* 86(2): 224–228.

Cai, F., Wang, D. and Yang, D. 2002. 'Regional Disparity and Economic Growth in China: The Impact of Labor Market Distortions'. *China Economic Review* 13(2–3): 197–212.

César C.R. Duncan and Schmidt-Hebbel, K. 2004. 'The Role of Credibility in the Cyclical Properties of Macroeconomic Policies in Emerging Economies'. *Review of World Economics* 140(4): 613–633.

Chang, G.H. 2002. 'The Cause and Cure of China's Widening Income Disparity'. *China Economic Review* 13(4): 335–340.

Chen, J. and Fleisher, B.M. 1996. 'Regional Income Inequality and Economic Growth in China'. *Journal of Comparative Economics* 22(2): 141–164.

Chow, G.C. and Li, K.-W. 2002. 'China's Economic Growth: 1952–2010'. *Economic Development and Cultural Change* 51 (October): 247–256.

Daumal, M. 2013. 'The Impact of Trade Openness on Regional Inequality: The Cases of India and Brazil'. Economics Papers from University Paris Dauphine 123456789/4295. Paris: Dauphine University.

Deaton, A. 2013. *The Great Escape: Health, Wealth, and the Origins of Inequality*. Princeton, NJ: Princeton University Press.

Démurger, S., Sachs, J.D., Woo, W.T., Bao, S., Chang, G. and Mellinger, A. 2001. 'Geography, Economic Policy and Regional Development in China'. *Asian Economic Papers* 1(1): 146–197.

Fan, C.C. and Sun, M. 2008. 'Regional Inequality in China, 1978–2006'. *Eurasian Geography and Economics* 49(1): 1–18.

Fleisher, B.M. and Chen, J. 1997. 'The Coast-Noncoast Income Gap, Productivity, and Regional Economic Policy in China'. *Journal of Comparative Economics* 25(2): 220–236.

Fujita, M. and Hu, D. 2001. 'Regional Disparity in China 1985–1994: The Effects of Globalization and Economic Liberalization'. *The Annals of Regional Science* 35(1): 3–37.

Guha, R. 2007. 'The Better Half'. *Outlook India Magazine*. http://www.outlookindia.com/magazine/story/the-better-half/235079 (accessed on 16 July 2007).

Henderson, J.V. and Thisse, J.F. (eds) 2004. 'Handbook of Regional and Urban Economics', Handbook of Regional and Urban Economics 4(4).

Hirschman, A.O. and Rothschild, M. 1973. 'The Changing Tolerance for Income Inequality in the Course of Economic Development'. *The Quarterly Journal of Economics* 87(4): 544–566.

Kaldor, N. 1957. 'A Model of Economic Growth'. *Economic Journal* 67(268): 591–624.

Kanbur, R. and Zhang, X. 1999. 'Which Regional Inequality? The Evolution of Rural–Urban and Inland-Coastal Inequality in China from 1983 to 1995'. *Journal of Comparative Economics* 27(4): 686–701.

Kar, S. and Marjit, S. 2001, July. 'Informal Sector in General Equilibrium: Welfare Effects of Trade Policy Reforms'. *International Review of Economics & Finance* 10(3): 289–300.

Krugman, P. and Elizondo, R.L. 1996, April. 'Trade Policy and the Third World Metropolis'. *Journal of Development Economics* 49(1): 137–150.

Kundu, A. and Varghese, K. 2010. 'Regional Inequality and Inclusive Growth in India under Globalization-Identification of Lagging States for Strategic Intervention'. Working Paper Series. New Delhi: Oxfam India. http://policy-practice.oxfam.org.uk/publications/regional-inequality-and-inclusive-growth-in-india-under-globalization-identific-346636 (accessed on 28 April 2015).

Kuznets, S. 1955. 'Economic Growth and Income Inequality'. *American Economic Review* 45(1): 1–28.

Lee, J. 1994. 'Regional Differences in the Impact of the Open Door Policy on Income Growth in China'. *Journal of Economic Development* 19(1): 215–234.

Yue, Li. 2010, March. 'Globalization and Inequality in China'. *Northeast Asian Studies* Section 18(19 merger issue): 1–13.

Lin, J.Y., Wang, G. and Zao, Y. 2004, April. 'Regional Inequality and Labor Transfer in China'. *Economic Development and Cultural Change* 52(3): 587–603.

Liu, T. and Li, K-W. 2006. 'Disparity in Factor Contributions between Coastal and Inner Provinces in Post-Reform China'. *China Economic Review* 17(4): 449–470.

Nolan, P. 2001. *China and the Global Economy: National Champions, Industrial Policy and the Big Business Revolution.* Houndsmill: Palgrave.

———. 2004. *Transforming China: Globalization, Transition and Development.* London: Anthem.

Pal, P. and Ghosh, J. 2007. 'Inequality in India: A survey of Recent Trends'. Working Paper Nos. 45, United Nations, Department of Economics and Social Affairs, New York, USA.

———. 1994. 'Completing China's Move to the Market'. *The Journal of Economic Perspectives* 8(2): 23–246.

Perkins, D.H. 1988. 'Reforming China's Economic System'. *Journal of Economic Literature* 26(2): 601–645.

Topalova, P. 2007. 'Trade Liberalization, Poverty and Inequality: Evidence from Indian Districts'. In *Globalization and Poverty*, ed. Ann Harrison (pp. 291–336). National Bureau of Economic Research, Inc. USA: University of Chicago Press.

Tsui, K. 1991. 'China's Regional Inequality, 1952–1985'. *Journal of Comparative Economics* 15(1): 1–21.

Turnovsky, S. 2013. 'The Relationship between Economic Growth and Inequality'. *New Zealand Economic Papers* 47(2): 2–28.

Yang, D.T. 2002. 'What Has Caused Regional Inequality In China?' *China Economic Review* 13(4): 331–334.

Yao, S. and Zhang, Z. 2001. 'On Regional Inequality and Diverging Clubs: A Case Study of Contemporary China'. *Journal of Comparative Economics* 29(3): 466–484.

Young, A. 2000, November. 'The Razor's Edge: Distortions and Incremental Reform in the People Republic of China'. *Quarterly Journal of Economics*, CXV, 1091–1135.

१२

चीन आणि भारतातील उत्पादन धोरणे आणि नीती

तुलनात्मक विश्लेषण

प्रगीत एरॉन आणि बी.ए. मेत्री

विषयप्रवेश

एकविसाव्या शतकाच्या प्रारंभी उत्पादनस्थळाच्या शोधात असणाऱ्या कोणत्याही कंपनीला चीन हा एकमेव पर्याय उपलब्ध होता. उत्पादनास चीनची निवड करण्याचे अनेक फायदे होतेः पैकी, वैश्विक चलन समुच्चयाच्या तुलनेने चिनी चलनाचा कृत्रिमरित्या कमी केलेला दर, मजुरीचा अल्प दर, कुशल कामगार आणि शासनाची अनुकूल धोरणे ही काही कारणे होत. सन १९९४ ते २०१२ दरम्यान चीन येथील उद्योग आणि सेवा क्षेत्राचा स्थूल राष्ट्रीय उत्पन्नातील वाट्याची टक्केवार आकडेवारी पाहिली असता, उत्पादन क्षेत्र ४५ टक्क्यांच्या आसपास राहिले आहे असे आपल्या लक्षात येते (सन २०१२ मधील मूल्यवर्धित ३२ टक्के). अगदी अलीकडे सेवा क्षेत्र उत्पादन क्षेत्राच्या तुलनेत आगेकूच करताना दिसते (आकृती १२.१अ). जागतिक अर्थव्यवस्थेतील एकूण योगदानाच्या संदर्भात, जागतिक स्थूल राष्ट्रीय उत्पन्नामध्ये चीनचा वाटा ९ टक्के इतका आहे आणि जगाच्या स्थूल राष्ट्रीय उत्पन्नाच्या वृद्धीमध्ये चीनने आपला वाटा ८ टक्क्यांच्या आसपास राखला आहे (आकृती १२.१ब). उत्पादनाचे मूल्य डॉलरमध्ये मोजले असता; सन २०१२च्या आकडेवारीनुसार जगभरातील उत्पादनात एकट्या चीनचा २२ टक्के इतका वाटा आहे.[१] भारताशी संबंधित आकृत्या पाहिल्या असता मूलतः वेगळे चित्र दिसते. जगाच्या एकूण स्थूल राष्ट्रीय उत्पन्नातील भारताचे २.५ टक्के इतके योगदान आहे, जगाच्या उत्पादन मूल्यातील वाटा २ टक्के इतका आहे, आणि भारताच्या स्थूल राष्ट्रीय उत्पन्नामध्ये उत्पादन क्षेत्राचा वाटा अगदी किरकोळ, म्हणजेच, १५ टक्के इतकाच आहे. राष्ट्रीय उत्पादन धोरण आणि त्याच्या उद्दिष्टांच्या अनुषंगाने भारताचे हे योगदान अगदीच तुटपुंजे आहे. सन २०२२पर्यंत एकूण भारतीय स्थूल राष्ट्रीय उत्पन्नातील २५ टक्के वाटा उत्पादन क्षेत्राचा असावा आणि १०० कोटी रोजगार संधींची निर्मिती व्हावी असे या उद्दिष्टांमध्ये नमूद केले होते.

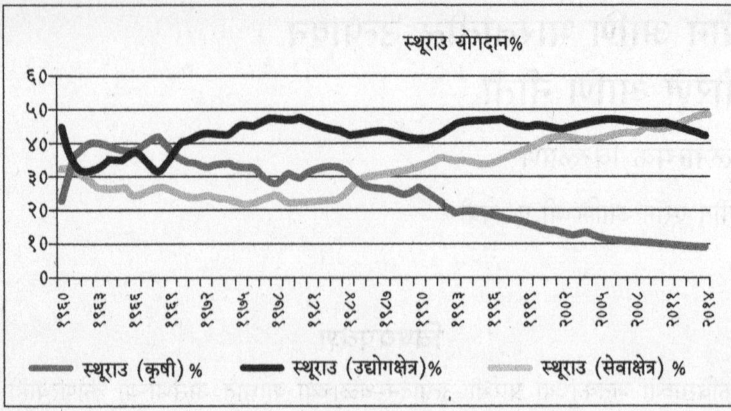

आकृती १२.१अ: *उद्योगक्षेत्र आणि सेवाक्षेत्राचा स्थूल राष्ट्रीय उत्पन्नातील टक्के अनुसार वाटा*[२]

स्रोत: मॅन्यूफॅक्चरर्स अलायन्स फॉर प्रोडक्टिव्हिटी ॲण्ड इनोव्हेशन, युएसए

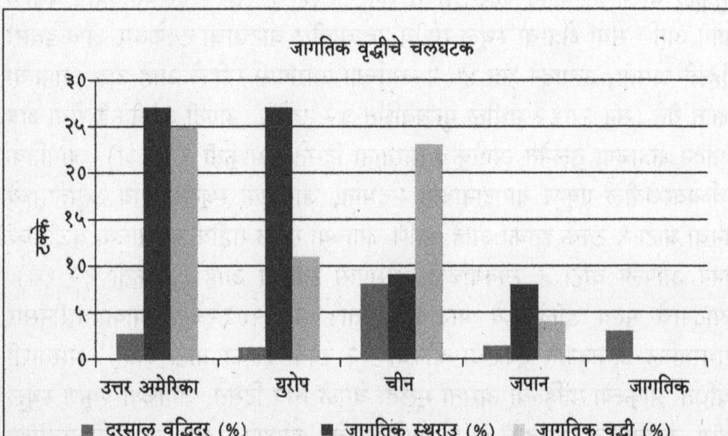

आकृती १२.१ब: *जागतिक स्थूल राष्ट्रीय उत्पन्नातील चीनचा वाटा*[३]

स्रोत: द इकॉनॉमिस्ट

आजच्या धोरणकर्त्यांपुढे काही प्रश्न उपस्थित झाले आहेत:

- चीन उत्पादन क्रांतीच्या उच्चतम शिखरावर पोहोचला आहे का;
- सध्याच्या भारतीय शासनाचा उत्पादनावरील भर लक्षात घेता, भारत उत्पादन क्षेत्रात लक्षणीय कामगिरीची नोंद करू शकेल का;

- चीन आणि भारतासाठी भावी यशदायी धोरण कोणते;
- भारतातील अविकसित उत्पादन क्षेत्राच्या विकासासाठी येथील संपन्न सेवा क्षेत्राचा वापर करणे शक्य आहे का;
- प्रस्थापित उत्पादन क्षेत्राच्या पार्श्वभूमीवर चीन परिणामकारक सेवा क्षेत्र उभे करू शकेल का;
- या दोन्ही उदयोन्मुख देशांच्या विकासासाठी प्रचलित राजकीय, सामाजिक-आर्थिक परिस्थिती पोषक ठरेल की त्याचा अडथळा होईल?

उपरोक्त कोणत्याही प्रश्नाचे उत्तर सहज सोपे नाही; असे असले तरी, चीनचे यश हा संपूर्ण जगासाठी एक धडा आहे. या यशाची दखल घेणे संपूर्ण जगाला भागच आहे. भारताच्या दृष्टिकोनातून हे यश नेमके समजून घेण्याचा आणि त्याबाबतचे आकलन नोंदवण्याचा येथे प्रयत्न केला आहे. असे करताना, चीनच्या यशाने प्रेरित होऊन भारताचे देखील उत्पादनतळामध्ये रुपांतर होण्याची शेवटची शक्यता पडताळून पाहण्याचा प्रयत्न केला आहे.

प्रस्तुत प्रकरणामध्ये, चीनने अवलंबिलेल्या उत्पादन विकास नीतीचा चिकित्सक आढावा घेतला आहे. तसेच, चिनी उत्पादनाचा विकास टप्प्याटप्प्याने समजून घ्यावा असे प्रस्तावित केले आहे. पर्ल नदीचा त्रिभुज प्रदेश आणि यांगत्से नदीचा त्रिभुज प्रदेश या दोन्ही प्रदेशांनी गेल्या काही दशकांमध्ये प्रचंड विकास नोंदवला असल्याने उपरोक्त प्रस्ताव या दोन प्रदेशांच्या सखोल अभ्यासावर आधारित आहे. प्रकरणाच्या दुसऱ्या भागात याबाबत मांडणी केली आहे. चिनी उत्पादनाशी आणि चीनच्या एकूणच विकास प्रारूपाशी संबंधित अडचणी देखील येथे नमूद केल्या आहेत. या अडचणी येणाऱ्या काळात काही प्रश्न उपस्थित करू शकतात आणि म्हणून यावर विचारपूर्वक तोडगा काढणे आवश्यक आहे. पद्धतिशास्त्राच्या अंगाने आम्ही व्यष्टी अभ्यास पद्धती निवडली आहे. दोन प्रदेशांचा तुलनात्मक आणि भेदनिष्ठ पद्धतीने अभ्यास केला आहे. त्यानंतर, चीनने उत्पादनासाठी निवडलेला मार्ग नेमकेपणाने समजून घेण्यासाठी सिद्धान्त आणि उपयोजन या दोहोंचा पडताळणी पद्धतीने अभ्यास केला आहे. त्यानंतरच्या भागामध्ये भारतीय उत्पादन क्षेत्राला भेडसावणाऱ्या प्रश्नांचा आढावा घेतला आहे; चीनच्या उदाहरणावरून भारतासाठी काही शिफारशी देखील केल्या आहेत. अंतिमतः, निष्कर्षात्मक भागामध्ये चीन आणि भारताच्या भविष्यासाठी यशदायी ठरेल आणि तेथील लोकांचा आर्थिक कायापालट घडवून आणेल असा सहजीवी प्रकारचा रूपबंध विकसित करण्याचा प्रयत्न केला आहे.

चीन आणि आर्थिक विकास

ज्ञात मानवेतिहासामध्ये चीन आणि भारत या प्राचीन संस्कृतींनी व्यापारउदिमामध्ये भाग घेतला आहे. सन १८००पर्यंत जागतिक स्थूल उत्पन्नामध्ये चीन आणि भारताचा एकत्रित ५० टक्के इतका वाटा होता अशी उपलब्ध नोंद आहे.[४] त्यानंतर सन १८२०पासून १९७०पर्यंत या परिस्थितीमध्ये मूलगामी बदल झाला. जागतिक अर्थव्यवस्थेतील या देशांचा एकत्रित वाटा १० टक्क्यांपर्यंत खाली आला (मॅडिसन २००१). त्यानंतर सन १९९०च्या दशकाच्या अखेरीस या एकत्रित वाट्याचा आलेख पुनश्च उंचावण्यास सुरुवात झाली, हा वाटा जवळजवळ २५ टक्क्यांपर्यंत पोहोचला (हे सर्व आकडे सन १९९०च्या दशकातील असून क्रयशक्ती तुल्यता ध्यानात घेऊन नमूद केल्या आहेत). संपूर्ण इतिहासाच्या आढाव्यावरून चीन आणि भारताचे जागतिक स्थूल राष्ट्रीय उत्पन्नातील योगदान समसमान होते. मात्र, आधुनिक काळात चीनचा चेहरा मोहरा पूर्णतः बदलला आहे. सन २०१२ पर्यंत जागतिक उत्पन्नामध्ये एकट्या चीनचा सिंहाचा वाटा आहे.

सन १९४९नंतर चीनमध्ये कम्युनिस्ट पक्ष सत्तेत आला आणि चिनी लोक गणतंत्राची स्थापना झाली. तद्नंतर चीनची औद्योगिकीकरणाकडे वाटचाल सुरू झाली. सन १९४९-७८ दरम्यान स्वावलंबित्वाचा प्रयत्नपूर्वक मागोवा घेताना चीनने केंद्रीकृत नियोजनाचे सोवियत प्रारूप अंगीकारले (सन १९४७ साली स्वातंत्र्यप्राप्ती नंतर भारतानेदेखील हेच प्रारूप स्वीकृत केले). पोलाद, भांडवली वस्तू, सिमेंट यांसारख्या अंतरक उद्योगांवर प्राथम्याने भर देण्यात आला. मात्र, सन १९७८-७९ पासून डेंग झियाओपिंग यांच्या दूरदृष्टीमुळे प्रत्यक्ष कायापालटाची नांदी झाली. त्यांच्या नेतृत्वकाळात चीनच्या डोळ्यांपुढे आर्थिक कल्याणाचे उद्दिष्ट होते. सन २०००पर्यंत 'सर्व नागरिकांचा राष्ट्रीय उत्पन्नातील दरडोई वाटा ८०० डॉलर्स' अशी या उद्दिष्टाची नेमकी व्याख्या करण्यात आली (हेल आणि हेल २००३). डेंग यांनी चीनमध्ये आर्थिक उदारीकरणाचे युग प्रारंभिले. ही घटना एकपक्षी कम्युनिस्ट राजवटीच्या काळात उलगडत असल्याने लक्षणीय ठरली. सन १९८० आणि सन १९९०च्या दशकातील चीनच्या यशाचा नेमका आलेख समजून घेण्यासाठी चीनमधील दोन प्रमुख औद्योगिक वृंदांचा अभ्यास करणे प्राप्त आहे. पर्ल नदीचा त्रिभुज प्रदेश आणि यांगत्से नदीचा त्रिभुज प्रदेश हे उपरोक्त दोन औद्योगिक वृंद होत. उत्पादन क्षेत्रात चीनने भव्यदिव्य यश संपादन केले आहे. यासाठीचे प्रेरक घटक जाणून घेण्यासाठी या दोनही प्रदेशांचा अभ्यास मार्गदर्शक ठरेल.

पर्ल नदीचा त्रिभुज प्रदेश: या प्रदेशामध्ये पुढील नऊ शहरांचा समावेश होतो: गुआंगझू (प्रांतीय राजधानी), शेन्झेन, फोशान, झुहाई, जियांगमेन, झॅंगशान,

आणि दोन्गुआन, हुईझोऊ चार जिल्हे आणि चार परगणे आणि झाओकिंगचे चार जिल्हे आणि चार परगणे. सन २०१३मध्ये केवळ या प्रदेशाचा चीनच्या स्थूल राष्ट्रीय उत्पन्नातील वाटा ९.३ टक्के इतका होता, चीनमधील एकूण परकीय प्रत्यक्ष गुंतवणुकीपैकी १९.६ टक्के गुंतवणूक या प्रदेशातील होती आणि चिनी निर्यातीमध्ये या प्रदेशाचा वाटा २७.५ टक्के इतका होता.[५] अशा प्रकारे उपरोक्त तथ्यांवरून संपूर्ण चिनी अर्थव्यवस्थेवरील या प्रदेशाचा प्रभाव लक्षात येतो. हा प्रदेश इलेक्ट्रॉनिक उपकरणे, विद्युत उपकरणे, खेळणी, कपडे, आणि प्लास्टिक उत्पादनांचा अग्रेसर उत्पादक आणि निर्यात करणारा प्रदेश होय.

सन १९७९मध्ये हा त्रिभुज प्रदेश विशेष आर्थिक क्षेत्र म्हणून प्रस्थापित करण्यात आला. या क्षेत्राने अधिक उदार आर्थिक धोरण राबवण्यास मान्यता होती. यामध्ये कर प्रोत्साहन, नफा प्रत्यावर्तन, करमुक्त आयात इत्यादी बाबींचा समावेश होता. हा त्रिभुज प्रदेश हाँगकाँग आणि मकाऊच्या समीप असल्याने यांमध्ये दीर्घकाल कौटुंबिक आणि सांस्कृतिक संबंध राहिले आहेत. सन १९७०च्या दशकापूर्वीच हाँगकाँग आणि मकाऊ येथील चिनी चर्चापीठाने दृढ व्यापारी संबंधांची पार्श्वभूमी निर्माण केली होती. आंतरराष्ट्रीय राजकारणात या चर्चापीठाची महत्त्वपूर्ण भूमिका होती. हाँगकाँग हे सर्वाधिक मोठ्या बंदरांपैकी एक बंदर, लघु औद्योगिक क्षेत्र, वित्तीय सेवांचे केंद्र आणि त्या प्रदेशातील व्यापारी तळ होते; तर मकाऊ कापड आणि विणकामासाठी प्रसिद्ध होते. या त्रिभुज प्रदेशामध्ये कमी दरामध्ये जमीन आणि अल्पवेतनावर काम करणारे कामगार उपलब्ध होते, त्याचा फायदा घेण्यासाठी या चर्चापीठाला मुख्य भूभागामध्ये व्यापाराचा प्रारंभ करायचा होता. आणि चीनची मागणी पुरी करण्यासाठी त्यांनी उत्पादनापेक्षा उत्पादन व्यवस्थापनावर अधिक भर दिला. उदारीकरण प्रक्रियेने त्यांच्यासाठी पोषक वातावरण निर्माण केले. सुरुवातीला या प्रदेशमध्ये प्रस्थापित होणारे उद्योग कामगारप्रधान होते. यामध्ये खेळणी उद्योग, कापडोद्योग, पेयांचे उत्पादन यांचा समावेश होता. सुरुवातीला केवळ चीनची स्थानिक मागणी करण्यासाठी उत्पादन केले जाई. मात्र, कालांतराने प्रामुख्याने या प्रदेशाच्या पूर्वेकडे निर्याताभिमुख दृष्टिकोन आकारास झाला.

सन १९८५च्या आसपास मुख्यत्वे हाँगकाँग मधून मोठ्या प्रमाणात स्थलांतर होण्यास सुरुवात झाली. पर्ल नदीच्या त्रिभुज प्रदेशामध्ये सुरुवातीला उत्पादनाला यश आले, हाँगकाँगमधील गुंतवणूकदारांना त्याचा रग्गड परतावा मिळाला. यातून आलेला आत्मविश्वास या स्थलांतरास कारणीभूत ठरला. या काळात या प्रदेशातील मूलभूत सोयीसुविधांचा मोठ्या प्रमाणात विकास झाल्याने आवक-जावक अधिक सहज झाली. याशिवाय, हाँगकाँग हे अनेक बहुराष्ट्रीय कंपन्यांचे तळ होते. इतर गुंतवणूकदारांना यश आल्यानंतर, या कंपन्यांची प्रादेशिक मुख्यालये पर्ल त्रिभुज

प्रदेशातून मूल्य-प्रभावी खरेदी करू इच्छित होती. पर्ल नदीच्या त्रिभुज प्रदेशातील व्यापाराबाबत हाँगकाँग निःशंक असल्याने या काळात तैवान, जपान आणि कोरियादेखील हाँगकाँगच्या माध्यमातून या प्रदेशात गुंतवणूक करू इच्छित होते. परिणामी, विद्युत उपकरणांची सुमार-जुळवणी, कामगारप्रधान सामग्रीची जुळवणी, गृहोपयोगी विद्युत उपभोग वस्तूंचा उत्पादनात मोठा वाटा यांमुळे या प्रदेशाची उत्पादन क्षमतेत अधिकच वाढ होत गेली. यामुळे हाँगकाँगचा एक माध्यम म्हणून वापर झाला आणि चीनला मोठ्या प्रमाणात तंत्रज्ञानविषयक आदान मिळाले. या त्रिभुज प्रदेशाच्या पश्चिमेकडे राज्याच्या मालकीची उत्पादन केंद्रे होती, मात्र, ही केंद्रे निर्यात-अभिमुख देखील नव्हती आणि हाँगकाँगपुरस्कृत केंद्रांप्रमाणे तंत्रज्ञानाच्या अंगाने विकसित देखील नव्हती. नववर्धित क्षमता शोषून घेण्यासाठी या प्रदेशामध्ये तंत्रज्ञानाचा प्रसार होण्यास सुरुवात झाली. अनुकरण, व्युत्कर्मी उत्पादन, आणि नवनिर्मितीला सुरुवात झाली.

सन १९९०च्या दशकामध्ये उत्पादन क्षमता अधिकच वर्धित झाल्या. संगणकाचे भाग, जुळवणी केलेले संगणक, दूरसंचार साधने, इलेक्ट्रॉनिक खेळणी, अस्सल रसायने, प्रिसिजन इक्विपमेंट्सच्या उपलब्धतेमुळे या काळात उत्पादन क्षमता अधिकच वर्धित झाल्या. या काळात पर्ल नदीच्या त्रिभुज प्रदेशाने अधिकाधिक तंत्रज्ञान स्वीकृत केले. हाँगकाँगची मध्यस्थी कायम असली तरी, या तंत्रज्ञान स्वीकृतीस तैवानच्या, पाश्चिमात्य आणि जपानी कंपन्या जबाबदार ठरल्या. यापलीकडे, वाढती गुंतवणूक, तंत्रज्ञान आदानांची भर, अनुकूल धोरणे आणि कुशल कामगारांची वाढती संख्या यांमुळे सन २०००च्या दशकामध्ये एक वेळ अशी आली जेव्हा पर्ल नदीच्या खोऱ्यामध्ये कोणत्याही प्रकारच्या उत्पादनास पोषक परिस्थिती निर्माण झाली, विद्युत उत्पादने, पादत्राणे, रसायने आणि खेळणी, यांपैकी कोणतेही उत्पादन येथे होणे शक्य झाले. या उत्पादनांचा जगभरात प्रत्यक्ष किंवा हाँगकाँगच्या माध्यमातून पुरवठा करणे शक्य होते. सन १९९०च्या दशकापासून विकासाची गती नेमकेपणाने जाणून घेण्यासाठी हवाई आणि झेडटीई यांसारख्या स्थानिक कंपन्यांचा दाखला देता येईल. या कंपन्या जगभरातील सिद्ध विद्युत वस्तू उत्पादित करणाऱ्या अग्रेसर कंपन्या होत. तक्ता १२.१मध्ये या त्रिभुज प्रदेशातील उत्पादन योगदानाच्या एकूण आवाक्याचा आढावा घेतला आहे.

सन १९७८मध्ये बहुतांश उपक्रम राज्याच्या मालकीचे होते. सन २००१ पर्यंत अशा उपक्रमांची संख्या १० टक्के पेक्षा कमी झाली; इतर उपक्रम खाजगी मालकीचे आणि परकीय गुंतवणुकीवर आधारित होते. सन १९७८मध्ये पर्ल नदीच्या त्रिभुज प्रदेशाचा चीनच्या स्थूल राष्ट्रीय उत्पन्नातील वाटा २.६ टक्के इतका होता, एकूण चिनी निर्यातीपैकी या प्रदेशातून होणारी निर्यात ३.४ टक्के इतकी होती आणि संपूर्ण

चीनमध्ये होणाऱ्या प्रत्यक्ष परदेशी गुंतवणुकीपैकी जवळजवळ ३ टक्के गुंतवणूक या प्रदेशात झाली होती. सन २००१मध्ये या आकडेवारीमध्ये वाढते सातत्य राहिल्याने व्यापक कायापालट दृग्गोचर आहे. यावेळी स्थूल राष्ट्रीय उत्पन्न ८.७ टक्क्यांपर्यंत पोहोचले, निर्यात ३४.१ टक्के इतकी झाली आणि प्रत्यक्ष परकीय गुंतवणूक २८.६ टक्क्यांपर्यंत वाढली.

यांगत्से नदीचा त्रिभुज प्रदेश: हा त्रिभुज प्रदेश चीनच्या पूर्व किनाऱ्यावर वसलेला आहे. यामध्ये शांघाय आणि आसपासच्या इतर १५ शहरांचा समावेश होतोः सुझोऊ, वूक्सी, चांगझोऊ, झेंगजियांग, नानजिंग, नानटाँग, यांगझोऊ, ताईझोऊ (जीयान्त्सू प्रांत), हँगझोऊ, जियाझिंग, हुझोऊ, शाओझिंग, झोऊशान, निंगबो, आणि ताईझोऊ (झेजियांग प्रांत). हा प्रदेश ११० चौ.कि.मी. इतका विस्तृत आहे. आणि सन २०१३च्या नोंदीनुसार येथे ११५ कोटी रहिवाशी आहेत. चीनच्या स्थूल राष्ट्रीय उत्पन्नामध्ये या प्रदेशाचा वाटा जवळजवळ १८.८ टक्के (२००७) इतका आहे. या प्रदेशाचे दरडोई स्थूल राष्ट्रीय उत्पन्न चीनच्या स्थूल राष्ट्रीय उत्पन्नाच्या २.५ पटींनी अधिक आहे (२००७). चीनच्या एकूण औद्योगिक उत्पन्नापैकी या प्रदेशाचा वाटा जवळजवळ २५ टक्के इतका आहे. प्रत्यक्ष परकीय गुंतवणुकीतील वाटा ५० टक्के आणि चीनच्या एकूण निर्यातीतील वाटा ३७ टक्के इतका आहे (२००७).[६]

माहिती तंत्रज्ञान आणि इलेक्ट्रॉनिक्स		*विद्युत उपकरणे*	
७८.८०%	दूरध्वनी	८८.२०%	विद्युत पंखे
६०.२०%	प्रिंटर	८०.४०%	हाय-फाय
५५.८०%	फॅक्स मशीन्स	७९.००%	विद्युत कूकर
५०.७०%	डिजिटल स्विचेस	७२.१०%	मायक्रोवेव्ह ओव्हन्स
४३.६०%	व्हीडिओ रेकॉर्डर्स	६४.३०%	कॅमेरा
३५.५०%	VCD प्लेयर्स	५८.४०%	गॅस वॉटरहिटर्स
३१.१०%	LS सेमी कंडक्टर्स	३७.५०%	एयर कंडिशनर्स
२४.३०%	CRT	३४.८०%	कलर टेलिव्हिजन
२३.००%	संगणक	२५.१०%	रेफ्रीजरेटर (फ्रीज)
१९.१०%	भ्रमणध्वनी	२४.९०%	व्हॅकयुम क्लीनर्स

तक्ता १२.१: *चीनच्या एकूण उत्पादनामध्ये यांगत्से नदीच्या त्रिभुज प्रदेशाचा वाटा (२०००)*

स्रोत: एनराईट, चांग, स्कॉट आणि झु (२००३)

सन १९९०च्या दशकाच्या सुरुवातीला केंद्र आणि स्थानिक सरकारने या त्रिभुज प्रदेशाला आर्थिक वृद्धीचे केंद्र म्हणून जाहीर मान्यता दिली. सर्वप्रथम राज्याच्या मालकीचे उपक्रम, शहरे आणि ग्रामस्थ उपक्रमांनी यांस प्रोत्साहन दिले. तथापि, अकार्यक्षमता आणि अनुमापी अनुकूलतेच्या अभावामुळे या प्रारूपाला लवकरच अनेक अडचणींचा सामना करावा लागला. तद्नंतर, हाँगकाँग आणि (प्रामुख्याने) तैवान येथील काही बाह्य गुंतवणूकदारांनी येथे गुंतवणूक करण्यास प्रारंभ झाला. परिणामस्वरूप, सन १९९०च्या दशकाच्या शेवटाकडे आणि सन २०००च्या दशकाच्या सुरुवातीला यांगत्से नदीच्या त्रिभुज प्रदेशाचा चेहरामोहराच पालटला. प्रामुख्याने तैवानी माहिती-तंत्रज्ञान उद्योगांच्या दृष्टीने, या प्रदेशाचा दृढ प्रभाव राहिला आहे. सन १९९० ते २००६ या दरम्यान तैवानी गुंतवणुकीचा या प्रदेशातील एकूण वाटा ५ टक्क्यांपासून ६७ टक्क्यांपर्यंत वर्धित झाला. चीनच्या इतर भागांतील गुंतवणूक मात्र तुलनेने कमी झाली (यांग २००९). उदाहरणार्थ, सन १९९७-२००० दरम्यान सुझोऊ (यांगत्से नदीच्या त्रिभुज प्रदेशातील जीयान्त्सू प्रांतातील लहानसे शहर) मध्ये राज्याच्या मालकीच्या आणि इतर संबंधित उपक्रमांचे उत्पादन ६० टक्क्यांवरून १० टक्क्यांपर्यंत आले आणि जवळजवळ संपूर्ण त्रिभुज प्रदेशाची हीच कथा होती (चे २००७). पर्ल नदीचा त्रिभुज प्रदेश आणि यांगत्से नदीचा त्रिभुज प्रदेश यांमध्ये एक लक्षणीय फरक होता. हा फरक तेथील उद्योगांचे स्वरूप आणि उद्योगक्षेत्राने वापरलेल्या विशिष्ट ज्ञानाची प्रगाढता यांवर आधारित होता. पर्ल नदीच्या त्रिभुज प्रदेशातील उद्योग उपक्रम प्रामुख्याने निर्याताभिमुख, कामगारप्रधान, विशिष्ट ज्ञानाचा अभाव असणारे होते; तर, यांगत्से नदीच्या त्रिभुज प्रदेशांतील उद्योग उपक्रम अधिक वैविध्य जपणारे होते. उदाहरणार्थ, सेमीकंडक्टरची रचना आणि उत्पादन, उच्च यांत्रिकीकरणावर आधारित स्वयंआराखडा आणि उत्पादन आणि पेट्रोकेमिकल, पोलाद, यंत्रसामग्री इत्यादी. यांगत्से त्रिभुज प्रदेशातील उद्योग आणि वैश्विक उद्योगजगतामध्ये ज्या प्रमाणात देवाणघेवाण होते त्या तुलनेने पर्ल त्रिभुज प्रदेशातील देवाणघेवाण न्यून आहे (चे २००७; यांग २००९). उत्पादन आणि सेवांच्या संदर्भात यांगत्से प्रदेशातील दृष्टिकोनदेखील अधिक संतुलित आहे असे जाणवते. वृद्धीचे उद्दिष्ट ध्यानी धरून येथील उत्पादन आणि सेवा क्षेत्र परस्परजीवी राहिले आहे. शांघाय हे या प्रदेशातील प्रमुख शहर होय. जगभरातील दर्जात्मक संशोधन (ड्यू २००५) आणि विकास कार्यांशी संबंधित प्रमुख केंद्रांमध्ये आणि बँक, माहिती-तंत्रज्ञान, लेखनिक सेवा, कायदे यांसारख्या सेवाक्षेत्रांमध्ये या शहराचे स्थान उल्लेखनीय आहे. या दोन्ही प्रदेशांचा तुलनात्मक अभ्यास करताना अभ्यासकांनी आणखी एक निरीक्षण नोंदवले आहे. त्यांच्या मते, पर्ल नदीच्या त्रिभुज प्रदेशात स्थानिक अधिकाऱ्यांचे असमाधान खदखदते आहे असे लक्षात येते तर,

यांगत्से नदीच्या त्रिभुज प्रदेशात पारदर्शकता आणि कार्यक्षमता ही स्थानिक संस्थांची वैशिष्ट्ये होत. या प्रदेशामध्ये बौद्धिक संपदा हक्कांशी संबंधित उत्तम संस्थात्मक यंत्रणाबांधणी झाली आहे. तसेच, पायाभूत सोयीसुविधा देखील विकसित झाल्या आहेत; या सर्व घटकांमुळे या प्रदेशात अधिक वृद्धी झाली आहे. शिवाय, पर्ल नदीच्या त्रिभुज प्रदेशातील बहुतांश उपक्रमांचा दृष्टिकोन १०० टक्के पुनर्निर्यातीवर भर देणारा आहे. परिणामी, तांत्रिकदृष्ट्या त्रासदायक असले तरी, चिनी मागणीनुसार उत्पादनाचा पुरवठा करणे महत्त्वाचे मानले गेले. त्यामुळे, शांघाय येथील साहाय्यक उपक्रम किंवा उद्योग चीनची अंतर्गत वस्तू मागणी पूर्ण करण्यास अधिक योग्य मानल्या गेल्या (ओव्हरहोल्ट २००४; यांग २००९). यांगत्से त्रिभुज प्रदेशातील विकासाची नीती अधोमुख पद्धतीची आहे. येथील स्थानिक अधिकारी उद्योगवृंद प्रस्थापित करण्याचा जाणीवपूर्वक प्रयत्न करत आहेत. उदाहरणार्थ, सुझोऊ येथे वह्यांशी संबंधित उद्योगवृंदांची निर्मिती होत आहे. याउलट, पर्ल नदीच्या त्रिभुज प्रदेशात उद्योगवृंद आपसूक विकसित होत आहेत.

उत्पादन क्षेत्रातील चीनच्या यशाचे विश्लेषण

पर्ल नदीचे त्रिभुज क्षेत्र आणि यांगत्से नदीचे त्रिभुज क्षेत्र या दोहोंच्या तुलनात्मक आणि विश्लेषणात्मक अभ्यासातून एकूण चिनी उत्पादनाच्या आलेखाची मांडणी करण्याचा येथे प्रयत्न केला आहे. अशी मांडणी करताना काही विशिष्ट टप्पे आणि त्या त्या टप्प्याची काही लक्षणीय वैशिष्ट्ये नमूद केली आहेत (तक्ता १२.२).

उपरोक्त दोन्ही प्रदेशांवरील चर्चा आणि तेथील स्वीकृत धोरणे या अनुषंगाने, चीनच्या विलक्षण कायापालटास जबाबदार दोन प्रमुख घटक पुढे नमूद केले आहेत.

शासकीय धोरण: सन १९७८–७९च्या सुरुवातीला चीनने अनेक उपाययोजनांची मालिकाच राबवली. 'ओपन डोअर'मुळे सुधारणांची नांदी झाली. पैकी, स्थानिक शासन आणि इतर स्थानिक संस्थांचे सबलीकरण ही सर्वाधिक महत्त्वाची उपाययोजना होती. उदाहरणार्थ, गुआंगडाँग प्रांताकडे व्यापाराचे नियंत्रण दिले गेले आणि जमीन संबंधीचे हक्क स्थानिक संस्थांकडे देण्यात आले. ओघानेच जमिनीची भाडेपट्टी आणि बहुराष्ट्रीय कंपन्यांसाठीचा दर किंवा कोणत्याही उत्पादनासाठी जमीन आवश्यक असल्यास तद्संबंधी दर ठरवण्याचा अधिकार स्थानिक संस्थांकडे दिला. प्रांतामध्ये परकीय मालकीच्या बँकादेखील स्थापन करण्यात आल्या. यातून परकीय व्यापार विनिमयाची हमी मिळाली आणि सन १९८०मध्ये स्थानिक शेअर बाजार देखील स्थापन करण्यात आला. चीनच्या मुख्य भूप्रदेशातील कोणत्याही प्रांतासाठी हे विचारांच्या पलीकडे जाणारे होते. केंद्राचे नियंत्रण असले तरी प्रांत आणि जिल्हा

निकष	टप्पा १	टप्पा २	टप्पा ३
	कंत्राटाधारित साधे उत्पादन	*विशेष उत्पादन आणि जुळवणी*	*तद्देशीय आखणी आणि प्रगत उत्पादन*
कामगारांची वैशिष्ट्ये	कामगारप्रधान, अकुशल काम	कामगार आणि कौशल्यप्रधान	सर्वोच्च संशोधन आणि विकास कौशल्य आवश्यक
उत्पादनांची व्यामिश्रता	मूलभूत-खेळणी, रसायने आणि वस्त्रे	मध्यम- वाहन साधने, संगणक घटक, इलेक्ट्रॉनिक खेळणी,	नोटबुक्स, मोबाईल फोन्स, इंजिन आणि यंत्रणा
पूर्वअटी	प्राथमिक उत्पादन आवश्यक	विभिन्न घटकांचे सातत्याने यशस्वी उत्पादन	शॉप फ्लोअरची सर्वोच्च पातळी, जुळवणी उत्पादनांच्या पुरवठ्याची हमी, विकसित यंत्र सामग्री, सर्वोत्तम कार्य पद्धती
तंत्रज्ञान हस्तांतरण प्रक्रिया	चीन येथे राज्य मालकीच्या उपक्रमांनी हे उत्पादन केले.	सर्वसाधारण तंत्रज्ञानाऐवजी बहुराष्ट्रीय कंपन्यांचे तंत्रज्ञान वापरण्यात आले	देशांतर्गत संशोधन आणि विकास आणि सर्वोच्च तंत्रज्ञानाचा स्वीकार किंवा सर्वोच्च कंपन्यांची परवानगी
स्पर्धेचे आधार	श्रम आधारित मूल्य निर्धारण, प्रादेशिक व्यापार केंद्रांचे सोयीचे स्थान	श्रम आधारित मूल्य निर्धारण, प्रादेशिक व्यापार केंद्रांचे सोयीचे स्थान, जलदगतीने जुळवणीसाठी विविध घटकांच्या उत्पादन केंद्रांचे सोयीचे स्थान, उच्च क्षमता	प्रगत रचना कौशल्ये, किफायतशीर उत्पादनाची सुप्रस्थापित पारिस्थितिकी

तक्ता १२.२: *उत्पादन वृद्धीचे टप्पे (चीन)*

पातळीवरील संस्थांना पुरेशी स्वायत्तता देण्यात आली. परिणामी, अशा संस्थांना गरजा आणि आवश्यकतांनुसार योजनांची आखणी करणे शक्य झाले. स्थानिक संस्थांना धोरणे आखण्यास आवश्यक अधिकारिता आणि स्वायत्तता बहाल करण्यात आली. यामुळे व्यापारासाठी पोषक वातावरण निर्माण झाले. ही प्रक्रिया तडकाफडकी किंवा स्वयंप्रेरित नव्हती. पर्ल नदीच्या त्रिभुज प्रदेशात विशेष आर्थिक क्षेत्र निर्माण केल्यावर या प्रयोगाची सुरुवात झाली, पुढे व्यापार वृद्धीच्या हेतूने स्थानिक संस्थांचे अधिकार आणि महत्त्वपूर्ण स्थान यांस मान्यता देण्यात आली. मालमत्ता हक्कांची व्याख्या करताना, जमीन वापर धोरणे आखताना, आणि त्या प्रदेशात बस्तान बसवू इच्छिणाऱ्या निर्याताभिमुख बहुराष्ट्रीय कंपन्यांसाठी भाडेपट्टीची रचना ठरवताना या स्थानिक संस्थांची भूमिका कळीची मानण्यात आली. यातून गोळा केलेला महसूल प्रदेशांतील सुधारणांसाठी वापरण्यात येत असे आणि करव्यवस्थेतून उत्पन्न होऊ शकेल अशा केंद्राच्या महसूल रकमेत यामुळे घट झाली. प्रदेशातील पायाभूत सोयीसुविधांचा आवश्यक विकास, परकीय विनिमय सुकर होण्यासाठी विशेष आर्थिक क्षेत्राची स्थापना, शेअरबाजाराची सुरुवात, संस्थाबांधणी या सर्व उपक्रमांतून विकासाप्रतीची चिकाटी आणि चढता आलेख कायम राहील असेच निदर्शनास आले. पायाभूत सोयीसुविधांच्या बांधणीमध्ये रस्ते, पूल, बंदर, सुयोग्य राहण्याची व्यवस्था, शाळा आणि विद्यापीठे इत्यादींचा समावेश होतो. यांमुळे मध्यवर्ती प्रांतातील लोक किनारपट्टीकडील प्रांतांमध्ये स्थलांतरित होण्यास सुरुवात झाली.

तंत्रज्ञानाचा सातत्याने होणारा मारा हा दुसरा महत्त्वपूर्ण पैलू होय. हे उद्योग जसजसे परिपक्व झाले, तेथील तंत्रज्ञानाची पातळी जसजशी सर्वाधिक विकसित झाली तसतसे प्रदेशांतर्गत कंत्राटांचे प्रमाण कमी झाले. एका उद्योगवृंदाच्या अंतर्गत अनेक वृंद निर्माण झाले (आकृती १२.२), एखाद्या उत्पादनाची संपूर्ण जुळवणी याच प्रदेशात होईल अशी हमी यातून मिळाली. म्हणून, केवळ एकाच कंपनीने तंत्रज्ञान आत्मसात केले आणि तिचा विकास झाला असे न होता वस्तुतः, बहुराष्ट्रीय कंपन्यांकडून केवळ विशिष्ट कंपन्यांना नव्हे तर संपूर्ण प्रदेशामध्ये तंत्रज्ञानाचा प्रसार करण्यात आला. अशा प्रकारे, संपूर्ण प्रदेशाचा तंत्रज्ञानाधारित प्रभाव आणि क्षमता कालांतराने वाढत गेली.

आणखी एका महत्त्वपूर्ण धोरणामुळे चलनाची कृत्रिम अवनती करण्यात आली, हे निर्यातदारांच्या पथ्यावर पडणार होते. गुंतवणूकदारांना आकृष्ट करणाऱ्या वेगवेगळ्या प्रदेशांमध्ये स्पर्धेला चालना देऊन चिनी शासनाने स्पर्धात्मक उद्योगांचे एतद्देशीय स्वरूप निर्माण केले. विवक्षित प्रदेशात उद्योगांच्या मालकीचे स्वरूप वेगळे होते, म्हणजेच, काहींची मालकी शासनाकडे तर काही बहुराष्ट्रीय कंपन्यांच्या मालकीची होती, काहींची मालकी सामुदायिक होती. मात्र, दर्जात्मक उत्पादनाबाबत

पर्ल नदीच्या त्रिभुज प्रदेशाच्या शहरांतील उद्योगवृंद

शहर	उद्योगवृंद
गुआंगझोऊ	ऑटोपार्ट्र्स, दळणवळणाची साधने, विद्युत उपकरणे, इलेक्ट्रॉनिक्स, रसायने, कापडोद्योग, विणकाम, व्यापारी सेवा, सॉफ्टवेअर, खेळणी
पान्यू*	क्रीडासंबंधी वस्तू, विणकाम, कापडोद्योग, दागिने, खेळणी, विद्युत पुरवठा साधने, जहाजमाल ठेवण्याची पेटी,
शेन्झेन	इलेक्ट्रॉनिक्स, संगणक उत्पादने, टेलिकॉम उत्पादने, IC, खेळणी, प्लास्टिक, घड्याळे, कालदर्शक, तैलचित्रे, बंदर सेवा, पुरवठ्याची सोय
डॉन्गुआन	इलेक्ट्रॉनिक संगणक, उत्पादन घटक, उत्पादनासाठी आवश्यक इतर घटक, वस्त्रे, फर्निचर, बूट, खेळणी, घड्याळे, गृहोपयोगाची साधने, स्वयंपाक घरातील यंत्रे, धातू जोडण्याचे यंत्र, अँगलिंगची साधने
हुईझोऊ	लेझर डायोड, डिजिटल इलेक्ट्रॉनिक, CD-ROMs, टेलिफोन, बॅटरी, सर्किट बोर्ड्स, प्रीसिशन मशिनरी, प्लास्टिक, रसायने
झाँगशान	लायटिंग फिक्श्चर, दिवे, धातूची उत्पादने, मोटरसायकल, प्रासंगिक वस्त्रे, कुलूपे, श्राव्य उपकरणे
फोशान	इंडस्ट्रीयल सिरॅमिक्स, सिरॅमिक कलाकृती, शिवणकाम, वस्त्रोद्योग, मुलांचे कपडे
चेन्कून*	फुलांची शेती, सजावटीची मत्स्य कलाकृती, गवताळ जमिनीवर शेती
नान्हाई*	वस्त्रोद्योग, ॲल्युमिनियम उत्पादने, मोटर सायकल, अंतर्वस्त्रे
शून्दे*	इलेक्ट्रिकल उपकरणे, लाकूडकाम, माल वाहून नेण्याच्या पेट्या, फर्निचर, यंत्रणा, सायकली.
जियांगमेन	वस्त्रोद्योग, कपडे, कागद, बॅटरी

आकृती १२.२: *पर्ल नदीच्या त्रिभुज प्रदेशातील वेगवेगळे उद्योगवृंद*

स्रोत: एनराईट, स्कॉट आणि चांग (२००५)

टीप: *पान्यू हा गुआंगझोऊ येथील जिल्हा आहे. चेन्कून, नान्हाई आणि शून्दे हे फोशानमधील जिल्हे होत.

हे उद्योग कटिबद्ध होते, त्यांमध्ये परस्परावलंबित्व देखील होते. मूल्यनिर्धारणाच्या सातत्यपूर्ण दबावामुळे या कंपन्यांना एकीकडे तंत्रज्ञानाशी जुळवून घेताना खर्चात कपात करण्याच्या नवनवीन पद्धती शोधायच्या होत्या.

प्रादेशिक विकास आणि स्पर्धेला वेग आल्यानंतर प्रमुख चिनी नेतृत्वाने एकीकडे या तीव्र स्पर्धेचा प्रसार करण्यास सुरुवात केली आणि दुसरीकडे विशेष आर्थिक क्षेत्राची व्याप्ती वाढावी यासाठी पोषक वातावरणनिर्मितीवर भर दिला. यासाठी पूर्वीच्या उपयोजनातून पाठ घेऊन नव्या प्रदेशांत धोरणे राबवण्यास सुरुवात केली. उदाहरणार्थ, पर्ल नदीच्या त्रिभुज प्रदेशापासून पाठ घेऊन ते यांगत्से नदीच्या त्रिभुज प्रदेशात अमलात आणले गेले. जेणेकरून, संशोधन विकास सेवा आणि इतर व्यापारी सेवांसह अधिक मूल्य वर्धित आणि दर्जात्मक उत्पादन होणे शक्य झाले. चीनने विकासाचे नियमनाधारित भांडवलवाद प्रारूप स्वीकृत केले. हे प्रारूप विलक्षण, यशदायी आणि संदर्भस्थित होते, म्हणजेच, जगभरात इतर कुठेही जसेच्या तसे राबवणे किंवा त्याचे अनुकरण करणे शक्य नव्हते.

अल्प मजुरी आणि सातत्याने वाढणारे कुशल मनुष्यबळ: अमेरिका, जपान आणि युरोप या सन १९९०च्या दशकातील उत्पादन स्थळांशी तुलना करता, चीनमधील मजुरी ऐतिहासिकदृष्ट्या कमी होती हे ध्यानात येते. चीनच्या एकूण मूल्य स्पर्धात्मकतेमध्ये हा घटक निर्णायक ठरला. यामुळे उत्पादन क्षेत्रात सर्वोत्तम शिखर गाठण्यासाठी चीनमार्फत जोरदार रेटा देण्यात आला. शिवाय, चीनमध्ये उपलब्ध असलेले कुशल मनुष्यबळ तेथे उत्पादन विकासाची पारिस्थितिकी निर्माण करण्यात महत्त्वाची भूमिका बजावणार होते. या संदर्भात, शासकीय धोरणांची भूमिका देखील महत्त्वपूर्ण ठरली. सेमीकंडक्टर उत्पादनासारख्या मोठ्या प्रमाणात तंत्रज्ञान-प्रधान असलेल्या उद्योगावर विशेष भर देण्यात आला; एतद्देशीय नवनवीन तंत्रज्ञान विकसित करण्यासाठी संशोधन आणि विकासावर भर देण्यात आला, यासाठी विद्यापीठे आणि राज्याच्या मालकीच्या उपक्रमांमध्ये दुवा साधण्यात आला. काही चिनी अभियंत्यांनी परदेशात प्रशिक्षण घेऊन किंवा चीनस्थित बहुराष्ट्रीय कंपन्यांमध्ये काम करून विशेष कौशल्ये हस्तगत केली होती. अशा अभियंत्यांना उद्योजक म्हणून स्वतःचे उपक्रम सुरू करण्यास प्रोत्साहन देण्यात आले. यातून प्राप्त कौशल्ये शाश्वत राहण्याची आणि इतर पदवीधरांकडे हस्तांतरित होण्याची हमी मिळाली. कालांतराने, अशा कौशल्यांमुळे एतद्देशीय नवनवीन उपक्रमांचा प्रारंभ झाला आणि जागतिक दर्जाच्या उत्पादितांशी स्पर्धा करू शकतील अशी दर्जेदार उत्पादिते चीनमध्ये विकसित करण्यात आली. या अभियंत्यांच्या चीनमधील तंत्रज्ञान हस्तांतरणाच्या प्रयत्नांतून (हू, जेफरसन आणि जीन्चांग २००५) तद्देशीय संशोधन आणि विकास बहुराष्ट्रीय कंपन्यांकडून झालेला तंत्रज्ञानाचा बाह्य मारा या दोन्ही बाबी परस्परपूरक आहेत ही बाब अधोरेखित होते. तद्देशीय संशोधन आणि विकासामुळेच चिनी कंपन्यांची बाह्य क्षमता शोषून घेण्याची क्षमता वर्धित होते (कोहेन आणि लेविन्थाल १९८९). चीनमधील अंतर्गत बाजारपेठ जसजशी विकसित झाली तसतशी चिनी शासनाने एतद्देशीय मानदंडांना चालना देऊन

प्रचंड प्रमाणात क्षमतावर्धन केले (उदाहरणार्थ, भ्रमणध्वनीचे ४जी मापदंड). याचा परिणाम म्हणून, उत्पादनाच्या प्रस्थापित पार्श्वभूमीवर सकारात्मक परिणाम झाला, यातूनच जगातील सर्वोत्तम सोयीसुविधा आणि श्रेणी विकसित होण्यास साहाय्य झाले.

चीनसमोरील भविष्यातील संभाव्य आव्हाने

चीनने नेत्रदीपक प्रगती केली आहे याबाबत कोणतीही शंका नाही. याचे दृश्य फलित विश्लेषणास खुले आहे. तथापि, कोणत्याही नाण्याच्या दोन बाजू असतात. चिनी विकासाचा छुपा चेहरा देखील वास्तव आहे. नजीकच्या भविष्यात चीनला हे आव्हान पेलावे लागणार आहे. या संदर्भातील काही प्रश्नांवर पुढे चर्चा केली आहेः

- अंतर्गत प्रदेशांपेक्षा किनारपट्टीकडील प्रदेश विकासाच्या प्रत्येक निकषावर सरस होते, यामुळे विषम विकास होऊन प्रस्थापित प्रारूपाच्या स्थैर्याबाबत प्रश्नचिन्ह निर्माण झाले. पैकी, काही गंभीर प्रश्न येथे नमूद केले आहेतः किनारपट्टीवरील प्रदेशांमध्ये मोठ्या प्रमाणात शहरीकरण आणि तदनुषंगाने मोठ्या प्रमाणात प्रदूषण, संसाधनांवर प्रचंड ताण आणि सुपीक त्रिभुज प्रदेशांतील लागवडयोग्य जमिनीची नासधूस आणि परिणामस्वरूप अन्नधान्य उत्पादनावर झालेला दीर्घकालीन परिणाम.
- शहरांमध्ये चीनने तीव्र स्पर्धेचे वातावरण निर्माण केले. तसेच, परकीय प्रत्यक्ष गुंतवणुकीसाठी स्पर्धा करणाऱ्या नगरांमध्ये देखील स्पर्धात्मकता भिनवली. तथापि, यामुळे वेगवेगळ्या प्रदेशांमध्ये समान धाटणीचे औद्योगिक वृंद निर्माण झाल्याने समस्या निर्माण झाली. म्हणून, प्रत्येक प्रदेश नवे उद्योग सुरू करण्यासाठी आणि प्रत्यक्ष गुंतवणूक प्राप्त करण्यासाठी प्रयत्नशील होता, यातून, एखाद्या प्रदेशाचा लाभ तर, दुसऱ्या प्रदेशाची हानी असे चित्र उभे राहणार होते.
- आर्थिक परिस्थितीची सुधारणा आणि जगण्याचे उत्तम मानदंड यामुळे ओघानेच पुढची पिढी अधिक स्वायत्ततेची मागणी करू शकेल. जेणेकरून प्रस्थापित राजकीय व्यवस्थेवर वचक ठेवणे आणि एकपक्षीय व्यवस्थेवर दबाव निर्माण करणे शक्य होईल.
- चलनाचा कृत्रिमरित्या कमी केलेल्या दराबाबत जग पृच्छा करू शकेल आणि रेम्निबी चे मूल्य वाढवण्याबाबत प्रयत्न केले जातील अशी शक्यता आहे.

- मूल्यावपात विरोधी प्रश्नांमुळे चीनच्या मार्गात अडथळा निर्माण होणे शक्य आहे, यामुळे काही उद्योग औद्योगिक व्यवहारांतून बाहेर फेकले जातील किंवा काही उद्योग अव्यवहार्य ठरतील. म्हणून, व्यापारामध्ये संतुलन राखणे गरजेचे आहे. म्हणजेच, केवळ निर्यात-अभिमुखता न बाळगता अंतर्गत मागणी आणि निर्यात दोहोंमध्ये संतुलन असणे आवश्यक आहे.

भारतीय उत्पादन क्षेत्राशी संबंधित प्रश्नांचा आढावा

प्रस्तुत प्रकरणाची व्याप्ती लक्षात घेता, हा प्रपंच तपशीलवार चर्चेऐवजी, भारतीय उत्पादन क्षेत्रातील काही प्रमुख प्रश्नांच्या संक्षिप्त मांडणीपर्यंत मर्यादित ठेवला आहे. भारतीय उत्पादन क्षेत्राची नीती आणि उपयोजन यासबंधी अगदी अलीकडच्या उचित अभ्यास नोंदी दुर्मीळ आहे. चंद्र आणि सास्त्री (२००२) आणि दांगायाच आणि देशमुख (२००३) यांसारख्या काही संदर्भांमध्ये याबाबत उल्लेख आहेत. ही संदर्भ जवळजवळ दशकभर पूर्वीचे असले तरी, ते आजही प्रासंगिक आहेत; प्राईस वॉटरहाउस कुपर लिमिटेड यांसारख्या उद्योगांच्या अहवालांतून हे ध्यानात येते (एफआयसीसीआय आणि प्राईस वॉटरहाउस कुपर लिमिटेड २०१४); भट्टाचार्य, ब्रूस आणि मुखर्जी (२०१४) यांनी भारतीय उत्पादनक्षेत्राच्या संदर्भात पुढील मुद्दे अधोरेखित केले आहेतः

- जवळजवळ प्रत्येक क्षेत्रामध्ये अत्यधिक कुशल कार्यबलाची (एमटेक, पीएच.डी. इत्यादी) कमतरता.
- संपूर्ण उद्योगपटावर, विशेषतः असंघटित उपक्रमांमध्ये, निर्यातसाखळी आणि पुरवठा धोरणांतील सुसंवादाचा अभाव.
- कारखान्यातील सामान्य कामगारांना प्रमाणित साधने उपलब्ध नसणे आणि माहिती तंत्रज्ञान आधारित साधने आणि उत्पादनामध्ये अभिकल्प यासह सर्वसाधारण बाबी, यांमध्ये एकवाक्यतेचा अभाव.
- एतद्देशीय मानकांचा अभाव, भारतीय मानकांना वैश्विक पातळीवर मान्यतेचा अभाव, संशोधन आणि विकासावर अल्प व्यय.
- कामगार सुधारणांचा अभाव. विशिष्ट ठिकाणच्या कर अवकाशाच्या संदर्भाने बदलती करव्यवस्था, एकदा करअवकाश संपला की अशी व्यवस्था अव्यवहार्य ठरते. कामगारांची सुरक्षा आणि प्रशिक्षण या बाबींवर नगण्य लक्ष.
- एकूण उत्पादनाच्या मूल्यामध्ये मालाचे अधिक मूल्य, विक्रेता विकसनाचा अभाव, दीर्घकालीन कंत्राटी व्यवस्थेचा अभाव.
- तलचिन्हसंबंधी त्रोटक प्रयत्न.

भारतीय मोटार उद्योग आणि मोटारींच्या साधनसामग्री उद्योगाचा अपवाद वगळता, इतर कोणताही उत्पादन उद्योग वैश्विक पातळीवर ठसा उमटवू शकले नाहीत (दांगायाच आणि देशमुख २००३). तथापि, चीनशी तुलना करता, सन १९९१मध्ये भारताने चीनपेक्षा जास्त प्रवासी गाड्यांचे उत्पादन केले, मात्र, सन २०१३ पर्यंत हे चित्र पूर्णतः पालटले होते. चीनने प्रवासी गाड्यांच्या उत्पादनात भारताला मागे पाडलेच परंतु, सन २०१३मध्ये चीनने भारतापेक्षा तीन पट अधिक उत्पादनाची नोंद केली.

निष्कर्ष

दोन्ही देशांच्या बलस्थानांचे तुलनात्मक तपशीलवार विश्लेषण केले असता, भारत प्रामुख्याने सेवाक्षेत्र असलेला आणि चीन भविष्यात उत्पादनाचे मूलस्थान म्हणून आकारास येईल हे ध्यानात येते. विशेषतः, संशोधन आणि विकास आणि यांगत्से नदीच्या खोऱ्यातील बँक क्षेत्राच्या विकासावरून चीनची प्रगती सेवाक्षेत्राच्या दिशेने होत आहे हे देखील लक्षात येते. गेल्या काही वर्षांपासून मागणीचा मोठा रेटा असला तरी भारताची मात्र उत्पादन क्षेत्रात फारशी प्रगती होताना दिसत नाही. परिस्थितीमध्ये सुधारणा होत असली तरी, यापूर्वीच्या विभागामध्ये मांडणी केल्याप्रमाणे, अनेक प्रश्न हाताळायचे आहेत हे ध्यानात येते. चीन आणि भारत दोन्ही ठिकाणच्या औद्योगिक बालेकिल्ल्यांमध्ये वाढत्या मजुरीचा प्रश्न उपस्थित झाला आहे. बाजारपेठ व्यवस्थेमध्ये नावनवीन खेळाडू सामील होत आहेत, त्यांना श्रममूल्य व्यवहाराचा लाभ घ्यावयाचा आहे. चीनमधील उत्पादनक्षेत्र प्रस्थापित असल्याने तिथे हा प्रश्न तितकासा अधोरेखित होत नाही. भारतामध्ये मात्र मूल्यसाखळीच्या दृष्टीने सेवाक्षेत्राचा आवश्यक तितका झपाट्याने विकास होताना दिसत नाही, मूल्याचे लाभ नाहीसे झाल्याने सेवाधारित अर्थव्यवस्था शाश्वत राखण्याचा भारतावर वाढता दबाव आहे.

भारत आणि चीनदरम्यान सहजीवी उद्योजकीय वातावरण निर्माण करण्यासाठी काही आकर्षक मार्ग अवलंबिणे शक्य आहे. चीनमधील उत्पादन जसजसे वाढते तशी चीनसाठी भारतीय बाजारपेठेची उपलब्धता महत्त्वाची ठरते. चिनी कंपन्या आणि भारतीय सेवाक्षेत्रातील उपक्रमांची हातमिळवणी होणे या संदर्भात महत्त्वाचे ठरते. भारतीय सेवा क्षेत्र चिनी उत्पादनांसाठी ग्राहकसेवा पुरवू शकते. यामुळे जगभर पोहोचण्याची मनीषा बाळगणाऱ्या चिनी कंपन्यांना उत्तम संधी उपलब्ध होतील. भारतीय बाजारपेठेमध्ये अमेरिकी, युरोपीय, जपानी आणि कोरिया येथील उत्पादनांमध्ये तीव्र स्पर्धा होते. अशी बाह्य चाचणी करून चिनी उत्पादनांचा एक व्यापारी प्रतिमाचिन्ह आणि दर्जात्मक नावलौकिक निर्माण होईल. याखेरीज, ज्या

उत्पादनांचे उत्पादनच भारतामध्ये होणे शक्य आहे त्यांसाठी भारताला कंत्राट देणे हा देखील एक उपलब्ध पर्याय आहे. हे चिनी भांडवली वस्तू, यंत्रोद्योग, विद्युत उपकरणे इत्यादीच्या अनुषंगाने समजून घेता येईल. सॉफ्टवेअर क्षेत्रातील भारताच्या क्षमता आणि हार्डवेअर आणि उत्पादनक्षेत्रातील चीनच्या क्षमता समसमान आहेत. यांच्या एकत्रीकरणातून भविष्यात उत्तम उत्पादिते निर्माण होतील आणि ती ॲपल, मायक्रोसॉफ्ट यांसारख्या उत्पादकांशी स्पर्धा करतील अशी अपेक्षा करता येईल. सन २०२० पर्यंत भारताला ४०० अब्ज डॉलर्स[७] इतक्या मूल्याच्या विद्युत उपकरणांची आयात करावी लागणार आहे आणि भारताची ही मागणी पूर्ण करण्यास चीन सज्ज आहे. हे आयात-निर्यात माध्यमातून किंवा भारतामध्ये चीनच्या मालकीचे उत्पादन उद्योग स्थापन करून साध्य करता येईल.

अंतिमतः, पायाभूत सोयी सुविधांशी संबंधित व्यापक प्रकल्प राबविण्यात चिनी कंपन्यांची हातोटी सर्वज्ञात आहे (रस्ते, पूल, बंदर, रेल्वे, विद्युत उपकरणे इत्यादी). भारतीय कंपन्यांना या कौशल्यांचा परिणामकारक वापर करून घेणे शक्य आहे. असे प्रकल्प संलग्न पद्धतीने राबवणे हा त्यासाठीचा मार्ग होय. याद्वारे बाजारपेठेत चीनला महत्त्वाची भूमिका प्रदान करण्यात येईल आणि आर्थिक वृद्धी केवळ चीनपुरती सीमित राहणार नाही. अशा संलग्न उपक्रमांमध्ये केवळ यंत्रांची निर्यात नव्हे तर सेवांचीही निर्यात अभिप्रेत आहे. यांमध्ये चिनी पायाभूत सोयी सुविधांशी संबंधित कंपन्यांकडून सल्ला घेणे यांसारखी निर्यात अभिप्रेत आहे. उपरोक्त क्षेत्रांखेरीज, ऊर्जाक्षेत्र (किनाऱ्यानजीक आणि किनाऱ्यापल्याड दोन्ही प्रदेशांमध्ये), अक्षय आणि शाश्वत ऊर्जाक्षेत्रात देखील एकत्रित पद्धतीने कार्य करणे शक्य आहे. ऊर्जाक्षेत्रात मागास असलेल्या दोन्ही देशांसाठी हे जणू एक वरदानच ठरेल.

टिपा

१. पहाः https://www.mapi.net/china-has-dominant-share-world-manufacturing (२८ फेब्रुवारी २०१५च्या नोंदींनुसार)

२. https://www.bluenomics.com/data#!data/national_accounts_gdp/key_indicators_2/structure_of_gross_value_added_by_sectors_gva_/901686967|chart/line&countries=china (५ एप्रिल २०१६च्या नोंदींनुसार)

३. http://www.ft.lk/2013/12/17/us-and-china-will-set-global-growth-pace-in-2014/ (२८ फेब्रुवारी २०१५च्या नोंदीनुसार)

४. पहाः http://www.economist.com/news/finance-and-economics/21572236-services-are-poised-become-countrys-biggest-sector-served-china (२८ फेब्रुवारी २०१५च्या नोंदींनुसार)

५. पहा: http://china-trade-research.hktdc.com/business-news/article/Fast-Facts/PRD-Economic-Profile/ff/en/1/1X000000/1X06BW84.htm (१ मार्च २०१५च्या नोंदींनुसार)

६. पहा: http://info.hktdc.com/mktprof/china/yrd.htm (९ मार्च २०१५च्या नोंदींनुसार)

७. पहा: http://archive.financialexpress.com/news/electronics-imports-to-reach-400-bn-by-2020-it-ministry/1074652 (८ एप्रिल २०१५च्या नोंदींनुसार)

संदर्भ

Bhattacharya, A., Bruce, A., and Mukherjee, A. 2014. *Make in India: Turning Vision into Reality.* CII and BCG. Available at http://www.manufacturingchampions.in/Document/NewsLetter/CII-BCG%20Report%20on%20Make%20In%20India%20-%2013th%20Manufacturing%20Summit%202014.pdf

Chandra, P., and Sastry, T. 2002. 'Competitiveness of Indian Manufacturing: Findings of the 2001 National Manufacturing Survey'. Working Paper 2002–09–04, 1–42, IIM Ahmedabad.

Chen, X. 2007. 'A Tale of Two Regions in China: Rapid Economic Development and Slow Industrial Upgrading in the Pearl River and Yangtze River Deltas'. *International Journal of Comparative Sociology* 48(2–3): 167–201.

Cohen, W.M., and Levinthal, D.A. 1989. 'Innovation and Learning: The Two Faces of R&D'. *Economics Journal* 99(397): 569–596.

Dangayach, G.S., and Deshmukh, S.G. 2003. 'Evidence of Indian Manufacturing Industry: A Survey." *International Journal of Production Economics* 83(3): 279–98.

Du, D. 2005, August 4. *Shangai: An Emerging Global R&D Base of Multinationals*. Shangai, China: Session on Urban Progress and Governance, the 4th International Convention of Asian Scholars.

Enright, M.J., Chang, K.-M., Scott, E.E., and Zhu, W. 2003. *Hong Kong and Pearl River Delta: The Economic Interaction.* Hong Kong: The 2022 Foundation Ltd.

Enright, M. J., Scott, E. E., and Chang, K. 2005. *Regional Powerhouse: The Greater Pearl River Delta and the Rise of China.* John Wiley & Sons (Asia) Pte Ltd.

FICCI, and Price Waterhouse Coopers. 2014. *India Manufacturing Barometer 2014: Turning the Corner.* Price Waterhouse Coopers Ltd. Available at http://ficci.in/spdocument/20279/ManufacturingBarometer-FINAL.pdf (accessed on 15 April 2015).

Hale, D., and Hale, L.H. 2003, November–December. China Takes Off. *Foreign Affairs* 82(6): 35–53.

Hu, A.G., Jefferson, G.H., and Jinchang, Q. 2005, November. 'R&D and Technology Transfer: Firm Level Evidence from Chinese Industry'. *The Review of Economics and Statistics* 87(4): 780–786.

Maddison, A. 2001. *The World Economy: A Millennial Perspective.* Paris: Development Centre Studies, OECD.

Overholt, W.H. 2004 (May/June). 'Hongkong or Shangai?' *The China Business Review* 31(3): 44–47.

Yang, C. 2009 (April). 'Strategic Coupling of Regional Development in Global Production Networks: Redestribution of the Taiwanese personal Computer Investments from the Pearl River Delta to the Yangtze River Delta, China'. *Regional Studies* 43(3): 385–407.

१३

उद्योजकीय सामाजिक दायित्व परंपरा

भारत आणि आशियाचा तौलनिक अभ्यास

पारमिता मुखर्जी आणि राजश्री चटर्जी

विषयप्रवेश

उद्योजकांचे सामाजिक दायित्व (उसादा) ही सांप्रत सर्वांच्या परिचयाची संज्ञा आहे. कोणत्याही औद्योगिक व्यवहारांचे समाजावर आर्थिक, सामाजिक आणि पर्यावरणीय स्वरूपाचे परिणाम होत असतात. दायित्व ही संज्ञा उद्योजकांनी हे परिणाम ध्यानात घेण्याशी संबंधित आहे. दीर्घकालपासून उद्योगप्रकल्प समाजोपकारी प्रकल्प हाती घेत आहेत. त्याचे प्रमाण मात्र उद्योगपरत्वे भिन्न आहे. मात्र, एक संकल्पना म्हणून उद्योजकांचे सामाजिक दायित्व अलीकडेच प्रस्थापित झाली आहे. गेल्या शतकामध्ये उदयाला आलेली आणि महत्त्वाची म्हणून अधोरेखित झालेली ही संकल्पना बराच काळ केवळ विकसित देशांमध्ये अवलंबिली गेली. अलीकडच्या काळात उदयोन्मुख अर्थव्यवस्थांच्या संदर्भात, ही संकल्पना रुळली आहे असे ध्यानात येते. अलीकडच्या काळात, उदयोन्मुख अर्थव्यवस्थांमध्ये उद्योजकांचे सामाजिक दायित्व अनिवार्य ठरवण्यासाठी कायदेशीर तरतुदी देखील करण्यात आल्या आहेत. निगम क्षेत्रात काम करणाऱ्या उद्योजकांचे देशातील जीवनाचा दर्जा उंचावण्यातील योगदान या अंगाने या संकल्पनेकडे पाहण्यात आले आहे.

तथापि, उदयोन्मुख अर्थव्यवस्थांतील उद्योजकांच्या सामाजिक दायित्वाशी संबंधित प्रश्नांबाबतचे आकलन आजही अपुरे आहे (किसेन्यी आणि ग्रे १९९८). या संकल्पनेची नेमकी व्याप्ती, त्या अंतर्गत नेमक्या कृती व्याख्यित करण्याबाबत देखील विवाद्य मुद्दे दृग्गोचर आहेत. युरोपीय संघाने उसाउ या संकल्पनेची व्याख्या पुढीलप्रमाणे केली आहेः 'कंपन्यांच्या व्यवहारांमध्ये सामाजिक आणि पर्यावरणीय प्रश्नांचे समावेशन आणि स्वयंप्रेरणेने भागिदारांशी संवाद या बाबी येथे उद्धृत संकल्पनेत अभिप्रेत आहेत'. मात्र, वर्ल्ड बिजनेस कौन्सिल फॉर सस्टेनेबल डेव्हलपमेंटने या संकल्पनेची पुढीलप्रमाणे व्याख्या केली आहेः 'सातत्याने नैतिकतेने वागण्याची विवक्षित उद्योगाची कटिबद्धता, कामगारांचे आणि त्यांच्या कुटुंबांचे, स्थानिक समुदायाचे आणि व्यापक पातळीवर समाजाचे जीवनमान उंचावून आर्थिक विकासास हातभार लावणे'. सुरुवातीच्या लेखननोंदींमध्ये उद्योजकांचे सामाजिक

दायित्व या संकल्पनेस केवळ सामाजिक जबाबदारी असे संबोधले होते. बोवेन (१९५३) यांचा ग्रंथ म्हणजे या विषयाशी संबंधित लेखनाच्या आधुनिक काळाची सुरुवात होय. मॅक ग्वायर (१९६३), वॉल्टन (१९६७), डॅवीस (१९६७), कॅरोल (१९७९, १९९९) यांचेही यामध्ये महत्त्वपूर्ण योगदान आहे. आतापर्यंत, बहुराष्ट्रीय उपक्रमांसाठी *ऑर्गनायझेशन फॉर इकॉनॉमिक कोऑपरेशन अॅण्ड डेव्हलपमेंट*ची मार्गदर्शक तत्त्वे आणि युनायटेड नेशन्स ग्लोबल कॉम्पॅक्टमध्ये नमूद उद्दिष्टे ही उद्योजकांच्या सामाजिक दायित्वाशी संबंधित वैश्विक मानके होत.

गेल्या काही दशकांमध्ये, जगभरातील विकसनशील देशांमध्ये लक्षणीय आर्थिक वृद्धीची नोंद झाली आहे. मात्र, मानव विकासाच्या अनुषंगाने यातील अनेक देश मागासलेले आहेत (तक्ता १३.१). चीन, भारत, अर्जेन्टिना, मेक्सिको आणि फिलिपाईन्स यांसारख्या जगभरातील बहुतांश विकसनशील देशांनी गेली काही दशके आर्थिक वृद्धीला चालना दिली आहे. मात्र, फिलिपाईन्स आणि भारतासह इतरही दोन देश सर्वोच्च १०० देशांमध्ये नसून, मध्यम मानव विकास असलेल्या देशांमध्ये मोडतात. सन २०१३च्या आकडेवारीनुसार, एकूण १८६ देशांपैकी भारताचा १३५वा क्रमांक लागतो. आवर्जून उल्लेख करण्याजोगी बाब म्हणजे, अधिक मानव विकास झाला आहे अशा देशांचे क्रमांक ५७ ते ९१ या दरम्यान आहेत. व्यापक दारिद्र्य, वाढती विषमता, अपुरे शिक्षण आणि बेरोजगारी, मानव विकाससंबंधी निकषांमध्ये नगण्य विकास या पार्श्वभूमीवर; कंपन्या पर्यावरण आणि सामाजिक कायापालटाबाबत अधिक सजग होत आहेत आणि दुसरीकडे समाज देखील अर्थव्यवस्थेच्या विकास प्रक्रियेतील औद्योगिक उपक्रमांच्या भूमिकेबाबत सुजाण झाला आहे. आर्थिक आणि सामाजिक क्षेत्रांच्या प्रगतीमध्ये आणि पर्यावरणसंबंधी प्रश्नांची तीव्रता कमी करण्याच्या दृष्टीने या उपक्रमांची भूमिका अधोरेखित होते. अशा देशांतील उद्योजकांच्या सामाजिक दायित्वासंबंधीचा कायापालट होताना, शाश्वत औद्योगिक नीतीमध्ये उद्योजकांचे सामाजिक दायित्व समाविष्ट करणे देखील अभिप्रेत आहे. पूर्वी उद्योगांचा सहभाग केवळ दान आणि परोपकारापुरता मर्यादित होता.

आशियातील उदयोन्मुख देश याला अपवाद नाहीत. या संदर्भात अगदी अलीकडे काही घडामोडी घडल्या आहेत, उद्योजकांच्या सामाजिक दायित्वामध्ये पारदर्शकता/अहवाल सादरीकरण आणि नफ्याचा भाग म्हणून उद्योजकांचे सामाजिक दायित्व अनिवार्य करणे या त्या बाबी होत. काही वेळा या घडामोडी विवक्षित देशाच्या सामाजिक-आर्थिक आणि सांस्कृतिक घटकांवर आधारित असतात. भारतामध्ये सन २०१३च्या नव्या कंपनी कायद्यान्वये अनिवार्यतेची तरतूद, उद्योजकांच्या सामाजिक दायित्वाबाबतची नोंदणी आणि सर्वेक्षण या बाबी येऊ घालत आहेत.

मानवि क्रमांक २०१३		मानव विकास निर्देशांक (माविनि)							स्थूराउ वृद्धी (संयुक्त वार्षिक वृद्धिदर, टक्के)				
		१९८०	१९९०	२०००	२००५	२०१०	२०१२	२०१३	१९८१–१९९०	१९९१–२०००	२००१–०५	२००६–१०	२०११–१३
	सर्वोच्च मानव विकासः गटाची सरासरी	०.७६	०.८०	०.८५	०.८७	०.८८	०.८९	०.८९					
४९	अर्जेन्टिना	०.६७	०.६९	०.७५	०.७६	०.८०	०.८१	०.८१	–१.५	४.५	२.०	५.७	४.१
	उच्च मानव विकासः गटाची सरासरी	०.५३	०.५९	०.६४	०.६८	०.७२	०.७३	०.७४					
५७	रशियन संघराज्य		०.७३	०.७२	०.७५	०.७७	०.७८	०.७८	–	–३.९	६.१	३.५	३.०
६२	मलेशिया	०.५८	०.६४	०.७२	०.७५	०.७७	०.७७	०.७७	६.०	७.१	४.७	४.५	५.२
६९	तुर्की	०.५०	०.५८	०.६५	०.६९	०.७४	०.७६	०.७६	५.२	३.६	४.६	३.२	५.०
७१	मेक्सिको	०.६०	०.६५	०.७०	०.७२	०.७५	०.७५	०.७६	१.८	३.६	१.६	१.९	३.०
७९	ब्राझील	०.५५	०.६१	०.६८	०.७१	०.७४	०.७४	०.७४	१.५	२.५	२.८	४.५	२.१
८९	थायलंड	०.५०	०.५७	०.६५	०.६८	०.७२	०.७२	०.७२	७.८	४.५	५.१	३.६	३.१
९१	चीन	०.४२	०.५०	०.५९	०.६४	०.७०	०.७१	०.७२	९.३	१०.४	९.८	११.२	८.२
	मध्यम मानव विकासः गटाची सरासरी	०.४२	०.४७	०.५३	०.५६	०.६०	०.६१	०.६१					

(तक्ता १३.१ पुढे चालू)

(तक्ता १३.१ पुढे चालू)

मावििनि क्रमांक २०१३		मानव विकास निर्देशांक (माविनि)							स्थूराउ वृद्धी (संयुक्त वार्षिक वृद्धिदर, टक्के)				
		१९८०	१९९०	२०००	२००५	२०१०	२०१२	२०१३	१९८१–१९९०	१९९१–२०००	२००१–०५	२००६–१०	२०११–१३
१०८	इंडोनेशिया	०.४७	०.५३	०.६१	०.६४	०.६७	०.६८	०.६८	६.४	४.२	४.७	५.७	६.२
११७	फिलीपाईन्स	०.५७	०.५९	०.६२	०.६४	०.६५	०.६६	०.६६	१.७	२.९	४.६	४.९	५.९
११८	दक्षिण आफ्रिका	०.५७	०.६२	०.६३	०.६१	०.६४	०.६५	०.६६	१.५	१.८	३.८	३.१	२.५
१३५	भारत	०.३७	०.४३	०.४८	०.५३	०.५७	०.५८	०.५९	५.६	५.६	६.७	८.३	६.२
न्यून मानव विकासः गटाची सरासरी		०.३४	०.३७	०.४०	०.४४	०.४८	०.४९	०.४९					

तक्ता १३.१: *निवडक विकसनशील देशांतील स्थूल राष्ट्रीय उत्पन्न वृद्धी आणि मानव विकास निर्देशांकाचा आलेख*

स्रोतः http://hdr.undp.org, वर्ल्ड डेव्हलपमेंट इंडिकेटर्स, द वर्ल्ड बँक.

सन २०११च्या *एशियन सस्टेनिबिलीटी रेटिंग लिस्ट*मधील नोंदींनुसार, दक्षिण कोरिया, चीन, हाँगकाँग, भारत इंडोनेशिया, मलेशिया, तैवान, फिलिपाईन्स, सिंगापोर आणि थायलंड या आशियाई देशांमध्ये भारताचा चौथा क्रमांक लागतो. दक्षिण कोरिया, थायलंड आणि मलेशियाचे पहिले तीन क्रमांक लागतात आणि त्यानंतर सिंगापोरचा सहावा आणि थायलंडचा सातवा क्रमांक लागतो. पर्यावरण, सामाजिक आणि अभिशासनसंबंधी सार्वजनिक प्रकटनाद्वारे हे क्रमांक ठरविण्यात आले आहेत.[१]

उद्योजकांचे सामाजिक दायित्व स्वीकृत करणे, त्याबाबतचा प्राथम्यक्रम किंवा स्वयंप्रेरणेने त्याची निर्धारितता या बाबींवर वैश्विक पातळीवर अभ्यास होत आहे. मात्र, याबाबत कोणताही ठाम निष्कर्ष काढता येत नाही. उदाहरणार्थ, उद्योग संलग्न संस्कृती, निगम अभिशासनाची पातळी, उद्योगाची व्याप्ती आणि व्यापारी जोखीम या निकषांचा वापर करून जगभरातील विविध भागांमध्ये उद्योजकांच्या सामाजिक दायित्वाच्या पातळीचे मापन केले जाते (गाओ आणि इतर २००५; हनिफा आणि कुक २००५; नासेर आणि इतर २००६). सामाजिक दायित्वाच्या प्रथेचे मूल्यमापन देखील झाले आहे आणि या प्रथेमुळे नवनिर्मितीचे वातावरण निर्माण होते असे निरीक्षण नोंदवले आहे (उबियुस आणि अलास २०१२). अवघड प्रसंगी विवक्षित औद्योगिक उपक्रमामार्फत सामाजिक दायित्वाचा वापर करून उत्तम प्रतिमेचे प्रदर्शन करणे शक्य आहे (मिश्रा आणि इतर २०१३).

गेल्या दोन दशकांतील काही अभ्यास प्रकल्पांतून भारत, चीन आणि इतर आशियाई अर्थव्यवस्थांतील उद्योजकांच्या सामाजिक दायित्वाचे परीक्षण करण्यात आले आहे. उदाहरणार्थ, रोझारिओ सर, हेर्रेरा आणि रोमन (२०११) यांच्या अभ्यासातून पुढील बाब ध्यानात आली आहे, प्रबळ हुकुमशाही राष्ट्रे आणि बहुराष्ट्रीय कंपन्यांच्या अस्तित्वासह औद्योगिक संघटना आणि गटांनी दक्षिणपूर्वेकडील आशियाई देशांमध्ये उद्योजकांच्या सामाजिक दायित्वाचा प्रसार केला. मात्र, या प्रदेशामध्ये मोठ्या संख्येने अस्तित्वात असलेल्या मध्यम आणि लघु उपक्रमांना सामाजिक दायित्वाचे उपयोजन झाल्यानंतर पर्यावरणीय आणि श्रमिकसंबंधी कायद्यांची जुळवून घेणे अवघड जाईल. ही या प्रदेशातील मुख्य आव्हान होय. विलियम्स (१९९९) यांनी आशिया-प्रशांत प्रदेशातील सात राष्ट्रांचा अभ्यास केला आणि या देशांमध्ये औद्योगिक उपक्रम आपसूक पुढे न येण्यासाठी तेथील सामाजिक-राजकीय आणि सांस्कृतिक घटक जबाबदार आहेत असा युक्तिवाद केला. या देशांमध्ये अस्थैर्य टाळता येण्याजोगे नाही हा एक घटक होय. चेम्बर्स आणि इतर (२००३) नुसार, भारतासह सात देशांतील ५० अग्रमानांकित कंपन्यांनी इंटरनेटवर जाहीर केलेल्या सामाजिक दायित्वावर आधारित निरीक्षणान्वये सामाजिक दायित्वाअंतर्गत आशियातील गुंतवणूक पाश्चिमात्य देशांच्या तुलनेने कमी आहे आणि आशियाई

देशांनी सामाजिक दायित्वाअंतर्गत गुंतवणुकीची एक विशिष्ट व्यवस्था निर्माण केली आहे. यासंबंधीच्या कृतींच्या प्रसारामध्ये जागतिकीकरणाची प्रमुख भूमिका आहे. शाबा आणि म्युटर (२०१३) यांच्या आणखी एका अभ्यासानुसार, सन २०११मध्ये आशियान अंतर्गत निर्माण झालेले सामाजिक दायित्वाचे परस्परसंबंध भविष्यातील उद्योजकांच्या सामाजिक सहभागावर प्रभावित ठरणार आहेत. चॅपल आणि इतर (२०१४) नुसार, सन २००२-२००९ दरम्यान सामाजिक दायित्वाअंतर्गत गुंतवणूक लक्षणीयदृष्ट्या वाढली असून ती प्रकाशझोतात देखील आली आहे. सहा आशियाई देशांमध्ये सामाजिक दायित्वाअंतर्गत गुंतवणूक उपक्रम वाढले आहेत असेच यातून सूचित होते. तथापि, कोणताही प्रमाणित रूपबंध आहे असे म्हणता येणार नाही. अशा प्रकारे, उदयोन्मुख आशियाई देशांतील सामाजिक दायित्वाशी संबंधित प्रथा किंवा आचाराशी संबंधित थोडके अभ्यासउपक्रम हाती घेतले गेले. माहितीची पोकळी भरून काढण्यासाठी, उदयोन्मुख आशियाई देशांतील, प्रामुख्याने भारतातील, उद्योजकांच्या सामाजिक दायित्वाशी संबंधित अगदी अलीकडच्या घडामोडी नमूद करण्याचा प्रयत्न प्रस्तुत प्रकरणात केला आहे. भारतावर विशेष भर असण्याचे कारण असे की, सन २०१३च्या नव्या कंपनी कायद्यान्वये सामाजिक दायित्वाशी संबंधित नवे नियम नमूद करण्यात आल्याने भारत संक्रमणावस्थेत आहे. या कायद्यान्वये, बहुतांश कंपन्यांनी सामाजिक दायित्वासंबंधी गुंतवणुकीचे सूचन आणि त्यासंबंधी तरतुदी करणे अनिवार्य आहे. अशा प्रकारे, नजीकच्या भविष्यात सर्व सामाजिक क्षेत्रांवरील महत्त्वाचे परिणाम पाहता, देशातील सामाजिक दायित्वासंबंधीचे चित्र बदलेल अशी आशा आहे. आशियातील इतर विकसनशील देशांमध्ये ही प्रक्रिया गेल्या ५-१० वर्षांपासून सुरू झाली आहे. म्हणून, सामाजिक दायित्वाच्या प्रथा आणि रूपबंध यांच्याशी संबंधित अलीकडील भूतकाळाचा आढावा घेऊन भारत आणि इतर आशियाई देशांचा तुलनात्मक अभ्यास करणे रोचक ठरेल.

विविध अभिकरणांनी आशियाई देशांतील विविध कंपन्यांचे क्रमांक आणि गुण नोंदवले आहे; त्यावर हे विश्लेषण आधारित आहे. भारताच्या संदर्भात, गेल्या वित्तीय वर्षात अनुसूचित कंपन्यांनी पुरवलेल्या सामाजिक दायित्वाशी संबंधित माहितीच्या आधारे हे विश्लेषण करण्यात आले आहे. सामाजिक दायित्व संबंधी गुंतवणूक अनिवार्य केल्याने नजीकच्या भविष्यातील शक्य परिणाम शोधून काढण्याच्या हेतूने हे विश्लेषण केले आहे. यातून, कोणत्या कंपन्या सामाजिक भान राखून गुंतवणूक करू इच्छितात आणि ही गुंतवणूक कोणत्या कारणासाठी करू इच्छितात यासंबंधीची तथ्ये पुढे येतात. या विश्लेषणासाठी भारताखेरीज चीन, इंडोनेशिया, मलेशिया, थायलंड, सिंगापोर, फिलिपाईन्स, दक्षिण कोरिया आणि तैवान हे इतर काही देश निवडले आहेत.

प्रकरणाच्या उर्वरित भागाची रचना पुढीलप्रमाणे आहे. दुसऱ्या भागामध्ये उदयोन्मुख आशियाई अर्थव्यवस्थांतील नव्या दिशांचे चित्रण केले आहे. तद्नंतर, भारतातील उद्योजकांच्या सामाजिक दायित्वाअंतर्गत, गुंतवणुकीच्या नव्या रूपरेषेच्या शक्य परिणामांची मीमांसा केली आहे. त्यापुढील भागात परिणामांची तुलना केली आहे आणि सरतेशेवटी निष्कर्ष नोंदवला आहे.

आशियाई अर्थव्यवस्थांतील उद्योजकांचे सामाजिक दायित्वः जडणघडणीचा आढावा

पुढील उपविभागांमध्ये भारत, चीन आणि इतर उदयोन्मुख आशियाई अर्थव्यवस्थांसाठी सामाजिक दायित्व संबंधीचे उपक्रम, प्रथा आणि रुपबंधाची स्वतंत्र मांडणी केली आहे. याचे कारण असे की, प्रस्तुत अभ्यास प्रकल्पातील इतर विकसनशील देशांपेक्षा चीन आणि भारत या नवोदित आणि प्रबळ अर्थव्यवस्था म्हणून उदयाला येत आहेत.

आशियाई उदयोन्मुख अर्थव्यवस्था

आशियाई उदयोन्मुख अर्थव्यवस्थांमध्ये, गेल्या दशकामध्ये चीन आणि भारत या होतकरू अर्थव्यवस्थांनी लक्षणीय आर्थिक वृद्धीची नोंद केली आहे; मात्र, सामाजिक दायित्वाशी संबंधित प्रथांच्या अनुषंगाने कायापालटाची प्रक्रिया भारताच्या आधीच चीनमध्ये सुरू झाली. इतर देशांमध्ये देखील जवळजवळ असेच चित्र आहे. बेलाल आणि मोमीन (२००९) यांनी गेल्या काही दशकांतील, आशिया-प्रशांत प्रदेशातील उद्योजकांचे सामाजिक दायित्व या संकल्पनेशी संबंधित संशोधन क्षेत्रे आणि संशोधनात आढळलेल्या काही तथ्यांची उत्कृष्ट नोंदणी केली आहे. सन १९८०च्या दशकापासून आशियाई देशांवर केवळ २० अभ्यासप्रकल्प हाती घेण्यात आले, याला भारताचा अपवाद असून यातील काही अभ्यासप्रकल्प बऱ्यापैकी जुने आहेत. या अभ्यासनोंदींच्या आधारे (रोजारिओ वरिष्ठ, हेर्रेरा आणि रोमन २०११; चॅपल आणि इतर २०१४) आम्ही सामाजिक दायित्व गुंतवणुकीसंबंधी प्रथा, गुंतवणुकीची नेमकी क्षेत्रे, आणि उपरोक्त देशांतील याबाबतच्या व विद्यमान परंपरांचा संक्षिप्त आढावा घेतला आहे. यातील बहुतांश देशांमध्ये उद्योजकांचे सामाजिक दायित्व प्रामुख्याने सांस्कृतिक घटकांमुळे उदयाला आले याची नोंद घेणे आवश्यक आहे.

थायलंडमध्ये सामाजिक दायित्वसंबंधी गुंतवणुकीस बौद्धधम्म आणि राजसत्ताक पद्धती कारणीभूत ठरली. येथील कंपन्या समाजाचे ऋण फेडण्यासाठी आणि राजसत्तेप्रतीची बांधीलकी ध्यानात घेऊन लोककल्याणकारी धोरणे अंगीकारतात. येथे

राजसत्ता हा देखील सामाजिक संरचनेचाच एक भाग आहे. सामाजिक दायित्वाशी संबंधित कृतींच्या अनुषंगाने, पर्यावरणीय प्रश्न सोडवणे आणि दारिद्र्यनिर्मूलन हे प्रमुख हेतू होत. केवळ लोककल्याण नव्हे तर, सामाजिक दायित्वाअंतर्गत धोरणाधारित गुंतवणूक असा प्रवास पाहायला मिळतो.[२] मलेशिया आणि इंडोनेशिया या इस्लामी देशांमध्ये इस्लामी मूल्ये आणि राष्ट्रीय परंपरांचा उद्योजकांच्या सामाजिक दायित्वाशी संबंध लावला जातो. सामाजिक दायित्वाच्या रूपरेषेचे उपयोजन करताना, हा एक महत्त्वपूर्ण पैलू मानला जातो. या दोन्ही देशांमध्ये उद्योजकांच्या सामाजिक सहभागाशी संबंधित धोरणे अस्तित्वात आहेत. मलेशिया येथे संस्था आणि दानधर्मासाठी इस्लामी कायद्याचा आधार घेतला जातो तसेच, येथे अनुसूचित कंपन्यांसाठी सामाजिक दायित्वाशी संबंधित रूपबंध देखील अस्तित्वात आहे. इंडोनेशियामध्ये मात्र अगदी अलीकडेच उद्योजकांसाठी सामाजिक दायित्वअंतर्गत गुंतवणूक अनिवार्य करण्यात आली आहे, उपयोजनसंबंधी नियमांच्या बांधणीची प्रक्रिया सुरू आहे. या देशांमध्ये दारिद्र्यनिर्मूलन, शिक्षण आणि आरोग्यक्षेत्राच्या दृष्टीने उद्योजकांचे सामाजिक भान हा कळीचा मुद्दा आहे.

फिलिपाईन्स हा प्रामुख्याने रोमन कॅथलिक देश आहे. येथे लोककल्याण हा सामाजिक दायित्वाचा प्रमुख प्रकार पाहायला मिळतो. अगदी अलीकडे उद्योजक व्यापारनीतीमध्ये ही संकल्पना सामावून प्रयत्न करताना दिसतात. येथील दैशिक आणि परकीय कंपन्यादेखील सामाजिक भान जाणून गुंतवणूक करतात याची दखल घेणे आवश्यक आहे. आजूबाजूच्या देशांशी तुलना करता सिंगापोर अधिक विकसित आहे म्हणून सामाजिक दायित्वाअंतर्गत गुंतवणुकीचे येथील निकष देखील भिन्न आहेत. उद्योजकांच्या सामाजिक सहभागाशी संबंधित येथे कोणताही कायदा नाही मात्र, सिंगापोर येथील निगम क्षेत्रामार्फत शासनाने पारित केलेल्या पर्यावरण आणि श्रमिकांशी संबंधित कायद्यांचे पालन केले जाते. शासनदेखील ज्या कंपन्या या कायद्यांचे पालन करतात त्यांना मोबदला देऊन साहाय्य करते.

दक्षिण कोरियामध्ये, सन १९९०च्या दशकाच्या मध्यात कंपन्यांना त्यांच्या सामाजिक देण्याची प्रकर्षाने जाणीव झाली. एकापाठोपाठ एक झालेले घोटाळे आणि विशेषतः आशियातील वित्त अरिष्ट यासाठी कारणीभूत ठरले. या वित्त अरिष्टामुळे देशातील व्यापारी व्यवस्थेची आणि निगम अभिशासनाची दुर्बलता अधोरेखित झाली. या दरम्यान निगम संस्था आपली सामाजिक प्रतिमा उंचावण्यासाठी सामाजिक जबाबदारी स्वीकारत असत. या अनुषंगाने या संस्था नैतिकतेवर भर देत असत आणि स्वयंप्रेरणेने समाजाप्रती योगदान देत असत. सन २००२मध्ये, व्यापार, उद्योग आणि ऊर्जा मंत्रालयाने कोरिया चेंबर ऑफ कॉमर्सच्या अंतर्गत बिजनेस इन्स्टिट्यूट

फॉर सस्टेनेबल डेव्हलपमेंटची स्थापना केली. या संस्थेद्वारे, सन २००६मध्ये कोरिया शाश्वतता अहवाल निर्देशक विकसित करण्यात आले तसेच, शाश्वततेची हमी देणाऱ्या व्यवस्थापन कृतींचा पुरस्कार करण्यात आला (अधिक तपशिलासाठी पहाः नाम २०११). सदस्य कंपन्यांच्या आर्थिक, कायदेशीर, नैतिक आणि सामाजिक जबाबदाऱ्यांचे मूल्यमापन करण्यासाठी फेडरेशन ऑफ कोरिअन इंडस्ट्रीजने सन २००८मध्ये उद्योजकांच्या सामाजिक सहभागाशी संबंधित एक समिती स्थापन केली. कोरियाच्या निगमी क्षेत्राचे उद्योजकांच्या सामाजिक सहभागासंबंधीचे अहवाल सादर होण्याबाबतचे सर्वेक्षण देखील याच समितीने करावयाचे होते. मात्र, अजूनही अनेक उद्योगांना अजूनही सामाजिक दायित्वाप्रतीचे काम म्हणजे लोककल्याणाची कृती आहे असेच वाटते. मात्र आजही दक्षिण कोरियामध्ये या संकल्पनेचे संपूर्ण आकलन आहे असे म्हणता येणार नाही. अनेक कंपन्या आजही क्रीडाप्रकार आणि इतर कार्यक्रमांचे प्रायोजन यांसारखे सार्वजनिक उपक्रम म्हणजेच सामाजिक दायित्व असे मानतात.

आंतरराष्ट्रीय पातळीवरील अनेक कृतींवर भर देऊन तैवानने अलीकडेच उद्योजकांच्या सामाजिक सहभागास मोठ्या प्रमाणात चालना दिली (तैवान स्टॉक एक्सचेंज २०१४). येथील *फायनान्शियल सुपरव्हायजरी कमिशन*ने हळूहळू उद्योजकांच्या सामाजिक सहभागाच्या प्रकटनाची व्याप्ती वाढवली आणि तैवान स्टॉक एक्स्चेंज आणि तैपेई एक्स्चेंजला सन २०१०मध्ये, 'कॉर्पोरेट सोशल रिस्पॉन्सिबिलिटी बेस्ट प्रॅक्टिस प्रिन्सिपल्स फॉर तैवान स्टॉक एक्स्चेंज/तैपेई एक्स्चेंज लिस्टेड कंपनीज' आणि 'एथिकल कॉर्पोरेट मॅनेजमेन्ट बेस्ट प्रॅक्टिस प्रिन्सिपल्स फॉर तैवान स्टॉक एक्स्चेंज/तैपेई एक्स्चेंज लिस्टेड कंपनीज'ची सुरुवात करण्याचे आदेश दिले. *फायनान्शियल सुपरव्हायजरी कमिशन*ने कोर्पोरेट गव्हर्नन्स रोडमॅप २०१३' जाहीर केला. यानुसार, तैवानमध्ये निगमी अभिशासन आणि सामाजिक दायित्वासंबंधी धोरणांना प्रोत्साहन देण्यात येणार होते. तसेच, यानुसार, तैवान स्टॉक एक्स्चेंज आणि तैपेई एक्स्चेंजला सन २०११पासून 'बिजनेस इंटिग्रिटी अ‍ॅण्ड कॉर्पोरेट सोशल रिस्पॉन्सिबिलिटी फॉर लिस्टेड कंपनीज फोरम'चे यजमानपद भूषवता येणार होते. तैवान स्टॉक एक्स्चेंज ग्रे टाईज सिक्युरिटीज मार्केट, तैवान बिजनेस कौन्सिल फॉर सस्टेनेबल डेव्हलपमेंट आणि तैवान सीएसआर इन्स्टिट्यूट टू ड्राफ्ट सीएसआर गायडन्स फॉर कंपनीजसह काम करते. सन २०१४मध्ये, तैवान स्टॉक एक्स्चेंज *वर्ल्ड फेडरेशन ऑफ एक्सचेंजेस* या शाश्वतता कृतिगटात सामील झाला. अधिक महत्त्वाचे म्हणजे, तैवान स्टॉक एक्स्चेंज कोर्पोरेशनने अगदी अलीकडे जाहीर केल्यानुसार, सन २०१५पासून विशेष अनुसूचित कंपन्यांनी सामाजिक दायित्वाअंतर्गत

केलेली गुंतवणूक दरवर्षी अहवाल रूपात जाहीर करणे अनिवार्य करण्यात आले. या उपक्रमामुळे, तैवान सामाजिक दायित्वाअंतर्गत केलेली गुंतवणूक सादर करणे अनिवार्य आहे असा आशिया-प्रशांत प्रदेशातील पहिलाच देश ठरेल. हे अहवाल आंतरराष्ट्रीय मान्यता असलेल्या ग्लोबल रिपोर्टिंग इनिशिएटीव्हच्या जी४ तत्त्वांशी साधर्म्य बाळगणारे आहे (*द चायना पोस्ट* २०१५).

आशियान अंतर्गत, इंडोनेशिया, मलेशिया आणि थायलंड शासनव्यवस्था सन २००६-०७ पासून *रिस्पॉन्सिबल बिजनेस कंडक्ट* उपक्रमामध्ये सहभागी झाल्या आहेत. अशा उपक्रमांमध्ये, उद्योजकांच्या सामाजिक दायित्वाबाबतचा वृत्तांत, नैसर्गिक संसाधनांचा वापर करणाऱ्या कंपन्यांच्या नफ्यावर २% कर, सोशली रिस्पॉन्सिबल इन्वेस्टमेंट निर्देशांकाची पाहणी आणि इंडोनेशियामध्ये सामाजिक दायित्व अंतर्गत केलेल्या गुंतवणुकीस पुरस्कार; मलेशियामधील अनुसूचित कंपन्यांसाठी सामाजिक दायित्वाचे पुरस्कार, तद्संबंधीची रूपरेषा आणि त्याबाबत प्रकटनाची आवश्यकता आणि थायलंडमध्ये सामाजिक दायित्वाची मार्गदर्शक तत्त्वे, त्या क्षेत्रातील गुंतवणुकीसाठी पुरस्कार, संशोधन आणि वाच्यतेची मार्गदर्शक तत्त्वे या बाबींचा समावेश होतो.[३]

उद्योजकांचे सामाजिक दायित्व आणि चीन

जगभरातील विविध प्रदेशांमध्ये सामाजिक दायित्वाअंतर्गत गुंतवणुकीच्या पार्श्वभूमीवर सन २००६मध्ये चीनच्या निगम कायद्यामध्ये उद्योजकांचे सामाजिक दायित्व समाविष्ट करण्यात आले. चिनी स्टॉक एक्सचेंजद्वारे सामाजिक दायित्वाअंतर्गत गुंतवणुकीच्या उपक्रमांना हळूहळू प्रोत्साहन देण्यात आले. सन २००८मध्ये, राज्य प्रशासकीय मंडळाच्या स्टेट - ओन्ड ॲसेट्स सुपरव्हिजन ॲण्ड ॲडमिनिस्ट्रेशन कमिशन (SASAC) ने केंद्रशासनाच्या प्रत्यक्ष अखत्यारितील राज्य-मालकीच्या उपक्रमांच्या मार्गदर्शक तत्त्वांवर धोरण निर्देश जारी केले. हे निर्देश निगम सामाजिक जबाबदारी पूर्ण करण्याशी संबंधित होते.[४] याच वर्षी चीनच्या लेबर कॉन्ट्रॅक्ट लॉ (श्रमिक करार कायदा) ने देखील उद्योजकांच्या सामाजिक सहभागाची नोंद घेतली. चीनमधील नैसर्गिक आपत्तीनंतर, सन २००९मध्ये कंपन्यांनी जारी केलेले सामाजिक दायित्व संबंधी अहवाल सन २००८च्या तुलनेने वाढले. विद्यमान काळात, प्रमुख व्यापारी धोरणामध्ये सामाजिक दायित्वाचा पैलू समाविष्ट करण्याबाबत चिनी कंपन्या गांभीर्याने विचार करत आहेत.

चीनमधील सामाजिक दायित्वाबाबत अगदी मोजक्याच अभ्यासनोंदी उपलब्ध आहेत. गेल्या काही वर्षांत चीनमधील सामाजिक दायित्वाअंतर्गत गुंतवणुकीच्या

उपक्रमांची प्रसारमाध्यमांनी मोठ्या प्रमाणात दखल घेतली असे सर्कीस, ना आणि झु (२०११) यांच्या अभ्यासावरून उघडकीस आले आहे.[५] तथापि, अलीकडच्या काळात, शासन, व्यापार संघटना, आंतरराष्ट्रीय उपभोक्ते, लोकसमुदाय, प्रसारमाध्यमे, बिगरशासकीय संस्था आणि संघाच्या दबावामुळे सामाजिक दायित्वाप्रतीच्या गुंतवणुकीला चालना मिळाली आहे. उदाहरणार्थ, सन २०१२मध्ये चायना बँकिंग रेग्युलेटरी कमिशनने पर्यावरण निधी मार्गदर्शक तत्त्वे लागू केली. त्या अंतर्गत नमूद करण्यात आलेली पर्यावरणीय तत्त्वे आणि नियम शाश्वत विकासाच्या हेतूने संपूर्ण बँकिंग क्षेत्रासाठी पूर्वअटी म्हणून लागू करण्यात आल्या. चिनी कंपन्या उद्योजकांच्या सामाजिक दायित्वाचे तीन प्रमुख दृष्टिकोन स्वीकृत केले आहेत उत्स्फूर्त लोककल्याण, नीतीआधारित लोककल्याण किंवा नैतिक व्यापारी आचार (टँग, गालाघेर आणि बाय २०१५).

याशिवाय, चीन आणि अमेरिका व्यापारी क्षेत्रात भागीदार असल्याने, चीनमधील सामाजिक दायित्वाअंतर्गत गुंतवणुकीचे दैशिक वैशिष्ट्ये असलेले पाश्चिमात्य धाटणीचे नियम विकसित करण्याचा प्रयत्न होत आहे. चीनमधील कंपन्यांवर आधारित अभ्यासान्वये असे ध्यानात आले आहे की, बहुराष्ट्रीय कंपन्यांच्या नीती शाश्वततेची हमी देणाऱ्या असतात त्यांच्या दैनंदिन कामामध्येच सामाजिक दायित्व समाविष्ट असते.

उद्योजकांच्या सामाजिक दायित्वाशी संबंधित भारतीय प्रथा

नवा कंपनी कायदा लागू होण्यापूर्वीच अनेक कंपन्या (उदाहरणार्थ, टाटा उद्योग समूह, आयटीसी इत्यादी) दीर्घकाळ सामाजिक जबाबदारीचे भान राखून धोरणे राबवत होत्या. पारंपरिकदृष्ट्या, सामाजिक सहभागांतर्गत भारतातील गुंतवणूक लोककल्याणाअंतर्गत केली जात असे. अशी गुंतवणूक करणे कंपन्यांसाठी ऐच्छिक होते. सन २००९मध्ये, निगम व्यवहार मंत्रालयाने या संदर्भात औपचारिकदृष्ट्या प्रयत्न केला. मंत्रालयाने सामाजिक दायित्वा अंतर्गत गुंतवणुकीची विशिष्ट मार्गदर्शक तत्त्वे लागू केली. सन २०१२मध्ये, अग्रमानांकित १०० अनुसूचित कंपन्यांनी बाजारपेठ भांडवलावर आधारित त्यांच्या सामाजिक, पर्यावरणीय आणि आर्थिक जबाबदारी किंवा उपक्रमांसंबंधी बिजनेस रिस्पाँन्सिबिलिटी रिपोर्ट सादर करावेत असे परिपत्रक जारी केले. सन २०१३चा नवा कंपनी कायदा जारी झाल्यानंतर, बहुतांश कंपन्यांसाठी शाश्वत व्यवहाराच्या दृष्टीने सामाजिक दायित्वाप्रती गुंतवणूक हा अविभाज्य भाग असणार आहे.

प्रस्तुत कायद्याच्या विभाग १३५ नुसार, रु. ५०० कोटींची निव्वळ मत्ता असलेल्या किंवा रु.१००० कोटी किंवा त्यापेक्षा अधिक उलाढाल असलेल्या किंवा रु.५ कोटी

किंवा त्याहून जास्त निव्वळ नफा असलेल्या प्रत्येक कंपनीने सामाजिक दायित्वाशी संबंधित एक समिती गठित करावी, अशी तरतूद केली आहे. प्रभारी मंडळातील सदस्य सामाजिक सहभागांतर्गत गुंतवणुकीचे धोरण जाहीर करतील. म्हणजेच, कायद्याच्या सातव्या परिशिष्टाअंतर्गत सामाजिक भान म्हणून कंपनीने नेमके काय करावे, त्यासाठी किती रक्कम खर्च करावी याबाबतचा तपशील धोरणामध्ये नमूद करण्यात येईल, अशीही तरतूद केली आहे. प्रत्येक वित्तीय वर्षामध्ये कंपनी गेल्या तीन वित्तीय वर्षांतील सरासरी निव्वळ नफ्याच्या किमान २% खर्च समाजाप्रती खर्च होत आहे याबाबत तजवीज करेल.

अशा प्रकारे, नव्या कायद्यान्वये करण्यात आलेल्या सामाजिक सहभागाच्या तरतुदी भारतासारख्या देशाच्या विकासावर खचितच परिणाम करणाऱ्या ठरतील. या दृष्टिकोनातून, सामाजिक सहभाग म्हणून गुंतवण्याची रक्कम ठरवताना कंपनीने स्थानिक प्रदेशाला आणि जवळपासच्या प्रदेशाला प्राधान्य द्यावे अशी बाब अधोरेखित करण्यात आली. प्रस्तुत कायद्याच्या परिशिष्ट सातनुसार, उद्योजकांचे सामाजिक दायित्व म्हणजे उपासमार, दारिद्र्य आणि कुपोषण निर्मूलन यांसारख्या कृती समाविष्ट आहेत; शिवाय, प्रतिबंधात्मक आरोग्यसेवा, आरोग्यरक्षणार्थ स्वच्छता, शिक्षण, रोजगारनिर्मिती करणारी व्यावसायिक कौशल्ये; लिंगभाव समानता, महिला सबलीकरण, महिला आणि अनाथ मुले आणि वृद्धांसाठी निवारागृह अथवा वसतिगृहांची सोय; पिण्यायोग्य पाणी उपलब्ध करून देणे, पर्यावरणीय शाश्वततेची हमी, पारिस्थितिकी संतुलन, राष्ट्रीय वारसा स्थळांचे संवर्धन, तसेच, सामाजिक-आर्थिक विकास, मदत आणि कल्याणार्थ प्रधानमंत्री राष्ट्रीय मदत कोशात किंवा केंद्र सरकार स्थापित इतर कोणत्याही फंडात योगदान या बाबी समाविष्ट आहेत. भारतातील एकूण १.३ कोटी कंपन्यांपैकी जवळपास ६००० ते ७००० कंपन्यांना सामाजिक दायित्व नव्या उपक्रमांतर्गत सामावून घेतले जाईल असा अंदाज आहे. तसेच, दरवर्षी सामाजिक विकासासाठी रु.२७,००० कोटी इतकी रक्कम प्रत्यक्षात गुंतवली जाईल असा अंदाजित वृत्तांत आहे (*हिंदुस्तान टाईम्स* २०१३).

उद्योजकीय सामाजिक दायित्वाच्या नव्या रूपबंधाची भारतातील अनुषंगिकता

आजतागायत कंपन्यांनी सामाजिक दायित्वाअंतर्गत कशी गुंतवणूक केली याचा शोध लावण्यासाठी आणि तद्संबंधी नव्या नियमांचे मूल्यांकन करण्याच्या हेतूने विविध क्षेत्रांमध्ये सामाजिक दायित्वाअंतर्गत किती रक्कम गुंतवण्यात आली आहे याचे आम्ही विश्लेषण केले. येथे अभ्यासार्थ निवडलेल्या कंपन्या बॉम्बे स्टॉक

एक्स्चेंज मधील अनुसूचित कंपन्या होत्या, तसेच, बॉम्बे स्टॉक एक्स्चेंजच्या १०० कंपन्यांच्या निर्देशांकात समाविष्ट होत्या. सामाजिक दायित्वाअंतर्गत गुंतवणुकीबाबत कोणतीही अनिवार्यता नाही असे सन २०१२-१३ हे शेवटचे वर्ष होते. आम्ही कंपन्यांची नेमक्या याच वर्षभरातील समाजार्थ गुंतवणूक ध्यानात घेतली. विवक्षित कंपन्यांचे वार्षिक अहवाल किंवा औद्योगिक जबाबदारी/शाश्वतता अहवाल हे माहितीचे प्रमुख स्रोत होते; तथापि, काही बाबतीत इंटरनेटवरील इतरही काही अहवालांचा संदर्भ घ्यावा लागला. बॉम्बे स्टॉक एक्स्चेंजच्या यादीतील कंपन्यांशी संबंधित माहिती आणि करभरणा झाल्यानंतरच्या नफ्यासंबंधी माहिती सेंटर फॉर मॉनिटरिंग इंडियन इकोनोमीच्या नोंदींतून घेण्यात आली. एकूण ७१ कंपन्यांनी केलेल्या समाजार्थ गुंतवणुकीबाबत उपलब्ध माहितीचे आम्ही विश्लेषण केले.[६] या विश्लेषणामध्ये सन २०१२-१३ दरम्यान कंपन्यांनी केलेल्या समाजार्थ गुंतवणुकीचे व्यापक वर्गीकरण ध्यानात घेतले. प्रत्येक कंपनीने लगतच्या तीन वर्षांत सरासरी कर परताव्या नंतरच्या नफ्यातून किती टक्के गुंतवणूक समाजहितार्थ केली याचे गणित मांडले. प्रत्येक कंपनीचे सरासरी निव्वळ नफ्याच्या २% रक्कम मोजली. समाजार्थ गुंतवणुकीचे विद्यमान नियम आणि असे नियम अस्तित्वात नसताना केलेली गुंतवणूक यातील फरक शोधून काढणे हा यामागील हेतू होता. हे संधोधन संक्षिप्त रूपाने तक्ता १३.२मध्ये नमूद केले आहे. 'अ' तज्ज्ञगटाने पुढील निरीक्षण नोंदवलेः समाजहितार्थ गुंतवणूक अनिवार्य नसताना देखील ७१ पैकी जवळजवळ १५ कंपन्यांनी गेल्या तीन वर्षांतील सरासरी नफ्यातील २% पेक्षा अधिक रक्कम समाजहितार्थ वापरली. समाजहितार्थ गुंतवणूक केलेल्या पाच अग्रगण्य कंपन्या आणि त्यांच्या गुंतवणुकीची टक्केवारी पुढीलप्रमाणे आहेः टाटा स्टील लिमिटेड (७.५९%),[७] अदानी एन्टरप्रायजेस लिमिटेड (५.२९%), अदानी पॉवर लिमिटेड (४.८७%), रिलायन्स पॉवर लिमिटेड (३.७४%), आणि डाबर इंडिया लिमिटेड (३.६%). थोडक्या कंपन्यांनी स्वेच्छेने समाजहितार्थ गुंतवणूक केली असा निष्कर्ष काढता येतो. बहुतांश कंपन्यांनी (नमुन्यातील जवळपास ८०% कंपन्या) त्यांच्या नफ्यातील नगण्य रक्कम समाजाप्रती गुंतवली (केवळ ०.०४%). सन २०१२-१३ दरम्यान, सरासरी नफ्यातील सामाजिक सहभागांतर्गत सरासरी गुंतवणूक १.३ ते १.५ टक्के या प्रमाणात होती. आयटीसी ही कंपनी सामाजिक दायित्वाप्रती गुंतवणूक करणारी नामांकित कंपनी असली तरी, या कंपनीने सरासरी नफ्याच्या केवळ १.६२% रक्कम गुंतवली. अल्ट्राटेक सिमेंट, अंबुजा सिमेंट, नेसले, कोल इंडिया, आणि आयसीआयसीआय बँक या कंपन्यांनी सरासरी नफ्याच्या २%पेक्षा जास्त गुंतवणूक केली.

'अ' तज्ज्ञगट			करपर्याप्त लाभाची	
	आकडेवारी[1]	कंपनी	टक्केवारी	कंपनी
कंपनीची सर्वाधिक समाजहितार्थ गुंतवणूक	४,७०७.६	टाटा स्टील लिमिटेड	७.६%	टाटा स्टील लिमिटेड
कंपनीची न्यूनतम समाजहितार्थ गुंतवणूक	१.८	जीएमआर इन्फ्रा लिमिटेड	०.०४	युनियन बँक ऑफ इंडिया
कंपनीची मध्यम समाजहितार्थ गुंतवणूक	१६८.३	डॉ. रेड्डीज लॅबॉरेटरीज लिमिटेड	१.३	ॲक्सिस बँक लिमिटेड
कंपनीची सरासरी समाजहितार्थ गुंतवणूक	४१७.१	–	१.५	–
गत ३ वर्षांतील करपर्याप्त नफ्यातून करण्यात आलेल्या सरासरी गुंतवणुकीची टक्केवारी	कंपनी (टक्केवारी)			
२% पेक्षा अधिक	१५(२१.१%)			
१–२% दरम्यान	२५(३५.२%)			
१% पेक्षा कमी	३१(४३.७%)			

'ब' तज्ज्ञगटः खाजगी क्षेत्र आणि शासनाची सामाजिक क्षेत्रात गुंतवणूक			
	रक्कम (कोटीमध्ये)	स्थूराउ टक्केवारी	सामाजिक सेवांचा स्थूल राष्ट्रीय उत्पन्नातील वाटा[2]
एकूण ७१ कंपन्यांची समाजहितार्थ गुंतवणूक	२९.६१३.४	०.०३	०.२२
सामाजिक क्षेत्रातील शासनाची गुंतवणूक (शिक्षण, आरोग्य इ)	६५,४६,०२०	६.९०	५०.०
एकूण ७१ कंपन्यांच्या करपर्याप्त सरासरी नफ्याची बेरीज	२०,८५,११८.९	२.२२	१५.५
गत ३ वर्षांत सर्व कंपन्यांनी करपर्याप्त सरासरी नफ्यातून २% गुंतवणूक केल्यास समाजहितार्थ गुंतवणुकीची आकडेवारी	४१,७०२.४	०.०४	०.३१
१५ कंपन्यांनी २% पेक्षा अधिक समाजहितार्थ गुंतवणूक केल्यास आणि इतर कंपन्यांनी नफ्यातून २% गुंतवणूक केल्यास समाजहितार्थ गुंतवणुकीची आकडेवारी	४६,६७४.६	०.०५	०.३५

तक्ता १३.२: *सन २०१२–१३ दरम्यान भारतीय कंपन्यांच्या समाजहितार्थ गुंतवणुकीची संशोधनाधारित संक्षिप्त मांडणी*

नोंदीः १. इतर विशेष स्पष्टीकरण नसल्यास रु. कोटीमध्ये

२. सामुदायिक, सामाजिक आणि व्यक्तिगत सेवा समाविष्ट

स्रोत: भारतीय अर्थव्यवस्थेवरील आकडेवारीची पुस्तिका, भारतीय रिजर्व बँकेची वेगवेगळी पत्रके, आर्थिक सर्वेक्षण, वित्त मंत्रालय, भारत सरकार; आणि लेखकाचे संकलन.

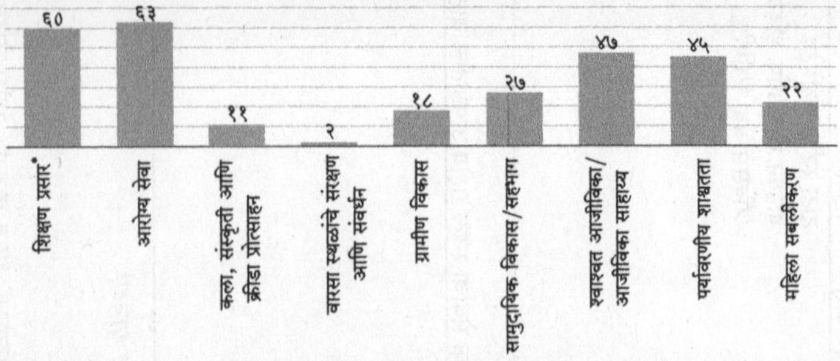

आकृती १३.१: *विविध क्षेत्रांत गुंतवणूक करणाऱ्या कंपन्यांची संख्या*

स्रोत: लेखकाचे संकलन

नोंद: *यामध्ये विशेष शिक्षण आणि रोजगारवर्धन करणाऱ्या व्यावसायिक कौशल्यांचा समावेश होतो.

तक्ता क्रमांक १३.२ मधील 'ब' तज्ज्ञगटाने सामाजिक क्षेत्रातील खाजगी क्षेत्राच्या योगदानाबाबत कल्पनांची नोंद केली. सन २०१२-१३ दरम्यान, सामाजिक क्षेत्रातील शासनाची गुंतवणूक स्थूल राष्ट्रीय उत्पन्नाच्या ६.५% पेक्षा अधिक होती. समुदायिक, सामाजिक आणि व्यक्तिगत सेवांतून येणाऱ्या स्थूल राष्ट्रीय उत्पन्नाचे प्रमाण ५०% होते. कंपन्यांनी समाजहितार्थ केलेली गुंतवणूक स्थूल राष्ट्रीय उत्पन्नाच्या ०.१% देखील नव्हती आणि स्थूल राष्ट्रीय उत्पन्नामध्ये सामुदायिक, सामाजिक आणि व्यक्तिगत सेवांचा वाटा केवळ ०.२२% इतका होता. तथापि, स्थूल राष्ट्रीय उत्पन्नातील एकूण करपर्याप्त नफ्याचा वाटा २.२% इतका होता आणि सामाजिक क्षेत्रातील स्थूल राष्ट्रीय उत्पन्नामध्ये १५.५% इतका वाटा होता. हे चित्र ध्यानात घेता, जर सर्वच कंपन्यांनी सरासरी नफ्याच्या २% रक्कम समाजहितार्थ गुंतवली किंवा कंपन्यांनी २ टक्क्यांचा नियम कसोशीने पाळला आणि काही कंपन्या २% पेक्षा अधिक (प्रस्तुत अभ्यास नमुन्यातील १५ कंपन्या) गुंतवणूक करत राहिल्या तरीदेखील खाजगी क्षेत्राचे योगदान स्थूल राष्ट्रीय उत्पन्नाच्या ०.०५% पर्यंतच वाढू शकेल आणि सामाजिक क्षेत्राचा वाटा स्थूल राष्ट्रीय उत्पन्नाच्या ०.३५% इतका राहील.

आकृती १३.१मध्ये एकपेक्षा अधिक क्षेत्रामध्ये समाजहितार्थ गुंतवणूक केलेल्या कंपन्यांच्या क्षेत्रीय योगदानाचे चित्रण केले आहे. बहुतांश कंपन्यांनी (८५-८९%) शिक्षण आणि आरोग्य क्षेत्रात गुंतवणूक केली असे निरीक्षण पुढे आले. तद्नंतर उपजीविका साहाय्य आणि पर्यावरण क्षेत्रात गुंतवणूक करण्यात आली (६३-६६% कंपन्या), आणि त्या खालोखाल सामुदायिक आणि महिला विकासार्थ गुंतवणूक (३१-३८%) करण्यात आली. अभ्यास नमुन्यातील जवळजवळ २५% कंपन्यांनी

ग्रामीण विकास क्षेत्रात आर्थिक योगदान केले आहे. कला, संस्कृती आणि क्रीडाप्रकारांना प्रोत्साहन म्हणून १५% इतकी गुंतवणूक करण्यात आली तर, जागतिक वारसा स्थळांच्या संरक्षण आणि संवर्धनार्थ केवळ ३% इतकी गुंतवणूक करण्यात आली.

सामाजिक दायित्व क्षेत्रातील कामगिरीः आशियाई देशांची तुलना

उद्योजकांच्या सामाजिक दायित्वाशी संबंधित रूपबंधाची स्थिती आणि विविध देशांतील त्याची अंमलबजावणी या पार्श्वभूमीवर, आम्ही आशियातील उदयोन्मुख देशांतील सामाजिक दायित्वाप्रतीच्या कृतींची तुलना केली. आशिया प्रदेशामध्ये कंपन्यांचे अग्रक्रम किंवा सामाजिक दायित्वाअंतर्गत गुंतवणूक याबाबत देशांतर्गत अहवालांची कमतरता असल्याने आम्ही सस्टेनॅलिटीक्स आणि सीएसआर एशिया यांनी देऊ केलेल्या कंपन्यांच्या क्रमाचा आधार घेतला. या माहितीसाठी पर्यावरण, सामाजिक आणि अभिशासन क्षेत्रातील निकषांचा आधार घेतला आहे.[८]

दहा उदयोन्मुख आशियाई अर्थव्यवस्थांतील कंपन्यांचा परामर्श घेऊन सन २०१४च्या अहवालाने उपरोक्त तीन निकषांच्या आधारे १०० अग्रनामांकित कंपन्यांची यादी देऊ केली. आकृती १३.२मध्ये दर्शवल्याप्रमाणे, अग्रगण्य १०० कंपन्यांपैकी जास्तीत जास्त कंपन्या अनुक्रमे दक्षिण कोरिया, तैवान, भारत आणि हाँगकाँग येथील आहेत. या यादीमध्ये फिलीपाईन्स आणि चीनच्या केवळ १-२

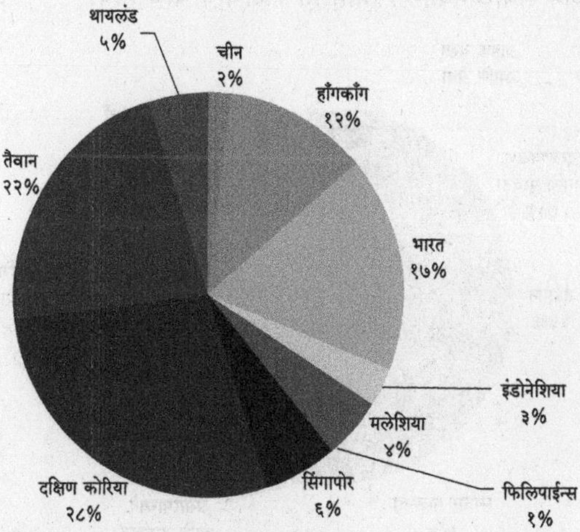

आकृती १३.२: *प्रमुख १०० कंपन्यांचे वर्गीकरण*

स्रोत: लेखकाचे संकलन

कंपन्या आहेत. आणखी एक रोचक बाब म्हणजे, या अग्रमानांकित १०० कंपन्यांची क्षेत्रीय रचना ध्यानात घेता, त्यातील ३३% कंपन्या तंत्रज्ञान क्षेत्रातील आहेत असे ध्यानात येते. पैकी, २० कंपन्या तैवानमधील आहेत. १३% कंपन्या साधनसामग्री क्षेत्रातील असून त्यातील ६ कंपन्या भारतातील आहेत. उर्वरित १०% कंपन्या ऊर्जा क्षेत्रातील असून त्या विविध देशांमध्ये अस्तित्वात आहेत. स्थावर मालमत्ता क्षेत्रातील ७ पैकी ४ कंपन्या सिंगापोर येथील आहेत. केवळ दक्षिण कोरियामध्ये जवळजवळ सर्व क्षेत्रातील कंपन्या अस्तित्वात आहेत (स्थावर मालमत्ता क्षेत्राचा अपवाद वगळता). या संदर्भात, भारत आणि हाँगकाँगचे प्रदर्शन देखील समाधानकारक आहे (१० पैकी ७ क्षेत्रांतील कंपन्या या देशांमध्ये अस्तित्वात आहेत).

सन २०१४च्या अहवालात विविध देशांतील निगम शाश्वतता निकषाअंतर्गत प्रमुख प्रादेशिक कंपन्या नमूद करण्यात आल्या आहेत (तक्ता १३.३). एएसआर एशियाने प्रत्येक देशातील अग्रमानांकित ३ कंपन्यांची यादी प्रस्तुत केली. पैकी, आशियाई कंपन्यांच्या प्रमुख १० कंपन्यांच्या आढाव्यावरून भारताची कामगिरी सर्वोत्तम आहे असे ध्यानात येते. त्यानंतर प्रमुख २० कंपन्यांमध्ये सर्व कंपन्या समाविष्ट असलेल्या दक्षिण कोरिया, तैवान आणि थायलंडचा क्रमांक लागतो. चीन आणि फिलिपाईन्सचे प्रदर्शन सर्वाधिक निकृष्ट असून येथील कंपन्या यादीमधील १०० कंपन्यांमध्ये देखील नाहीत. त्यांचा क्रमांक १००च्या देखील पुढचा आहे. भारतामध्ये उद्योजकांचे सामाजिक दायित्व अगदी अलीकडे लागू केले असले तरी, भारताचे प्रदर्शन समाधानकारक आहे ही लक्षणीय बाब होय.

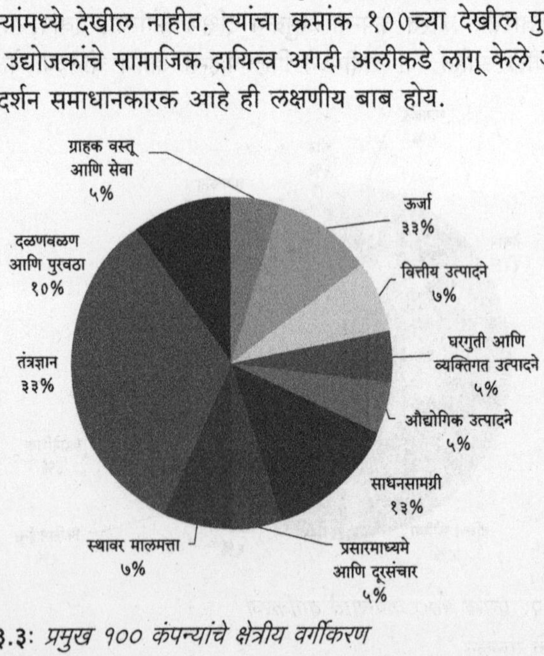

आकृती १३.३: *प्रमुख १०० कंपन्यांचे क्षेत्रीय वर्गीकरण*
स्रोत: लेखकाचे संकलन

देश	*कंपनी*	*क्षेत्र*	*एशिया क्रमांक*
चीन	चायना वान्के कॉ. लि.	स्थावर मालमत्ता	७७
	बी.ओ.इ. टेक्नॉलॉजी ग्रुप कॉ. लि.	तंत्रज्ञान	९०
	त्रिना सोलर लिमिटेड	तंत्रज्ञान	>१००
भारत	टाटा कन्सलटन्सी सर्व्हिसेस लिमिटेड	तंत्रज्ञान	१
	विप्रो लिमिटेड	तंत्रज्ञान	६
	इन्फोसिस लिमिटेड	तंत्रज्ञान	८
इंडोनेशिया	युनिलिव्हर इंडोनेशिया टीबीके PT	गृहपयोगी आणि व्यक्तिगत उत्पादने	३
	PT व्हेल इंडोनेशिया टीबीके	साधनसामग्री	३४
	PT बुकित असम (पेर्सेरो) टीबीके	ऊर्जा	५४
मलेशिया	Digi.com Bhd	प्रसारमाध्यमे आणि संपर्कसाधने	३२
	बुरसा मलेशिया Bhd	वित्त	५५
	मलयान बँकिंग Bhd	वित्त	५९
फिलीपाईन्स	आयला लँड Inc	स्थावर मालमत्ता	८१
	मनिला वाटर co Inc	ऊर्जा	>१००
	एनर्जी डेव्हलपमेंट कॉर्पोरेशन	ऊर्जा	>१००
सिंगापोर	सिटी डेव्हलपमेन्टस लिमिटेड	स्थावर मालमत्ता	२
	कॅपिटल लॅण्ड लिमिटेड	स्थावर मालमत्ता	१७
	किप्पेल लॅण्ड लिमिटेड	स्थावर मालमत्ता	२५
थायलंड	PTT ग्लोबल केमिकल पब्लिक कंपनी लिमिटेड	साधनसामग्री	११
	थाई ओईल पब्लिक कॉ. लिमिटेड	ऊर्जा	१८
	IRPC पब्लिक कंपनी लिमिटेड	ऊर्जा	१९
दक्षिण कोरिया	LG इलेक्ट्रॉनिक Inc	उपभोग्य वस्तू आणि सेवा	७
	S–ऑईल कॉर्प	ऊर्जा	१०
	SK ह्यनिक्स Inc	तंत्रज्ञान	१३
तैवान	युनायटेड मायक्रो इलेक्ट्रॉनिक्स कॉर्पोरेशन	तंत्रज्ञान	४
	क्विस्दा कॉर्पोरेशन	तंत्रज्ञान	१२
	तैवान सेमी कंडक्टर मॅन्युफॅक्चरिंग कं.लि.	तंत्रज्ञान	१४

तक्ता १३.३: *सन २०१४च्या ए.एस.आर. यादीनुसार देशपरत्वे प्रमुख ३ कंपन्या*

स्रोत: http://sustainability-ranking.channelnewsasia.com/

निष्कर्ष

उद्योजकांच्या सामाजिक दायित्वाशी संबंधित कृतींची नेमकी स्थिती, नियमन आणि कामगिरी या अनुषंगाने भारतासह इतर उदयोन्मुख आशियाई देशांचा अभ्यास प्रस्तुत प्रकरणात केला आहे. सन २०१२-१३ दरम्यान बॉम्बे स्टॉक एक्स्चेंजमध्ये अनुसूचित भारतीय कंपन्यांचे विश्लेषण आणि एएसआर अहवालांवर आधारित आशियाई देशांतील उद्योजकांच्या सामाजिक सहभागाशी संबंधित कृतींची तुलना उपयुक्त तपशिलाचे प्रकटीकरण करते. यापूर्वी याचा असा शोध घेण्यात आला नव्हता. एक, सन २०१२-१३ दरम्यान सामाजिक दायित्वाप्रती गुंतवणूक अनिवार्य नसली तरी, भारतीय कंपन्यांनी यासाठी गुंतवणूक केली असे ध्यानात येते. जवळजवळ २१ टक्के कंपन्यांनी ३ वर्षे कालावधीत त्यांच्या नफ्यातील प्रस्तावित २% पेक्षाही जास्त गुंतवणूक केली. दोन, या विश्लेषणावरून असे ध्यानात येते की, सन २०१३चा नवा कंपनी कायदा लागू होण्यापूर्वी, भारतीय कंपन्यांनी समाजाप्रतीचे दायित्व जाणून कर भरल्यानंतरच्या सरासरी नफ्यातून १.३ ते १.५ टक्के इतकी रक्कम गुंतवली. तीन, बहुतांश कंपन्यांनी प्राथम्याने शिक्षण आणि आरोग्यक्षेत्रात गुंतवणूक केली. तद्नंतर, उपजीविकेस साहाय्य आणि पर्यावरण, समुदाय आणि महिला विकास या क्षेत्रांमध्ये गुंतवणूक केली. चार, आशियामधील उदयोन्मुख अर्थव्यवस्थांचा विचार करता, भारताने बऱ्यापैकी चांगले प्रदर्शन केले. सामाजिक दायित्वाच्या अंगाने आशियातील १०० कंपन्यांचा विचार करता, पहिल्या १०मध्ये भारतीय कंपन्या होत्या असे निदर्शनास येते. या संदर्भात, तुलनेने दक्षिण कोरिया आणि तैवानने अधिक विकास नोंदवला आहे. अंतिमतः, चीन आणि फिलिपाईन्स हे देश पिछाडीवर राहिले आहेत. तथापि, सर्वच देशांमध्ये सामाजिक दायित्वाप्रती जागरूकता वाढली आहे ही समान बाब ध्यानात येते. बहुतांश देशांतील अधिकारी देखील योग्य अंमलबजावणी करून अशा कृतींना प्रोत्साहन देत आहेत.

उद्योजकांच्या सामाजिक सहभागासंबंधीचे आदेश अगदी अलीकडले असून त्यांची अंमलबजावणी देखील अजून नवजात टप्प्यात आहे. मात्र असे असूनही, या योगदानाच्या संदर्भात भारताने चीनसह इतरही विकसनशील अर्थव्यवस्थांना मागे टाकले आहे. तथापि, सर्वच देशांमध्ये केवळ लोककल्याणार्थ नव्हे तर, सुयोग्य आखणी करून सामाजिक दायित्वाप्रतीचे नीतीआधारित उपक्रम हाती घेण्यात येत आहेत. बहुतांश लोकांच्या आयुष्यावर याचा परिणाम होणार असून अन्वयाने देशाची विकास प्रक्रिया देखील परिणामित होणार आहे. मात्र, उद्योजकांच्या सामाजिक सहभागासंबंधीची धोरणे अमलात आणणे आव्हानात्मक असून त्यात अनेक

अडचणी आहेत हे तथ्य देखील मान्य करावे लागते. यामुळे व्यापार उपक्रमांचे हितसंबंध परीणामित होऊ शकतात अशी सिंगापोर शासनाची समजूत आहे. या अनुषंगाने, विकसनशील देशांतील शासन, उद्योजक आणि नागरी समाज या सर्व भागीदारांमध्ये सहयोगी प्रकारचे संबंध असणे आवश्यक ठरते. या देशांतील भागीदार भ्रष्टाचार संबंधित कृतींमध्ये गुंतलेले आहेत, उत्तरदायी नाहीत असे प्रश्न देखील अधोरेखित होतात, त्याचा परामर्श घेणे गरजेचे आहे. म्हणून अनुपालनाचे काटेकोर अधीक्षण होणे देखील महत्त्वाचे आहे. आशियातील उदयोन्मुख देशांनी उद्योजकांचे सामाजिक दायित्व ही संकल्पना अगदी अलीकडेच अंगीकारली असल्याने त्याच्या यशाबाबत कोणतेही भाष्य करणे अनुचित ठरेल. विवक्षित प्रदेशाच्या विकासामध्ये खाजगी क्षेत्र एक अविभाज्य कर्ता म्हणून कसे आकारास येते हे पाहण्यासाठी प्रतिक्षा करावी लागेल.

टिपा

१. सी.एस.आर. एशियाच्या नोंदी. यासाठी पुढील निकष वापरण्यात आलेः अभिशासन, नियम आणि धोरणे, समाजहितार्थ गुंतवणुकीची नीती आणि संपर्क, बाजारपेठ आणि पुरवठा साखळी, कामाचे ठिकाण आणि लोक, पर्यावरण, समुदाय आणि विकास.

२. धोरणाधारित समाजहितार्थ गुंतवणूक म्हणजे मुख्य औद्योगिक धोरणामध्ये समाजहितार्थ गुंतवणूक समाविष्ट करणे आणि भागीदारांचे व्यवस्थापन करणे होय. जेणेकरून कंपनी सामाजिक आणि निगम मूल्ये प्रस्थापित करू शकेल.

३. अधिक तपशिलासाठी पहाः शाबा आणि म्युटर (२०१३).

४. अशा उपक्रमांच्या तपशिलासाठी पहाः अफ्शरीपोर आणि राणा (२०१४).

५. विभिन्न सांस्कृतिक संवेदना आणि राजकीय पूर्वग्रह चीनमधील समाजहितार्थ गुंतवणुकीतील संशोधनातील प्रमुख अडचणी होत हे ध्यानात घेतले पाहिजे.

६. इतरांबाबत माहिती उपलब्ध नव्हती किंवा त्यांनी तोट्याची नोंद केली परिणामी, त्यांना वगळण्यात आले.

७. सन २०१२-१३ दरम्यान पर्यावरणीय शाश्वततेची हमी मिळण्याच्या हेतूने गुंतवण्यात आलेली रक्कम सन २०१३च्या कंपनी कायद्या अंतर्गत समाजहितार्थ गुंतवणुकीची कृती म्हणून ग्राह्य धरण्यात आली नाही.

८. नमुना आणि पद्धतिशास्त्राबाबतच्या तपशिलासाठी पहाः http://sustainability-ranking.channelnewsasia.com/ (दिनांक ३० एप्रिल २०१५ ची नोंद).

संदर्भ

Afsharipour, A., and Rana, S. 2014. 'The Emergence of New Corporate Social Responsibility Regimes in China and India'. *UC Davis Business Law Journal* 14(2): 175–230.

Belal, A.R., and Momin M. 2009. 'Corporate Social Reporting (CSR) in Emerging Economies: A Review and Future Direction'. *Research in Accounting in Emerging Economies* 9:119–143.

Bowen, H.R. 1953. Social Responsibilities of the Businessman. New York: Harper & Row

Carroll, A.B. 1979. 'A Three-dimensional Conceptual Model of Corporate Social Performance'. *Academy of Management Review* 49(4): 497–505.

———. 1999. 'Corporate Social Responsibility. Evolution of a Definitional Construct'. *Business & Society* 38(3): 268–295.

Chambers, E., Chapple, W., Moon, J., and Sullivan, M.2003. 'CSR in Asia: A Seven Country Study of CSR Website Reporting" ICCSR Research Paper Series No. 09-2003, International Centre for Corporate Social Responsibility, Nottingham University Business School, Nottingham University.

Chapple, W., Moon, J., Slager R., and Herzig, C. 2014. 'The Dynamics of Corporate Social Responsibility in Asia: A 6-country Study', Paper to Academy of Management Annual Conference. INSEAD, France. Available at: http://centres.insead.edu/social-innovation/what-we-do/documents/The_Dynamics_of_Corporate_Social_Responsibility_INSEAD.pdf

The China Post. 2015 (20 February). 'Taiwan to Begin Mandatory GRI G4 CSR Reporting'. The China Post. Available at http://www.chinapost.com.tw/taiwan/business/2015/02/20/429350/Taiwan-to.htm (accessed on 25 April 2015).

Davis, K. 1967. 'Understanding the Social Responsibility Puzzle: What Does the Businessman Owe to Society?' *Business Horizons* 10(4): 45–50.

Gao, S.S., Heravi, S., and Xiao, J.Z. 2005. 'Determinants of Corporate Social and Environmental Reporting in Hong Kong: A Research Note'. *Accounting Forum* 29(2): 233–242.

Haniffa, R.M., and Cooke, T.E. 2005. 'The Impact of Culture and Governance on Corporate Social Reporting'. Journal of Accounting and Public Policy 24(5): 391–430.

Hindustan Times. 2013 (21 September). 'Estimated by Indian Institute of Corporate Affairs (IICA) in CSR Spending May Pump in `27,000 Cr a Year'. *Hindustan Times*. Available at http://www.hindustantimes.com/business/csr-spending-may-pump-in-rs-27-000-cr-a-year/story-CWIuKDZdtrpope1oULHmfO.html (accessed on 30 April 2015).

Kisenyi, V., and Gray, R. 1998. 'Social Disclosure in Uganda'. *Social and Environmental Accounting* 18(2): 16–18.

McGuire, J.W. 1963. *Business and Society*. New York: McGraw-Hill

Mishra, M., and Mohanty, S. 2013. 'Impact of Corporate Social Responsibility Communication on Corporate Brand Personality Assessment'. *IUP Journal of Management Research* 12(4): 26–38.

Nam, Y. 2011. 'The changing landscape of Corporate Social Responsibility in Korea'. *Revista de EDUÇAÇÃO do Cogeime* 20(38): 145–158.

Naser, K., Al-Hussaini, A., Al-Kwari, D., and Nuseibeh, R. 2006. 'Determinants of Corporate Social Disclosure in Developing Countries: The Case of Qatar'. *Advances in International Accounting* 19: 1–23.

Rosario Sr., Ramon V. del, Herrera, M., and Roman, F.'2011. 'Corporate Social Responsibility in Southeast Asia: An Eight Country Analysis'. Report of the Center for Corporate Social Responsibility, Asian Institute of Management, Philippines.

Sarkis, J., Na, N. Zhu, Q. 2011. 'Winds of Change: Corporate Social Responsibility in China'. *Ivey Business Journal,* January/February issue. Available at http://www.iveybusinessjournal.com/topics/social-responsibility/winds-of-changecorporate-social-responsibility-in-china

Shaba, L., and Meuter, J.B. 2013. 'RBC Initiatives in Southeast Asia: An Overview'. Anakout Report, Singapore.

Taiwan Stock Exchange. 2014. Corporate Social Responsibility Overview. Corporate Governance Centre. Available at http://cgc.twse.com.tw/frontEN/responsibility (accessed on 28 April 2015).

Tang, L., Gallagher, C., and Bie, B. 2015. 'Corporate Social Responsibility Communication Through Corporate Websites: A Comparison of Leading Corporations in the United States and China'. *International Journal of Business Communication* 52(2): 163–247.

Ubius, U., and Alas, R. 2012. 'The Impact of Corporate Social Responsibility on the Innovation Climate'. *Engineering Economics* 23(3): 310–318.

Walton, C. 1967. Corporate Social Responsibilities. Belmont, CA: Wadsworth Publishing

Williams, S. 1999. 'Voluntary Environmental and Social Accounting Disclosure Practices in the Asia-Pacific Region: An International Empirical Test of Political Economy Theory'. *The International Journal of Accounting* 34(2): 209–238.

१४

भारत आणि चीनमधील आरोग्यसेवा क्षेत्रे

कामगिरी आणि आव्हानांचा तुलनात्मक अभ्यास

पारमिता एम. नाग

विषयप्रवेश

प्रामुख्याने, सामाईक इतिहास, समृद्ध भूतकाळ आणि आता झपाट्याने विकसित होणाऱ्या अर्थव्यवस्था या पार्श्वभूमीवर भारत आणि चीन या दोनही देशांमध्ये साधर्म्य आहे. मात्र, इतिहासामध्ये दोन्ही देशांतील काही भेद देखील सापडतात. विशेषतः, चीनचा एकरेषीय आणि काटेकोर साम्यवादी इतिहास, एकल भाषा आणि राजकीय पक्ष आणि धर्मविहिनता या बाबी आणि भारताची बहुसांस्कृतिक, बहुधर्मीय, बहुभाषिक लोकशाही यांतून हा भेद स्पष्ट होतो.

चीनमध्ये साम्यवादी पक्षाची पकड शिथिल होत गेली (सन १९८०च्या दशकानंतर) आणि भारतीय अर्थव्यवस्थेचे उदारीकरण झाले (सन १९९०च्या दशकानंतर) तसे, चीन आणि भारतीय शासनाला आरोग्यक्षेत्राचा विकास आणि ओघानेच तद्संबंधी सुविधांसाठी पुरेशा निधी वाटपाबाबत निर्णय घेणे भाग पडले. दोन्ही देशांसमोरील समान आव्हानांचा आरोग्यव्यवस्थेवर ताण येतो. विशेषतः वाढत्या लोकसंख्येच्या (झपाट्याने वाढणाऱ्या) मागण्या पूर्ण करणे हे गंभीर आव्हान आहे. नवनवीन साथीचे रोग आणि लोकसंख्येची संक्रमणावस्था यामुळे वृद्धांची संख्या अधिकच वाढली. आतापर्यंत उत्पन्न वृद्धीच्या स्फोटामुळे ग्राहकांच्या अपेक्षा आणि गुणात्मक आरोग्यसेवांची मागणी वाढली. असे असले तरी, उत्पन्न गटांमध्ये मोठी दरी (जलद गतीने वाढणारी) पाहायला मिळते. विशेषतः, दोन्ही देशांतील श्रीमंत आणि गरीब, शहरी आणि ग्रामीण लोकांमध्ये ही दरी पाहायला मिळते.

या दोन्ही देशांतील आरोग्यव्यवस्थेचे कार्य समजून घेण्यासाठी प्रस्तुत प्रकरणाच्या सुरुवातीला विद्यमान स्थितीला जबाबदार असणारी ऐतिहासिक, सामाजिक आणि राजकीय जडणघडण ध्यानात घेतली आहे.

आरोग्यव्यवस्थांची ऐतिहासिक घडण

चीन

सन १९४९मध्ये चीन लोकगणतंत्राची स्थापना झाली. त्या वेळी एकीकडे देशांतर्गत अनागोंदी आणि दुसरीकडे जपानसारख्या देशाशी संघर्ष या दोन कारणांमुळे आरोग्यक्षेत्राची परिस्थिती अधिकच ढासळली. साम्यवादी पक्ष आणि काटेकोर साम्यवादी विचारधारेमुळे खाजगी क्षेत्राची भूमिका वर्ज्य मानण्यात आली. अशा प्रकारे, शहरी भागातील मोठी रुग्णालये, खेडेगावांतील चिकित्सालये यांसारख्या सर्वच आरोग्यविषयक सोयीसुविधांचा ताबा आणि ते चालविण्याची जबाबदारी शासनाकडे घेण्यात आली. यावेळी रोगप्रतिबंध हा प्रमुख हेतू होता. यासाठी पहिल्यांदाच पाश्चिमात्य आणि चिनी पद्धतींचा वापर करण्यात येत होता. संपूर्ण आरोग्यव्यवस्थेच्या महसूल आणि व्ययाचे नियोजन शासनाने केले. शहरी भागांमध्ये, रहिवाशांना गरजेच्या वेळी आरोग्यसेवेचा लाभ घेण्यासाठी क्षुल्लक 'नोंदणी' रक्कम भरावी लागत असे. खेडेगावांत, 'सहकारी आरोग्यव्यवस्थे'च्या माध्यमातून आरोग्यसंबंधी गरजांची पूर्तता केली जात असे. सहकारी आरोग्यव्यवस्थेला भांडवलाचा पुरवठा 'कम्यून'द्वारा होत असे.

सन १९५०-९० दरम्यान, अर्थव्यवस्थेची वृद्धी धिम्या गतीने झाली असली तरी आरोग्यव्यवस्थेने मात्र लक्षणीय यश संपादन केले. आयुर्मान ३५ पासून ६८ इतके झाले. भ्रूणहत्येचा दर १००० जन्मांमागे २०० पासून ३४ पर्यंत आला (ब्लुमेंथाल २००५), आणि संसर्गजन्य रोगांचे प्रमाण लक्षणीयरित्या कमी झाले (पोलिओचे जवळजवळ निर्मूलन झाले). यावेळी आरोग्यसेवा त्रिस्तरीय पातळीवर पुरवली जात असे, ही त्रिस्तरीय व्यवस्था ऊर्ध्वमुख पद्धतीची होती, पहिल्या स्तरावर खेड्यातील किंवा शहरी भागातील चिकित्सालये मूलभूत स्वरूपाची प्रतिबंधात्मक आणि उपचारात्मक सेवा पुरवतात. तद्नंतरच्या स्तरावर गावातील अथवा सामुदायिक आरोग्य केंद्रांचा समावेश होतो. तिसऱ्या स्तरावरील जिल्हा अथवा शहरी पातळीवरील रुग्णालये अतिदक्षता आणि विशेष लक्ष देऊन विशेष दर्जाची सेवा पुरवतात. या काळामध्ये खेड्यातील हजारो डॉक्टरांना विशेष प्रशिक्षण देण्यात आले. त्यापूर्वी हे केवळ 'वैद्यकीय मदतनीस' होते (त्यांना आरोग्यसेवेचे सुमार प्रशिक्षण दिले होते). नव्या प्रशिक्षणाच्या माध्यमातून मात्र, त्यांची कौशल्ये अद्ययावत करण्यात आली (झियाओ १९९५). प्राथमिक आरोग्यसेवेची लक्षणीय प्रगती झाल्याने चीनची आरोग्य निर्देशके सुधारली.

आरोग्यसेवा सुधारण्यामध्ये प्रचंड यश आले असले तरी, त्याचा अतिरिक्त गाजावाजा झाला अशीही एक शक्यता वाटते. एक, निम्न पातळीवरून सुरुवात

केली असता, सुधारणा घडवून आणणे सोपे असते आणि स्वातंत्र्यसमयी चीनमधील आरोग्यस्थिती अत्यंत निकृष्ट दर्जाची होती. दोन, आरोग्यक्षेत्राची परिस्थिती सुधारण्यासाठी केवळ खबरदारी हा एकमेव घटक महत्त्वाचा नाही. त्याबरोबरीने, आरोग्योपकारिता, शिक्षण आणि जगण्याचा दर्जादेखील सुधारणे आवश्यक असते. या काळादरम्यान उपरोक्त घटकांमध्ये देखील सुधारणा पाहावयास मिळाली. सरतेशेवटी, समतेचा प्रश्न उपस्थित होतो. या काळादरम्यान प्रस्तुत प्रश्नाने गंभीर स्वरूप धारण केले नव्हते, पारदर्शकता नसल्याने त्याचे नेमके गांभीर्य आणि इतर अडचणी लोकांच्या ध्यानात देखील आल्या नाहीत.

सन १९८०च्या दशकाच्या सुरुवातीपासून, चीनमध्ये सामाजिक-आर्थिक कायापालट झाला. खाजगीकरणाला कायद्याची परवानगी मिळाली आणि यातूनच आरोग्यक्षेत्रात खाजगी सेवेची सुरुवात झाली. आरोग्यसेवेला वित्तपुरवठा करताना चीनने नाट्यमय पाऊल उचलले. खाजगी सेवा आणि व्यक्तिगत ग्राहकांना केंद्र सरकारकडून मोठ्या प्रमाणात वित्तपुरवठा करण्यात आला. केंद्र सरकारने ग्रामीण आरोग्यसेवेसाठी आवश्यक वित्त प्रांतीय आणि स्थानिक अधिकाऱ्यांकडे देऊ केले. नियंत्रण शिथिल करण्यात आले असले तरी, केंद्र सरकारने सर्वच जबाबदाऱ्या झटकल्या नाहीत. औषधांची किंमत, वैद्यकीय प्रक्रिया या संदर्भात काटेकोर नियमन केंद्र सरकारने स्वहाती ठेवले. यामुळे काळाबाजार, प्रगत तंत्रज्ञानाचा अतिरिक्त वापर, देऊ केलेल्या औषधांचा वापर अधिक फोफावला. ग्रामीण भागात, घरगुती नियंत्रण वाढल्याने 'कम्युन' स्थगित करण्यात आले. परिणामी, सामुदायिक वैद्यकीय व्यवस्थेचा निधीपुरवठ्याचा स्रोत नाहीसा झाल्याने ही व्यवस्था झपाट्याने कोलमडली. चीनमधील शेतकऱ्यांच्या हातचे किफायतशीर दरात आरोग्यसेवा मिळवण्याचे साधन हिरावले गेले. 'वैद्यकीय मदतनिसांचा' रोजगार ठप्प झाला आणि त्यांनी खाजगी सेवा पुरवण्यास सुरुवात केली. परिणामी, त्यांचा भर सत्कार्यापासून ढळून नफावाढीवर स्थिर झाला. शहरी भागांमध्ये रुग्णालयात येणाऱ्या रुग्णांची संख्या ५ टक्क्यांनी कमी झाली असली तरी, या रुग्णालयांचा नफा ७० टक्क्यांनी वाढला (लिम, एल. २००६).

भारत

भोरे समितीच्या अहवालान्वये (आरोग्य सर्वेक्षण आणि विकास समितीवरील अहवाल) भारतीय आरोग्य धोरण अस्तित्वात आले. उल्लेखित अहवालामध्ये, भारतीयांचे आरोग्यसेवेशी संबंधित मूलभूत अधिकार नमूद करण्यात आले. सर्व भारतीयांना आरोग्याचा अधिकार आहे आणि सामाजिक-आर्थिक परिस्थिती कशीही असली तरी, सर्वांना प्राथमिक आरोग्यसेवा उपलब्ध असावी असे या अहवालामध्ये

म्हटले होते. भारतामध्ये देखील चीनप्रमाणे त्रिस्तरीय आरोग्यसेवा व्यवस्था उदयाला आली; मात्र, भारताने खाजगी आरोग्यसेवा कधीही रद्दबातल केली नाही. वस्तुतः, त्या काळात पाश्चिमात्य धाटणीच्या वैद्यकक्षेत्रामध्ये खाजगी क्षेत्राचा सहभाग कमी असल्याने तेथे सरकारने भाग घेणे अनिवार्य ठरले.

प्राथमिक आरोग्यकेंद्रे त्रिस्तरीय व्यवस्थेच्या सर्वांत खालच्या पायरीवर होती. ही केंद्रे मुख्यत्वे ग्राम पातळीवर अस्तित्वात होती. अजूनही आरोग्यशिक्षण, प्रतिबंधात्मक उपाय आणि प्राथमिक आरोग्यसेवेचे काम याच केंद्रांचे आहे. त्यानंतरच्या जिल्हा मुख्यालय पातळीवर उपकेंद्रे, जिल्हा रुग्णालये किंवा शहरी रुग्णालये अस्तित्वात होती. संदर्भ रुग्णालयांची दृढ व्यवस्था देखील अस्तित्वात होती. सन १९८०च्या दशकाच्या शेवटाकडे, या पायाभूत सोयी सुविधा अधिक दृढ करण्यात आल्या आणि आरोग्यसेवा पुरवणाऱ्या व्यक्तींना अधिक तपशिलात्मक प्रशिक्षण देण्यात आले. सन १९९०च्या दशकामध्ये आरोग्यकेंद्रांची संख्या तिपटीने वाढली आणि वैद्यांची संख्या देखील जवळपास एक लाखाने वाढली (कादिर २०००).

भारतामध्ये आरोग्यसेवा पुरवणे ही राज्याची जबाबदारी आहे. राष्ट्रीय आरोग्यनीती आराखडा, पारिभाषिक धोरणे, वैद्यकी शिक्षण पुरवणे या सर्व जबाबदाऱ्या केंद्र सरकारच्या होत (तत्रैव २०००). सर्व नागरिकांना आरोग्यसेवा पुरवण्याचा भारत शासनाचा पण असला तरी, राज्य पातळीवर वेगळेच चित्र पाहावयास मिळते. गरीबातील गरीब व्यक्तीला आरोग्यसेवा मिळावी ही राज्यसरकारची जबाबदारी होती. असे असले तरी, आवश्यक औषधे खरेदी करणे, पायाभूत सोयी-सुविधा विकसित करणे यासाठी त्यांना केंद्राकडून येणाऱ्या निधीवर अवलंबून राहावे लागत असे. यामागे एक कारण होते, आरोग्यावर होणाऱ्या एकूण खर्चापैकी जवळजवळ ७०-८० टक्के निधी कामगारांना वेतन देण्यास वापरला जात असे, परिणामी, सेवापुरवठ्याची परिणामकारकता ढासळली. अशा प्रकारे, भारतातील निर्णयप्रक्रिया अधोमुख स्वरूपाची आहे. यामध्ये केंद्रपुरस्कृत आणि राज्याने अंमलबजावणी करावयाचे घातक रोगांवर नियंत्रणात्मक कार्यक्रम समाविष्ट आहेत.

सन १९८०च्या दशकाच्या शेवटाकडे आणि सन १९९०च्या दशकाच्या सुरुवातीला मध्यमवर्गाचे दृढीकरण झाले. आरोग्यव्यवस्थेकडून लोकांच्या अपेक्षाही वाढल्या. तंत्रज्ञानाधारित वैद्यकीय सेवेच्या या मागणीमुळे खाजगी क्षेत्र आपोआपच आरोग्यसेवेत ओढले गेले. सन १९९२च्या आसपास आरोग्यसेवेतील सुधारणा प्रत्यक्षात आल्या. या सुधारणांमध्ये आंतरराष्ट्रीय नाणेनिधी आणि जागतिक बँकेची महत्त्वाची भूमिका होती. सुधारणांन्वये, सार्वजनिक रुग्णालयांमध्ये सेवाशुल्क आणि खाजगी गुंतवणुकीची सुरुवात झाली. याचा थेट परिणाम म्हणून, प्राथमिक आरोग्य केंद्रांना मोठा झटका बसला, ही केंद्रे मागे सारली गेली. संसर्गजन्य रोगनियंत्रण

कार्यक्रमांसाठी जाहीर निधी अन्यत्र वळवण्यात आले आणि त्याचे प्रमाणही १४ टक्क्यांवरून ७ टक्क्यांवर घटवण्यात आले (तत्रैव २०००). त्यानंतर प्रामुख्याने कुटुंब नियोजन, पाणीपुरवठा सुधारणा आणि आरोग्यरक्षणार्थ घ्यावयाच्या खबरदारीवर भर देण्यात आला. देवी, पोलिओ आणि गुनिया नामक जीवाणूमुळे होणारा आजार यांचे निर्मूलन झाले होते; एचआयव्ही आणि कर्करोगाचे प्रमाण वाढत होते. क्षयरोग आणि मलेरियासारख्या रोगांवर नियंत्रण मिळवले आहे असे मानण्यात येत असले तरी या रोगांनी परिवर्तित स्वरूपामध्ये पुनश्च डोके वर काढले.

भारत आणि चीनसमोरील जनसांख्यिकी आणि आरोग्यसंबंधी आव्हाने भिन्न असली तरी, दोन्ही देशांनी सार्वजनिक आरोग्य उद्दिष्टे साध्य करण्यात मोठ्या प्रमाणात आगेकूच केली आहे. उपरोक्त चर्चेत सिंहावलोकनात्मक दृष्टिकोन नमूद केला आहे. जेणेकरून दोन्ही देशांचा ऐतिहासिक आढाव्याच्या आधाराने विद्यमान आरोग्यसेवेची नेमकी स्थिती समजून घेता येईल. ही जडणघडण तक्ता १४.१मध्ये संक्षिप्त स्वरूपात मांडली आहे.

काळ	*निर्देशके*	*चीन*	*भारत*
सन १९४०चा उत्तरार्ध ते सन १९८०चा पूर्वार्ध	नीती किंवा धोरणे	प्रतिबंधात्मक सेवा आणि आरोग्यशिक्षणाला प्राधान्य	उपचारांना प्राधान्य
	प्रदाता किंवा संस्था	पूर्ण शासकीय मालकी: सामुदायिक वैद्यकीय व्यवस्था ग्रामीण भागात सेवा पुरवते: त्रिस्तरीय पुरवठा व्यवस्था अस्तित्वात आहे	शासकीय आणि खाजगी सेवापुरवठादारांचे सहअस्तित्व: त्रिस्तरीय व्यवस्था अस्तित्वात आहे
	आरोग्य लाभांक	भरीव	मध्यम
सन १९८०चा पूर्वार्ध ते सन २०००चा पूर्वार्ध	तत्कालीन रोग	साथीच्या रोगांपेक्षा गंभीर आजारांमुळे अधिक मृत्यू; वृद्धांच्या लोकसंख्येत वाढ	साथीच्या आजारांमुळे अधिक मृत्यू; एचआयव्ही आणि कर्करोगाचे वाढते प्रमाण
	प्रदाता किंवा संस्था	सामुदायिक वैद्यकीय व्यवस्थेची पडझड; खाजगी सवंगडींचा उदय	वाढते खाजगीकरण; प्राथमिक आरोग्यसेवेची पिछेहाट
सन २०००चा पूर्वार्ध पासून आतापर्यंत	धोरण प्रेरणा	आरोग्य व्यवस्था सुधारणा	कमीतकमी बदलासह आरोग्य व्यवस्था सुधारणा

तक्ता १४.१: *ऐतिहासिक जडणघडणीची मांडणी*

स्रोत: हफ्नेर आणि पॉप (२००८).

एकंदर यशसंपादनाची तुलना

कोणत्याही देशातील आरोग्यव्यवस्थेपुढे तीन मूळ उद्दिष्टे असावी असे जागतिक आरोग्य संघटनेच्या 'द वर्ल्ड हेल्थ रिपोर्ट २००० – हेल्थ सिस्टिम्सः इम्प्रूव्हिंग परफॉर्मन्स' मध्ये सूचित केले आहे. ही उद्दिष्टे पुढीलप्रमाणे होतः

- लोकांची आरोग्यस्थिती सुधारणे
- लोकांच्या अपेक्षांना प्रतिसाद देणे
- उपचारांसाठी वित्तसुरक्षा पुरवणे

प्रस्तुत विभागातील अभ्यासान्वये ही उद्दिष्टे साध्य करताना भारत आणि चीनच्या कामगिरीचा शोध घेतला आहे.

स्वास्थ्यस्थिती

प्रमुख आरोग्य निर्देशकांची कामगिरी

भारतापेक्षा चीनमधील लोक आरोग्यपूर्ण आणि दीर्घायुषी आहेत असे सर्वसामान्य निरीक्षण आहे (तक्ता १४.२). चीनमध्ये जन्माला आलेल्या स्त्रीचे आयुर्मान ७४ वर्षे इतके असते, तुलनेने भारतीय स्त्रियांचे आयुर्मान ६३ इतके आहे. भारतीय पुरुष ६१ वर्षे जगतो असे निरीक्षण आहे तर, चीनमध्ये जन्माला आलेला पुरुष ७० वर्षे जगतो (जागतिक आरोग्य संघटना २००६).

पुरुषांपेक्षा स्त्रियांचे आयुर्मान अधिक आहे असे निरीक्षण नोंदवण्यात आले आहे. तसेच, चीन आणि भारताची तुलना केली असता, चीनपेक्षा भारतामध्ये मातामृत्यूचा दर अधिक आहे असेही ध्यानात येते. याबरोबरीने, चीनपेक्षा भारतामध्ये भ्रूणहत्या आणि बालमृत्यूचा दर अधिक आहे. सन २००४च्या अनुभवानुसार, भारतामध्ये ३० टक्के नवजात बालकांचा जन्म न्यून जन्मदराने (LBW < २५०० जन्माच्या वेळी ग्रॅम्समध्ये) झाला, चीनमध्ये हा दर ६ टक्के इतका होता. भारत आणि चीनमध्ये आयुर्मान आणि भ्रूणहत्या या संदर्भात भेद आहेत. याशिवाय, चीनशी तुलना करता, भारतातील एकूणच मृत्युदर निर्देशकाचे प्रदर्शन निकृष्ट आहे. कारण-संबंधी मृत्युदरावरून असे ध्यानात येते की, भारतातील मृत्यूसाठी संसर्गजन्य रोग कारणीभूत आहेत तर, चीनमधील मृत्यूसाठी जीवनशैलीसंबंधित विकार कारणीभूत आहेत. तक्ता १४.३ मध्ये संसर्गजन्य आणि अ-संसर्गजन्य रोगांशी संबंधित मृत्युदराची संक्षिप्त मांडणी केली आहे.

	मृत्यूची संभाव्यता, २००४[a]										
	आयुर्मान (वर्षामध्ये) २००४			≤१ वर्ष		<५ वर्षे		१५ ते ६० वर्षे		माता मृत्युदर	एलबीडब्ल्यू
देश	पु/स्त्रि	पु	स्त्रि	पु/स्त्रि	पु/स्त्रि	पु	स्त्रि	पु	स्त्रि	२०००[b]	दर १९९९[c]
चीन	७२	७०	७४	२७	३१	२७	३६	१५८	९९	५६	६
भारत	६२	६१	६३	५८	८५	८१	८९	२७५	२०२	५४०	३०

तक्ता १४.२: *प्रमुख आरोग्य निर्देशकांचे सादरीकरण*

स्रोत: हफ्नेर आणि पॉप (२००८)

नोंदी: पु = पुरुष; स्त्रि = स्त्रिया

a दरहजार व्यक्ती; b दर एक लाख स्त्रिया; c दर १०० नवजात अर्भके

सकारण/कारणसंबंधी मृत्युदर		
	मृत्युदर (दर १००,००० व्यक्ती)	
मृत्यूचे कारण	*चीन*	*भारत*
सर्व कारणे	७०१.५	९८८.८
कमीतकमी अनिश्चितता	६६९	९५०.८
जास्तीतजास्त अनिश्चितता	७३१.७	१०१७.४
संक्रमक, आईकडून होणारे रोग, जन्मपूर्व/ जन्मसमयी व्याधी, आणि पोषणाची स्थिती	८३.७	४०१.९
साथीचे आणि परजीवी रोग	३९	१९७.३
क्षयरोग	२०.८	३४.८
एचआयव्ही/एड्स	३.३	३३.४
डायरिया	८.३	४३.५
बालरोग	१.६	२७.४
मेनिनजायटीस/मस्तिष्कवेदना	०.६	५.१
श्वासोच्छवासाशी संबंधित संसर्ग	२२.४	१०७
मातृत्वावस्था	०.८	१२.७
जन्मपूर्व अवस्था	२०.९	७२.६
पोषण कमतरता	०.६	१२.३

(तक्ता १४.३ पुढे चालू)

(तक्ता १४.३ पुढे चालू)

सकारण/कारणसंबंधी मृत्युदर		
	मृत्युदर (दर १००,००० व्यक्ती)	
मृत्यूचे कारण	*चीन*	*भारत*
सर्व असंक्रमक रोग	**५४१.४**	**४८६.९**
malignant neoplasm	१३३.५	७१
other neoplasm	१.२	१.२
मधुमेह	९.६	१४.९
अंतःस्राव विकृती	२.४	१.५
चेतामनो अवस्था	८.४	१७.४
ज्ञानेंद्रियांच्या विकृती	उ.ना	०.१
हृदय व रक्तवाहिन्यासंबंधी आजार	२३०.५	२६७.७
श्वसनाचे आजार	११०	५८.१
पचनसंबंधी आजार	२७.९	३२.६
मूत्रजननमार्ग संबंधी आजार	१०.७	११.२
त्वचा विकार	उ.ना	०.७
अस्थी-स्नायूसंबंधी विकार	१.९	०.७
जन्मजात विसंगतता	६.६	९.९
इजा	**७६.३**	**१००**
अजाणतेपणी झालेल्या इजा	५२.३	७६.२
जाणीवपूर्वक इजा	२४	२३.८

तक्ता १४.३: *साथीच्या आणि असंक्रमक रोगांमुळे ओढवणारे मृत्यू*

स्रोत: जागतिक आरोग्य संघटना (२००६)

चीनमध्ये सुमारे ७७ टक्के मृत्यू असंक्रमक रोगांमुळे होतात. अशा रोगांमध्ये फुप्फुसांचे रोग (COPD), हृदयरोग आणि कर्करोग यांसारख्या रोगांचा समावेश होतो. भारतामध्ये मात्र, संक्रमक रोगांची समस्या अधोरेखित होते. येथील अधिकाधिक मृत्यू एचआयव्ही/एड्स, डायरिया आणि श्वासोच्छवास संसर्गाशी संबंधित आहेत.

एचआयव्ही/एड्स आणि कर्करोगाचा संपूर्ण आशियामध्ये फैलाव झाला असून त्यामाध्यमातून होणाऱ्या मृत्यूचे प्रमाण झपाट्याने वाढत आहे. सन २००३मध्ये चीनमध्ये एचआयव्हीबाधित सुमारे ६५०,००० इतके रुग्ण होते. सन २००५मध्ये भारतामध्ये एचआयव्ही बाधित रुग्णांची संख्या ५.७ कोटींच्या घरात गेली होती. मलेरियाने देखील भारतात उच्छाद मांडला.

बदलत्या जीवनशैलीशी संबंधित विकारांचा विचार करता, चीनमधील ७.१ टक्के लोकसंख्या लठ्ठपणाने ग्रस्त आहे. तुलनेने, भारतामध्ये ३२ टक्के महिला आणि ५० पुरुष लठ्ठपणाने ग्रस्त आहेत (गुप्ते २००१).

वित्तीय अरिष्टापासून बचाव

आरोग्य ही मानसिक आणि शारीरिक सुदृढावस्था होय. अनारोग्याने शारीरिक स्वास्थ्य बिघडते आणि परिणामी, मानसिक स्वास्थ्य देखील ढासळते. म्हणजेच, अनारोग्यामुळे वैद्यकीय खर्च वाढून बचतीवर परिणाम होतो, लोकांना कर्ज काढावे लागते आणि एकूण दारिद्र्याचे प्रमाण वाढते. जागतिक आरोग्य संघटनेने नमूद केल्यानुसार, जगभरातील आरोग्यव्यवस्थांचे एकच उद्दिष्ट असावे: समाजातील सर्व स्तरावरील व्यक्तींचे आर्थिक धोके कमी करणे आणि त्याचा भर एखाद्याच व्यक्तीवर येणार नाही याची काळजी घेणे (जागतिक आरोग्य संघटना २०००).

दुर्दैवाने, अनारोग्यातून निर्माण होणाऱ्या वित्तीय अरिष्टातून लोकांचा बचाव करण्यासाठी चीन आणि भारत हे दोन्ही देश बचावात्मक योजना पुरवण्यात अपयशी ठरले. चीनमध्ये अनारोग्यावर करावा लागणारा खर्च हे तात्पुरत्या दारिद्र्याचे प्रमुख कारण ठरले आहे. यामुळेच ४४ टक्के ग्रामीण लोक दारिद्र्यरेषेखाली ढकलले गेले आहेत (लियू आणि इतर २००३). चीन आणि भारतामध्ये देखील वैद्यकीय खर्च भागवण्यासाठी पैसा उधार घेणे आणि मालमत्ता विकणे अशी उदाहरणे सहज पहायला मिळतात. भारतामध्ये, आरोग्यसेवेवरील खर्चाचा बोजा न परवडल्याने कुटुंबे बेघर होतात किंवा साधन कुटुंबे 'दारिद्र्य रेषेखाली' ढकलली जातात असे चित्र पाहायला मिळते. याखेरीज, आरोग्यावर होणाऱ्या अमाप खर्चामुळे शिक्षणासारख्या क्षेत्रातून गुंतवणूक 'बाहेर ओढली' जाते. याशिवाय, वैद्यकीय खर्चाच्या आकड्यांमुळे वेळेत वैद्यकीय सल्ला घेण्यातही अडथळा येतो. त्यामुळे उपरोक्त दोन्ही देशांमध्ये प्रतिबंधात्मक उपचारांवर खर्च करण्याखेरीज रोगावर इलाज करण्यावर अधिक खर्च होतो. प्रतिबंधात्मक पातळीवर खबरदारी न घेतल्याने, आजाराचे स्वरूप गंभीर होऊन बसते आणि उपचार यंत्रणेवर देखील ताण येतो.

आरोग्यसेवेची सुलभ, सक्षम आणि दर्जा या निकषांवर आधारित कामगिरी

सुलभता

सुलभता म्हणजेच 'परिणामकारक उपलब्धता' होय. सामान्य लोकांना किंमत, वेळ, सेवा यांसारख्या कोणत्याही अडथळ्याविना आरोग्यसेवा सहज उपलब्ध असणे येथे

अभिप्रेत आहे. सर्वसामान्य आरोग्यसेवा हा सर्वांचा मूलभूत हक्क असला तरी, दोन्ही देशांमध्ये सर्वसामान्यांच्या हितार्थ असलेली आरोग्यसेवा यंत्रणा अधिकाधिक ढासळली आहे, असे ध्यानात येते.

यापूर्वी चर्चा केल्याप्रमाणे, उदारीकरणानंतरच्या काळात (चीन आणि भारत दोन्ही देशांमध्ये) लक्ष प्रतिबंधात्मकतेपासून ढळून उपचारांवर केंद्रित झाले. या दरम्यान चीनमध्ये बदलाचे वारे वाहत होते, चीनने साथीच्या रोगांवर नियंत्रण मिळवले होते, आणि म्हणून चीनला उपचारांवर लक्ष देणे आता सोपे झाले होते. मात्र, असे असले तरी, प्राथमिक आरोग्यसेवेच्या सुलभ उपलब्धतेवर (यामध्ये लसीकरणाचा देखील समावेश होतो) मात्र थेट परिणाम झाला होता. प्राथमिक आरोग्यसेवा झपाट्याने खालावली. साथीच्या रोगांचे नियंत्रण आणि प्रतिबंध यासाठी सेवाशुल्क भरावे लागत असल्याने, सुलभ प्राथमिक आरोग्यसेवा मिळण्यावर परिणाम झाला होता. याशिवाय, ग्रामीण-शहरी विषमतेची दरी अधिक खोल झाली; चीनमधील वैद्यकीय कर्मचारी वर्ग ग्रामीण भागांतून शहरी भागांत स्थलांतरित झाला. सेवाशुल्क देण्याच्या क्षमतेवरून मिळणाऱ्या आरोग्यसेवेची पातळी ठरू लागली. पैसा भरू शकत नाही म्हणून ग्रामस्थांना आरोग्यसेवा नाकारली गेली अशीही उदाहरणे पाहायला मिळतात.

भारतामध्ये मात्र, ग्रामीण भागातील आरोग्यसेवा कर्मचाऱ्यांची संख्या घटली. शासकीय रुग्णालयांतील प्रशिक्षित आरोग्यसेवा कर्मचाऱ्यांना ग्रामीण भागात जाणे अनिवार्य असले तरी ते शासकीय क्षेत्र सोडून खाजगी क्षेत्रात रुजू झाले. शहरी भागांमध्ये खाजगी क्षेत्रातून मिळणारा पैसा बऱ्यापैकी अधिक होता आणि रुग्णांना आरोग्यसेवा देण्यासाठी उत्तम तंत्रज्ञानदेखील उपलब्ध होते. सुयोग्य वेतनाचा अभाव आणि वैद्यकीय उपकरणांची अनुपलब्धता यामुळे शासकीय आरोग्यक्षेत्र कायमच मागास राहिले आणि म्हणून ग्रामीण आरोग्यसेवा ढासळली. आरोग्यसेवेची सुलभता आणि आरोग्यसुविधेपासूनचे अंतर देखील काळानुसार वाढतच गेले. ग्रामीण आणि शहरी भागांमध्ये देखील खिशातून होणारा खर्च वाढला परिणामी, असहायता आणि दारिद्र्यात भर पडली.

दर्जा

कोणत्याही देशाच्या आरोग्यस्थितीचे मापन करण्यासाठी देशातील रुग्णांना देण्यात येणारी आरोग्यसेवा सातत्यपूर्ण दर्जेदार असणे हा एक महत्त्वपूर्ण निकष आहे. आरोग्यसेवेच्या दर्जाचे मूल्यमापन, व्यवस्थापन आणि नियंत्रण यासाठी भारत आणि चीन या दोन्ही देशांमध्ये सुयोग्य मूल्यांकन व्यवस्था उपलब्ध नाही. दोन्ही देशांतील

वैद्यकीय सल्लागारांमध्ये उपलब्ध सुविधांचा अतिरिक्त वापर करणे, अनावश्यक औषधोपचार देणे, आणि अनावश्यक हस्तक्षेप करणे अशी वृत्ती पाहावयास मिळते. औषधोपचार आणि वैद्यांच्या मोबदल्यासाठी सर्वाधिक रोख व्यवहार होतात असे ध्यानात आले आहे.

सक्षमता

सक्षमतेचे दोन प्रमुख प्रकार होत: वितरणात्मक सक्षमता आणि तांत्रिक सक्षमता. 'योग्य आदानां'चे उत्पादन करून एकत्रित लाभ वाढवत नेणे म्हणजे वितरणात्मक सक्षमता होय आणि 'सुयोग्य मार्गा'ने कमीतकमी किमतीत उत्पादन करणे म्हणजे तांत्रिक सक्षमता होय. उपरोक्त व्याख्यांवरून असे ध्यानात येते की, चीन आणि भारत दोन्ही देशांतील सक्षमतेचे मापन करणे जवळजवळ अशक्य आहे. गेल्या काही वर्षांत, चीनने अमेरिकेतील सेंटर फॉर डिसिज कंट्रोल अॅण्ड प्रिव्हेन्शन या संस्थेच्या धाटणीच्या काही ऊर्ध्वमुख संस्था स्थापन केल्या. या संस्थांच्या संदर्भात, सुव्याख्यित भूमिकांचा अभाव आणि अपुऱ्या समन्वयामुळे त्यांची सक्षमता कमी झाली. भारतामध्ये शासनाच्या संघराज्य पद्धतीमुळे आणि आरोग्य हा विषय केंद्र आणि राज्य दोहोंच्या अखत्यारित येत असल्याने काहीसे असेच चित्र पाहायला मिळाले. एकरेषीय आरोग्यसेवा (प्राथमिक आरोग्यसेवा) आणि ऊर्ध्वमुख आरोग्यसेवा (रोगनियंत्रण कार्यक्रम) संबंधित राष्ट्रीय कार्यक्रमांमध्ये दुवा सांधला गेला नाही. ऊर्ध्वमुख आरोग्य नियंत्रण कार्यक्रमांद्वारे आरोग्याचे ओझे कमी व्हावे अशी अपेक्षा असली तरी, एकरेषीय संस्था पूर्ण क्षमतेने काम करतील याबाबत हमी नसल्याने, त्यातून अपेक्षेप्रमाणे परिणाम दिसेल याबाबत खात्री देता येत नाही.

आरोग्यव्यवस्थेच्या निकृष्ट कामगिरीचा ऊहापोह

आरोग्यसेवा व्यवस्थेला वित्तपुरवठा

उदारीकरणोत्तर काळात, दोन्ही देशांमध्ये स्थूल राष्ट्रीय उत्पन्नाच्या प्रमाणात शासनाची आरोग्यसेवेवरील गुंतवणूक झपाट्याने खालावली आणि गेल्या काही वर्षांत त्यामध्ये धिम्या गतीने घट होत आहे. याखेरीज, समाजाच्या प्रत्येक स्तरासाठी अपुऱ्या आरोग्यविम्यामुळे रोखीने होणारे खर्च वाढले. दोन्ही देशांतील गरिबांवर याचा सर्वांत वाईट परिणाम झाल्याचे ध्यानात येते, परिणामतः, दारिद्र्य आणि असहायता वाढली. संक्रमणाच्या या टप्प्यामध्ये, केंद्र आणि राज्य शासनाने आरोग्य या विषयाला अनुपयुक्त दर्जा दिला आणि शासनाच्या गुंतवणुकीमध्ये आरोग्यक्षेत्राला सर्वांत कमी प्राधान्य दिले.

चिनी आणि भारतीयांना अत्यंत मर्यादित विमासंरक्षण आहे. आर्थिक उदारीकरणापूर्वी, म्हणजेच, सन १९७९च्या पूर्वी, चीनमध्ये जवळजवळ सर्व नागरिकांसाठी विमासेवा उपलब्ध होती. ग्रामीण भागात सहकारी वैद्यकीय योजना आणि शहरी भागात कामगार विमा योजना आणि शासकीय विमा योजनेच्या माध्यमातून ही सेवा उपलबध करून दिली जात असे. सुधारणांच्या नंतरच्या काळात, या योजनांचा वित्तीय आधार नाहीसा झाला आणि या योजना ठप्प झाल्या. यामुळे ज्यांच्या डोक्यावर विम्याचे छप्पर नाही आणि जे रोख व्यवहार करतात अशांची संख्या कोटींच्या घरात गेली. भारतामध्ये केवळ १५ टक्के नागरिकांना विम्याचे संरक्षण असून ते देखील त्यांच्या मालकांद्वारे दिले जाते. बहुतांश उदाहरणांमध्ये या विमासुरक्षेमध्ये कुटुंब आणि निर्भर लोकांचा समावेश होत नाही. खाजगी विमा संस्थांनी नेमक्या याच पोकळीचा फायदा घेतला. मात्र, या संस्था केवळ १ टक्का लोकांनाच विमासंरक्षण देतात. तसेच, खाजगी विमासंरक्षण उपभोक्त्यांमध्ये केवळ शहरी भागातील आणि श्रीमंत, मध्यमवर्गीय लोकांचा समावेश होतो. यामुळे शहरी भागातील दरिद्री लोकांना आणि ग्रामीण लोकांना विम्याचे कोणतेही संरक्षण राहत नाही. हे लोक अतिशयोक्त वैद्यकीय खर्चाला बळी पडतात.

अपुरी विमासुरक्षा आणि घटलेला शासनखर्च यामुळे दोन्ही देशांतील नागरिकांना वैद्यकीय खर्च रोखीनेच करावा लागतो. अशा खर्चाचे भारतातील प्रमाण जास्त असले तरी, चीनमध्ये हा दर वाढताना दिसतो आणि नजीकच्या भविष्यात चीन भारताला मागे टाकेल असा अंदाज आहे.

भारत आणि चीनमध्येदेखील शासनाच्या अपुऱ्या निधीपुरवठ्यामुळे सुयोग्य आरोग्यसेवा तरतुदीमध्ये एक पोकळी निर्माण झाली आहे. यामुळे साहजिकच खाजगी खेळाडूंनी प्रवेश केला. विशेषतः भारतामध्ये शासनाचे सोयीस्कर दुर्लक्षाचे धोरण पाहता, खाजगी खेळाडूंची भूमिका निर्णायक ठरली. चीनमध्ये मात्र शहरी रुग्णालयांवर शासनाचे नियंत्रण होते आणि म्हणून आरोग्यसेवा क्षेत्रातदेखील तरतुदीदेखील शासकीय स्वरूपाच्या होत्या. आरोग्यसेवेची सुलभता हे मात्र आव्हान होते. ग्रामीण भागांत शासकीय सुविधा उपलब्ध असल्या तरी, या भागांतील आरोग्य व्यावसायिक शहरी भागांत स्थलांतरित झाल्याने ग्रामीण भागांत त्यांचा तुटवडा निर्माण झाला. अशा प्रकारे, चीन आणि भारतातील विशेषतः गरिबांच्या बाबतीत आरोग्यसेवा पुरवठा हा सार्वजनिक आरोग्याचा गंभीर प्रश्न बनला. चीनने अंतर्गत अर्थसाहाय्याची एक अनोखी पद्धती विकसित केली. यानुसार, प्राथमिक आरोग्यसेवा मूल्य किफायतशीर ठेवण्यात आले तर, तंत्रज्ञानाधारित रोगनिदानाचे मूल्यवर्धन करण्यात आले, औषधांच्या किमतीत १५ टक्क्यांचा समास ठेवण्यात आला. मात्र, या व्यवस्थेचा परिणाम म्हणून चिकित्सकांना महागड्या रोगनिदानाचा सल्ला

देण्याबाबत प्रोत्साहन मिळाले. उच्च-तंत्रज्ञान आधारित सुविधांचा प्रचंड प्रमाणात अतिरिक्त वापर करण्यात आला. अवाजवी औषधे घेण्याचे सल्ले देण्यात आले आणि सार्वजनिक आरोग्यसेवेचा लाभ घेणे दुरापास्त झाले. ग्रामीण आणि शहरी भागांतील वैद्य लोकहिताचा विचार न करता केवळ नफ्यावर भर देऊ लागले. भारतातील बहुतांश सार्वजनिक रुग्णालयांना राज्य अथवा केंद्रशासनाकडून निधीपुरवठा होत असे. या संदर्भात, सार्वजनिक गुंतवणूक कमी झाल्यानंतर, रुग्णालयांमध्ये निष्णात वैद्य, शुश्रूषा सेवक आणि अद्ययावत रोगनिदान सुविधांची कमतरता भासू लागली. तसेच या रुग्णालयांमध्ये सुयोग्य आणि विनामूल्य औषधांचा उपलब्ध साठा यावर देखील परिणाम झाला.

दोन्ही देशांतील सुलभ आणि परवडण्यायोग्य आरोग्यसेवेवर वित्तीय घटकांचा परिणाम झाला. याबाबतचे सर्वसमावेशक तुलनात्मक चित्र तक्ता १४.४ मध्ये दर्शवले आहे.

धोरण शिष्टाई

दोन्ही देशांच्या आरोग्यव्यवस्थांची काही प्रमुख वैशिष्ट्ये होत: रोख परतावा, सेवांवर अतिरिक्त ताण, आणि गरिबांसाठी सेवासुलभतेचा अभाव, यांसारख्या काही प्रश्नांमुळे व्यवस्था पोखरली जात आहे. अशा प्रकारे, आता दोन्ही देशांतील शासनयंत्रणा दृढ आणि निःसंदिग्ध धोरणनिर्मितीवर भर देत आहेत. ज्यायोगे शासकीय निधी आणि नियोजित गुंतवणुकीला योग्य दिशा मिळेल. असे असले तरी, दोन्ही देशांमध्ये आरोग्यसेवेचा दर्जा आणि क्षमता तसेच, आरोग्यक्षेत्रातील भाववाढीवर नियंत्रण ठेवण्यासाठी कोणतीही नियमन यंत्रणा नाही. प्रस्तुत लेखाच्या निष्कर्षामध्ये भारत आणि चीनमधील आरोग्यसेवा क्षेत्रापुढील प्रमुख आव्हाने आणि त्या अनुषंगाने करण्यात आलेली धोरण शिष्टाई नमूद केली आहे.

व्यक्तीवरील रोख परताव्याचा भार कमी करणे

वित्तीय उलथापालथ आणि असहायता निवारणासाठी व्यक्तीवरील रोख परताव्याचा भर कमी करावा असे जगभरातील अग्रगण्य संशोधकांचे मत आहे. अशी परिस्थिती टाळण्यासाठी युरोपीय देशांचे अनुकरण करणे श्रेयस्कर ठरेल. युरोपीय देशांमध्ये हे आव्हान समर्थपणे पेलण्यासाठी सामाजिक अथवा राष्ट्रीय विम्याची तरतूद केली जाते. दुसरा पर्याय म्हणजे, अमेरिकी पद्धतीप्रमाणे परवडण्याजोग्या किमतीत खाजगी विम्यास प्रोत्साहन देता येईल. भारत याबाबतीत अमेरिकेप्रमाणे खाजगी विमाक्षेत्राला प्रोत्साहन देत आहे असे ध्यानात येते. चीनमध्ये मात्र अजूनही शासकीय नियंत्रणाची पकड दृश्य आहे.

घटक	*निर्देशके*	*चीन*	*भारत*
वित्तपुरवठा	आरोग्यावरील दरडोई एकूण खर्च (२००३)	$६१	$२७
	आरोग्यावर खर्च केलेल्या राष्ट्रीय स्थूराउची टक्केवारी (२००३)	५.६	४.८
	एकूण वैद्यकीय खर्चातील रोख खर्चाची टक्केवारी (२००३)	५६.०	७३.०
	एकूण वैद्यकीय खर्चातील शासकीय योगदान (२००३)	३६.०	२५.०
	आरोग्य विम्याचा वाटा	सार्वजनिक विम्यावर अवलंबित्व	खाजगी सूक्ष्म विम्याचा उदय
देणे/भरणा	एफ.एफ.एस. (सेवेसाठी शुल्क)	प्रभावी; शासन निर्धारित मूल्य	प्रभावी; पुरवठादार निर्धारित मूल्य
संस्था	एकूण वैद्यकीय सेवा क्षेत्रातील सार्वजनिक प्रदाते	९६(२०२)	२१(२००३)
	एकूण वैद्यकीय सेवा क्षेत्रातील खाजगी प्रदाते	४	७९
नियमन	अंमलबजावणी	सक्तीने	स्वायत्त
	नियमन संरचना	विखुरलेली	मोठ्या प्रमाणात विखुरलेली
वर्तन	शिक्षण आणि प्रचार मोहिमा	बऱ्यापैकी परिणामकारक	साक्षरतेची मर्यादा

तक्ता १४.४: *चिनी आणि भारतीय आरोग्यव्यवस्थेवर परिणाम करणारे धोरण घटक*

स्रोत: जागतिक आरोग्य संघटना (२००६)

आरोग्यसेवांवरील ताण कमी करणे

दोन्ही देशांतील आरोग्यसेवांवर अतिरिक्त ताण येत आहे. यावर नियंत्रण प्रस्थापित करण्यासाठी औषधोपचार लिहून देताना सेवाशुल्क वगळणे श्रेयस्कर ठरेल तसेच, परतफेडीची पद्धती देखील वापरता येईल. अशी पद्धती अमेरिकी मेडिकेअरद्वारे वापरली जाते. याखेरीज, वैद्यकीय सेवकांच्या कार्यसंस्कृतीमध्ये बदल होणे आवश्यक आहे. त्यांची व्यावसायिकता आणि सेवेप्रती निष्ठा यांना प्रोत्साहन देणे योग्य ठरेल. यातून आपोआपच दर्जात्मकता आणि सक्षमतेची हमी मिळेल अशी

आशा बाळगणे रास्त ठरेल. असे करताना, आरोग्यसेवा यंत्रणेचा भाग म्हणून, दोन्ही देशांतील शासनयंत्रणांना मूल्यमापन आणि अधीक्षण संस्था विकसित करण्यास प्रोत्साहन देणे इष्ट ठरेल.

गरिबांसाठी आरोग्यसेवा सुलभ करणे

भारत आणि चीन दोन्ही देशांमध्ये अत्यंत बिकट आणि प्रतिकूल परिस्थितीचे आव्हान कायम आहे. दोन्ही देशांमध्ये पुरवठा-प्रेरित मागणीसंबंधीचे प्रश्न कायम आहेत. त्यामुळे काही भागांमध्ये आरोग्यसेवांवर अतिरिक्त ताण येतो तर, काही भागांमध्ये राहणारे दरिद्री लोक सेवेपासून वंचित राहतात. आरोग्य संक्रमणाच्या या टप्प्यावर देखील, दोन्ही देशांनी उपचारात्मक विशेष सेवेसह प्रतिबंधात्मक सेवेवर देखील भर देणे आवश्यक आहे. प्राथमिक आरोग्य संस्थांचे पुनरुज्जीवन होणे आणि या सेवा ग्रामीण भागापर्यंत झिरपणे आवश्यक ठरते.

क्षमता बांधणीची आवश्यकता ध्यानात घेणे

भारत आणि चीनमध्ये प्रांतीय आणि केंद्रीय पातळीवर देखील संस्था अस्तित्वात आहेत, या दोन्ही पातळ्यांवरील स्वास्थ्य कार्यक्रम विविध आरोग्यसंबंधी प्रश्नांवर भर देतात. मात्र, संस्था आणि स्वास्थ्य कार्यक्रम यांमधील समन्वय मात्र दृढ नाही, महत्त्वाच्या आरोग्यप्रश्नांची दखल घेण्यासाठी यांमध्ये सहकार्याचाही अभाव आहे हा कळीचा मुद्दा होय. यामुळे सेवापुरवठ्याच्या कार्यक्षमतेवर आणि पर्यायाने लोकांवर गंभीर परिणाम होतो. अशा प्रकारे, आरोग्यव्यवस्थेतील एकरेषीय आणि ऊर्ध्वमुख शाखांचे दृढ एकीकरण ही अत्यावश्यकता आहे. तसेच, संक्रमक रोगांवर लक्ष आणि नियंत्रण ठेवणे महत्त्वाचे ठरते. चीनमध्ये आरोग्यसंबंधी नोंदींची पारदर्शकता वर्धित करणे आवश्यक आहे तर, भारतामध्ये रोगाच्या फैलावावर वचक ठेवणे गरजेचे आहे.

दोन्ही देशांमध्ये आरोग्यसेवा सुधारणांची अंमलबजावणी होऊन थोडकी वर्षे उलटली असली तरी, अजूनही आरोग्यसेवा क्षेत्रातील शासनाच्या नियंत्रित आणि समन्वयित गुंतवणुकीचा म्हणावा तसा परिणाम झालेला दिसत नाही. शासनाने सुयोग्य विमासुरक्षा, आरोग्यक्षेत्रातील पायाभूत सोयीसुविधांचे दृढीकरण, सेवेची व्याप्ती वाढवणे आणि वित्तीय अरिष्टे सौम्य करण्यावर भर दिला असला तरी; दृश्य परिणामाच्या संदर्भात हे उपक्रम पुरेसे नाहीत. आरोग्यसेवा अधिक सुलभ आणि सक्षम करण्यासाठी जोड धोरणांच्या अनुषंगाने अजून बरेच काही करण्यासारखे आहे.

संदर्भ

Blumenthal, D.W. 2005. 'Privatisation and its Discontents: Evolving Chinese Health Care Systems'. *New England Journal of Medicine* 353 (September): 1165–1170.

Gupte., D.M. 2001. 'Epidemiological Profile of India: Historical and Contemporart Perspectives'. *Journal of Biosciences* 26(4): 437–464.

Hsiao, W.C. 1995. 'The Chinese Health Care System: Lessons for Other Nations'. *Social Science and Medicine* 41(October 1995): 1047–1055.

Lim, L. 2006 (2 March). 'The High Price of Illness in China'. *BBC News*.

Liu,Y., Rao, K. and Hsajo, W.C. 2003. 'Medical Expenditure and Rural Impoverishment in China'. *Journal of Health, Population and Nutrition* 21(3): 216–222.

Hafner. T. and Pop, D. (2011). 'China and India as Suppliers of Affordable Medicines to Developing Countries'. Working Paper no. 17249. National Bureau of Economic Research, July 2011. Available at HYPERLINK "http://www.nber.org/papers/w17249" http://www.nber.org/papers/w17249

Quadeer, I. 2000. 'Health Care Systems in Transition III: India, Part I. The Indian Experience'. *Journal of Public Health Medicine* 22(1): 25–32.

WHO. 2000. *The World Health Report 2000: Health System: Improving Performance*. Geneva: World Health Organisation.

———. 2006. *The World Health Report 2006: Working Together for Health*. Geneva: WHO.

१५

सामाजिक दायित्व रणनीती

चीन आणि भारताचा तुलनात्मक धांडोळा

तिर्थंकर नाग, अरिंदम बानिक, मिआओ पांग आणि
चे जिक्झियांग

विषयप्रवेश

गेल्या दोन दशकांमध्ये, औद्योगिक उपक्रमांच्या निगम शाश्वतता दायित्वावर बऱ्यापैकी संशोधन नोंदी उपलब्ध झाल्या आहेत (किन, मिन्झबर्ग, आणि जेम्स १९८७). शाश्वततेचे उद्दिष्ट लक्षात घेऊन आणि समाजहितसंबंधी दृष्टिकोनातून औद्योगिक संघटना भिन्न प्रकारे ऐच्छिक गुंतवणूक करत आहेत. चीन आणि भारतासारख्या देशांमध्ये देखील असेच काही पायंडे प्रचलित आहेत.

निगम जबाबदारी आणि शाश्वतता याबाबत चीन येथील इंग्रजी नियतकालिकांमध्ये पुरेसे संशोधनात्मक लिखाण प्रकाशित झालेले नाही (बेलाल आणि मोमीन २००९). क्युओ यांचा संशोधन प्रकल्प सर्वप्रथम दर्जात्मक प्रकल्प म्हणावा लागेल (क्यूओ, येह आणि यु, २०१२). विद्यमान काळात चीनमधील चर्चा वर्तुळात सामाजिक दायित्वासंबंधी होणारी चर्चा गुणात्मक स्वरूपाची आहे. अशा गुंतवणुकीची नेमकी संख्या जाणून घेण्यासाठी अग्रमानांकित १०० औद्योगिक संघटनांच्या सीएसआर डेव्हलपमेंट इंडेक्स रिपोर्टचा आधार घ्यावा लागतो. भारतीय कंपन्या शाश्वततेसंबंधीची जबाबदारी जाणत नाहीत याबाबत दीर्घकाळ तक्रारीचा सूर राहिला आहे (हॅडफिल्ड-हिल २०१४). यासंदर्भात सरतेशेवटी सन २०१३चा कंपनी कायदा लागू करावा लागला. या कायद्यानुसार, कंपन्यांसाठी निव्वळ नफ्याच्या किमान २ टक्के रक्कम इतकी समाजहितार्थ गुंतवणूक अनिवार्य करण्यात आली.

जवळजवळ गेली ५० वर्षे संशोधक सामाजिक दायित्वअंतर्गत गुंतवणुकीचा अभ्यास करत आहेत. मात्र, अगदी अलीकडे पाश्चिमात्य देशांवरील भर बदलून उदयोन्मुख अर्थव्यवस्थांवर भर देण्यात आला (मूर्थी २००८). अशा प्रकारे, सामाजिक दायित्वअंतर्गत गुंतवणुकीच्या वर्गीकरणाचे परीक्षण करणे आवश्यक ठरते. तसेच, औद्योगिक उपक्रमांद्वारे करण्यात येणारी समाजहितार्थ गुंतवणूक आणि त्यातून होणारी फलनिष्पत्ती यातील संपर्कशृंखलेचा धांडोळादेखील घ्यावा लागतो.

प्रस्तुत अभ्यासामध्ये, विकसनशील अर्थव्यवस्थांच्या समाजहितार्थ गुंतवणूकसंबंधी नेमक्या रणनीतीचे परीक्षण केले आहे. यासाठी वार्षिक अहवालांचा संदर्भ घेण्यात आला आहे. तद्नंतर या अनुषंगाने चीन आणि भारताचा तुलनात्मक अभ्यास केला आहे. प्रस्तुत अभ्यासामध्ये भारत आणि चीनमधील समाजहितार्थ गुंतवणुकीचा धांडोळा घेतला आहे. तद्नंतर, भारत आणि चीनचे तुलनात्मक परीक्षण केले आहे.

उपलब्ध माहितीचे पुनर्विलोकन

वैश्विक संदर्भ

सामाजिक दायित्वाप्रतीची गुंतवणूक या संदर्भात अन्सॉफ यांचा अंधुकसा संदर्भ देता येतो, तद्नंतर, यामध्ये फ्रीमन, मिन्झबर्ग, डोनाल्डसन, प्रेस्टन, कॅरोल, मेंडेलोव आणि इतर संशोधकांच्या नावांची भर पडली. या पार्श्वभूमीवर, हॉवर्ड बोवेन यांची *'सोशल रिस्पॉन्सिबिलिटीज ऑफ बिजनेस मॅन'* (१९३५) ही प्रथम लेखननोंद ठरली. व्यापारी उपक्रम नागरिकांच्या आयुष्यावर खरेच परिणाम करतात ही सर्वप्रथम वाच्यता त्यांनी केली (कॅरोल, १९९९). विवक्षित उपक्रमांच्या सामाजिक, आर्थिक कामगिरीचे परीक्षण करण्यासाठी संशोधकांनी विशेषतः समाजाच्या अविभाज्य घटकावर (मानवावर) भर दिला (बेर्मेन आणि इतर १९९९). याबाबतच्या सैद्धान्तिक आव्हानांमध्ये, सामाजिक आणि आर्थिक कामगिरी, सामाजिक मानवाची चपखल जाणीव विकसित करणे, आणि सरतेशेवटी प्रमाणक आणि वर्णनात्मक संशोधनाकडे भिन्न दृष्टीने पाहता येईल का अशी पृच्छा करणे, या बाबींचा समावेश होतो (हॅरिसन आणि फ्रीमन १९९९).

सामाजिक दायित्वाअंतर्गत गुंतवणुकीचे वस्तुनिष्ठ संशोधन आणि उपक्रमाची कामगिरी यातील संबंधांवर विशेषतः विकसित देशांमध्ये अभ्यास झाला असून त्यातून कोणताही विशेष निष्कर्ष काढण्यात मात्र अपयश आले आहे. समाजहितार्थ कृती आणि औद्योगिक उपक्रमाची वित्तीय कामगिरी यांमध्ये नकारात्मक संबंध आहे असेही काही अभ्यासांतून पुढे आले आहे. वाढते मूल्य हे यामागील कारण असून ही रक्कम उपक्रमाच्या मूल्यसाखळीमध्ये इतरत्र वापरणे योग्य ठरेल असा हा तर्क आहे. इतर काही अभ्यासांमध्ये कर्मचारी आणि ग्राहकांची मर्जी लक्षात घेतली असून त्यामुळे सकारात्मक बाजू अधोरेखित केली आहे. भविष्यातील संशोधनान्वये केवळ उद्योजकांच्या समाजहितार्थ गुंतवणुकीवर भर देण्यात यावा असे सूचित करण्यात आले आहे (मॅकगुआर, सुन्दग्रेन आणि श्रिवीज १९८८).

भारत

सुरुवातीला उद्योगांच्या सामाजिक दायित्वाचे स्वरूप भिन्न होते. वेगवेगळ्या संस्थांना अथवा समाजहितार्थ देणगी देणे यामध्ये अभिप्रेत होते. सन १९४७ मध्ये स्वातंत्र्यप्राप्तीनंतर, कामगार आणि पर्यावरणाचा विचार करून उद्योजकांच्या सामाजिक दायित्वाला काही प्रमाण नियमांचा निकष लावण्यात आला. गेल्या दोन दशकांमध्ये संशोधन अभ्यासामध्ये निगम सामाजिक जबाबदारीवर भर देण्यात आला. यावेळी, निगम क्षेत्राचा लाभ दीर्घकालीन आणि सीमित स्वरूपाचा होता (नाग आणि भट्टाचार्य, २०१२). भारत सरकारच्या निगम मंत्रालयाने पुढील दोन ऐच्छिक मार्गदर्शक तत्त्वे लागू केली होती:

- उद्योजकांचे सामाजिक दायित्व ऐच्छिक मार्गदर्शक तत्त्वे, २००९
- उद्योगउपक्रमांची सामाजिक, पर्यावरणीय आणि आर्थिक दायित्वे यासंबंधी राष्ट्रीय ऐच्छिक मार्गदर्शक तत्त्वे, २०११.

तदनंतर उद्योग उपक्रमांनी आचरणात आणावयाची पुढील ९ तत्त्वे नमूद करण्यात आली:

१. उद्योगउपक्रमांनी नीतितत्त्वे, पारदर्शकता आणि दायित्व यावर आधारित आचरण करावे.
२. वस्तू आणि सेवा यांचा पुरवठा करताना उद्योगउपक्रमांनी त्याची सुरक्षितता आणि शाश्वतमूल्य लक्षात घ्यावे.
३. उद्योगउपक्रमांनी कामगार कल्याणाला प्रोत्साहन द्यावे.
४. उद्योगउपक्रमांनी सर्व भागिदारांचे हितसंबंध जपणे आणि त्यांप्रती प्रतिसादी असणे आवश्यक आहे. विशेषतः जे समाजघटक वंचित, असुरक्षित आणि परिघाबाहेर आहेत अशांसाठी ही बाब लागू होते.
५. उद्योगउपक्रमांद्वारे मानवी हक्कांचा आदर करावा आणि त्यांस प्रोत्साहन द्यावे.
६. उद्योजकांकडून पर्यावरणाचा आदर, संरक्षण आणि पुनर्जतन होणे अभिप्रेत आहे.
७. लोकांना प्रभावित करणाऱ्या आणि नियमन धोरण आखण्याचा हेतू बाळगणाऱ्या उद्योगउपक्रमांनी हे कार्य जबाबदारीने करावे.
८. उद्योगउपक्रमांद्वारे सर्वसमावेशक वृद्धी आणि न्याय्य विकासास साहाय्य व्हावे.
९. ग्राहक उद्योगांच्या केंद्रस्थानी असावा. उपभोक्ते आणि ग्राहकांना महत्त्व असावे.

तथापि, सन २०१३ मध्ये कंपनी कायदा लागू झाल्यानंतर उद्योजकांची समाजहितार्थ गुंतवणूक ऐच्छिक राहिली नसून ती अनिवार्य करण्यात आली. या कायद्याच्या विभाग १३५ नुसार, ज्या कंपनीचे निव्वळ मूल्य रु.५०० कोटी किंवा त्यापेक्षा अधिक आहे किंवा ज्या कंपनीची उलाढाल रु.१००० कोटी किंवा त्यापेक्षा अधिक आहे अशा कंपनीने गेल्या तीन आर्थिक वर्षांतील सरासरी निव्वळ नफ्याच्या २ टक्के रक्कम समाजहितार्थ गुंतवणे आवश्यक आहे (केपीएमजी २०१५).

सन २०१३च्या कंपनी कायद्याच्या परिशिष्ट VIIमध्ये केलेल्या बदलांनुसार भारतातील उद्योगउपक्रमांच्या सामाजिक दायित्वाशी संबंधित मुद्द्यांची मांडणी करण्यात आली. चिनी कंपन्यांसाठी मात्र असे कोणतेही निकष नाहीत.

- उपासमार, दारिद्र्य आणि कूपोषण निर्मूलन. प्रतिबंधात्मक आरोग्यसेवा, मलनिःसारणाला प्रोत्साहन, आणि पिण्यायोग पाण्याच्या उपलब्धतेची हमी.
- शिक्षणाला प्रोत्साहन देणे; यामध्ये विशेष शिक्षण आणि मुले, स्त्रिया, वृद्ध आणि दिव्यांग व्यक्तींचा रोजगारवाढ करणारी व्यावसायिक कौशल्ये आणि उपजीविका संवर्धनाचे प्रकल्प यांचा समावेश होतो.
- लिंगभाव समानतेला प्रोत्साहन देणे, महिला सक्षमीकरण, महिला आणि अनाथांसाठी गृह अथवा आश्रमबांधणी; वृद्धाश्रम, पाळणाघर आणि वृद्धांसाठी तत्सम सोयींची बांधणी. तसेच, सामाजिक आणि आर्थिकदृष्ट्या मागासवर्गांची विषमता कमी करण्याच्या हेतूने उपाययोजना.
- पर्यावरणीय शाश्वतता, पारिस्थितिकी संतुलन, वनस्पती आणि प्राण्यांच्या जातींचे जतन, कृषी-वानिकी, नैसर्गिक संसाधनांचे संवर्धन, आणि मृदा, वायू आणि पाण्याचा दर्जा टिकवणे.
- राष्ट्रीय वारसास्थळांचे संरक्षण, कला आणि संस्कृतीचे जतन, ऐतिहासिक महत्त्व असलेल्या इमारती आणि स्थळांचे व कलात्मक नमुन्यांचे जतन; सार्वजनिक ग्रंथालयांची स्थापना; पारंपरिक कला आणि हस्तकलांना प्रोत्साहन आणि त्यांचा विकास.
- लष्करातील अनुभवी व्यक्ती, युद्धात मरण पावलेल्या सैनिकांची पत्नी आणि त्यांच्यावर अवलंबून असणारे इतर जण यांचा विचार करून काही उपाययोजना अमलात आणणे.
- ग्रामीण क्रीडाप्रकार, राष्ट्रीय मान्यता असलेले क्रीडाप्रकार, पॅराऑलम्पिक क्रीडाप्रकार, ऑलम्पिक क्रीडाप्रकार इत्यादींच्या प्रोत्साहनार्थ प्रशिक्षण.

- पंतप्रधान राष्ट्रीय कोश किंवा केंद्र सरकारपुरस्कृत इतर कोणत्याही कोशामध्ये योगदान. सामाजिक-आर्थिक विकास, अनुसूचित जाती आणि जमाती, इतर मागासवर्ग, अल्पसंख्याक आणि महिलांना मदत आणि त्यांचे कल्याण.
- शैक्षणिक क्षेत्रातील केंद्र सरकारची मान्यता असलेल्या तंत्रज्ञान निर्माणप्रयोगांना निधीसाहाय्य अथवा इतर साहाय्य करणे.
- ग्रामीण विकास प्रकल्प

स्रोत: (निगम व्यवहार मंत्रालय, २०१४).

चीन

उदयोन्मुख अर्थव्यवस्थांतील उद्योजकांच्या समाजहितार्थ गुंतवणुकीचा अभ्यास प्रामुख्याने आशिया-प्रशांत प्रदेश लक्षात घेणारा आहे (बेलाल आणि मोमीन २००९). कदाचित सन १९९०च्या दशकामध्ये चीनमध्ये आपत्ती आणि अपघात वाढीस लागल्यानंतर समाजहितार्थ गुंतवणुकीची संकल्पना रुजवण्यात आली (गुआन आणि नोरोन्हा २०१३).

यातील काही आपत्ती पुढीलप्रमाणे होत: शान्झी येथील यीन्झे पार्कमध्ये झालेल्या कंदील उत्सवातील चेंगराचेंगरी (१९९१), क्विंघाई येथील गोऊहोऊ धरणफुटी (१९९३), हुनान येथील एका इमारतीच्या तळघरात झालेला विस्फोट (१९९६), शाओनगुआन बेकोंग पुलाचे बांधकाम सुरू असताना झालेली पडझड (१९९६), आणि सन १९९०च्या प्रारंभी कोळशाच्या खाणीतील अपघातांची मालिका.

तथापि, तदनंतर चिनी समाजहितार्थ गुंतवणुकीवर चिनी भाषेत बरेच संशोधन झाले. इंग्रजीमध्ये मात्र तितकेसे संशोधन झाले नाही (लू आणि ली २०१०). चीनमधील सत्ताधारी साम्यवादी पक्षाच्या केंद्रीय समितीने आखलेल्या अकराव्या पंचवार्षिक योजनेमध्ये समाजहितार्थ गुंतवणुकीवर सर्वाधिक भर देण्यात आला (झेंग २००६). सन २००२ मध्ये ग्लोबल रिपोर्टिंग इनिशिएटिव्ह अंतर्गत सर्वप्रथम शाश्वततेसंदर्भात मार्गदर्शक तत्त्वे लागू केली. सन २००६मध्ये, शेन्झेन स्टॉक एक्स्चेंजद्वारे 'अनुसूचित कंपन्यांच्या निगम सामाजिक जबाबदारीसंबंधी मार्गदर्शक तत्त्वे' जारी केली. तद्नंतर सन २००८मध्ये शांघाय स्टॉक एक्स्चेंजद्वारे शांघाय रोखे बाजारामधील 'अनुसूचित कंपन्यांनी पर्यावरणसंबंधी माहिती जारी करण्याचे निर्देश दिले.'

त्यानंतर शांघाय आणि शेन्झेन स्टॉक एक्स्चेंजमधील अनुसूचित कंपन्यांनी समाजहितार्थ गुंतवणुकीसंबंधी अहवाल तयार करून तो सादर करणे अभिप्रेत होते. अशा प्रकारे, सन २००९ पासून चिनी कंपन्यांनी समाजहितार्थ गुंतवणुकीसंबंधी अहवाल सादर करण्यास सुरुवात केली (आकृती १५.१) आणि विशेषतः राज्याच्या मालकीच्या उपक्रमांनी गुंतवणुकीचा चढा आलेख दर्शवला.

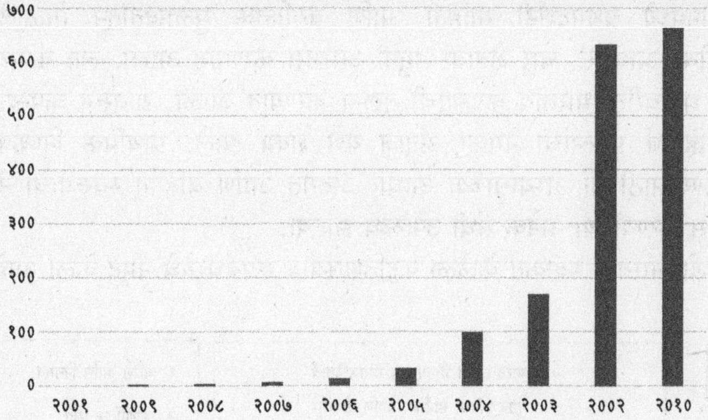

आकृती १५.१: *चीनमधील उद्योजकांच्या सामाजिक दायित्वाची नोंदणी*
स्रोत: जागतिक व्यापार संघटनेच्या चिनी प्राधिकरणाचा सीएसआर रिपोर्ट रिसर्च २०१० आणि इतर अहवाल

दोनही देशांतील अभ्यासप्रकल्पांमध्ये समाजहितार्थ गुंतवणूक आणि विवक्षित उपक्रमाची कामगिरी यांतील परस्परसंबंधांचा धांडोळा घेतला आहे. चीन येथील एका अभ्यास उपक्रमांतर्गत प्रमुख चिनी अनुसूचित कंपन्यांचा समाजहितार्थ दायित्वाचा निर्देशांक निर्माण करण्यात आला. या अभ्यासातून असे लक्षात आले की, परदेशी-अनुसूचित आणि तुलनेने नफ्यात असणाऱ्या कंपन्यांनी समाजहितार्थ गुंतवणुकीच्या क्षेत्रात उत्तम प्रदर्शन केले. अशा सुधारणेची रोख विनिमयामध्ये चलती होती (चेउंग, जियांग आणि टान २०१२). चीन येथील आणखी एका अभ्यास उपक्रमातून समाजहितार्थ दायित्व आणि वित्तीय कामगिरी या बाबी परस्परांवर प्रभाव करणाऱ्या आहेत असे लक्षात आले (चे आणि वांग २०११). भारतामध्ये मिश्र स्वरूपाचा अभ्यास झाला आहे. पैकी, काही अभ्यासप्रकल्पांमध्ये निगम सामाजिक दायित्व आणि आर्थिक उपक्रमाची कामगिरी यांमधील सकारात्मक संबंधांचा शोध घेतला आहे. अगदी अलीकडच्या एका अभ्यास उपक्रमामध्ये, समाजहितार्थ गुंतवणूक अहवालाचा उपक्रमाच्या कामगिरीवर फारसा परिणाम होत नाही असे लक्षात आले आहे. याला केवळ पर्यावरणीय गुंतवणुकीचा अपवाद आहे (नाग आणि भट्टाचार्य २०१२).

पद्धतिमीमांसा

प्रस्तुत अभ्यासामध्ये भारत आणि चीनमधील सामाजिक दायित्व अंतर्गत गुंतवणूक अहवालांची तुलनात्मक मीमांसा केली आहे. अशा तुलनेसाठी दुय्यम स्रोतांतून माहिती घेण्यात आली आहे.

चीनमध्ये प्रथमदर्शनी माहिती आणि वैयक्तिक मुलाखतींतून मिळालेल्या माहितीवर आधारित चार क्षेत्रांवर नमुना अभ्यास करण्यात आला. त्या कंपन्यांशी त्याच धर्तीवरील भारतीय कंपन्यांची तुलना करण्यात आली. यावरून कंपन्यांच्या समाजहितार्थ प्रयत्नांचा नेमका अंदाज येणे शक्य झाले. प्राथमिक निष्कर्षांप्रत पोहोचण्यासाठी या अभ्यासाच्या आधारे अंतर्गत आणि बहिर्गत स्वरूपाचा नमुना अभ्यास करण्याच्या अनेक संधी उपलब्ध झाल्या.

संशोधनासाठी स्वीकृत केलेला पद्धतिशास्त्रीय रूपबंध येथे नमूद केला आहे.

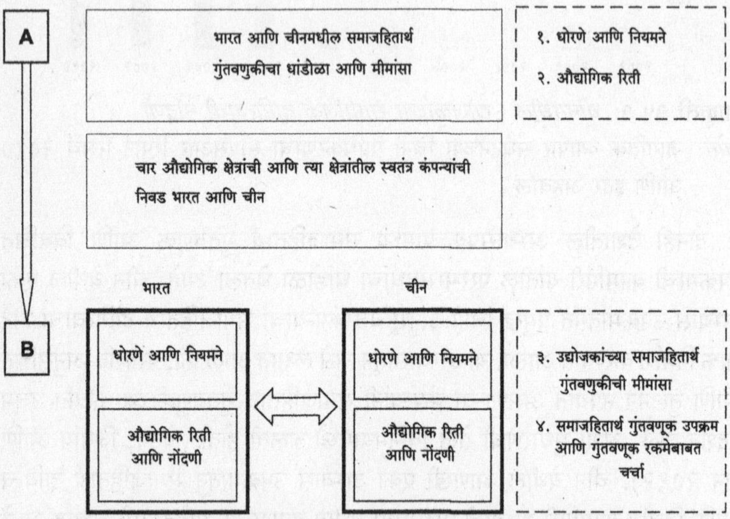

तुलनात्मक विश्लेषण आणि नमुना अभ्यास

नवी नियमने आणि तद्देशीय शासनयंत्रणांच्या पुढाकारामुळे आशियामध्ये समाजहितार्थ गुंतवणुकीची अहवाल नोंदणी जलद गतीने होत आहे. विशेषतः भारत आणि चीनमधील सामाजिक दायित्वअंतर्गत उपक्रम जलद गतीने आकारीत होत आहेत. समाजहितार्थ गुंतवणुकीचा दर आकृती १५.२मध्ये दर्शवला आहे.

अभ्यासासाठी अर्थव्यवस्थेची चार भिन्न क्षेत्रे निवडण्यात आली:

- औषधोत्पादन
- वस्तुनिर्माण
- कागद आणि लगदा
- तेल आणि वायू

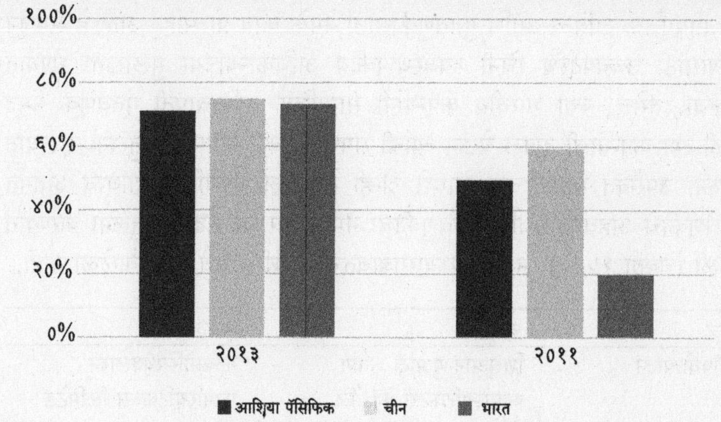

आकृती १५.२: *चीन आणि भारतामध्ये सामाजिक दायित्वाअंतर्गत गुंतवणूक करणाऱ्या कंपन्यांची टक्केवारी (देशांतील १०० प्रमुख कंपन्या)*

स्रोत: केपीएमजी (२०१३)

आकृती १५.३मध्ये उपरोक्त चार क्षेत्रांच्या समाजहितार्थ गुंतवणूक अहवालाचा जागतिक आढावा नमूद करण्यात आला आहे.

अभ्यासासाठी निवडण्यात आलेल्या कंपन्या तक्ता १५.१मध्ये नमूद केल्या आहेत.

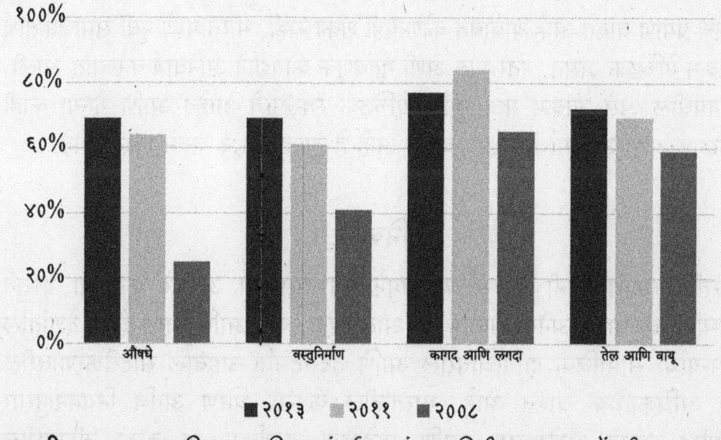

आकृती १५.३: *सामाजिक दायित्वाअंतर्गत गुंतवणुकीची अहवालनोंदणी करणाऱ्या कंपन्यांची टक्केवारी (देशांतील १०० प्रमुख कंपन्या)*

स्रोत: केपीएमजी (२०१३)

सामाजिक दायित्व आणि गुंतवणुकीसाठी नेमके काय प्रोत्साहन आहे हे समजून घेण्यासाठी उच्चपदस्थ चिनी व्यवस्थापकीय अधिकाऱ्यांच्या मुलाखती घेण्यात आल्या. तसेच, ज्या भारतीय कंपन्यांनी सामाजिक दायित्वाप्रती गुंतवणूक नमूद केली त्या कंपन्यांची दखल घेऊन त्यांची समधर्मी चिनी कंपन्यांशी तुलना करण्यात आली. उपरोक्त माहितीच्या आधारे दोन्ही देशांतील सामाजिक दायित्व अंतर्गत गुंतवणुकीचे अहवाल आणि गुंतवणुकीचा नेमका भर या संदर्भात तुलना करण्यात आली (तक्ता १५.२). नमुना अभ्यासाबाबतचा तपशील येथे नमूद केलेला नाही.

क्षेत्र	*चीन*	*भारत*
औषधोत्पादन	शिचुआन युआंदा शुयांग फार्मास्यूटिकल्स कॉ. लि.	ग्लॅक्सोस्मिथक्लाइन फार्मास्यूटिकल्स लिमिटेड
वस्तुनिर्माण	शिचुआन सन फॉर लाईट कॉ. लि.	हॅवेल्स
कागद आणि लगदा	तिबेट युआनझेंग ग्रुप	बल्लारपूर इंडस्ट्रीज लिमिटेड
तेल आणि वायू	शिचुआन चायना नॅचरल गॅस सेल्स कॉ. लि.	इंद्रप्रस्थ गॅस लि.

तक्ता १५.१: *सामाजिक दायित्वाअंतर्गत गुंतवणूक समजून घेण्यासाठी निवडलेले भारत आणि चीन येथील औद्योगिक उपक्रम*

स्रोत: संशोधन नमुन्यांच्या आधाराने लेखकाने निवडलेल्या कंपन्या.

चीन आणि भारतातील सामाजिक दायित्वअंतर्गत गुंतवणुकीमध्ये सातत्य असून त्याचे प्रमाण वाढते आहे याबाबत कोणतीही शंका नाही. भारतामध्ये पूर्वी समाजहितार्थ उपक्रम ऐच्छिक असत. नंतर मात्र अशी गुंतवणूक कायद्याने अनिवार्य करण्यात आली. चीनमधील असे उपक्रम मात्र पूर्णतः ऐच्छिक स्वरूपाचे आहेत आणि गेल्या काही काळात अशा उपक्रमांची संख्या वाढत आहे हे तक्ता १५.३ वरून लक्षात येते.

निष्कर्ष

भारतीय आणि चिनी कंपन्यांच्या नमुना अभ्यासाच्या आधारे केलेल्या प्रस्तुत अभ्यासप्रकल्पातून अनेक निष्कर्ष पुढे आले. एक, चीन आणि भारत दोन्ही देशांतील कंपन्यांचा सामाजिक दायित्वावरील आणि तद्संदर्भात अहवाल सादरीकरणावरील भर अधिकाधिक वाढत आहे. भारतातील कंपन्या धोरण आणि नियमनानुसार कार्यरत असून रोखेबाजार आणि प्रादेशिक कार्यक्रम या बाबी चीनमधील कंपन्यांसाठी प्रोत्साहन देणाऱ्या ठरल्या आहेत. दोन, कंपन्यांची समाजहितार्थ गुंतवणूक भारतामध्ये अनिवार्य असली तरी चीनमध्ये मात्र अशी गुंतवणूक अजूनही

क्षेत्र	चिनी कंपन्यांचे सामाजिक दायित्व उपक्रम	भारतीय कंपन्यांचे सामाजिक दायित्व उपक्रम
औषधोत्पादन	• उत्तम आरोग्य उत्पादनांची निर्मिती • नैसर्गिक आपत्तीच्या समयी साहाय्य- वस्तू आणि निधी रूपाने साहाय्य • प्लास्माचे दान करणाऱ्यांसाठी दान निधीची उभारणी	• आरोग्यसेवा क्षेत्रात गुंतवणूक • आरोग्यसेवा पुरवठा व्यवस्था विकसित करणे • सामुदायिक कामगारांना प्रशिक्षण • कर्मचाऱ्यांकडून ऐच्छिक सेवा
वस्तुनिर्माण	• परवडण्याजोग्या दर्जात्मक उत्पादनांबाबत नवकल्पना • ऊर्जाक्षमता आणि ऊर्जाबचत • शाळांना नियमित भेटी आणि शालेय विद्यार्थ्यांना प्रशिक्षण	• शालेय उपस्थिती सुधारण्यासाठी मुलांच्या पोषक आहाराची हमी • फिरत्या आरोग्यसेवेची उपलब्धता
कागद आणि लगदा	• शेतकऱ्यांच्या मुलांना कामगार म्हणून रुजू करून घेणे • सिचुआन येथील भूकंपाच्या वेळी निधीसाहाय्य • पर्यावरण संरक्षण • ग्रामीण भागांतील बालकांच्या संस्थांना साहाय्य • दारिद्र्यनिर्मूलनासाठी कर्मचाऱ्यांचे ऐच्छिक उपक्रम	• ग्रामीण रोजगार, आरोग्य आणि कृषी सुधारणा • सामुदायिक आरोग्य आणि शिक्षण
तेल आणि वायू	• तंत्रज्ञानाच्या माध्यमातून शाश्वत विकास • ऊर्जा संवर्धन आणि उत्सर्जनावर नियंत्रण	• प्रदूषणाची पातळी कमी करणे • आरोग्य, शिक्षण, पर्यावरण आणि महिला आणि वंचितांच्या सबलीकरण क्षेत्रामध्ये गुंतवणूक
महत्त्वाची निरीक्षणे	• **सामाजिक दायित्व**: दायित्वाअंतर्गत गुंतवणूक चीनमध्ये कायदेशीर अथवा अनिवार्य नाही • **समाजहितार्थ गुंतवणूक**: कंपनीने लाभाच्या किती टक्के समाजहितार्थ गुंतवणूक करावी याबाबत कोणतेही ठोकताळे नाहीत. • **उपक्रम**: कंपन्या उत्पादन संबंधी उपक्रमांमध्ये अधिक रस घेतात. जेणेकरून, समाजाप्रती अप्रत्यक्ष किंवा निधी स्वरूपात मदत होईल	• **सामाजिक दायित्व**: कंपन्यांच्या दायित्वाचे अनिवार्य निकष नोंदवले आहेत. • **समाजहितार्थ गुंतवणूक**: सरासरी निव्वळ नफ्याच्या २ टक्के गुंतवणूक करणे कंपन्यांसाठी अनिवार्य आहे. • **उपक्रम**: कंपन्यांनी सन २०१३च्या कंपनी कायद्याला अनुसरून गुंतवणूक करणे अपेक्षित आहे.

तक्ता १५.२: *निवडक चिनी आणि भारतीय कंपन्यांचे समाजहितार्थ उपक्रम*

स्रोत: चीनमधील कंपन्यांच्या उच्चपदस्थ अधिकाऱ्यांच्या लेखकाने घेतलेल्या मुलाखतींचा आधार, वार्षिक अहवाल आणि भारतातील दुय्यम स्रोत.

क्षेत्र	*२००८*	*२००९*
उद्योजक संघ	६(३.२८%)	७ (३.४१%)
सांकृतिक	२ (१.०९%)	२ (०.९८%)
सामाजिक सेवा	४ (२.१९%)	४ (१.९५%)
स्थावर मालमत्ता	१५ (८.२०%)	४५ (७.३२%)
किरकोळ आणि घाऊक	८ (४.३७%)	८ (३.९०%)
माहिती आणि तंत्रज्ञान	६ (३.२८%)	५ (२.४४%)
वाहतूक	१६ (८.७४%)	१७ (८.२९%)
बांधकाम	५ (२.७३%)	६ (२.९३%)
सोयी सुविधा	१२ (६.५६%)	१० (४.८८%)
उत्पादन	१०३ (५६.२८%)	१२० (५८.५३%)
खनिजे	३ (१.६४%)	६ (२.९३%)
कृषी	३ (१.६४%)	५ (२.४४%)

तक्ता १५.३: *शांघाय स्टॉक एक्स्चेंज मध्ये अनुसूचित कंपन्यांच्या सामाजिक दायित्वाची टक्केवारी (क्षेत्रानुसार टक्केवारी)*

स्रोत: वाँग (२०१२)

स्वेच्छेनुसार केली जाते. तीन, कंपनीच्या सरासरी निव्वळ नफ्यापैकी समाजहितार्थ गुंतवणुकीचे प्रमाण किती टक्के असावे याबाबत भारतात निश्चित ठोकताळे असले तरी चीनमधील कंपन्या मात्र, समाजहितार्थ गुंतवणुकीबाबत निर्णय घेण्यास स्वतंत्र आहेत. सरतेशेवटी, समाजहितार्थ गुंतवणुकीची वचनबद्धता म्हणून भारतीय कंपन्या कायदेशीर मार्गदर्शक तत्त्वांचे पालन करतात. चीनमधील कंपन्यांसाठी अशी कोणतीही मार्गदर्शक तत्त्वे नाहीत. चिनी कंपन्यांचा भर वस्तू आणि सेवांचे उत्पादन आणि तद्संबंधी प्रश्नांवर आहे असे लक्षात येते.

संदर्भ

Belal, A., and Momin, M. 2009. 'Corporate Social Reporting (CSR) in Emerging Economies: A Review and Future Direction', In M. Tsamenyi, and S. Uddin (Eds.), Accounting in Emerging Economies. *Research in Accounting in Emerging Economies* 9: 119–143.

Berman, S.L., Wicks, A.C., Kotha, S., and Jones, T.M. 1999. 'Does Stakeholder Orientation Matter? The Relationship between Stakeholder Management Models and Firm Financial Performance'. *Academy of Management Journal* 42(5): 488–506.

Carroll, A.B. 1999. 'Corporate Social Responsibility: Evolution of a Definitional Construct'. *Business and Society* 38(3): 268–295.

Chen, H., and Wang, X. 2011. 'Corporate Social Responsibility and Corporate Financial Performance in China: An Empirical Research from Chinese Firms'. *Corporate Governance* 11(4): 361–370.

Cheung, Y., Jiang, K., and Tan, W. 2012. 'Doing-good and 'Doing-well' in Chinese Publicly Listed Firms'. *China Economic Review* 23(4): 776–785.

Guan, J., and Noronha, C. 2013. 'Corporate Social Responsibility Reporting Research in the Chinese Academia: A Critical Review'. *Social Responsibility Journal* 9(1): 33–55.

Hadfield-Hill, S. 2014. 'CSR in India: Reflections from the Banking Sector'. *Social Responsibility Journal* 10(1): 21–37.

Harrison, J.S., and Freeman, R.E. 1999. 'Stakeholder, Social Resonsibility and Performance: Empirical Evidence and Theoretical Perspectives'. *Academy of Management Journal* 42(5): 479–485.

KPMG. 2013 (24 May). *The KPMG Survey of Corporate Responsibility Reporting 2013.* Retrieved from KPMG: http://www.kpmg.com/global/en/issuesandinsights/articlespublications/corporate-responsibility/pages/default.aspx (accessed on 25 February 2015).

———. 2015 (24 May). *Corporate Social Responsibility in India.* Retrieved from KPMG: http://www.kpmg.com/CH/Documents/Blog/pub-20140430-csr-india-2014-en.pdf

Kuo, L., Yeh, C.C., and Yu, H.C. 2012. 'Disclosure of Corporate Social Responsibility and Environmental Management: Evidence From China'. *Corporate Social Responsibility and Environmental Management* 19(5): 273–287.

Lu, X., and Li, J.M. 2010. 'A Research on the Environmental Information Disclosure of Chinese Listed Companies: A Case Study of the Listed Manufacturing Industry of A-shares Firms During the Period 2007–2008 in the Shanghai stock market'. *Journal of Audit and Economics* 25(3): 62–69.

McGuire, J.B., Sundgren, A., and Schneeweis, T. 1988. 'Corporate Social Responsibility and Firm Financial Performance'. *Academy of Management Joumal* 31(4): 854–872.

Ministry of Corporate Affairs. (2014, February 27). *Ministry of Corporate Affairs Notification.* Retrieved from Ministry of Corporate Affairs Website: http://www.mca.gov.in/Ministry/pdf/CompaniesActNotification3_2014.pdf (accessed on 25 February 2015).

Murthy, V. 2008. 'Corporate Social Disclosure Practices of Top Software Firms in India;. *Global Business Review* 9(2): 173–188.

Nag, T., and Bhattacharyya, A.K. 2012 (November). 'Does corporate Social Responsibility Yield Returns? A Study of Indian Firms'. *Financial Management*, Chartered Institute of Management Accountants UK, London, 50–53.

Quinn, J., Mintzberg, H., and James, R. 1987. *The Strategy Process.* Englewood Cliffs, N.J.: Prentice-Hall.

Wong, Y.H. 2012. 'Corporate Social Responsibility and Firm Performance: Evidence from China'. Thesis, Lingnan University, Hong Kong.

Zheng, Y. 2006. 'Why China Lacks the Right Environment for Corporate Social Responsibility'. *China Policy Institute* Issue Brief 6. Available at https://www.nottingham.ac.uk/cpi/documents/briefings/briefing-6-china-csr.pdf (accessed on 15 March 2015).

संपादक आणि योगदानकर्ते यांच्याविषयी

संपादक

पारमिता मुखर्जी या कोलकाता येथील आंतरराष्ट्रीय व्यवस्थापन संस्थेमध्ये अधिष्ठाता (शैक्षणिक) आणि प्राध्यापक (अर्थशास्त्र) म्हणून कार्यरत आहेत. त्या कोलकाता येथील प्रेसिडेन्सी कॉलेजच्या माजी विद्यार्थिनी आहेत. कोलकाता येथील इंडियन स्टॅटिस्टिकल इन्स्टिट्यूट येथून त्यांनी संख्यात्मक अर्थशास्त्रात एम.एस. केले आणि कोलकाता येथील जाधवपूर विद्यापीठातून अर्थशास्त्रात पीएच.डी. पूर्ण केले. त्यांना औद्योगिक, संशोधन आणि शिक्षण क्षेत्रात काम करण्याचा २० वर्षांचा अनुभव आहे. त्यांनी ए.सी. निल्सन (पूर्वीचे ओआरजी एमएआरजी), आयसीआरए आणि इतर व्यावसायिक केंद्रांमध्ये काम केले आहे.

त्या अर्थशास्त्र, सांख्यिकी, व्यापार विश्लेषण, वित्तीय अर्थमिति यांसारख्या विषयांचे अध्यापन करतात. ऊर्जाक्षेत्रात प्रशिक्षण कार्यक्रम राबवणे आणि सल्लागार म्हणून काम करण्याचा त्यांना अनुभव आहे. आय.एम.आय. कोलकाताच्या आय.एम.आय. कनेक्टच्या त्या संपादक आहेत.

उपयोजित वित्तीय अर्थशास्त्र आणि अर्थमिति हे त्यांचे संशोधनाचे विषय आहेत. वित्तक्षेत्र, स्थूलअर्थशास्त्र आणि सार्वजनिक वित्ताशी संबंधित सद्यकालीन काही प्रश्नांवर त्यांनी काम केले आहे. *रिसोर्सेस पॉलिसी, अप्लाईड फायनान्शीयल इकॉनॉमिक्स, इमर्जिंग मार्केट फायनान्स अॅण्ड ट्रेड* यांसारखी नियतकालिके, पुस्तके आणि *इकॉनॉमिक अॅण्ड पॉलिटिकल विकली* यांसारख्या आंतरराष्ट्रीय नियतकालिकांमध्ये त्यांचे शोधनिबंध प्रकाशित झाले आहेत. भारत आणि कॅथलिक युनिव्हर्सिटी, ल्युव्हेन, बेल्जिअम; बोरसा इस्तंबूल, तूर्की; नॅशनल तैवान युनिव्हर्सिटी; सिचुआन अकॅडमी ऑफ सोशल सायन्सेस, चायना आणि युनिव्हर्सिटी ऑफ सोफिया अॅन्टीपॉलीस, नाईस, फ्रान्स येथे झालेल्या अनेक परिषदा आणि परिसंवादांमध्ये त्यांनी संशोधनात्मक लेखन सादर केले.

अर्णब के. देब हे आंतरराष्ट्रीय व्यवस्थापन संस्था, नवी दिल्ली येथे सहयोगी प्राध्यापक (अर्थशास्त्र) आहेत. युनिव्हर्सिटी ऑफ कनेक्टिकट, स्टॉर्स येथून त्यांनी अर्थशास्त्रामध्ये पीएच. डी. ही पदवी मिळवली. त्यांचे पदवी (बी.एस्सी.) आणि पदव्युत्तर (एम.एस्सी.) शिक्षण कोलकाता विद्यापीठातून झाले.

त्यांना अध्यापन आणि संशोधनाचा १० वर्षांचा अनुभव आहे. सूक्ष्म अर्थशास्त्र, औद्योगिक संघटना, संस्थांचे अर्थशास्त्र आणि डेटा एन्व्हलपमेंट अॅनालिसिस हे त्यांचे संशोधनाचे विषय आहेत. राष्ट्रीय विज्ञान परिषद (एनएसडी) चे निधीसाहाय्य

असलेल्या *'इकॉनॉमिक अ‍ॅण्ड सोशल राईट्सः ऑब्स्टॅकल ऑर हॅन्डमेडन टू ग्रोथ?'* या प्रकल्पावर त्यांनी काम केले आहे. इंटरनॅशनल कोव्हेनंट फॉर इकॉनॉमिक, सोशल अ‍ॅण्ड कल्चरल राईट्स अंतर्गत कोणते देश कुठपर्यंत आर्थिक आणि सामाजिक हक्कसंबंधी कर्तव्यांचे पालन करत आहे हे दर्शवण्यासाठी पर्यायी दृष्टिकोनांची आखणी करणे ही या प्रकल्पातील त्यांची प्रमुख जबाबदारी होती. पीएच.डी. करण्यापूर्वी त्यांनी एसी निल्सन ओआरजी मार्ग, कोलकाता येथे संशोधन सहयोगी म्हणून काम केले. तसेच, *'डीस्ट्रीक लेव्हल मॉनिटरिंग ऑफ ऑल प्रोग्राम्स ऑफ मिनिस्ट्री ऑफ रुरल डेव्हलपमेन्ट'* आणि *'मुव्हिंग आऊट ऑफ पॉवर्टीः ग्रोथ अ‍ॅण्ड डेमोक्रसी'* या प्रकल्पांवर त्यांनी काम केले. अनेक राष्ट्रीय आणि आंतरराष्ट्रीय परिषदांमध्ये त्यांनी सहभाग घेतला असून अनेक शोधनिबंध सादर केले. आयएमआय, दिल्ली आणि सेज, इंडिया यांच्या इमर्जिंग इकॉनॉमी स्टडीज या नियतकालिकाचे ते सध्या संपादक आहेत.

त्यांच्या संपूर्ण कारकिर्दीमध्ये त्यांना अनेक शिष्यवृत्ती आणि पुरस्कार मिळाले. सन २००७-११ या काळासाठी त्यांना अर्थशास्त्र विभागाची 'पीएच.डी. पूर्व शिष्यवृत्ती' आणि सन २०१२ मध्ये ग्रॅज्यूएट स्कूलची 'पीएच.डी. प्रबंध शिष्यवृत्ती' मिळाली. सन २०११ मध्ये, अमेरिकेतील कनेक्टीकट विद्यापीठाच्या अर्थशास्त्र विभागाने त्यांना 'अब्राहम रीबिकॉफ ग्रॅज्युएट फेलोशिप' देऊ केली.

मिआओ पांग सध्या सिचुआन अ‍ॅकॅडमी ऑफ सोशल सायन्सेस येथील ग्रामीण अर्थव्यवस्था संस्थेमध्ये वरिष्ठ संशोधक आहेत. तत्पूर्वी त्या सिचुआन अ‍ॅकॅडमी ऑफ सोशल सायन्सेसच्या रिसर्च मॅनेजमेन्ट डिपार्टमेन्टमध्ये कार्यरत होत्या. वन संसाधन व्यवस्थापन हा त्यांचा अभ्यासाचा प्रमुख विषय आहे. त्या लॉस बानोस येथील फिलीपाईन्स विद्यापीठाच्या विद्यार्थिनी आहेत. बर्कले येथील कॅलिफोर्निया विद्यापीठामध्ये त्या अभ्यागत अभ्यासिका म्हणून जात असतात. ग्रामीण समुदाय विकास, ग्रामीण पर्यावरण संरक्षण आणि वन अर्थशास्त्र हे त्यांचे संशोधनाचे विषय होत. त्यांनी दोन पुस्तकांचे सहलेखन केले आहेः *मेथोडॉलॉजी युज्ड इन रुरल कम्युनिटी सर्व्हे* आणि *कम्युनिटी बेस्ड नॅचरल रिसोर्स मॅनेजमेन्ट* ही ती पुस्तके होत. सन २०१२ मध्ये इकोलॉजिकल व्हल्नरेबल कम्युनिटीज ॲडप्टेशन टू क्लायमेट चेंज इन वेस्टर्न चायना' या मानव्यशास्त्राच्या राष्ट्रीय प्रकल्पात त्यांचा सहभाग होता. तसेच, सन २०१० मध्ये मानव्यशास्त्रातील चीनचा राष्ट्रीय प्रकल्प इकॉलॉजिकल कम्पेन्सेशन इन पोस्ट एरा ऑफ कन्व्हर्जन फार्मलॅंड्स इन टू फॉरेस्टलॅंड्स इन चायना' यामध्ये देखील त्यांचा सहभाग होता.

योगदानकर्ते

प्रगीत एरॉन हे गुरगाव येथील मॅनेजमेण्ट डेव्हलपमेंट इन्स्टिट्यूट येथे साहाय्यक प्राध्यापक आहेत. संस्थेतील संगणक केंद्र, वेबसाईट, इ.आर.पी. आणि आय.टीचे ते समन्वयक आहेत. ते इंडियन इन्स्टिट्यूट ऑफ मॅनेजमेंट, अहमदाबादचे सदस्य आहेत. तंत्रज्ञान उद्योजकता, तंत्रज्ञान नीती, टेलीकॉम धोरण आणि नेटवर्क अर्थशास्त्र हे त्यांच्या संशोधनाचे प्रमुख विषय आहेत. त्यांनी मॅनेजमेंट इन्फोर्मेशन सिस्टीम, आय.टी. सुरक्षा आणि मॅनेजमेंटच्या सांख्यिकी पद्धती या विषयांचे अध्यापन केले. मॅनेजमेण्ट डेव्हलपमेंट इन्स्टिट्यूट मध्ये रुजू होण्यापूर्वी ते आय.एम.आय. नवी दिल्ली येथे साहाय्यक प्राध्यापक होते.

डॉक्टरेट घेण्यापूर्वी ते डिफेन्स रिसर्च अ‍ॅण्ड डेव्हलपमेंट ऑर्गनायझेशन आणि हाय एनर्जी मटेरियल्स रिसर्च लॅबोरेटरी, पुणे येथे शास्त्रज्ञ म्हणून कार्यरत होते. ते गतिज ऊर्जा पदार्थ आणि स्फोटकांवर संशोधन करत होते (गतिज ऊर्जा पदार्थांवर भर). ते रासायनिक अभियांत्रिकी आणि तंत्रज्ञान विषयाचे पदवीधर आहेत. त्यांचे पदवीचे शिक्षण इंडियन इन्स्टिट्यूट ऑफ टेक्नोलॉजी-बनारस हिंदू युनिव्हर्सिटी येथून झाले. आय.आय.एम. अहमदाबाद येथे त्यांना आयडिया आय.आय.एम.ए. टेलीकॉम सेंटर ऑफ एक्सलंन्स रिसर्च अवॉर्ड प्रदान करण्यात आला. आंतरराष्ट्रीय ख्यातीच्या नियतकालिकांमध्ये त्यांचे लेखन प्रकाशित झाले आहे आणि अनेक शोधनिबंध त्यांच्या नावे जमा आहेत.

अरिंदम बानिक आय.एम.आय. कोलकाताचे संचालक आहेत. त्यांनी दिल्ली स्कूल ऑफ इकॉनॉमिकस येथून पीएच.डी मिळवली. तत्पूर्वी, ते ढाका येथील अमेरिकन एक्सप्रेस बँक येथे कार्यरत होते. त्यांना पुढील संस्थांचे सदस्यत्व देण्यात आलेः अमेरिकन इकॉनॉमिक असोसिएशन, युरो एशिया मॅनेजमेंट स्टडीज असोसिएशन, आणि ग्लोबल अवेअरनेस सोसायटी इंटरनॅशनल, अमेरिका. सन २००१-०५ दरम्यान युनिव्हर्सिटी ऑफ वेस्ट इंडिज, बार्बाडोज येथील अर्थशास्त्र विभागात त्यांनी अभ्यागत प्राध्यापक म्हणून आंतरराष्ट्रीय वित्तव्यवस्था, विकासाचे अर्थशास्त्र, विकासाचे नियोजन, उपयोजित प्रकल्प आणि स्थूल अर्थशास्त्र या विषयांचे अध्यापन केले. आय एम आय इंटरनॅशनल फायनान्स अ‍ॅण्ड बिझनेस येथे त्यांच्याकडे असोसिएटेड सिमेंट कंपनीज चेअर प्रोफेसरचा पदभार आहे. आंतरराष्ट्रीय अर्थशास्त्र, स्थूल अर्थशास्त्र आणि आर्थिक विकास या विषयांवर राष्ट्रीय आणि आंतरराष्ट्रीय कीर्तीचे १०० पेक्षा अधिक वैज्ञानिक लेख त्यांनी लिहिले आहेत. *ग्लोबल बिजनेस रिव्ह्यू* या सेज प्रकाशनाच्या नियतकालिकाचे ते संपादक आहेत. तसेच, एशियन बिजनेस

ॲण्ड बिजनेस मॅनेजमेन्टच्या आंतरराष्ट्रीय सल्लागार मंडळाचे ते सदस्य आहेत. अनेक कंपन्या, भारत सरकार, असोसिएटेड सिमेंट कंपनीसारख्या बहुस्तरीय संस्था, ग्रामीण विकास मंत्रालय, जागतिक बँक, आयएलओ-एसएएटी, इंटरनॅशनल डेव्हलपमेन्ट रिसर्च सेंटर, कॅनेडीयन इंटरनॅशनल डेव्हलपमेन्ट एजन्सी आणि युनायटेड नेशन्स डेव्हलपमेन्ट ऑर्गनायझेशन येथे त्यांनी सल्लागार म्हणून काम केले.

क्झिआन्ग बाओयून हे सिचुआन ॲकॅडमी ऑफ सोशल सायन्सेसच्या डीसिप्लीन इन्स्पेक्शन कमिशनचे सचिव आहेत. तसेच, चीन येथील एस.ए.एस.एस.च्या सेंटर फॉर इंडियन स्टडीजचे संचालक आहेत. ते मानव्यशास्त्रातील पीएच.डी धारक असून प्राध्यापक आहेत.

याशिवाय, ते सिचुआन रिसर्च इन्स्टिट्यूट ऑफ थेअरी ऑफ लिटरेचर ॲण्ड आर्टस् येथे कार्यकारी उपाध्यक्ष आहेत. त्यांना साहित्य कला क्षेत्राचे विशेष ज्ञान असून चिनी आधुनिक साहित्यावर त्यांचा भर आहे. अनेक राष्ट्रीय आणि प्रांतीय प्रकल्पांमध्ये ते प्रमुख संशोधक आहेत. *जीन हुआ डायजेस्ट* आणि *ॲकॅडमिक मंथली* यांसारख्या प्रतिष्ठित नियतकालिकांमध्ये त्यांनी त्यांचे लेख प्रकाशित झाले आहेत. *स्टडी ऑन काओ यु'ज ट्रॅजिक ॲस्थेटीक आयडीऑलॉजी* यांसारखी त्यांची पुस्तके देखील प्रकाशित झाली आहेत.

श्रीपर्ण बसू या फोर (FORE) स्कूल ऑफ मॅनेजमेंट, नवी दिल्ली येथे प्राध्यापक आहेत. अमेरिकेतील अर्बना-कॅम्पेन येथील इलिनॉइस विद्यापीठातून सांस्कृतिक विषयांत त्यांनी पदव्युत्तर शिक्षण आणि पीएच.डी. केली आहे. विविध लेख, शोधनिबंध, कोश आणि पुस्तकांमधील प्रकरणांच्या स्वरूपात त्यांचे संशोधनात्मक लेखन प्रकाशित झाले आहे. लेखन विविध राष्ट्रीय, आंतरराष्ट्रीय नियतकालिकांमध्ये आणि पुस्तकांमध्ये प्रकाशित झाले आहे. सध्याच्या जागतिकीकरणावरील संशोधनासाठी त्यांना आंतरशाखीय शिष्यवृत्ती मिळाली आहे. जागतिकीकरणाच्या विविध प्रकारांचे परीक्षण, आशियाई अर्थव्यवस्थांच्या राष्ट्रीय अस्मितांचा शोध हे त्यांचे सध्याचे संशोधन कार्य आहे. वसाहतोत्तर कालखंडातील सांस्कृतिक सिद्धान्त, संघटनात्मक परस्परसंपर्क, देशांतर्गत विलीनीकरण आणि संपादन यांतील परस्परसंबंधांचा शोध घेण्यात त्यांना रस आहे.

मानव संसाधन आणि माहिती संप्रेषण क्षेत्रात त्या प्रशिक्षण वर्ग घेतात. माहिती संप्रेषणातील बदल, आंतरकार्यात्मक गटकार्य, व्यक्तीअंतर्गत संप्रेषण, आत्मविश्वास, आंतरराष्ट्रीय व्यवसायामध्ये आंतरसंस्कृती संवाद, आणि कामाच्या ठिकाणी लिंगभावाशी संबंधित प्रश्न अशा विषयांवर त्यांनी प्रशिक्षण वर्ग घेतले

आहेत. ऑइल अँण्ड नॅचरल गॅस लिमिटेड, पॉवर ग्रीड, एन.एच.पी.सी., इंडियन ऑइल, टाटा मोटर्स, फूड कॉर्पोरेशन ऑफ इंडिया आणि बॉर्डर सिक्युरिटी फोर्स आणि इतर नवोदित संस्थांमध्ये त्यांनी प्रशिक्षण वर्ग घेतले आणि सल्लागार म्हणून देखील काम पाहिले.

राजश्री चटर्जी या आय.एम.आय. कोलकाता येथे वरिष्ठ संशोधन अधिकारी म्हणून कार्यरत आहेत. त्यांनी कोलकाता विद्यापीठातून फायनान्स विषयात पदव्युत्तर शिक्षण घेतले. वेस्ट बेंगाल युनिव्हर्सिटी ऑफ टेक्नॉलॉजी येथून त्यांनी एम.बी.ए. (फायनान्स) केले. सध्या त्या युनिव्हर्सिटी ऑफ बुर्द्वान येथून पीएच.डी. करत आहेत. आय.एम.आय. कोलकाता येथे रुजू होण्यापूर्वी त्यांनी कोलकाता येथील रवींद्रनाथ टागोर इंटरनॅशनल इन्स्टिट्यूट ऑफ कारडीॲक सायन्सेस आणि ए.एम.आर.आय. हॉस्पिटल्स प्रायव्हेट लिमिटेड येथे फायनान्स एक्झीक्यूटिव्ह म्हणून काम केले. आय.एम.आय. कोलकाताच्या 'आय.एम.आय. कनेक्ट' या व्यवस्थापन नियतकालिकाच्या त्या साहाय्यक संपादक आहेत. आय.एम.आय. कोलकाता येथे त्यांनी अनेक राष्ट्रीय आणि आंतरराष्ट्रीय परिषदांचे सक्रिय आयोजन केले. *आय.एम.आय. कनेक्ट*मध्ये त्यांनी लेखन केले आहे. तसेच पुस्तकासाठी एका प्रकरणाचे सहलेखन केले आहे. भारत आणि परदेशांमध्ये त्यांनी शोधनिबंध सादर केले आहेत.

झी जिंग या एस.ए.एस.एस. येथे व्याख्यात्या आहेत. त्यांचे शिक्षण सिचुआन युनिव्हर्सिटी इन्स्टिट्यूट ऑफ साउथ एशिया येथून झाले. आंतरराष्ट्रीय संबंध, भारताचे परराष्ट्र धोरण, हिंदी महासागर क्षेत्रात चीन-भारत दरम्यानचे संबंध, पाकिस्तान-अफगाणिस्तान संबंध आणि 'वन बेल्ट, वन रोड' प्रकल्प हे त्यांच्या संशोधनाचे विषय आहेत.

लि जिंगफेंग हे एस.ए.एस.एस. येथे साहाय्यक संशोधक आहेत. दक्षिण आशियाई देशांतील परराष्ट्र व्यवहार आणि सुरक्षासंबंधी प्रश्न हे त्यांच्या संशोधनाचे विषय होत. अनेक व्यावसायिक प्रकाशनांमध्ये त्यांचे अनेक शोधनिबंध प्रकाशित झाले आहेत.

चे जिक्झियांग हे एस.ए.एस.एस. येथील इंडियन रिसर्च सेंटरचे उप-संचालक आहेत. भारतीय अर्थव्यवस्थेवर त्यांचे अनेक शोधनिबंध प्रकाशित झाले आहेत. भारतातील ग्रामीण श्रमिकांचा रोजगार या विषयावर त्यांचे पुस्तक प्रकाशित झाले आहे.

जिआन ली या एस.ए.एस.एस. येथे सहयोगी संशोधक आहेत. संपर्क आणि सांस्कृतिक अभ्यास हे त्यांचे प्रमुख अभ्यासविषय आहेत.

बी.ए. मेत्री हे सध्या नवी दिल्ली येथील आय.एम.आय. येथे अधिष्ठाता (ॲकॅडमिक ॲण्ड अल्युम्नी रिलेशन्स) आणि ऑपरेशन मॅनजेमेंट या विषयाचे प्राध्यापक आहेत. एम.डी.आय. त्यांनी गुरगाव येथेही प्राध्यापक आणि अधिष्ठाता म्हणून काम केले. तसेच, बिर्ला इन्स्टिट्यूट ऑफ टेक्नॉलॉजी ॲण्ड सायन्सेस येथे पीएच.डी. कार्यक्रमाचे प्रमुख म्हणून त्यांनी काम पाहिले. त्यांना अध्यापन, प्रशिक्षण, संशोधन आणि सल्लागार या भूमिकांचा २५ वर्षांपेक्षा अधिक अनुभव आहे. प्रकल्प व्यवस्थापन, दर्जा आणि पुरवठा साखळी व्यवस्थापन या क्षेत्रातील अधिकाराची पदे त्यांनी भूषवली आहेत. आंतरराष्ट्रीय आणि राष्ट्रीय नियतकालिक आणि कार्यवृत्तांमध्ये त्यांचे १०० पेक्षा अधिक शोधनिबंध प्रकशित झाले आहेत. त्यांनी सहा पुस्तकांचे सहलेखन केले आहे. ते राष्ट्रीय आणि आंतरराष्ट्रीय नियतकालिकांच्या संपादन सल्लागार मंडळावर आहेत. त्यांनी अनेक राष्ट्रीय आणि आंतरराष्ट्रीय परिषदांचे आयोजन केले आहे.

कार्यकारी शिक्षणामध्ये त्यांचा मोठ्या प्रमाणात सहभाग आहे. यामध्ये शासकीय, सार्वजनिक (महारत्न आणि नवरत्न कंपन्या) आणि खाजगी क्षेत्रातील महत्त्वपूर्ण संस्थांमध्ये आंतरराष्ट्रीय प्रशिक्षणाचा समावेश होतो. अनेक महत्त्वपूर्ण संस्थांतील वरिष्ठ कार्यकारी आणि प्रमुख अभियंत्यांना त्यांनी प्रशिक्षण दिले आहे. या संस्थांमध्ये ओ. एन.जी.सी., एच.सी.एल., भारत इलेक्ट्रॉनिक लिमिटेड, सोना कोयो, भारत हेवी इलेक्ट्रिकल्स लिमिटेड, नॅशनल थर्मल पॉवर लिमिटेड, रिझर्व्ह बँक ऑफ इंडिया, फोर्टीज, जिंदल स्टेनलेस स्टील लिमिटेड, पॉवर ग्रीड कॉर्पोरेशन ऑफ इंडिया लिमिटेड, एन.एच.पी.सी., एच.सी.एल., पंजाब नॅशनल बँक, कन्स्ट्रक्शन इंडस्ट्री डेव्हलपमेंट कौन्सिल, ए.एस.ई.ए. ब्राऊन बोवरी, नेस्ले, डी.सी.एम. श्रीराम, केर्न एनर्जी, न्यू हॉलंड फियाट इंडिया, डिपार्टमेन्ट ऑफ ॲटोमिक एनर्जी ऑफिसर्स, भारतीय लष्करातील अधिकारी, इंडियन टेक्निकल ॲण्ड इकॉनॉमिक कोऑपरेशन प्रोग्रामचे अधिकारी (१६ देशांतील परराष्ट्र मंत्रालयांतील), अफगाणिस्तानमधील शासन अधिकारी, मॉरिशस येथील वरिष्ठ व्यापार व्यवस्थापक, आरोग्य आणि कुटुंब कल्याण मंत्रालय आणि भारतीय प्रशासकीय सेवांतील अधिकारी यांचा समावेश होतो.

वेगवेगळ्या संस्थांतील प्रकल्पांमध्ये त्यांनी सल्लागार म्हणून काम पाहिले आहे. त्यांनी आय.आय.टी. मुंबई येथून पीएच.डी. केले. कराड येथील गव्हर्नमेन्ट कॉलेज ऑफ इंजिनिअरिंग येथून त्यांनी सिव्हील इंजिनिअरिंग केले. सातारा येथील के.बी.पी. कॉलेज ऑफ इंजिनिअरिंग येथून सिव्हील कन्स्ट्रक्शन ॲण्ड मॅनेजमेन्टचे पदव्यूत्तर शिक्षण घेतले. सध्या ते डिसिजन सायन्सेस इन्स्टिट्यूटच्या संचालक मंडळावर आहेत. अमेरिकेतील टेक्सास येथील हॉस्टन मधील डिसिजन सायन्सेस इन्स्टिट्यूटचे पहिले नियुक्त भारतीय उपाध्यक्ष आहेत.

संजॉय मुखर्जी हे आय.आय.एम. शिलाँग येथे व्यावसायिक नीतितत्त्वे आणि निगम सामाजिक उत्तरदायित्व या विषयांचे प्राध्यापक आहेत. फेलो प्रोग्राम इन मॅनेजमेन्टचे ते अध्यक्ष आहेत. तसेच संस्थेच्या अ‍ॅन्युअल इंटरनॅशनल सस्टेनेबिलिटी कॉन्फरन्सचे (SUSCON) ते अध्यक्ष आहेत. त्यांनी जादवपूर विद्यापीठातून मेकॅनिकल अभियांत्रिकीची पदवी घेतली. आय.आय.एम. कोलकाता येथून त्यांनी व्यवस्थापन विषयाचे पदव्युत्तर शिक्षण घेतले आणि जादवपूर विद्यापीठातून त्यांचे पीएच.डी. झाले. निगम क्षेत्रांतील सात वर्षांच्या अनुभवानंतर त्यांनी आय.आय.एम. कोलकाता येथील मॅनेजमेन्ट सेंटर ऑफ ह्युमन व्हॅल्युज येथे दीर्घकाळ अध्यापन केले. सुजाण नेतृत्व, मानवी मूल्यांनुसार व्यवस्थापन, व्यवस्थापन क्षेत्रातील भारतीय वैशिष्ट्ये, व्यवस्थापन आणि ललित कला आणि अध्यापनाचे पर्यायी स्रोत आणि पद्धती हे त्यांचे आवडीचे आणि संशोधनाचे विषय आहेत. त्यांनी जगभरातील अनेक प्रतिष्ठित संस्थांमध्ये अध्यापन केले आहेः अस्पेन इन्स्टिट्यूट, ऑक्सफर्ड राउंडटेबल, ग्लोबथिक्स जिनिव्हा, इंटरनॅशनल सोसायटी फॉर बिजनेस एथिक्स अ‍ॅण्ड इकॉनॉमिक्स, हार्वर्ड बिजनेस स्कूल, कोपनहेगन बिजनेस स्कूल, स्टोकहोम बिजनेस स्कूल, कोर्व्हीनस युनिव्हर्सिटी ऑफ बुडापेस्ट, पॅरिस, युनेस्को, बर्जेन येथील नॉर्वेजीयन स्कूल ऑफ इकॉनॉमिक्स आणि चायना युरोप इंटरनॅशनल बिजनेस स्कूल. जवळजवळ दहा वर्षे ते *जर्नल ऑफ ह्युमन व्हॅल्युज*चे प्रमुख संपादक होते. *जर्नल ऑफ ह्युमन व्हॅल्युज* हे सेज पब्लिकेशन्सचे द्विवार्षिक आंतरराष्ट्रीय नियतकालिक होय. अनेक राष्ट्रीय आणि आंतरराष्ट्रीय नियतकालिकांमध्ये त्यांचे अनेक शोधनिबंध आणि लेख प्रकाशित झाले आहेत. त्यांनी पुढील दोन पुस्तकांचे सह-संपादन केले आहेः *कॉर्पोरेट गव्हर्नन्स, इकॉनॉमिक रिफॉर्म्स अ‍ॅण्ड डेव्हलपमेंट* आणि *सस्टेनेबल एथिक्सः इकोलॉजि अ‍ॅण्ड एथिक्स.*

पारमिता एम. नाग या सध्या व्हाईटबॉक्स रिसर्च सोल्युशन्स (प्रामुख्याने पायाभूत सोयीसुविधांच्या क्षेत्रात काम करणारी संशोधन संस्था) येथे संशोधन प्रमुख आहेत. येथील संशोधन आणि संपादनाची एकूण जबाबदारी त्यांच्यावर आहे. यापूर्वी त्या युनायटेड वर्ल्ड स्कूल ऑफ बिजनेस येथे कार्यकारी शिक्षण आणि संशोधन क्षेत्रात कार्यरत होत्या. तत्पूर्वी त्या आय.सी.एफ.ए.आय. रिसर्च सेंटर येथे संपादन सल्लागार म्हणून कार्यरत होत्या. त्या एका बाजारपेठ संशोधन उपक्रमातही सल्लागार पदी होत्या. त्या वेळी त्यांच्याकडे सर्व सामाजिक विकास प्रकल्पांचा स्वतंत्र कार्यभार होता. त्या विशेषतः आरोग्य क्षेत्रात काम करत होत्या. इंडियन इन्स्टिट्यूट ऑफ पब्लिक ॲडमिनिस्ट्रेशनमधील त्यांच्या कार्यकाळात त्यांनी ग्रामीण विकास, लोकप्रशासन

आणि अर्थशास्त्र संबंधित अनेक संशोधन प्रकल्प हाताळले आहेत. स्वतंत्र सल्लागार म्हणून देखील त्यांनी अनेक संशोधन प्रकल्प हाताळले.

त्यांचे पदव्युत्तर, एम.फिल. आणि पीएच.डी.चे शिक्षण नवी दिल्ली येथील जवाहरलाल नेहरू विद्यापीठातून झाले. सार्वजनिक आरोग्य हा त्यांचा संशोधनाचा विषय होय. त्या विद्यापीठ अनुदान आयोगाची राष्ट्रीय पात्रता चाचणी/ज्युनिअर रिसर्च फेलोशिप (NET/JRF) उत्तीर्ण झाल्या आहेत. ऑल इंडिया सेन्ट्रल स्कीमच्या अंतर्गत त्यांना इंडियन कौन्सिल ऑफ सोशल सायन्स रिसर्चची शिष्यवृत्ती मिळाली.

सार्वजनिक आरोग्य क्षेत्र आणि रोगशास्त्रसंबंधी सार्वजनिक आरोग्य, सुदृढ पर्यावरण, धोरण संशोधन आणि विश्लेषण या सामाजिक विकासासंबंधी संशोधन विषयांकडे त्यांचा कल आहे.

तिर्थंकर नाग आय.आय.एम. अहमदाबाद येथून पीएच.डी. केले. आय.आय.एम. कोलकाता येथे ते अधिष्ठाता (संशोधन आणि आंतरराष्ट्रीय संबंध) आणि सहयोगी प्राध्यापक (नीती) आहेत. अनेक राष्ट्रीय संस्थांमध्ये त्यांनी पीएच.डी. अभ्यासक्रमाचे सल्लागार म्हणून काम केले आहे. वेगवेगळी विद्यापीठे आणि संस्थामधील नीती/धोरण विषयातील डॉक्टरेटच्या विद्यार्थ्यांना त्यांनी मार्गदर्शन केले आहे. त्यांनी अनेक पुस्तके आणि प्रकरणरूपी लेख लिहिले आहेत. आंतरराष्ट्रीय नियतकालिकांतील शोधनिबंधांचे त्यांनी समीक्षण केले. तसेच, स्टॅनफोर्ड विद्यापीठाच्या सहयोगानेदेखील अनेक निबंधांचे समीक्षण केले. त्यांच्या शैक्षणिक कार्यासाठी त्यांना आय.आय.एम. अहमदाबादमध्ये अनेक पुरस्कार देण्यात आले (चौधरी पद्मनाभन पंत पुरस्कार, भारतातील उद्योजकीय परिस्थितीच्या विकासातील योगदाना'साठी साहीर मेमोरियल अवार्ड) आणि जागतिक बँक संस्थेचे प्रमाणपत्र देखील देण्यात आले. आय.आय.एम. अहमदाबाद येथील सेंटर फॉर इनोव्हेशन, इनक्युबेशन ॲण्ड एन्त्रेप्रेनेऊरशिप येथे ते सल्लागार आहेत. ते जादवपूर विद्यापीठाचे इलेक्ट्रीकल अभियांत्रिकी विषयाचे पदवीधर आहेत.

नीती आणि धोरणांशी संबंधित प्राईसवॉटरहाऊसकूपर्स, के.पी.एम.जी. आणि एस.बी.आय. कॅप्सच्या वतीने त्यांनी अनेक कंपन्यांच्या वरिष्ठ व्यवस्थापकांना सल्ले दिले आहेत. त्यांना कोलकाता इलेक्ट्रिक सप्लाय कोर्पोरेशन लिमिटेड येथे ऊर्जा क्षेत्रातील व्यावसायिक म्हणून काम करण्याचा देखील अनुभव आहे. व्यवस्थापन सल्लागार, गुंतवणूक बँकिंग, उपयुक्तता आणि संशोधन या क्षेत्रांमध्ये कामाचा त्यांना जवळपास १९ वर्षांचा अनुभव आहे. काही बहुस्तरीय कंपन्यांचे सल्लागार म्हणून त्यांनी काम केले आहे, त्यामध्येः वर्ल्ड बँक, युनायटेड नेशन्स एन्व्हायरनमेन्ट प्रोग्राम, डीपार्टमेन्ट फॉर इंटरनॅशनल डेव्हलपमेन्ट, युनायटेड स्टेट्स एजन्सी फॉर इंटरनॅशनल डेव्हलपमेन्ट आणि एशियन डेव्हलपमेन्ट बँक.

हुआन्ग वेईमिन या एस.ए.एस.एस. येथील रिसर्च इन्स्टिट्यूट ऑफ लिटरेचर येथे सहयोगी संशोधक आहेत. त्या पीएच.डी.च्या विद्यार्थिनी असून त्यांना अभिजात चिनी साहित्य, सांस्कृतिक उद्योग आणि सांस्कृतिक पर्यटन यांमध्ये रस आहे. *मॉडर्न लिटररी मॅगझिन* आणि इतर चिनी सोशल सायन्सेस सायटेशन इंडेक्स नियतकालिकांमध्ये त्यांचे अनेक लेख प्रकाशित झाले आहेत. अलीकडे, धर्म, लोकमत, पर्यटन आणि चीन व भारतातील सांस्कृतिक उपक्रम या बाबींच्या तुलनात्मक अभ्यासावर त्यांचा भर आहे. यावर त्यांनी अनेक लेख देखील लिहिले आहेत. सध्या भारताबाबतच्या समकालीन आणि आधुनिक चिनी प्रवासनोंदींवर त्यांचा भर आहे (१८४०-१९४९). समकालीन आणि आधुनिक काळातील चिनी लोकांना भारताबाबत काय वाटते याचा त्या शोध घेत आहेत. चिनी आणि भारतीय लोकांमध्ये परस्परसामंजस्य वाढावे या दिशेने हे एक अभ्यासपूर्ण योगदान ठरावे असा त्यांचा उद्देश आहे.

झोऊ यिकिंग हे इन्स्टिट्यूट ऑफ हिस्टरी, एस.ए.एस.एस. येथे संशोधक आहेत. बाशु संस्कृती आणि दक्षिणी रेशीम मार्ग हे त्यांच्या संशोधनाचे प्रमुख विषय होत. त्यांचे अनेक शोधनिबंध प्रकाशित झाले आहेत.

दुआन यु हे इन्स्टिट्यूट ऑफ हिस्टरी, एस.ए.एस.एस. येथे प्राध्यापक आणि संशोधक आहेत. सिचुआन नॉर्मल युनिव्हर्सिटी येथील बाशु कल्चरल रिसर्च सेंटरचे ते संचालक आहेत. याखेरीज, ते प्री-किन हिस्टरी असोसिएशन ऑफ चायनाचे उपाध्यक्ष आहेत. साउथवेस्ट चायना रिसर्च इन्स्टिट्यूट मधील अल्पसंख्याक गटाचे ते उपाध्यक्ष आहेत. प्राचीन चिनी सभ्यता, किन-पूर्व काळाचा इतिहास, बाशु संस्कृती आणि दक्षिण रेशीम मार्ग हे त्यांच्या अभ्यासाचे विषय आहेत. त्यांचे अनेक शोधनिबंध आणि प्रबंध प्रकाशित झाले आहेत.